पॉपी

*अफगाणिस्तानातील अफूचा व्यापार म्हणजे
जीवन, मृत्यू आणि व्यसन यांचा तिढा.*

लेखक
ग्रेगॉर सेमन

अनुवाद
डॉ. प्रमोद जोगळेकर

मेहता पब्लिशिंग हाऊस

POPPY by GREGOR SALMON
Copyright © Gregor Salmon, 2009
First Published Random House Australia Pty Limited, Sydney Australia.
This Edition Published by Arrangement with Random House Australia.
Translated into Marathi Language by Dr. Pramod Jogalekar

पॉपी / अनुवादित अनुभवकथन

अनुवाद : डॉ. प्रमोद जोगळेकर

Email : author@mehtapublishinghouse.com

मराठी अनुवादाचे व प्रकाशनाचे हक्क : मेहता पब्लिशिंग हाऊस, पुणे.

प्रकाशक : सुनील अनिल मेहता, मेहता पब्लिशिंग हाऊस,
१९४१, सदाशिव पेठ, माडीवाले कॉलनी, पुणे - ४११०३०.

मुद्रक : पार्कसन्स ग्राफिक्स

मुखपृष्ठ : चंद्रमोहन कुलकर्णी

प्रथमावृत्ती : ऑगस्ट, २०१३

किंमत : ₹ ३५०

P Book ISBN 9788184984774

माझ्या आईला —

ती माझा मौल्यवान ठेवा आहे, माझी प्रेरणा आहे
आणि माझी सर्वांत निष्ठावान वाचकही आहे.

लेखकाची भूमिका

या पुस्तकात खऱ्याखुऱ्या घटनांचे प्रामाणिक वर्णन आहे. यामधील खऱ्या नसलेल्या गोष्टी म्हणजे काही लोकांची नावे. विलक्षण जोखीम पत्करून अनेक अफगाण लोकांनी मला मदत केली आणि अनेकांनी रोखठोकपणे आपली मतं मांडली. त्यांची नावं मी बदलली आहेत. ठरावीक स्वरूपाची पोपटपंची न करता मनातलं बोलायला तयार झालेल्या पाश्चात्त्यांची नावं मी वापरलेली नाहीत. निरपराध व्यक्ती व अपराधी माणसं यांच्याखेरीज सर्व प्रकारच्या लोकांना संरक्षण मिळावं म्हणून मी टोपणनावं वापरली आहेत. प्रसिद्ध व्यक्ती आणि अधिकाऱ्यांची नावे मात्र तशीच ठेवली आहेत. अर्थात ज्यांच्या बाबतीत गुप्तता राखायला हवी ते लोक याला अपवाद आहेत.

ही कहाणी मी कालक्रमानुसारच मांडली आहे. फक्त कथानकाचा प्रवाह टिकवण्यासाठी अगदी किरकोळ बदल केले आहेत. काही प्रसंगांबद्दलची माझी मतं काही जणांना मान्य होणारी नसतीलही; परंतु मी त्यांना एवढंच सांगू इच्छितो की घडलेल्या सर्व घटनांचं मी जसं आहे तसं आणि स्पष्ट वर्णन केलेलं आहे. या वर्णनांच्या सत्यतेबाबत मी ठाम आहे.

या पुस्तकाच्या बाबतीत मी अनेकांचा ऋणी आहे. पुढील पानांमध्ये शफी, तमीम, रफी आणि बशीर या नावांनी वावरलेली माणसं या यादीत सर्वांत वरती आहेत. त्यांनी माझ्यासाठी दुभाषी आणि 'फिक्सर' म्हणून काम केलं असल्यानं त्यांचा या कहाणीत फार मोठा वाटा आहे. त्यांच्या सर्वांच्या स्वभावात फरक असले तरी त्या सर्वांनी कसलीही अनावश्यक धांदल न करता दमदारपणानं काम केलं. ते माझ्याबरोबर वेगवेगळ्या ठिकाणी आले असले तरी ते सगळेच या कामात पार बुडून गेले होते. मी सांगितलेल्या या कहाणीवर त्यांच्या आचार-विचारांचा नक्कीच मोठा प्रभाव पडलेला आहे.

माझ्याशी बोलणाऱ्या खूप खूप अफगाणींचे मी आभार मानतो. अत्यंत कठीण

परिस्थितीत मी त्यांची खरी नावं उघड करणार नाही, यावर त्यांनी विश्वास ठेवला. इतकंच नाही तर त्यांनी मनापासून माझ्यावर जो विश्वास ठेवला त्याबद्दल मी मला शक्य ते सर्व केलं आहे.

मी अफगाणिस्तानात असताना काही अशा लोकांना भेटलो की त्यांची नावं मी उघड करू शकत नाही. मी अनेकदा त्यांच्याकडे कितीतरी प्रश्न घेऊन गेलो आणि त्यांनी उत्तरं दिली. यावरूनच मला काय म्हणायचं आहे ते तुम्हाला समजेल. मी त्या सगळ्यांचे मनापासून आभार मानतो. याखेरीज मी इतरांकडे थोडा हास्यविनोद करण्यासाठी आणि एखादं ड्रिंक घेण्यासाठी गेलो. स्टेला, तू त्यात होतीस आणि काबूलमधले इतर सहकारी. चिअर्स!

माझ्या अनुभवांचं रूपांतर पुस्तकात होण्याच्या प्रक्रियेत सिडनीमधल्या अनेकांचा हातभार लागला. सगळ्यात पहिलं नाव माझी एजंट जेन बरीज हिचं आहे. तिनं मला उत्तम सल्ला दिला आणि मोलाची मदत केली. प्रकाशक अलिसन उर्क्युहार्टनं माझ्यावर सतत विश्वास ठेवला. मी त्या विश्वासाला जागण्याचा प्रयत्न करतोय. संपादनाचं काम करणारा ब्रॅन्डन व्हानोव्हर तर निव्वळ धमाल माणूस आहे. नेमकं जाणणारा, समंजस आणि हुशार. हे पुस्तक उत्कृष्ट व्हावं म्हणून मला भेटलेल्या रॅन्डम हाउसमधल्या प्रत्येकानं मदत केली आहे.

सेलिआ, तू भरभरून केलेल्या प्रेमाबद्दल आणि मला समजून घेतल्याबद्दल तुझे मन:पूर्वक आभार!

मला घडवणारा माझा पूर्वीचा संपादक ग्रेग हंटर आज असता तर किती बरं झालं असतं. त्यानं अंगठा उंचावून प्रोत्साहन देणं ही सवय मोडणं फार अवघड आहे.

अनुवादकाची प्रस्तावना

अफगाणिस्तान हा एके काळी प्राचीन भारताचा भाग असलेला प्रदेश गेली अनेक दशके धगधगता आहे. आज जगाची डोकेदुखी बनलेला हा देश फार पूर्वीपासून भारतीय राजकारणाशी निगडित होता. अगोदर आपल्याला अनुकूल साम्यवादी राजवटीला पाठिंबा देऊन मग तिथल्या राजवटीला वाचवण्याच्या निमित्ताने सोव्हिएत महासंघाने आक्रमण केल्यानंतर अफगाणिस्तानची धूळधाण व्हायला सुरुवात झाली. अद्यापही हा देश यादवी युद्धाच्या खाईमधून बाहेर पडलेला नाही. आपल्यावरच्या हल्ल्यांना जबाबदार असणाऱ्या अल्-कायदाच्या नेत्यांना पकडण्यासाठी अमेरिकन सैन्य अफगाणिस्तानात घुसले. अलीकडेच अल्-कायदाचा म्होरक्या ओसामा बिन लादेनला ठार केल्यानंतर अमेरिकन सैन्य तेथून बाहेर पडण्याचे संकेत अमेरिकेने दिले आहेत; परंतु पुन्हा एकदा तालिबान व पाकिस्तान यांच्यात युती होऊन अफगाणिस्तानात पूर्वीसारखीच राजवट आल्यास त्याचे गंभीर परिणाम भारतावर होतील. अफगाणिस्तानात राजकारण, दहशतवाद, शस्त्रास्त्रांचा अवैध व्यापार आणि अफू यांची सरमिसळ झालेली आहे. अर्थात अफू आणि राजकारण ही नवी गोष्ट नाही. अफूच्या प्रश्नांवरून चीन व साम्राज्यवादी ब्रिटन यांच्यात झालेला संघर्ष तर अफूची युद्धे (Opium Wars) म्हणून प्रसिद्ध आहेत.

पॉपी म्हणजे अफू. अफू (व्हाईट पॉपी) म्हणून ओळखल्या जाणाऱ्या वनस्पतीला वैज्ञानिक परिभाषेत *Papaver somniferum* असे म्हणतात. अनेक प्रकारचे मादक घटक या वनस्पतीत आढळतात. या घटकांचे काही वैद्यकीय उपयोगही आहेत. असे असले तरी प्रामुख्याने अफूचा वापर नशा करण्यासाठी केला जातो. पांढरी ते जांभळी अशा अतिशय आकर्षक रंगांची फुले असणाऱ्या या कमरेइतक्या उंचीच्या झुडपाच्या बियांमध्ये मादक घटक (खसखस) असतात. या वनस्पतीच्या बोंडांमध्ये मॉर्फिन, कोडाईन, पापाव्हेरीन व थेबाईन असे अनेक मादक घटक (अल्कलॉईड)

आढळतात. अफूचा फार प्राचीन काळापासून उपयोग केला जात असल्याचे पुरातत्त्वीय पुरावे मिळाले आहेत.

'पॉपी' या पुस्तकात काहीही काल्पनिक नाही. ग्रेगॉर सेमनचे हे पुस्तक एखाद्या कादंबरीसारखेच रंजक आहे. परंतु त्याचे महत्त्व वेगळ्याच कारणासाठी आहे. अफूचे अर्थकारण आपण कल्पनाही करू शकणार नाही एवढे गुंतागुंतीचे व जगव्यापी आहे. ग्रेगॉर सेमन हा ऑस्ट्रेलियन पत्रकार मुद्दाम अफगाणिस्तानात गेला आणि पॉपी या एकाच विषयाच्या मागे लागून त्याने संपूर्ण अफगाणिस्तानात फिरून माहिती जमवली. त्याच्या अनुभवांवर आधारलेले हे पुस्तक एक प्रकारे प्रवासवर्णनच आहे. आज जगभरात जो दहशतवाद फैलावतो आहे त्याच्यामागे अफूचा पैसा कसा आहे, हे सेमन सखोल संशोधनातून आपल्यासमोर मांडतो. भारताने सोव्हिएत महासंघाच्या आक्रमणाच्या वेळी सोव्हिएत महासंघाची बाजू घेतल्यानंतर पाश्चिमात्य राष्ट्रांनी भारताला या क्षेत्रातल्या राजकारणात जवळजवळ नगण्य स्थान दिले. आजतागायत हीच परिस्थिती आहे. आजही अफगाणिस्तानच्या संदर्भातील निर्णयांमध्ये भारताला लिंबूटिंबू समजले जाते. अशा या अतिशय स्फोटक प्रदेशाबद्दल सेमनच्या या पुस्तकातून आपल्याला कितीतरी वेगळी माहिती मिळते.

अफगाणिस्तानच्या राजकारणाची चौकट फार मोठी आहे. दोन महासत्ता, चीन, भारत व पाकिस्तानसारखे अण्वस्त्रधारी देश आणि अफगाणिस्तानवर सत्ता असणारे जुने वसाहतवादी ब्रिटन या सर्वांचा काही ना काही संबंध या विषयाशी असल्यामुळे ग्रेगॉर सेमनच्या या कथनात फार मोठ्या प्रमाणात आंतरराष्ट्रीय राजकारणाचे संदर्भ येतात. त्यांची माहिती व्हावी म्हणून मी प्रत्येक पुस्तकात जशा टिपा देतो तशा या पुस्तकातही दिलेल्या आहेत. ज्यांना या विषयावर अधिक माहिती जाणून घ्यायची आहे त्यांना स्वत:ला अधिक वाचन करता यावं म्हणून, पुस्तकाच्या शेवटी निवडक संदर्भांची छोटी यादी दिलेली आहे.

सोव्हिएत महासंघाचे विघटन झाल्यानंतर लगेचच मला अमू दर्या नदीच्या तीरावर अफगाणिस्तान-तुर्कमेनीस्तान-उझबेकीस्तानच्या सीमेच्या अगदी जवळ जायची

संधी मिळाली होती. आमच्या गाडीचा मूळ अफगाण ड्रायव्हर जंगीजखान व अफ्दाल जमातीचा स्थानिक पुरातत्त्वज्ञ यांच्याकडून मला मध्य आशियातल्या वेगळ्याच जगाचे दर्शन झाले होते. या दिवसांची व तेव्हा मी त्यांच्याशी केलेल्या चर्चेची आठवण झाली. हा अनुवाद करताना त्या वेळच्या मी भोचकपणे केलेल्या प्रश्नांमधून मिळालेल्या माहितीचा आज उपयोग झाला.

कोणताही अनुवाद करताना इंग्रजी शब्दांच्या अमेरिकन उच्चारांवर विसंबून न राहता त्या त्या भाषेतील नेमके उच्चार वापरावेत, असा माझा कटाक्ष असतो. अनेकदा चुकीच्या उच्चाराचे भयंकर अनर्थ होऊ शकतात. उदाहरणार्थ, 'खुश्त' या अफगाण प्रांताच्या नावाचा 'खोश्त' असा चुकीचा उच्चार केल्यास त्याचा अर्थ 'बीभत्स' असा होईल. मला सर्व उच्चार नेमकेपणाने सांगितल्याबद्दल मूळचा पारवान प्रांतातला व सध्या पुण्यात वृत्तपत्र व संज्ञापनविद्या शिकणाऱ्या नसीर मोहम्मद या अफगाण विद्यार्थ्याचे विशेष आभार.

मी सर्वप्रथम १९९६ मध्ये मेहता पब्लिशिंग हाऊससाठी पहिला अनुवाद केला. त्यानंतर सातत्याने श्री. सुनील मेहता यांच्याबरोबर मी काम करत आहे. मला फक्त विज्ञान कादंबऱ्यांचे अनुवाद करायला न देता पॉपीसारख्या वेगळ्या विषयावरचे पुस्तक मराठीत आणण्याची संधी दिली म्हणून प्रकाशक मी श्री. सुनील मेहता यांचे मन:पूर्वक आभार मानतो. तसेच हे पुस्तक प्रकाशित होण्यासाठी मेहता पब्लिशिंग हाऊसमधील ज्यांचा हातभार लागला त्या सर्वांना मी धन्यवाद देतो.

– डॉ. प्रमोद जोगळेकर

एकतर अफगाणिस्ताननं अफू नष्ट करावी,
नाहीतर अफूच अफगाणिस्तानचा नाश करेल.

– राष्ट्राध्यक्ष हमीद करझाई, २००५.

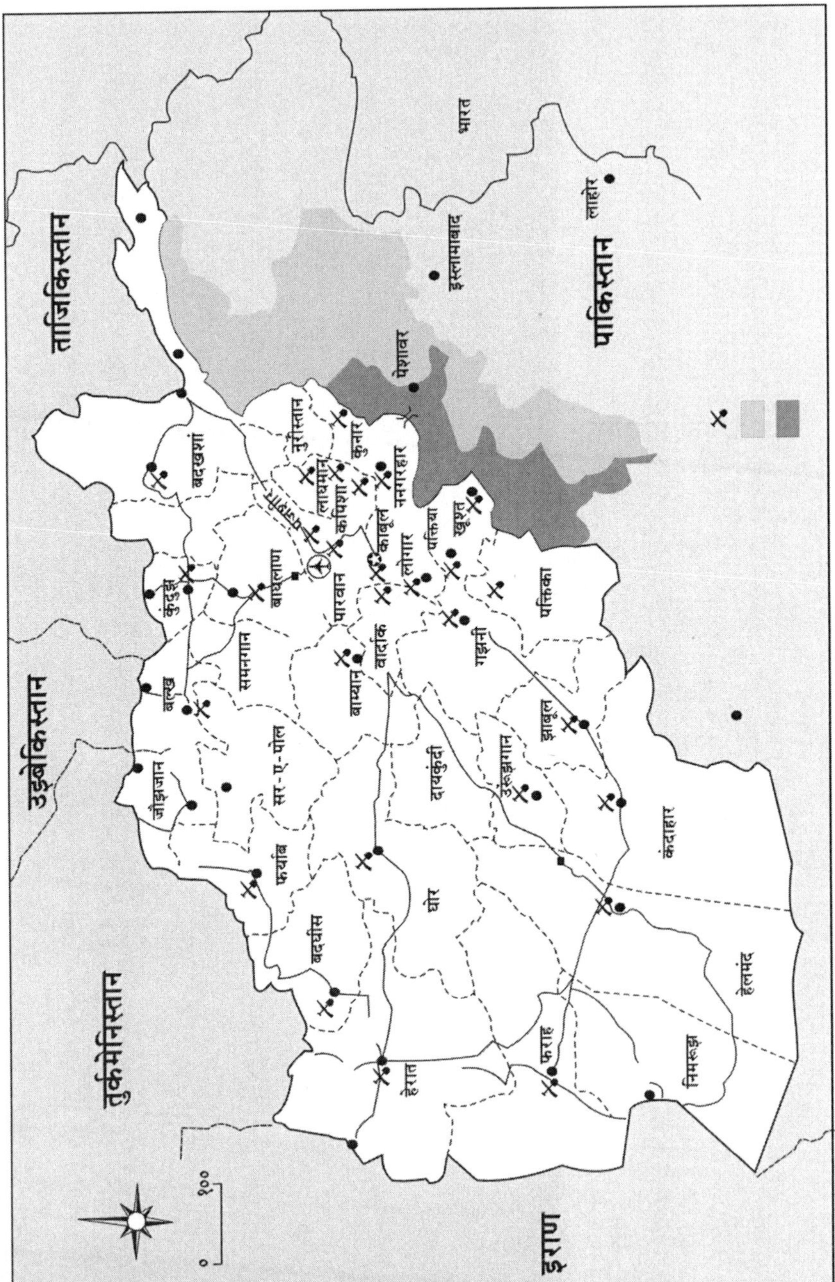
ताजिकिस्तान
उझ्बेकिस्तान
तुर्कमेनिस्तान
इराण
पाकिस्तान
भारत
पेशावर
इस्लामाबाद
लाहोर
बदख्शां
कुंदुझ
बल्ख
जौझजान
समनगान
बागलाण
सर-ए-पोल
फरयाब
बदघीस
हेरात
घोर
बाम्यान
पारवान
कापिशा
लाघमान
नुरीस्तान
कुनार
नानगरहार
काबूल
लोगार
वार्दाक
पक्तिया
खोस्त
पक्तिका
गझनी
झाबूल
उरुझगान
दायकुंदी
कंदाहार
हेलमंद
निमरुझ
फराह
० १००

अनुक्रमणिका

उपोद्घात

खारिजी

'माझ्यावर धडका', 'माझ्यावर धडका' असं सतत किंचाळणाऱ्या गाडीत मी अडकून पडलो आहे. ही गाडी म्हणजे टोयोटा लॅन्डक्रूझर असून अफगाणिस्तानात बॉम्बना चुंबकाप्रमाणे आकर्षून घेणाऱ्या वस्तूंच्या यादीत या गाडीचा वरचा क्रमांक लागतो. आम्ही त्या वेळी फार उठून दिसत होतो असं म्हणणं फार मिळमिळीत वाटेल. बसक्या कोरोला गाड्यांमध्ये आम्ही एखाद्या भव्य नौकेप्रमाणे भासत असणार. माझ्या पोटात सतत कालवाकालव होत होती; पण हे प्रथमच विमानात बसलेल्या प्रवाशाच्या मनातल्या भीतीसारखं होतं. मी त्या ठिकाणी मरतो किंवा नाही हे माझ्या हातात नव्हतं. मी न जगण्याचीच शक्यता जास्त होती. अर्थात माझ्या मृत्यूची फार दखल घेतली जाईल असं मात्र काही नव्हतं. चांगली तीनशे किलो स्फोटकांनी भरलेली एखादी गाडी समोरून येऊन धडकली तर केवळ सुदैव असलं तरच मला अखेरच्या क्षणी विचार करायला एखादा क्षण हाती लागेल, याची मला कल्पना होती. तसं झालं की मग माझे तुकडे हवेत उडणार. पुन्हा कधीही बघायची जराही इच्छा नाही अशा मी पाहिलेल्या इराक व अफगाणिस्तानातल्या व्हिडिओ क्लिपमध्ये पाहिल्यासारखंच घडणार, असं मला सतत वाटत होतं. आम्ही वेगानं जातोय याचा मला आनंद होत होता. कदाचित आमच्या कमकुवतपणामुळे आम्ही केलेली ही एक युक्ती होती. काहीही असलं तरी वेगामुळे मला आपण सुरक्षित असल्याची फसवी जाणीव होत होती.

मी या बाबतीत आणखी विचार करायचा नाही असं ठरवलं. वेगानं पुढं जात राहणं हे मन गुंतून राहण्यासाठी चांगलंच होतं; पण तुमचं अपहरण केल्यानंतर तुमचं डोकं उडवलं जाण्याची फिल्म तुमच्या घरच्यांना पाहावी लागण्याची दाट शक्यता समोर दिसत असताना त्याबद्दलचे गंभीर विचार तुमच्या मनात पुन्हापुन्हा डोकावणार, हे अगदी साहजिकच होतं. या देशात दररोजच बॉम्बहल्ले होतात. काबूलमध्येदेखील आठवड्यात दोनचार तर सहजच होत असतात. दहशतवाद्यांचं काम मनाचा भुगा करून टाकणारं आहे; पण तरीही आपण काम करणं तर थांबवू शकत नाही. आम्हीदेखील नेमका असाच विचार करत होतो.

आम्ही वेग घेतला. आता मला खिडकीतून मागे पडणारं काबूल शहर दिसत असताना लहानपणाची आठवण झाली... जुन्या बाजारात घेतलेल्या माझ्या शर्टच्या फाटलेल्या कॉलरी आणि फाटून बोंदऱ्या झालेल्या माझ्या जीन पॅन्टच्या कडा कापून सरळ करण्याचा प्रयत्न करणारी माझी आई...

त्या वेळी गाडीत आणखी तीन 'खारिजी' होते. परदेशी लोकांना अफगाणिस्तानात खारिजी म्हणतात. माझ्याबरोबरचे लोक लष्करातून निवृत्त झालेले होते. आता तुफान पैसा कमावणाऱ्या खासगी क्षेत्रातल्या लष्करी कंत्राटदारांसाठी हे लोक काम करत होते. इराक, अफगाणिस्तान आणि अशाच नाजूक अवस्थेतील देशांमध्ये मदतकार्य आणि पाश्चिमात्यांचे हितसंबंध यांची नेहमीच सरमिसळ झालेली आढळते.

अंगावर भरपूर संरक्षक पोशाख घातलेले हे तिघंही जण हातातल्या स्वयंचलित शस्त्रांशी चाळा करत बसले होते. त्यांच्या जाकिटांना असणाऱ्या असंख्य खिशांमध्ये मॅगझीन, गोळ्या, पिस्तुलं आणि एकदा का गोळीबाराला सुरुवात झाली की जे काही लागेल ते सगळं खच्चून भरलेलं होतं. फिजीसारखं एखादं राष्ट्र जिंकता येईल एवढा दारूगोळा या तिघांजवळ असावा. मुख्य म्हणजे आम्ही कुठं लढाईसाठी जात नसूनही हे तिघं कोणत्याही क्षणी लढायला सज्ज होते. आम्ही त्या वेळी शहराच्या जरासे बाहेर– पूर्व बाजूला असणाऱ्या एका गोळीबार मैदानाकडे जात होतो. तिथं आम्ही थोडा सराव करणार होतो इतकंच. ऑफिसात बसून कंटाळा आल्यानंतर एके-४७ चालवून थोडाफार विरंगुळा मिळवणं, असा त्यांचा हेतू होता. माझं म्हणाल तर त्या वेळी अफगाणिस्तानातल्या प्रचंड अशा अफूच्या व्यापाराचा वेध घेण्यासाठी आलेल्या माझ्यातल्या लेखकाच्या दृष्टीनं ही कंटाळा घालवण्याची उत्तम संधी होती.

आमचा तिकडे जाण्याचा वेग फारसा चांगला नव्हता. तुम्हाला वाटेल की आमचीच पेकाटं मोडली होती की काय? पण तसं मात्र नाही. मी ड्रायव्हरला त्याच्या कामगिरीचं योग्य श्रेय द्यायलाच हवं. अफगाणिस्तानातल्या ड्रायव्हिंगचा असला उत्कृष्ट नमुना मी पाहिला नव्हता, हा एक उत्कृष्ट नमुना होता. तो

काबूलमधल्या रहदारीतून गाडी चालवत होता. त्या रहदारीचं वर्णन लोकांची चेंगराचेंगरी आणि ठप्प झालेली रहदारी या दरम्यानची अवस्था, असं करावं लागेल. कोणतेही नियम नसणं हाच तिथला नियम आहे. तिथं डावीकडून आणि उजवीकडून चालवण्याच्या गाड्या बेफामपणे पाहिजे तशा जात असतात. दोन बाजूंना विभागणारी रेषा निरर्थक असते. चौकामधले गोलाकार हे अडथळे आहेत, आणि वाहतूक नियंत्रक दिवे हे निरर्थक अडगळीप्रमाणे शोभेच्या वस्तू आहेत, असं मानलं जातं. अशा ठिकाणी आमचा ड्रायव्हर जमेल त्या जागी गाडी घुसवत होता. कधी उजवीकडून तर कधी डावीकडून तो जागा करून घेत होता. तो सतत बाजूच्या लोकांना हॉर्न वाजवून '×××× रस्त्यातून बाजूला व्हा!' असा इशारा देत होता आणि लोकही तसं करत होते.

रागानं धुमसणारा एखादा लोहार जितक्या नाजूकपणानं काम करेल तितक्या क्षमतेनं आमचा ड्रायव्हर स्टिअरिंग, ब्रेक आणि गिअर हाताळत होता. त्यामुळे मी सतत मागे-पुढे, इकडे-तिकडे असा हेलकावे खात होतो. आमच्या आजूबाजूला अचानक इतर गाड्या उगवत होत्या आणि दिसेनाशा होत होत्या. हे सगळं असं असूनही धडक होण्याचं प्रमाण आश्चर्यकारकरित्या अत्यंत कमी होतं. सगळेच जण अशा बेफाम पद्धतीनं गाड्या चालवतात हे माहीत असणं, हे त्याचं कारण असू शकेल. एक मात्र नक्की, मी ज्या 'पहिल्या जगात' राहतो, तिथं या वाहतुकीच्या दरम्यान दिसणारी दृश्यं कोणत्याही पातळीवर अविश्वसनीय आहेत. स्वतःला वाचवणं आणि दुसऱ्याला त्रास न होऊ देणं ही इतरांची वृत्ती यामुळे आणि केवळ यामुळेच आम्ही त्या जागी हिंदकळणाऱ्या गाड्या, गाढवं जुंपलेल्या गाड्या आणि हातगाड्यांमधून धक्का न लागता जात होतो. एखाद्या अफगाणी माणसाप्रमाणे गाडी चालवणारा आमचा ड्रायव्हर ब्रिटिश होता. त्याचं नाव जिम. सहा फूट चार इंच उंची, गुळगुळीत भादरलेलं डोकं, अंगावर निरनिराळे टॅटू असणाऱ्या जिमची धिप्पाड शरीरयष्टी पाहता नाईटक्लबमध्ये दारावर रक्षक म्हणून कोणीही त्याला आनंदानं ठेवलं असतं. सगळे सुरक्षा कर्मचारी जसे कधीतरी सैन्यात असलेलेच लोक असतात तसाच जिमदेखील होता. त्यानं उत्तर आयर्लंड आणि अफगाणिस्तानात लष्करी चाकरी केली होती. तसंच इराक आणि अफगाणिस्तानात सुरक्षा कर्मचारी म्हणून त्यानं काम केलं होतं; पण सुरक्षा कर्मचारी म्हणून काम करणं त्याला फार मिळमिळीत वाटायचं. कोणीतरी आपल्यावर आणि आपण कोणावर तरी गोळ्या झाडतोय, ही परिस्थिती त्याला मनापासून प्रिय होती. त्यानं अनेक ठिकाणी ऑफिसांमध्ये कामं करून पाहिली; पण अखेर आपण हाडाचे सैनिक आहोत असं त्यानं मनाशी ठरवून टाकलं. शेवटी त्याला लढाईचंच प्रशिक्षण मिळालेलं असल्यानं लढणं हेच काम तो सर्वांत चांगलं करू शकत होता. आपण आपली वैयक्तिक

माहिती देताना कौशल्य या रकान्यात 'ठार मारणं' आणि छंद या रकान्यात 'लोकांना पांगळं करणं' असं लिहितो, हे तो कधीकधी गमतीनं म्हणायचा. मग अखेर तो एका अशा 'आडव्यवसायात' शिरला की त्याला त्याच्या पगारापेक्षा कितीतरी जास्त कमाई होऊ लागली. दुसऱ्या कसल्यातरी कामगिरीवर जाताना तो शस्त्रास्त्रं आणि दारूगोळ्याचा चोरटा पुरवठा करत असणार, असं मला खात्रीनं वाटत होतं. हे एवढं वगळलं तर बाकी जिम अगदी व्यवस्थित– चारचौघांसारखाच आहे. बिगरलष्करी लोकांना नेहमी युद्धाच्या कथा ऐकणं आणि शस्त्रास्त्रं यांच्याबद्दलच्या चर्चा करण्यात रस असतो, असं जरी बऱ्याच जणांना वाटत असलं तरी जिमच्या मनात मात्र असला कसलाही भ्रम नव्हता. बोस्निया किंवा कोसावो अथवा तसल्याच कुठल्यातरी ठिकाणाहून आपण कसे निसटलो याची कहाणी एकाच्या तोंडून सलग तासभर ऐकताना माझ्या सहनशक्तीचा जवळजवळ अंत व्हायची वेळ नुकतीच आली होती.

तिथं काम करत असताना मला काही जणांबद्दल जराशी असूया वाटत होती, हे मी मान्य करतो. लष्करी धुमश्चक्रीचा अनुभव आपण घेतलेला नाही ही जाणीव चमत्कारिक वाटते हे खरं. पण काय करणार? युद्ध नेमकं कसं असतं याची कल्पना नसलेल्या माणसांमधला मी एक आहे.

जिमच्या बाबतीत काहीच अडचण नव्हती. त्याच्या व्यवसायातल्या इतर काही जणांप्रमाणे तो अफगाणी लोकांना तुच्छ लेखत नसे. मला त्याच्या व्यक्तिमत्त्वात एकदाच रागाची धग जाणवली. तालिबाननं पकडण्याचा आणि त्यांनी धिंड काढण्याचा अपमानास्पद प्रसंग येण्याच्या शक्यतेबद्दल तो तेव्हा बोलत होता. ते आपल्याला कधीच जिवंत पकडू शकणार नाहीत, अशी त्यानं प्रतिज्ञाच केली होती. एकुणात हा माणूस मला आवडावा असाच होता. तो आवडावा याला आणखीही एक कारण होतं. त्यानं मैत्रीखातर मला ***कलाश्निकोव*** *चालवण्याचं शिक्षण द्यायचं कबूल केलं होतं. शिवाय काबूलच्या रस्त्यांवरून गाडी चालवणं हे चड्डी पिवळी होण्याइतपत भीतीदायक आहे, याविषयी आमचं दोघांचं एकमत होत असे.*

कलाश्निकोव (Kalashnikov) - मिखाईल कलाश्निकोव (जन्म १९१९) या रशियन इंजिनीअरने तयार केलेली एके-४७ ही रायफल जगभरात विख्यात आहे. त्यानं ही रायफल १९४७ मध्ये बनवली. रायफलचा टिकाऊपणा, वापरायला सोपी आणि तुलनेनं कमी किमतीत तयार होणारी या गुणधर्मांमुळे आज जवळजवळ अर्धशतक उलटलं तरी तिची ख्याती कायम आहे. ही रायफल हाताळण्यास सोपी असून तिच्या साध्या रचनेमुळे देखभालीचा खर्च फारसा येत नाही. तिचं आयुष्य सर्वसाधारणपणे २० वर्षांचं असल्याने ती स्वस्त पडते. म्हणूनच आज जगात अनेक दहशतवादी गट आणि बंडखोर ही रायफल पसंत करतात. साध्यासोप्या रचनेमुळे या रायफलच्या आराखड्याचा वापर करून तशाच प्रकारच्या रायफली सहज बनवता येतात. त्यामुळे जगभरात अनेक देशांमध्ये हा आराखडा चोरून एके-४७ रायफली बनवल्या जातात.

आम्ही गर्दीमधून वाट काढत जात असताना मी आमच्याकडे बघणाऱ्या लोकांकडे पाहत होतो. त्यांचे चेहरे मला दिसत होते. त्यांच्या चेहऱ्यांवर काय नव्हतं? सगळं काही होतं. पुरुषांचे चेहरे जीर्णजुन्या भूप्रदेशांच्या नकाशांसारखे होते. काबूलमध्ये बऱ्याच जणी बुरखा घालत नसल्यानं त्यांचे चेहरे मला दिसत होते. आदबशीरपणे आणि शांतपणानं पाहणाऱ्या या बायकांच्या मनात काय विचार असतील आणि त्यांच्या या मुखवट्यांमागे काय भावना दडल्या असतील, असे विचार मनात आल्यावाचून राहत नाहीत.

तीन वर्षांपूर्वी अध्यक्ष हमीद करझाई यांच्या निवडीच्या वेळच्या परिस्थितीत आणि आत्ताच्या लोकांच्या मन:स्थितीत फरक पडला होता. आता किती मुलं शाळेत जायला लागली याची माहिती दिल्यानं किंवा आर्थिक प्रगतीचा वेग किती टक्के झाला याची आकडेवारी प्रसिद्ध करण्यामुळे सामान्य लोकांच्या जीवनात काहीच फरक पडला नव्हता. जगण्यासाठी रोज कराव्या लागणाऱ्या जीवघेण्या कसरतीतून त्यांची सुटका त्यामुळे होत नव्हती. काबूल ही अफगाणिस्तानातील सर्वांत सुरक्षित जागा होती हे खरं; पण तरीही रस्त्यानं जाताना आपल्या किंवा आपल्या प्रियजनांच्या जीवाची काळजी त्यांच्या मनातून दूर झाली नव्हती. त्यांना तालिबान ही काय चीज आहे याची पूर्ण कल्पना होती. शहराबाहेर सगळीकडे आणि काबूल शहराच्या काही भागांतही ते असल्याची सगळ्यांनाच जाणीव होती. न्याय मिळण्यासाठी जराही मदत न करता उलट लोकांना दिवसाढवळ्या लुटणाऱ्या पोलीसदलांवर आपण काडीचाही विश्वास ठेवायचा नाही, हे त्यांना समजत होतं. रोजगाराच्या अतिशय कमी संधी असताना सामान्य माणसांना इंधन आणि अन्नासाठी अव्वाच्यासव्वा खर्च करावा लागत होता. गंभीर वीजटंचाई किंवा जवळपास वीज नाहीच अशा परिस्थितीत लोक कसेबसे तग धरून असताना युद्ध-गुन्हेगार आणि अमली द्रव्यांचे ठेकेदार लोकशाही निर्माण करण्याच्या नावाखाली सरकारमध्ये बसून ऐशआराम करत होते. अफगाणी नागरिकांना हे सगळं कळत होतं.

अफगाणी लोकांकडे बघताना त्यांच्या मनात काय चाललं असेल याचा हवा तसा अंदाज बांधायला आपण मोकळे असतो; पण त्यांच्या चेहऱ्यावर वरकरणी तिरस्कार किंवा आनंद यामधलं काहीही दिसत नाही हे पाहून मी मनोमन कयास करतो. त्यांच्या मनात काय चाललं असेल याचा सारांश हा असा आहे : खारिजी लोकहो, तुम्ही तुमच्या या ×××× वातानुकूलित गाड्या, तुमचे आमच्या मनात धडकी भरवण्यासाठी निघणारे वाहनांचे प्रचंड ताफे, तुमचा सगळा दारूगोळा, तुमचे ते सगळे फालतू तज्ज्ञ, अमुकतमुक संस्थेनं अमुकतमुक केलं याच्या पोकळ वल्गना करणारे जाहिरातफलक, आम्ही किती मूर्ख बनलो याची सतत जाणीव करून देणाऱ्या निरर्थक घोषणा, सत्तेसाठी पिसाट झालेले आणि रक्ताला चटावलेले

लोक, चिनी रांडा आणि दारू पिऊन बदफैलीपणा करण्याची तुमची वृत्ती, हे सगळं बरोबर घ्या आणि इथून एकदाचं काळं करा! पण हा सगळा विखार बाहेर पडून त्यांचा उद्रेक होणं अवघड आहे, कारण त्यांना हताश करणाऱ्या नैराश्याचं मोठंच दडपण त्यांच्या मनावर आहे. बहुतेक अफगाणी नागरिकांना परदेशी लोकांनी निघून जावं असं मात्र वाटत नाही. उलट, परदेशी लोकांनी त्यांचं काम जास्त चांगलं करावं अशी त्यांची अपेक्षा आहे. आम्ही ज्या उदात्त हेतूनं शपथा घेतल्या त्या पोकळ ठरू नयेत म्हणून तरी आम्ही जास्त चांगलं काम करावं असं त्यांना वाटतं. त्यांना पूर्वी कधी नव्हती एवढी आता आपली गरज आहे; पण प्रत्यक्षात आपण त्यांना भक्कम मदत करणं अपेक्षित असताना तसं मात्र होताना दिसत नाही. माझ्या म्हणण्यावर विश्वास बसणं अवघड आहे; पण अफगाणिस्तान पुन्हा रसातळाकडे निघाला आहे. असं होणं म्हणजे काय हे समजण्यासाठी कोणाही अफगाणी माणसाला स्मृतीला जरादेखील ताण देण्याची गरज भासणार नाही. धोका फक्त तालिबानची पुढची आवृत्ती येणं इतकाच नाही. पुन्हा एकदा उत्तर आघाडी विरुद्ध तालिबान, पश्तुन विरुद्ध ताजिक, हजारा विरुद्ध इतर सर्व, साम्यवादी विरुद्ध इस्लामी गट, टोळी विरुद्ध टोळी आणि कुटुंब विरुद्ध कुटुंब यांच्यामधील संघर्ष उफाळून यायचा धोका आहे. परत एकदा अशा रक्तरंजित यादवी युद्धामध्ये देशाचे तुकडेतुकडे उडण्याची शक्यता निर्माण झाली आहे.

खच्चून भरलेल्या बंदुका आणि त्या चटकन हाती घेण्याची सवय असणारे लोक असणाऱ्या अफगाणिस्तानात आता अफगाणी लोकांवर विसंबून सगळं सोडून निघून जायची वेळ कधी येणार, एवढाच काय तो प्रश्न उरला आहे. त्याची गणती सुरूही झाली आहे. एकदा का आपण तिथून निघून केलो की युद्धाला चटावलेले नेते त्यांना जी गोष्ट सर्वांत चांगली येते तीच करणार हे नक्की. ती म्हणजे लोकांना ठार करणं. असं जरी असलं तरी अफगाणी लोक परदेशी माणसांना किती काळ सहन करतील, हाच मुख्य प्रश्न आहे. कारण पश्चिमेच्या देशांच्या मनात असणारे चांगले हेतू आणि अफगाणिस्तानात होणारं काम उत्तम असूनही प्रगती होत नसल्यानं परदेशी लोकांबाबत संशय जास्तच बळावत चालला आहे.

आपण तिथं रेंगाळतो आहोत. आपण आपली स्वत:ची उत्तम काळजी घेतो. आपण तिथं दूतावास, लष्करी तळ आणि तुरुंग बांधत चाललो आहोत; पण आपण कारखाने उभारत नाही. आपल्या देखरेखीखाली हा देश तगलेला असताना आपण त्याचा फायदा घेऊन पैसा कमावतो आहोत. आपण तिथं पाहुण्यांप्रमाणे वागत नाही. आपण जणू इथले मालक आहोत अशी आपली वृत्ती आहे. त्यातच नागरिकांच्या मृत्यूचं प्रमाण सतत वाढत चाललं आहे. आपल्या तिथल्या लढाईच्या प्रयत्नांमध्ये आणि तिथं पुन्हा बांधणी करण्याच्या कामात एक जबरदस्त विसंगती आहे. लोकांना

ठार करत असताना त्यांच्याशी मैत्रीचे संबंध कसे निर्माण करणार?

मी अफगाणिस्तानात बरेच महिने राहत असलो तरी अशा प्रकारे भरदिवसा पहिल्यांदाच जात असल्यानं माझ्या मनात भीतीनं घर केलं होतं. मी लोकांच्या चटकन नजरेत भरण्याजोगा आहे, हे मला जाणवत होतं. माझ्याबरोबर असणाऱ्या लोकांजवळ उत्तम शस्त्रं आहेत आणि त्यांची लढायची क्षमता उत्कृष्ट आहे, हे सगळं माहीत असूनही मी मनोमन घाबरून गेलो होतो. मला लोकांची नाही तर बॉम्ब हाताशी असणाऱ्या जहाल गटांची भीती वाटत होती. एखाद्या नागरिकाला उत्तम लष्करी दलाच्या पहाऱ्यात अफगाणिस्तानात सुरक्षित प्रवास करता येईल, ही कल्पनाच हास्यास्पद वाटणारी होती. आय.ई.डी. म्हणजे स्फोटकांचा एक खास प्रकार. त्याची माहिती मला असल्यानं मी ज्या गाडीतून जात होतो ती गाडी चिलखती सुरक्षा असणारी नाही याची माहिती असणं किंवा नसणं यानं काहीच फरक पडत नव्हता. त्यापेक्षा मला एखाद्या टॅक्सीमधून प्रवास करणं परवडलं असतं. फारतर कोणातरी भारतीय गायिकेचं उच्च स्वरात किंचाळल्यासारखं वाटणारं गाणं टॅक्सीमधल्या चार मोठ्या स्पीकर्समधून कानावर आदळणं सहन करावं लागलं असतं इतकंच.

दिवसेंदिवस अफगाणिस्तानची परिस्थिती गंभीर होत चालली आहे. सन २००५ पासून तालिबाननं आय.ई.डी. वापरण्याच्या प्रमाणात कमालीची वाढ केली आहे. आपल्या शत्रूंशी समोरासमोर लढाई करण्याची ताकद त्यांच्यात उरली नसल्यानं तालिबान अशा तऱ्हेच्या साधनांचा वापर करत आहे. लष्करी परिभाषेत ज्यांना व्ही.बी.आय.ई.डी. (वाहनांमधील) म्हणतात त्या कारबॉम्बचा आणि पी.बी.आय.ई.डी. (माणसानं बाळगण्याचा) म्हणजेच आत्मघाती बॉम्बचा वापर त्यांनी वाढवला आहे. बॉम्बचा आकार वाढत चालला आहे. त्यामुळे वाहनांना जास्त भक्कम चिलखती आवरणं चढवण्याची गरज वाढत चालली आहे. बॉम्ब उडवण्यासाठी सर्वसाधारण रिमोट कंट्रोलचा किंवा पाश्चिमात्य देशात मध्यमवर्गीयांच्या वसाहतींमध्ये घराबाहेरचे दिवे सुरू करण्यासाठी जे तंत्रज्ञान वापरलं जातं, त्याचा उपयोग केला जात आहे.

अलीकडच्या काळात अफगाणिस्तानातही 'शेप्ड चार्ज' या नवीनच प्रकारच्या घातक साधनाचा वापर सुरू झाल्याच्या बातम्या येऊ लागल्या आहेत. त्यामुळे दहशत आणखीच वाढली आहे. कारण आता फूटभर जाडीचं चिलखती आवरणही अशा स्फोटकांपासून संरक्षण करण्यात पुरेसं ठरणारं नाही. शेप्ड चार्ज या साधनाला ई.एफ.पी. म्हणतात. त्याचा अर्थ स्फोटकामुळे तयार झालेलं क्षेपणास्त्र. या साधनात ठेवलेल्या स्फोटकाचा स्फोट झाला की या साधनासाठी वापरलेल्या कपासारख्या वस्तूमधील तांबे प्रचंड तापमानामुळे वितळते. प्रचंड उष्णतेमुळे वितळलेल्या

तांब्याची एक चिळकांडी आत्यंतिक वेगानं बाहेर पडते. या चिळकांडीची ताकद एवढी असते की कागदातून सुई आत शिरावी इतक्या सहजपणे कितीही जाडीचे चिलखती आवरण सहज भेदले जाते. ही तप्त तांब्याची चिळकांडी गाडीच्या आत शिरली की आतल्या भागात तप्त तांब्याच्या फवाऱ्यानं प्रचंड विध्वंस होतो.

ह्या प्रकारच्या साधनांचा उपयोग इराकमध्ये ***हमव्ही*** *नावाच्या चिलखती गाड्या भेदण्यासाठी करण्यात आला आहे. अमेरिकनांचा असा आरोप आहे की हे महासंहारक साधन इराणनं तालिबानला पुरवलं आहे. आधी इराकवर हल्ला करण्यासाठी अमेरिकेनं जी कारणं दिली होती त्यात आणि आता इराणविरुद्ध जो गलबला सुरू झाला आहे त्यात, एक कारण या ई.एफ.पी. साधनांचा पुरवठा हेदेखील आहे; पण गंमत म्हणजे इराण आणि अमेरिका एकाच गटाला मदत करण्याचा काळ फार जुना झालेला नाही. तालिबानशी युद्ध व्हायच्या अगदी बेतात आलं असल्यानं १९९८ मध्ये इराणनं तालिबानचा मुख्य प्रतिस्पर्धी असणाऱ्या उत्तर आघाडीला मदत केली होती. चेचेन्यामधील मुस्लीम दहशतवादी कारवायांमुळे चवताळून उठलेल्या रशियाच्या आणि पाकिस्तानी हस्तकांना दूर ठेवण्यात रस असलेल्या भारतानं या भागात हस्तक्षेप सुरू करण्यापूर्वी इराणच या भागात सर्वांत जास्त रस दाखवत होता. पुढे २००१ साली या भागात कायद्याची योग्य अंमलबजावणी करण्याची भूमिका अमेरिकेनं स्वत:हून घेतली.*

इराणी बनावटीची ही स्फोटक साधनं तालिबानच्या हातात पडण्याचे कितीतरी मार्ग होते, हे जरी खरं असलं तरी त्यांची संख्या मात्र फार मोठी नव्हती; पण यामुळे फारसा दिलासा मिळावा अशी काही परिस्थिती नव्हती, कारण गावठी बनावटीची आय.ई.डी. स्फोटकं हव्या त्या प्रमाणात सगळीकडे उपलब्ध होती. साहजिकच काबूलच्या रहिवाशांना बरं वाटावं असं काहीच नव्हतं. आपण वापरलेल्या बॉम्बमुळे ठार होणाऱ्या नागरिकांचं वर्णन तालिबानी 'शहीद' असं करतात. मला ते अजिबात मान्य नाही.

आम्ही शहरामधून अगदी विनासायास वेगानं जात होतो. मला वाटतं की त्याचं कारण निराळंच असावं. जर आमच्या गाडीचं रूपांतर वीस मीटर उंचीच्या आगीच्या लोळात झालं तर त्या वेळी आपण जवळ नसावं या हेतूनं लोक आमच्यापासून दूर राहत असणार.

हमव्ही (Humvee) - हमव्ही हा HMMWV या अद्याक्षरांचा एकत्रित उच्चार आहे. ही अद्याक्षरे हाय मोबिलिटी मल्टीपर्पज व्हील्ड व्हेईकल यासाठी वापरली जातात. ह्या अत्यंत दणकट बनावटीच्या गाड्या अमेरिकन लष्कर वापरते. या गाड्या चिलखती प्रकारातदेखील असून रणांगणावर कोणत्याही परिस्थितीत त्या चालू शकतात. या गाड्यांवर मशीनगन बसवण्याची सोय असते.

आम्ही वेगानं जात असताना एक बाई तिच्या दोन मुलांना घेऊन रस्ता ओलांडू लागली. असं करणं निश्चितच धोकादायक होतं; पण त्यांना रस्ता ओलांडायला पुरेसा वेळ आहे असं मला वाटलं. जिमलादेखील तसंच वाटलं असणार, कारण त्यानं वेग कमी केला नव्हता. पण रस्त्याच्या पलीकडच्या बाजूपासून दोन पावलांवर असताना अचानक एक मुलगा थांबला. साहजिकच त्याची आई थांबली. जिमनं जीव खाऊन ब्रेक दाबला. टायरचा कर्रकच्च असा आवाज आला. मी एकदम पुढच्या बाजूला आपटलो. टायरचा आवाज ऐकून रस्ता ओलांडणाऱ्या त्या बाईनं गाडीकडे पाहिलं. पण तिच्या नजरेत जराही भीती वाटत नव्हती. घसरत घसरत अखेर आमची गाडी त्यांच्यापासून दोन मीटर अंतरावर थांबली. जिमनं शिव्यांची बरसात करत जोरजोरात हॉर्न वाजवला; पण त्या बाईनं काहीही प्रतिसाद दिला नाही. रस्ता ओलांडून पलीकडे गेल्यावर ती बाई आणि तिची पोरं आमच्या निघून जाणाऱ्या गाडीकडे फक्त रित्या नजरेनं बघत उभी होती. जणू काहीच झालं नाही असा त्यांचा आविर्भाव होता.

मी मात्र चांगलाच हादरून गेलो होतो. त्या वेळी काय भयंकर घटना घडली असती याचे विचार माझ्या मनात घोळत होते. जर आम्ही त्या मुलाला धडक दिल्यानं तो ठार झाला असता तर? जमाव आमचे तुकडेतुकडे करण्यासाठी चालून आला असता. मग आमच्या लोकांना त्यांना पांगवण्यासाठी शस्त्रं बाहेर काढावी लागली असती. मुळात आम्ही एवढ्या वेगानं जाणं योग्य नाही असा विचार माझ्या मनात आला; पण तिनंही असा बेदरकारपणे रस्ता ओलांडणं बरोबर नव्हतं. बहुदा आपण रस्ता ओलांडत असताना रहदारी थांबावी अशी तिची अपेक्षा असावी. स्वत:च घाबरून गेल्यानं वेगानं जाणाऱ्या सशस्त्र गोऱ्या लोकांनी भरलेल्या गाडीच्या मध्ये आपण येऊ नये हे तिला कसं कळणार?

गोळीबार मैदानाची जागा म्हणजे एक रखरखीत जमिनीचा पट्टा होता. गोळ्यांचे आघात सहन केल्याच्या खुणा असणाऱ्या एका इमारतीपासून काही अंतरावर असणाऱ्या डोंगरापर्यंत सगळीकडे मोडकेतोडके रणगाडे पसरलेले दिसत होते. गोळीबाराचा सराव करण्यासाठी लक्ष्य म्हणून उभारण्यासाठी काळ्या रंगाचे प्लॅस्टिकचे पुतळे आणले होते. ते काम पूर्ण झाल्यावर माझ्याबरोबर आलेल्या माणसांनी शर्ट काढून टाकले आणि उन्हाची ऊब घेतली. मग त्यांनी सरावाला सुरुवात केली. त्यांनी मला मॅगझिन्स कशी भरायची हे दाखवलं आणि मग मला त्यांनी ते काम करू दिलं. सराव चालू असताना मधल्या वेळात एकानं एम.आर.इ.चं पाकीट फोडलं. 'मिल, रेडी टू इट' या इंग्रजी शब्दाचं एम.आर.इ. हे लघुरूप आहे. अमेरिकन सैन्याला जेवणासाठी पुरवलं जाणारं हे मुख्य अन्न आहे. या इंग्रजी लघुरूपाचं 'मिल रिजेक्टेड बाय एनिमी' म्हणजे 'शत्रूनं नाकारलेलं जेवण' असंही

वर्णन कुचेष्टेनं केलं जातं.

त्या माणसानं गरम करण्याच्या पदार्थामध्ये पाणी घातलं आणि पाकीट तिरपं करून ठेवलं. मग त्यानंतर त्यानं एक घास घेतला. कोणी स्वत:हून असला कचरा कसा काय खाऊ शकतो, हे मला पाहायचं होतं. पाकिटावर 'बीफ रिव्हिओली' असं लिहिलं होतं. मी त्याच्याकडे बघितल्यावर मला त्या जेवणाचं आणखी एक नाव काय आहे ते पटलं : रेडी टू एस्क्रीट (म्हणजे विष्ठा होण्यास तयार जेवण!)

आणखी एका माणसानं जुन्या पद्धतीची बेल्टमधून गोळी घेणारी कलाश्निकोव रायफल आणली होती. त्यानं रायफलची नळी साफ केली आणि मग 'आयुष्य यापेक्षा जास्त चांगलं काही होत नाही' अशा अर्थाचं काहीतरी बोलला. त्याच्या या वाक्यामुळे मी विचारात पडलो. आपण कुठं आहोत आणि कोण आहोत? इथं अफगाणिस्तानात आपण कोणकोणत्या कारणांसाठी आलो आहोत? प्लॅस्टिकच्या लक्ष्यांवर गोळ्या मारत बसण्याची गंमत ती काय असणार? तिच्यामुळे एखाद्याचा उत्साह कसा काय वाढू शकेल ते मला समजेना.

जगामधल्या चाळीसएक देशांमधलं सैन्य इथं अफगाणिस्तानात शांतता प्रस्थापित करण्यासाठी आलं आहे; पण तरीही इथं फक्त गोंधळच वाढतोय. इथं तीस वर्षे जो काही विध्वंस झाला, त्यावर उपाय म्हणून पुनर्बांधणीसाठी अफगाणिस्तानात शेकडो बिगरसरकारी स्वयंसेवी संघटना काम करत आहेत. असं असूनही बहुसंख्य अफगाणी नागरिकांच्या जीवनात काही फरक पडला आहे असं दिसत नाही. हे असं का व्हावं? या देशामध्ये योग्य ती राजकीय रचना तयार व्हावी म्हणून काम करणारे आणि त्यांना सल्ला देणारे लोक अतिशय बुद्धिवान आहेत. अगदी शून्यामधून राजकीय व न्यायविषयक यंत्रणा तयार करण्यासाठी त्यांचे प्रयत्न चालू असूनही त्यांना यश का मिळत नाही, हे मला समजत नाही. चुकीची दिशा मुद्दाम दाखवणं, प्रचंड भ्रष्टाचार आणि घातपात या सगळ्यामुळे हे घडत असणार. जवळ भरपूर बुद्धिवान लोक असून, जवळ आवश्यक भांडवल असताना आणि त्यांची क्षमता असतानादेखील जगामधल्या आघाडीच्या लोकशाही देशांना एकत्रित विचारसरणीचा अवलंब का करता येत नाही, हे मला कळत नाही. मला खरंच हे समजत नाही. मी स्वत:ला अनेकदा हा प्रश्न विचारला आहे. खरोखरच आपण सर्वोत्तम प्रयत्न करूनही हे इतकंच करू शकतो? आणि अफगाणी लोकांचं काय? पश्चिमेकडल्या देशांकडून मदत मागणाऱ्या आणि त्यांना हवी ती मदत पुरवणाऱ्या देशांना कायमच हे अफगाणी लोक दोष का देतात? जे काही चुकतंय त्याला हेच देश पूर्णत: जबाबदार आहेत असं का मानलं जातं? हे स्वत:हून या बाबतीत काय करत आहेत? खरं तर एकत्र येण्यात त्यांचाच फायदा आहे. पण इथं तर स्वार्थीपणाच्या वृत्तीनं वेडेपणाचं स्वरूप धारण केलं आहे. त्यांना ह्या गोष्टी का समजत नाहीत? आपण अगोदर

अफगाण आहोत आणि मग पश्तुन, ताजिक, हजारा, उझ्बेक, इस्लामी गटाचे, साम्यवादी गटाचे किंवा आणखी ज्या कुठल्या गट-उपगटाचे आहोत, हे त्यांना कसं कळत नाही? की अधिकाधिक दुर्दशेकडे जायची आपणच सुरू केलेली वाटचाल थांबवण्याची शक्तीच त्यांच्यात उरलेली नाही?

अफगाणिस्तानात दहशत आणि बॉम्बस्फोट यांच्यापेक्षा आणखी काय चालू आहे हे जाणून घेण्याची कल्पना माझ्या मनात होती. पण मी अफगाणिस्तानात प्रथम आलो त्या वेळी माझ्या मनात एकच प्रश्न सतत डोकावत होता : मी इथं अफगाणिस्तानात कशासाठी आलोय? या प्रश्नाचं उत्तर वरवर बघता अगदी सोपं होतं. मी अमली द्रव्यांच्या संदर्भात इथं आलो. मला अफू या विषयावर एक पुस्तक लिहायचं होतं आणि अफगाणिस्तानात गेल्याशिवाय अफूवरचं पुस्तक मी लिहूच शकत नव्हतो. अफगाणिस्तानातून तालिबानचे २००१ मध्ये उच्चाटन झालं. त्यानंतर दरवर्षी अफूच्या उत्पादनाचे नवनवीन विक्रम प्रस्थापित होत आहेत. आता हा देश जगातल्या अफूच्या एकूण उत्पादनापैकी किमान नव्वद टक्के अफूचं उत्पादन करतो आहे. या अफूमधल्या जवळपास सर्व मालाचं रूपांतर हेरॉईनमध्ये केलं जात आहे. मी तिथं गोळीबार मैदानावर गोळ्यांनी भरलेली मॅगझिन्स जमिनीवर ठेवत असताना, त्या वर्षी म्हणजे २००७ मध्ये आजवर कधीही न झालं एवढं अफूचं पीक तयार व्हायच्या मार्गावर होतं. एक लाख नव्वद हजार हेक्टर एवढ्या क्षेत्रावर लागवड केलेलं अफूचं पीक आता जगभरात पसरलेल्या अमली द्रव्यांच्या विशाल जाळ्यात जायला सज्ज होतं.

पाश्चिमात्य देशांच्या नाकावर टिच्चून त्यांच्या डोळ्यादेखत अफगाणिस्तानातल्या अमली द्रव्यांच्या व्यापाराला उधाण आलं होतं. हे असं का घडतंय हे समजून घेण्यासाठी मी इथं आलो होतो.

१

काबूल

'मी विमानानं ज्या देशात उतरत होतो तो देश गुडघे टेकलेल्या अवस्थेत होता. आरियाना या अफगाणी विमान कंपनीच्या जुनाट विमानानं काबूलकडे उतरायला सुरुवात केली. विमानानं अतिशय दुर्मीळ अशी सफाईदार हालचाल केली. त्यामुळे मला अफगाणिस्तानच्या राजधानीचं दर्शन झालं. विमानांची देखभाल गचाळपणानं करत असल्यानं या कंपनीच्या विमानांना युरोपात प्रवेश करायला बंदी आहे, हे मी काही क्षण विसरूनच गेलो होतो. त्या वेळी विमानानं सुबकपणे वळण घेतलं. आता विमानाचं थडथडणं नक्कीच कमी झालं होतं, इंजिनांमधून गडद धूर फारसा बाहेर पडत नव्हता. मुख्य म्हणजे दोन्ही पंख व्यवस्थित विमानाला जोडलेल्या अवस्थेत होते आणि धावपट्टी समोर दिसत होती.

मला खालच्या काबूलचं आणि लांबलांब पसरलेल्या उपनगरांचं जे दृश्य दिसलं, ते असं होतं. मूळच्या काटकोन चौकोनी रचनेला जागोजागी विस्कळीत करणाऱ्या अस्ताव्यस्त रेषांचं जाळं होतं. सगळीकडे करड्या तपकिरी रंगाच्या छटांखेरीज काहीच नव्हतं. विटांच्या इमारती, घरं आणि रस्ते हे सगळं पावसानं भिजल्यानं एकाच मातकट रंगाचं दिसत होतं. त्या करड्या मातकट रंगामध्ये अचानक गडद रंगानं माझी नजर वेधून घेतली. एका ठिकाणी जत्रेमधलं चक्र वापराविना पडून राहिलेलं दिसलं. त्याच्या रिकाम्या, भडक रंगाच्या हौद्यांमुळे ते माझ्या नजरेत भरलं होतं. मग धावपट्टीच्या टोकापाशी जात असताना मला मोडक्या

रणगाड्याचं एक धूड दिसलं.

मी अफगाणिस्तानात फारशी ओळखपाळख नसताना उतरत होतो. माझ्या माहितीचा फक्त एकच माणूस होता. तो त्या वेळी अफगाणिस्तानला भेट देण्यासाठी आला होता. ज्या देशात आपण कधीही पाय ठेवला नाही, त्या देशाची पुस्तकी माहिती घेऊन मी तिथं जात होतो. तिथली नावं, गावं, शहरं, घटना आणि इतिहास या सगळ्यांची माहिती मी पुस्तकं आणि इंटरनेट या माध्यमांमधून घेतली होती. शिवाय काही माहिती मी टीव्ही पाहून जमवली होती; पण या देशाचं चित्र स्पष्ट होणं अपेक्षित असताना उलट माझ्या मनात सगळं धुरकट झालं होतं. मला त्यामुळे खूप अस्वस्थपणा आला होता. अफगाणिस्तानामधून येणाऱ्या बातम्या भरपूर प्रमाणात येत असतात. पण तुम्ही नीट पाहिलं तर लक्षात येईल की त्यामधून बरं वाटावं असं काहीच नसतं. बातम्या मुख्यत: उदास आणि क्रौर्याच्या असतात.

मी ज्या वेळी अफगाणिस्तानात जात होतो, त्या वेळी आंतरराष्ट्रीय फौजा आणि तालिबान या दोन्ही बाजू आपणच नव्यानं आक्रमण करायला सज्ज आहोत, अशा बढाया मारत होत्या. हजारो आत्मघाती हल्लेखोर अंगाभोवती बॉम्ब गुंडाळून हल्ला करण्याच्या तयारीत सज्ज आहेत, अशी घोषणा तालिबाननं केली होती. याची सुरुवात झालीही होती. दोन आठवड्यांपूर्वीच काबूलवर अशा प्रकारचा पहिला हल्ला झाला होता. जी माहिती समोर आली त्यावरून असं दिसतं की गुन्हेगारानं त्याची गाडी अमेरिकन वकिलातीच्या गाड्यांच्या ताफ्यात घुसवली होती. त्याला ज्या गाडीला उडवायचं होतं ती त्यानं नेमकेपणानं उडवली होती. या आत्मघाती हल्ल्यामध्ये पंधरा वर्षांचा एक मुलगा ठार झाला आणि पाच सुरक्षा कर्मचारी जखमी झाले होते. 'जखमी' या नावाखाली सरसकट किती भीषण जखमा असणाऱ्या लोकांचा समावेश केला जात असेल, असा विचार माझ्या मनात आला. मी ज्या दिवशी अफगाणिस्तानात उतरलो त्या दिवशी तालिबानचा एक उगवता तारा असणारा पुढारी मुल्ला दादुल्ला धमकी देणारी गर्जना करत होता. डॅनिअल मास्त्रोजिओकोमो नावाच्या इटालियन पत्रकाराची सुटका नुकतीच पाच तालिबानी कैद्यांच्या बदल्यात करण्यात आली होती; पण त्या वेळी पकडलेल्या अजमल नक्शबंदी या तरुण अफगाणी दुभाष्याचं डोकं उडवण्यात येईल अशी धमकी तो देत होता.

मी घरून निघताना माझ्या मनातली भीती जास्तीतजास्त घालवण्याचा प्रयत्न केला होता. मी कुठं आणि काय करायला चाललो आहे, हे मी फार थोड्या जणांना सांगितलं होतं आणि तेदेखील निघायच्या अगदी थोडंच आधी. मी हे चांगलंच केलं होतं, कारण माझा निश्चय डळमळीत होऊ नये म्हणून माझ्या मनातले सगळे भीतिदायक विचार मी सतत दूर ठेवायचा प्रयत्न करत होतो. अशा वेळी इतरांनी

दाखवलेल्या काळजीनं माझ्या मनात साशंकता निर्माण व्हायची शक्यता होती. काही जणांच्या मते, मी एक भाबडा आणि मूर्ख असून मी बेदरकारपणे धाडस करत होतो. काही जणांना वाटत होतं की मला मरायची हौस आहे. मला या लोकांना काय म्हणायचं होतं ते समजत होतं. युद्ध सुरू असलेल्या देशात मी जायला निघालो होतो. परदेशी नागरिकांची डोकी उडवण्याची संधी शोधणाऱ्या तालिबानी लोकांचा बुजबुजाट असलेल्या देशात जाणं, इतकंच नाही तर अमली द्रव्यांच्या व्यापाराचा मागोवा घेण्यासाठी अफगाणिस्तानात जाणं, हे बहुतेक जणांना वेडपटपणाचं वाटेल यात काही नवल नाही. पण माझ्या मनात असणारं कुतूहल हेच मला फार महत्त्वाचं वाटत होतं आणि त्यासाठी मी ठरवलेला हा प्रवास काहीही झालं तरी पार पाडणार होतो.

अफगाणिस्तानातल्या अफूच्या चोरट्या व्यवहारांचा माग काढण्याची कल्पना माझ्या डोक्यात येण्याअगोदरच मला अफगाणिस्तानबद्दल खूप आकर्षण वाटत होतं. वेबसाईट निर्माता म्हणून काम करत असताना मी माझ्या टेबलावर टीव्ही ठेवला होता. त्यावर सी.एन.एन. चॅनेल लावून ठेवलेलं असायचं. ॲन्डरसन कूपरची युद्धाबद्दलची बातमीपत्रं पाहायला मी अक्षरश: उडी मारून तयार असायचो. पण माझ्या कहाणीची सुरुवात अफगाणिस्तानपासून मात्र झाली नाही. ती झाली अफू या विषयामुळे. गेल्या दोनशे वर्षांमध्ये जरी अफूनं जगभरात प्रचंड धुमाकूळ घातला असला तरी आजही या शब्दाभोवती एक गूढरम्य वलय आहे. पूर्वीच्या भौगोलिक शोधाच्या युगामधला एक अवशेष या रूपात या शब्दानं आपल्या मनात आकारहीन मोहकपणा तयार होऊन जणू आपली नजरबंदीच होते. अफू या शब्दाभोवती अनेक विख्यात कलाकारांच्या मनात एक गूढ वलय तयार झालं होतं. त्याची मोहिनी एवढी जबरदस्त होती की एका अत्तराला हेच नाव दिलं गेलं आहे. अफू या एकाच शब्दात सत्तासंपत्ती असणारं आणि तरीही कपटकारस्थानांनी भरलेलं एक वेगळंच विश्व सामावलेलं आहे. आपण ज्या अमली द्रव्यांना हेरॉईन, स्मॅक किंवा जंक म्हणतो ती सगळी एकमेकांशी संबंधित नाहीत असं तुम्हाला वाटत असेल. पण तसं काही नाही. जंक आणि हेरॉईन हा समाजाला मिळालेला एक भीषण असा शाप आहे.

अफूचा विचार करताना प्रथम माझ्या मनात प्रसिद्ध अशा 'सुवर्ण त्रिकोणा'ला भेट द्यावी असं आलं. चीनच्या दक्षिण सीमेलगत असणारा लाओस, थायलंड व म्यानमार (ब्रह्मदेश) यांच्यातला डोंगराळ भाग हा सुवर्ण त्रिकोण म्हणून ओळखला जातो. आतापर्यंत जगातल्या अफू उत्पादनात या भागाची आघाडी होती. दुसऱ्या महायुद्धाच्या काळात इथं अफूच्या लागवडीला जोमानं प्रारंभ झाला. थायलंडमधील राजसत्ता आणि फ्रेंचांची अफू पुरवठ्याची मक्तेदारी होती. युद्धाच्या काळात सागरी

नाकेबंदीमुळे भारत आणि चीनमधून होणाऱ्या अफूच्या पुरवठ्यात व्यत्यय आला. त्यामुळे या भागातल्या उत्पादनाला मागणी वाढली. १९५० नंतर या भागातल्या संघर्षाचं रूपांतर विचारप्रणालींच्या संघर्षात झालं. त्याच वेळी माओनं चीनमधल्या लोकांच्या अफूच्या प्रचंड व्यसनावर नियंत्रण आणून ती सवय कमी करायला भाग पाडलं. चीन हा देश अफूचा मोठा उत्पादक आणि ग्राहकही होता. त्याचे हे स्थान गेल्यानंतर सुवर्ण त्रिकोणाला जगाला अफूचा पुरवठा करणारा सर्वांत मोठा भाग म्हणून स्थान मिळाले.

गेल्या साठ वर्षांमध्ये आग्नेय आशियातील अफूचा उपयोग अनेक कारणांसाठी झाला आहे. या अफूमधून हेरॉईन तयार करून त्या विक्रीतून मिळणारा पैसा शस्त्रास्त्रं खरेदी करण्यासाठी, गुप्त कारवायांना निधी पुरवण्यासाठी आणि श्रीमंत होण्यासाठी वापरला गेला आहे. यामध्ये सर्व प्रकारचे लोक आहेत. जपानी लष्कराबरोबर उत्तर ब्रह्मदेश व्यापणारे थायलंडचे लष्कर, चिनी साम्यवादी राजवटीपासून पळ काढणारे कौमिनटांग दल, लाओसमधील हमाँग जमातीचे आदिवासी, फ्रेंच वसाहतवादी, ब्रह्मदेशामधील 'शान' आणि 'वा' या राजसत्तांचे युद्धखोर नेते, ब्रह्मदेश आणि थायलंड यांची सरकारे, सी.आय.ए. आणि हाँगकाँगमधील गुन्हेगारी टोळ्या या सर्वांनी अफूच्या व्यापारातून हात धुऊन घेतले आहेत. आजही हा भाग आग्नेय आशियातील अफू आणि **मेथाम्फेटामाईन** उत्पादनाचा मुख्य स्रोत आहे.

मी पूर्वी सुवर्ण त्रिकोणाला भेट दिली होती. मी एक-दोन वेळा, म्हणजे नेमकं सांगायचं तर दोन वेळा अफू ओढली आहे. खूप वर्षांपूर्वी थायलंडच्या उत्तर भागांत डोंगराळ प्रदेशात मी माझ्या काही मित्रांबरोबर आठवडाभरासाठी पायी भटकंती करत होतो. त्या वेळी इतर हजारो जणांप्रमाणे आम्हाला आमच्या देशांमध्ये न मिळणाऱ्या या वस्तूचा आस्वाद चाखला होता. दोन दिवस पायपीट करून थकल्यानंतर आम्ही आमच्या पाठीवरच्या पिशव्या खाली उतरवल्या होत्या. खाऊनपिऊन झाल्यावर आणि स्थानिक लोकांच्यात आम्ही मिसळून गेल्यानंतर आम्ही ज्या बांबूच्या झोपडीत राहत होतो ती अफूनं गच्च भरून गेली होती. आमचे दोन्ही पोर्टर्स आमच्या अगोदरच तिथं पोहोचले होते. त्यांनी बकाबका खाल्लं असणार, कारण आम्ही तिथं जाईपर्यंत त्यांनी करड्या रंगाचे गोळे त्यांच्या चिलमीत भरून त्या पेटवल्यादेखील

मेथाम्फेटामाईन (Methamphetamine) - मेथाम्फेटामाईन हे अतिशय जालीम स्वरूपाचे मादक द्रव्य आहे. हे 'मेथ' किंवा 'क्रिस्टल मेथ' या नावानंही ओळखलं जातं. याचं शास्त्रीय नाव मेथिल अल्फा-मेथिलफेनील इथिलामाईन असं आहे. या द्रव्याचा परिणाम मध्यवर्ती चेतासंस्थेवर होतो. त्याच्या वापरामुळे व्यक्ती एकदम तल्लख झाल्यासारखी भासते. या मादक द्रव्याचे व्यसन चटकन लागते आणि त्याच्या दीर्घकाळ वापरानं व्यक्तीवर अतिशय गंभीर परिणाम होतात.

होत्या. बघताबघता त्यांचं देहभान हरपून गेलं होतं. आम्ही तिथं त्यांच्यात सामील झाल्यानंतर पोर्टर्स आम्हाला सगळी सेवा पुरवू लागले. त्यांच्या कुशल बोटांनी त्यांनी आम्हाला हवे होते तसे गोळे बनवून ते भरून द्यायला सुरुवात केली होती. फक्त कोणी हात उंचावून मागणी केली, तर होणारी पोर्टर्सची हालचाल वगळता सारं काही शांत झालं होतं.

अफूमुळे मी अतिशय सुखद अशा स्थितीत जागीच लवंडलो होतो. मनात मात्र कसलीही सुसूत्रता नसलेल्या रंगांच्या उधळणीचा अनुभव मला येत होता. मी एकदा बाहेर पडून चांदण्यात फिरण्याचा प्रयत्न केला; पण मला ते जमलं नाही. माझी हाडं फार जड झाली आहेत असं वाटत होतं. शरीरात जागोजागी कळा येत होत्या. दोन-तीन पावलं कशीबशी टाकल्यावर मी तो विचार सोडून दिला आणि पुन्हा लवंडलो. अफू ही अशी असते तर!

त्या वेळचे अनुभव आठवून मी माझ्या प्रकाशकाला प्रस्ताव दिला. सुवर्ण त्रिकोणात जाऊन तिथून ब्रह्मदेशात मी पायी जाणार होतो, तिथल्या अफूच्या नवीन अड्ड्यांचा शोध घेऊन मग लाओसच्या उत्तर भागांत जायचा माझा विचार होता. अमली पदार्थांमुळे होणारे मृत्यू आणि जमल्यास बँकॉकमधले या क्षेत्रातले दलाल यांचा मागोवा मी घेणार होतो. कदाचित कोह फनगांग बेटावरच्या हाद रिन बीचवर होणाऱ्या पौर्णिमेच्या रात्रीच्या पार्टीला हजेरी लावू शकणार होतो. तिथं पाश्चिमात्य देशातली विशीपंचविशीतली पोरं अफू किंवा स्मॅकची मजा चाखण्यासाठी येतात. मी मागच्या वेळी तिथं गेलो होतो तेव्हा हेरॉईनसुद्धा वापरलं जात होतं.

या वेळी अफगाणिस्तानात येत असतानादेखील अशाच प्रकारचा प्रस्ताव पाठवला होता; पण या खेपेस मला जरादेखील अनुभव नव्हता. अर्थात काहीही झालं तरी मला इथं जाणंच भाग होतं. कारण अफगाणिस्तान हा काही इतर देशांप्रमाणे केवळ अफू उत्पादन करणारा देश नाही, तर अफू उत्पादनातला हा देश अग्रस्थानी देश आहे. हे सगळं लक्षात घेऊन मी एक साधासुधा कार्यक्रम ठरवला. अफगाणिस्तानात अफूचा हंगाम एप्रिल महिन्यात असतो. मी त्या वेळी तिथं जायचं आणि काही महिने तिथं राहायचं असं ठरवलं. त्यानंतर मी आग्नेय आशियाकडे जायचं असा बेत केला. अफगाणिस्तानाची भेट ही जरी अजून संकल्पनेच्या पातळीवर असली तरी माझा प्रस्ताव स्वीकारला गेला आणि अशा तऱ्हेनं मी एकदम अफगाणिस्तानात निघालो. मी माझ्या प्रस्तावात अफगाणिस्तानचा उल्लेख केला असल्याचं विसरून जा, असं संबंधितांना सांगण्याचा विचार माझ्या मनात एकदा डोकावलाही होता. सी.एन.एन. वाहिनीवर मी जे काही पाहत होतो, त्यामुळे माझं मन दोलायमान होत होतं. मी तिथं खरंच जाईन की नाही हे मला कळत नव्हतं; पण तरीही मला तिथं जायची इच्छा आहे, हेदेखील मला मनोमन जाणवत होतं.

अफगाणिस्तानात गेल्यानंतर जर काही वेडंवाकडं घडलं तर माझ्या कुटुंबीयांना विलक्षण दु:ख होणार होतं. त्याबद्दलची अपराधी भावना माझ्या मनात डोकावत होती. शिवाय एखाद्या बॉम्बच्या तावडीत सापडून माझा शेवट होणार हे भीषण चित्र माझ्या डोळ्यांसमोर येऊन माझा निर्धार डळमळीत होत होता. हे सगळं असल्यामुळे मी अफगाणिस्तानात गेलो तेव्हा माझ्या मनात उत्सुकता आणि भीती या दोन्हीमुळे हुरहुर होती. कारण मी काही एखादा अनुभवी युद्धवार्ताहर किंवा परराष्ट्रखात्यामधला जुनाजाणता अधिकारी नव्हतो. माझ्या दृष्टीनं इथं सगळंच नवीन होतं.

मी माझा देश सोडण्यापूर्वी अफगाणिस्तानात जाऊन आलेल्या काही पत्रकारांची भेट घेण्याचा प्रयत्न केला. मला पहिल्यांदा भेटला तो ए.बी.सी.चा पत्रकार होता. **नजीबुल्लाच्या** साम्यवादी सरकारचा शेवट होत असताना त्याचं वार्तांकन करण्यासाठी तो १९९२ मध्ये अफगाणिस्तानात गेला होता. आपला आता त्या विषयाशी फारसा संबंध उरलेला नाही असं तो म्हणाला. पण मी तिकडं जाणार म्हणून त्याला उत्साह वाटला. ''तुला तिकडं जायला नक्कीच आवडेल,'' असं तो म्हणाला.

पण आणखी एकाशी संपर्क साधला तेव्हा त्याचा प्रतिसाद तेवढा उत्साहवर्धक नव्हता. त्यानं काही वर्षांपूर्वी अफगाणिस्तानातल्या अफूवर एक स्टोरी बनवली होती. आम्ही एक तास फोनवर चर्चा केली खरी, पण त्यामधून मला उपयोगी असं फारसं हाती लागलं नाही. मला प्रत्यक्षात तिथं गेल्यानंतर काय काय करायचं याची व्यावहारिक पातळीवरची माहिती अपेक्षित होती. मला उपयुक्त वाटलं असं हे एवढंच होतं : 'तिथं तू कोणाशीही मैत्री करू शकणार नाहीस... विशेषत: तू फार खोलात जाऊन चौकशी करू लागलास, म्हणजे अमली द्रव्याच्या व्यापारातल्या एखाद्या बड्या धेंडाला उघडं पाडण्याजोगं काही केलंस तर... सगळ्यात मोठी समस्या ही तुझ्या सुरक्षेची असेल.' तो 'सुरक्षा' असं म्हणाला खरा; पण मला त्याचा नेमका अर्थ कळला नाही. माझ्या दृष्टीनं सुरक्षा म्हणजे कुत्री, मोठमोठी कुलपं आणि धोक्याच्या घंटा हे सगळं होतं. मी त्याच्याशी बोलण्यानं कमालीचा अस्वस्थ झालो.

नजीबुल्ला (Najibullah) - डॉ. नजीबुल्ला हा १९८६ ते १९९२ या काळात अफगाणिस्तानचा राष्ट्राध्यक्ष होता. १९६५ मध्ये नजीबुल्ला अफगाणिस्तानमधल्या पी.डी.पी.ए. (PDPA) या साम्यवादी विचारसरणीच्या पक्षात सामील झाला. १९७८ मध्ये साम्यवादी पक्ष सत्तेवर आल्यानंतर नजीबुल्ला काही काळ सत्तेत सामील होता. सोव्हिएत फौजांनी कब्जा केल्यानंतर त्याची के.एच.ए.डी. (KhAD) या अफगाणिस्तानच्या गुप्तचर यंत्रणेच्या प्रमुखपदावर नेमणूक झाली. या काळात त्याने अनेक अत्याचार केले, असं म्हटलं जातं. सोव्हिएत राज्यकर्त्यांच्या मर्जीनं तो १९८६ मध्ये राष्ट्राध्यक्ष बनला. सोव्हिएत फौजा अफगाणिस्तानातून निघून गेल्यावर १९९२ मध्ये नजीबुल्लानं संयुक्त राष्ट्रसंघाच्या काबूलमधल्या कचेरीत राजकीय आश्रय घेतला. तालिबाननं १९९६ मध्ये त्याची हत्या केली. डॉ. नजीबुल्ला राजवटीचे भारताशी उत्तम संबंध होते.

पण त्यामधून मी एक गोष्ट लक्षात ठेवली : खूप काळजीपूर्वक वागायचं आणि कोणावरही विश्वास ठेवायचा नाही.

मी ज्याच्याशी बोलू इच्छित होतो तो तिसरा माणूस पत्रकार होता. त्यानं काही काळ अफगाणिस्तानात काम केलं होतं. त्याचा एक सहकारी माझ्या ओळखीचा होता. त्याच्याकडून मी या पत्रकाराचा ई-मेल अॅड्रेस मिळवला. पण त्यानं मला उत्तरच दिलं नाही. चौथा माणूसही पत्रकारच होता आणि फोटो विषयांतला तज्ज्ञ होता. त्याचं नाव स्टीव्ह डुपॉन्ट. मी त्याला खूप वर्षांपूर्वी भेटलो होतो. त्यानं 'द ब्रदर्स ऑफ काबूल' या नावाचा एक अतिशय गाजलेला लघुपट बनवला होता. त्यात हेरॉईनचं व्यसन सोडण्यासाठी झगडणाऱ्या भावंडांची कहाणी चित्रित केलेली होती. आम्ही प्रथम सिडनीत एकत्र कॉफी घेतली आणि गप्पा मारल्या. पुढच्या खेपेस आम्ही बीअरसाठी एका ठिकाणी गेलो. त्यानंतर आमच्या दोघांमधला परिचय वाढत गेला. त्याच्याशी बोलण्यातून हे कळलं की कदाचित मी तिथं असताना तोदेखील तिथं असण्याची शक्यता होती. त्याच विषयावर आणखी एक मोठा वार्तापट बनवण्यासाठी तो पुन्हा अफगाणिस्तानात जाणार होता.

आणखी एक जण मला असाच अचानक पबमध्ये भेटला. आपण एका लघुपटाच्या चित्रीकरणासाठी अफगाणिस्तानात तीन आठवडे होतो, असं त्यानं सांगितलं. बोलता बोलता कळलं की तो आणि मी एकाच कंपनीसाठी काम करत होतो. म्हणून मग आम्ही आमचं वेबसाईटचं गुंतागुंतीचं विश्व जरा बाजूला ठेवून लंचसाठी भेटून गप्पा मारल्या. माझ्या मनातल्या काही शंका बोलून दाखवण्याची चूक मी केली. त्यावर त्यानं एक सणसणीत शिवी हासडली आणि बरंच काही बोलला. तो मला उगीचच ढोसत होता हे माझ्या लक्षात आलं. त्याच्याशी बोलणं झाल्यानंतर काही आठवड्यांनंतर मी अफगाणिस्तानात गेलो.

काबूलचा विमानतळ हे एक विलक्षण आश्चर्य होतं. त्याची रचना विटांची होती आणि तिथं एक प्रकारचा आनंद जाणवत होता. कदाचित विमानतळाची इमारत अद्याप उभी असल्याचा तो आनंद असावा. मी दाराच्या दिशेनं जाऊ लागलो. 'काबूलमध्ये स्वागत' असं लिहिलेली पाटी– कधीही बिजागरी निखळून खाली पडेल अशी वाटत होती.

टर्मिनलच्या आतल्या बाजूला नूतनीकरणाचं काम केव्हातरी सुरू झालं असावं. पण आता ते रेंगाळलं होतं. त्यामुळे छतामधून आतला लोखंडी सांगाडा बाहेर डोकावत होता आणि जागोजागी तारा लोंबकळत होत्या. जाड्याभरड्या लोकरीचे गबाळे गणवेश घातलेले सुरक्षा कर्मचारी गुरं हाकलतात तसे लोकांना हाकलून रांगा

लावायला भाग पाडत होते. मला जणू आपण अन्नासाठी रांग लावतोय असं वाटू लागलं. वाढलेली दाढी, ढगळ कपडे घातलेल्या पागोटेधारी लोकांच्या रांगेत मी उभा राहिलो. पासपोर्ट तपासणीचं व्यवस्थित रांग लावून केलेलं काम संपल्यावर सामान घेण्यासाठी मी गेलो तर तिथं प्रचंड गोंधळ होता. बॅगा, माणसं आणि नाना आकारांच्या खोक्यांच्या लोंढ्यामधून मी अक्षरश: वाहत क्ष-किरण यंत्रापाशी पोहोचलो आणि मग तिथून जणू फेकला गेल्याप्रमाणे बाहेर पडलो.

ठिकठिकाणची डबकी चुकवत मी इतरांप्रमाणे हळूहळू गेटच्या दिशेनं निघालो. तिथं आणखी बरेच पहारेकरी होते. कुंपणाच्या पलीकडे उभ्या असणाऱ्या माणसांच्या गर्दीत माझ्या नावाची पाटी हातात असणारा एक जण मला दिसला. मी ज्या कोणा अफगाणी माणसांना पाहिलं त्यांच्या अंगावर असणारा पोशाखच त्याच्या अंगावर होता : जाकीट, रुमाल, स्वेटर, सलवार-कमीज आणि टोपी. त्या उंच, सडपातळ माणसानंही दाढी राखलेली होती. मी त्याच्याकडे पाहून मान डोलावली आणि स्मित केलं. त्यानंही स्मितहास्य करून प्रतिसाद दिला. आपण आनंदानं मदत करायला तयार आहोत हे सगळं तो न बोलताही त्याच्या स्मितातून जाणवलं होतं. मी त्याचा तो उत्फुल्लपणा कधीच विसरणार नाही. त्याच्या हसण्यात नोकरांमध्ये असते तशी लाचारी नव्हती. फक्त त्यात त्याचा साधासुधा आनंदी स्वभाव जाणवत होता. आम्ही हस्तांदोलन केलं. त्यानं त्याचं नाव इजाज असं सांगितलं. त्यानं माझं सामान खांद्याला लटकावलं. त्या वजनानं किंचित वाकत तो चालू लागला. तो मला बाहेर घेऊन जाऊ लागला.

मी किंचित रेंगाळत विमानात भेटलेल्या एकाशी बोलत जाऊ लागलो. सतरा वर्षं वयाच्या, किंचित बुजऱ्या स्वभावाच्या या पोराचं नाव नदीम होतं. माझ्या शहरात म्हणजे सिडनीत तो शाळेच्या शेवटच्या वर्षात शिकत होता. त्याच्या भावाच्या लग्नासाठी तो त्याच्या कुटुंबीयांसह अफगाणिस्तानात परतला होता. त्यानं मला मी तिथं कशासाठी आलोय, असं विचारलं. कोणावरही विश्वास ठेवायचा नाही ही माझी भूमिका मला आठवली. मी एका वेबसाईटसाठी काही बातम्या आणि स्टोरी तयार करतोय, असं मी उडतउडत सांगितलं. मला अफू विषयात रस आहे का असं त्यानं थेट विचारलं. मी स्वत:ला आवरलं, नाहीतर मी त्याला खरं काय ते सांगून टाकणार होतो; पण मग मी त्याला म्हणालो की इथली अफू हा विषय मला फारसा महत्त्वाचा वाटत नाही. पण आता विषय निघालाच आहे म्हणून कदाचित याचीही एखादी छान स्टोरी बनू शकेल, असं मी त्याला सांगितलं. "तुम्ही माझ्या काकांना भेटायलाच हवं. त्यांचा तुम्हाला चांगला उपयोग होऊ शकेल," असं नदीम म्हणाला. मी त्याला 'हे छानच होईल,' असं म्हणालो.

विमानातून उतरल्यावर नदीमनं मला त्याच्या नातेवाइकांशी ओळख करून

दिली होती. आता आम्ही सगळे जण एकत्रच कुंपणाच्या दिशेनं जात होतो.

कुंपणाच्या पलीकडच्या बाजूला साधारण तीस जण जमा झाले होते. त्यात पुरुष व बायकादेखील होत्या. काही जणांच्या हातात फोन आणि व्हिडीओ कॅमेरेही दिसत होते. आम्ही तिथं जाईपर्यंत त्यांनी स्वागतपर काहीही न बोलल्याने माझ्याभोवती त्यांचा गराडा पडेपर्यंत हे सगळे नदीमचे नातेवाईक आहेत, हे मला कळलं नाही. माझ्या आजूबाजूला एकदम सगळे जण हसणं, मिठ्या मारणं, आनंदानं रडणं वगैरे करू लागले. त्याच गडबडीत एका अनोळखी माणसानं मला मिठी मारली. मला काय करावं ते कळेना. पण मग त्यानं त्याची मिठी सैल केली. मला त्याच्या डोळ्यात शंका आल्याचं जाणवलं. माझी देहबोली पाहून मी त्याचा लांबचा नातेवाईक वगैरे सोडाच, पण अफगाणदेखील नाही, हे त्याच्या लक्षात आलं असावं. तरीदेखील तो माझ्या स्वागतासाठी काहीतरी लांबलचक बोलला. काय ते मला अजिबातच कळलं नाही. तरीही मी इंग्रजीतून त्याचे आभार मानले आणि स्वत:ला सोडवून घेत, अशी चूक पुन्हा होऊ नये म्हणून त्या गर्दीमधून बाहेर पडलो.

जरा वेळानं नदीम माझ्यापाशी आला व म्हणाला, "मी तुमची आणि माझ्या काकांची भेट घालून देतो. त्यांचं नाव रशीद आहे."

नदीमचा हा नीटनेटका दिसणारा काका त्याच्यापेक्षा फारतर पाच वर्षांनी मोठा असावा. त्यानं सलवार-कमीजवर चौकटीचा पिवळा कोट घातला होता. त्याचं स्मितहास्य पाहून तो मोकळ्या स्वभावाचा असावा, असं वाटत होतं. त्याची इंग्रजी भाषा उत्तम होती आणि त्यात जराशी अमेरिकन ढब होती. त्यानं मला मी कशासाठी आलोय हे विचारलं. मी त्याला एक वार्ताहर असून, मी अफगाणिस्तानातल्या परिस्थितीवर लिहिण्यासाठी आलो आहे, असं सांगितलं.

"ओह... म्हणजे तुम्हालाही पॉपीमध्ये रस आहे तर..." तो हसला, "सगळ्यांनाच पॉपी बघायची असते."

मला त्याच्या बोलण्याचा अर्थ कळला नाही. अफू बघायला जाणं म्हणजे एखादा जोरदार चालणारा चित्रपट पाहायला जाणं, असं काहीतरी मला वाटलं. अफूच्या निर्मूलनाच्या कामावर देखरेख करणाऱ्या एका गटासाठी आपण काम करतो, असं रशीद म्हणाला. ननगरहार प्रांताची राजधानी असलेल्या जलालाबाद इथं त्यांचं मुख्य कार्यालय होतं. मी त्याचा दूरध्वनी क्रमांक लिहून घेतला आणि त्याच्याशी पुन्हा संपर्क साधण्याचं आश्वासन दिलं.

"तुम्हाला दुभाष्या मिळाला का?" रशीदनं विचारलं.

"नाही."

रशीदनं माझी शफी नावाच्या एकाशी ओळख करून दिली. हादेखील नदीमचा

काकाच होता. 'मला खरोखरच कामाची गरज आहे' अशा तऱ्हेचा नम्र भाव त्याच्या चेहऱ्यावर दिसत होता. आपण बऱ्याच परदेशी पत्रकारांसाठी दुभाष्या म्हणून काम केल्याचं तो रंगवून सांगत होता. मला गरज भासली की मी त्याला बोलवीन, असं मी त्याला सांगितलं. इजाज माझी वाट पाहत थांबल्याचं मला दिसलं. मग मी नदीमच्या नातेवाइकांच्या घोळक्यातून बाहेर पडलो.

मी इजाजच्या गाडीत बसलो तेव्हा पावसाची भुरभुर सुरू झाली होती. आम्ही एका कच्च्या रस्त्यानं निघालो. रस्त्यातले खड्डे पावसाच्या पाण्यानं भरले होते आणि आम्ही त्यातून वाट काढत जात होतो. मला जी पहिली इमारत दिसली ती म्हणजे एक मोठा हॉल होता. पडझड झालेली आणि भकास दिसणारी ही पिवळी इमारत म्हणजे युद्धातल्या हिंसेचा एक उदासवाणा अवशेष होता.

काळा धूर सोडणाऱ्या इजाजच्या व्हॅनमध्ये मला गुदमरल्यासारखं होत होतं. तसेच थोडा वेळ पुढे गेल्यानंतर आम्ही एका तपासणीनाक्यापाशी आलो. एक पोलीस इजाजच्या खिडकीपाशी येऊन काहीतरी बोलला. मग त्यानं गाडीत डोकावून पाहिलं. त्याला माझं सामान दिसलं. मग तो दार उघडून माझ्याशी बोलू लागला. मी इजाजकडे पाहिलं. त्यानं त्या पोलिसाला काहीतरी सांगितलं. त्या पोलिसानं दार जोरानं लावलं आणि आम्हाला जाण्याची खूण केली. मी खांदे उडवून इजाजला 'काय झालं' असं विचारलं. त्यानं हसत हसत हात उंचावले आणि 'बॉम्ब' एवढंच म्हणाला.

आम्ही रहदारीमधून पुढे निघालो. सगळे जण जोरजोरात हॉर्न वाजवत होते. जाताना मला अनेक पडझड झालेल्या इमारती दिसल्या. बऱ्याच भिंतींना खिंडारं पडली होती. एका जागी काही पोरं क्रिकेट खेळताना दिसली. त्यांनी विटांचा उपयोग करून विकेट बनवली होती. दोन पोरांनी ओल्या जमिनीत एक छोटा खड्डा केला होता आणि ते त्यात बॅटऱ्या फेकण्याचा खेळ खेळत होते. मला दुकानांची एक रांग दिसली. ही दुकानं सामान वाहण्यासाठी वापरल्या जाणाऱ्या कंटेनरचा वापर करून बनवली होती.

अवयव तुटलेली अनेक माणसं मला दिसली. एका तीनचाकी सायकलीत बसलेला एक जण मला दिसला. तो ती एका हातानं पॅडल फिरवून चालवत होता.

मला कुठंही गवताचं एकही पातं दिसलं नाही. आजूबाजूला दिसणारी पर्णहीन झाडं मृत असावीत, असं मला वाटलं. एकुणात तिथं दिसणारं दृश्य श्वास रोखून धरायला लावणारं होतं. करड्या रंगानं भरलेल्या काबूलच्या ओलसर वातावरणात शहरानं भोगलेल्या भयंकर दिवसांची झाक जाणवत होती. विशेषत: सोव्हिएत कालखंडातील वातावरणाच्या खुणा जागोजागी दिसत होत्या; पण तरीही नागरिकांमधला जोशदेखील स्पष्ट जाणवणारा होता.

आम्ही रस्ता सोडला आणि एका भुयारासारख्या दरवाजापाशी आलो. समोर एक काळ्या रंगाचा लोखंडी दरवाजा होता. बाजूच्या भिंती उंच होत्या आणि त्यांच्यावर धारदार तार लावलेली दिसत होती. आमच्या गाडीचा हॉर्न ऐकून दरवाजामधली एक छोटी झडप उघडली. मग दरवाजा उघडला आणि मला आतली दोन मजली इमारत दिसली. जरी तिथं कुठंही तशी पाटी लावलेली नसली तरी ती प्रसिद्ध इमारत गंडामाक लॉजची होती.

गंडामाक लॉज दोन गोष्टींसाठी प्रसिद्ध होता आणि दोन्ही मला महत्त्वाच्या वाटतात. पहिली गोष्ट म्हणजे जॉर्ज मॅकडोनल्ड फ्रेझर यांच्या ऐतिहासिक कादंबऱ्यांमधला 'न-नायक' असलेल्या **हॅरी फ्लॅशमन** याचं ते घर होतं. दुसरं म्हणजे अफगाणिस्तानात येणाऱ्या, प्रसिद्धी माध्यमातल्या प्रत्येकाचा पहिला मुक्काम इथंच असायचा, अशी प्रथा पडली होती. या देशात येणारा प्रत्येक पत्रकार कधी ना कधी इथं खोली घेतो किंवा निदान इथल्या बारमध्ये तरी येतो, याची मला कल्पना होती आणि म्हणूनच मी दोन्हीची उत्सुकतेनं वाट पाहत होतो.

या लॉजचा मालक पीटर जुव्हेनाल हा एक अतिशय निर्भय कॅमेरामन असून तो अफगाणिस्तानात पंचवीस वर्षं राहिला आहे. अमेरिकेच्या पाठबळावर तालिबानचं उच्चाटन केलं जात असताना त्याचं वार्तांकन करणाऱ्या प्रसिद्धी माध्यमांसाठी त्यानं हा लॉज मुळात सुरू केला होता. नंतर त्यानं लॉज या वास्तूत हलवला. लॉजच्या नावाला ऐतिहासिक पार्श्वभूमी आहे. हे नाव पहिल्या अँग्लो-अफगाण युद्धामधील एका लढाईच्या नावाशी निगडित आहे. या लढाईत ब्रिटिशांचा पराभव झाला होता. त्या लढाईत ४४ व्या रेजिमेंटचा झालेला पराभव ही ब्रिटिश लष्करी इतिहासातली एक अतिशय भीषण घटना आहे.

ब्रिटिशांनी १८३९ मध्ये भारतीय सैन्य वापरून अफगाणिस्तानवर आक्रमण केलं. त्यांनी तिथं आपल्या मर्जीतला राजा गादीवर बसवला. तो अर्थातच रशियाला पसंत नव्हता. ब्रिटिशांनी तिथं बसवलेला माणूस स्थिरस्थावर होईपर्यंत त्यांनी त्याला संरक्षण दिलं. त्यासाठी ब्रिटिश सैन्य तिथं राहिलं खरं; पण ब्रिटिशांनी काबूलबाहेर पाय टाकताच अफगाण लोक त्यांच्याकडे आक्रमक या नजरेनं पाहू लागले. भारतातून होणाऱ्या पुरवठ्यावर हल्ले चढवणाऱ्या स्थानिक टोळीवाल्यांना गप्प

हॅरी फ्लॅशमन (Harry Flashman) - जॉर्ज मॅकडोनल्ड फ्रेझर (१९२५-२००८) या इंग्लिश लेखकाने अनेक ऐतिहासिक कादंबऱ्या लिहिल्या आहेत. त्यानं त्याच्या कादंबऱ्यांमध्ये सर हॅरी फ्लॅशमन या नावाचं एक पात्र रंगवलं आहे. या माणसाचा कार्यकाल त्यानं १८२२ ते १९१५ असा ठरवला असून हे एक नमुनेदार पात्र आहे. हा माणूस भित्रा, अंगचोरपणा करणारा आणि संकटसमयी मित्रांना दगा देऊन पळ काढणारा असा दाखवला आहे, त्यामुळे त्याची गणना न-नायक (Antihero) या प्रकारात केली जाते.

ठेवण्यासाठी ब्रिटिशांनी त्यांना पैसा चारायला सुरुवात केली होती; पण लंडनमधल्या लोकांना मात्र ही अफगाणिस्तानामधली मोहीम फार खर्चीक वाटली. त्यांनी हे 'अनुदान' बंद करून टाकलं. त्यानंतर अफगाण ब्रिटिशांशी जास्त खुनशीपणानं वागू लागले.

आपण निघून जाणं हेच योग्य ठरेल, असं ब्रिटिशांना वाटलं. मग त्यांनी भारताकडे परतताना हल्ले होऊ नयेत म्हणून टोळीवाल्यांशी वाटाघाटी केल्या. जानेवारी १८४२ मध्ये साधारण १६ हजार जण गुडघ्याएवढ्या बर्फामधून पूर्वेकडे निघाले. ऐन हिवाळ्यात ब्रिटिश सैन्य खैबर खिंडीमधून डोंगराळ भागातून जलालाबादच्या ब्रिटिश ठाण्याच्या दिशेनं निघालं. या सैन्यात मोठा भाग हा सटरफटर कामं करणारे, व्यापारी आणि वेश्या यांचा होता. प्रत्यक्ष लढाऊ सैन्य म्हणजे साधारण ४५०० भारतीय शिपाई होते आणि ४४ व्या ब्रिटिश बटालियनचे साधारण ७०० गोरे सैनिक होते.

परतीच्या प्रवासाला सुरुवात होताच त्यांच्यावर गोळीबार सुरू झाला. बघताबघता 'सुरक्षित परतीच्या प्रवासाची' कल्पना मागे पडून त्यांना लढत लढत मार्ग काढावा लागला. गिलझाई टोळीवाले आणि त्यांच्या इतर साथीदारांनी ब्रिटिशांना टिपून टिपून मारायला सुरुवात केली होती, कारण त्यांच्याजवळ असणाऱ्या लांब नळीच्या जेझैल बंदुकांचा पल्ला मोठा म्हणजे ४५० मीटर होता. हा पल्ला ब्रिटिशांजवळच्या मस्केट या बंदुकीच्या पल्ल्यापेक्षा तिप्पट होता. गिलझाई टोळीवाल्यांची संख्या सुमारे ३० हजार इतकी होती. या टोळीच्या प्रमुखांनी काबूलमधल्या तहात सहभाग घेतला नव्हता, असं दिसतं. याच गिलझाई टोळीमधले लोक आज तालिबानमध्ये उच्च पदांवर असलेले दिसतात. काही जण म्हणतात की ब्रिटिशांवर हल्ला करणाऱ्या या गिलझाई टोळीवाल्यांना रशियन पैसा पुरवत होते. कारण काहीही असो, पण या टोळीवाल्यांनी बंदुका, तलवारी आणि सुरे वापरून निर्दयीपणानं ब्रिटिश सैन्याची कत्तल केली. शिवाय भयंकर थंडीची कल्पना नसल्यानं थंडीमुळेही बरेच जण मरण पावले.

स्वत:ची कातडी बचावण्याच्या प्रयत्नातून सेनापती मेजर जनरल एल्फिन्स्टन याने मानहानिकारक शरणागती पत्करली. त्याला आणि त्याच्या काही अधिकाऱ्यांना पुन्हा काबूलला नेण्यात आलं. उरलेलं सैन्य हालअपेष्टा सहन करत पुढे जात राहिलं. अर्थात बहुतेक जण या दरम्यान मृत्यूला सामोरे गेले किंवा मरणाची वाट पाहत तडफडत पडले. हा भीषण प्रवास दोन आठवडे सुरू होता. अखेर उरल्यासुरल्या सत्तर जणांनी गंडामाक खिंडीपाशी टोळीवाल्यांशी लढण्याचा अखेरचा प्रयत्न केला. यात बहुसंख्य जण खलास झाले. विल्यम ब्रायडन नावाचा लष्करातील एक डॉक्टर तेवढा वाचला. ब्रिटिश सैन्यामधला हा एकमेव माणूस जलालाबादला पोहोचला होता. या भीषण घटनेमधून एक महत्त्वाची गोष्ट शिकण्यासारखी आहे. तुम्ही

काहीही म्हणत असलात किंवा तुमचा उद्देश काहीही असला, तरी जर तुम्ही अफगाणिस्तानात घुसखोर समजले गेलात तर तुमची काय गत होईल, ते या गंडामाकच्या घटनेतून कळतं.

मी गंडामाक लॉजमध्ये शिरलो. दारापाशीच एका रॅकवर बऱ्याच जुन्या बंदुका ठेवलेल्या दिसल्या. त्यांच्यावर किमतीच्या चिठ्ठ्या लावलेल्या होत्या. इथं तुम्हाला १८८७ ची मार्टिनी हेन्री मार्क फोर ही रायफल ५०० डॉलर्सला मिळू शकत होती. पलीकडच्या भिंतीवर कट्यारी लावलेल्या होत्या. ते सगळं पाहून मला वाटलं की आता कोणत्याही क्षणी आतून माणसं आरोळ्या ठोकत येतील आणि ही शस्त्रं परजून बाहेरच्या धुमश्चक्रीत सहभागी होतील.

माझी खोली ताब्यात घेतल्यानंतर मी परत कॅशिअरपाशी आलो. तिथं मला पीटर जुव्हेनाल भेटला. मी त्याच्याशी ओळख करून घेतली. आपण आताच हेलमंद प्रांतामधल्या अफूच्या शेतांवरून प्रवास करून परत आल्याचं त्यानं सांगितलं. जगातलं अफूचं सर्वांत जास्त उत्पादन होणाऱ्या या भागात तो अमेरिकन राजदूतासोबत गेला होता. अफू निर्मूलनाच्या कामाची ते तपासणी करत होते. जुन्या जमान्यापासून चालत आलेल्या ब्रिटिश लष्करी अधिकाऱ्यांमधल्या रुबाबाप्रमाणे जुव्हेनाल स्पष्टपणानं बोलत होता. त्याच्या मिशा आणि भरभक्कम बाहू पाहता त्यानं जर जुन्या काळातला गणवेश अंगावर चढवला असता तर तो तिथल्या शस्त्रांमध्ये अगदी सहज शोभून दिसला असता.

"निर्मूलनाबद्दल कोणालाच काही गांभीर्य नाही," जुव्हेनाल म्हणाला. मी त्यावर 'मला हे कसं काय ते समजलं नाही,' असं म्हणालो. पाश्चिमात्य देश निर्मूलनाबाबत गंभीरपणानं विचार करत नाहीत, हे कसं काय शक्य आहे? पण वस्तुस्थिती तशीच असल्याचं जुव्हेनालनं ठामपणानं सांगितलं. मला त्याला आणखी प्रश्न विचारण्याची ऊर्मी येत होती; पण मी ती कशीबशी दाबली आणि तिथून निघालो.

पुढचा एक आठवडा मी काहीतरी सटरफटर करण्यात घालवला. मी तिथं रुळण्यासाठी प्रयत्न करत होतो. मी हळूहळू माझे हातपाय गंडामाकच्या बाहेर पसरायला सुरुवात केली. मी एका वेळेस एकच पाऊल टाकत होतो. आत्मघाती बॉम्बरचा धोका असल्यानं मी गर्दीत रेंगाळू नये असं मला सांगण्यात आलं होतं. मी स्थानिक टॅक्सीत बसायचं नाही आणि जर बसलोच तर सावध राहायचं. जर टॅक्सीवाल्यानं फोन करायला सुरुवात केली तर मी तत्काळ बाहेर पडायचं, असं मला बजावून सांगितलं गेलं होतं. त्यामुळे पहिल्यांदा मी काबूलमध्ये फिरायला

निघालो तेव्हा डोळ्यात तेल घालून चालत होतो; पण माझी प्रत्येक धाडसी सफर काहीही न घडता पार पडत गेली. मी निरनिराळ्या रेस्टॉरंटमध्ये जाऊन पाहिलं. अर्थात कुठंही गेलो तरी मी कबाबच खात होतो. गंडामाक लॉजच्या जवळच्या रस्त्यावर अनेक जण कोळशाच्या शेगड्या पेटवून त्या फुलवत बसलेले दिसायचे. त्यांनी भाजलेल्या मांसाचा वास एवढा खरपूस असायचा की काही काळापुरती तरी बाजूच्या गटारांची दुर्गंधी विसरली जायची.

मला रस्त्यांमध्ये अफगाणी लोक टॅक्सीत बसून इकडंतिकडं जाताना दिसायचे. हे दृश्य नेहमीच असंच होतं. मी एके दिवशी कोही असामायी या पर्वताच्या माथ्यावर जायचं ठरवलं. काबूल शहर या पर्वताच्या अवतीभवती पसरलेलं आहे. या ठिकाणी टीव्हीचे टॉवर असल्यानं या भागाला टॉवर हिल असंही म्हणतात. खरं तर परदेशी लोक तिथं फिरण्यासाठी अफगाण लॉजिस्टिक्स या टॅक्सी कंपनीकडून टॅक्सी मागवतात. तसं करणं सुरक्षित मानलं जाई. मी त्याऐवजी सरळ रस्त्यावर उभं राहून एक टॅक्सी थांबवली. पांढरी दारं असणारी ती पिवळ्या रंगाची कोरोला गाडी होती. काबूलमध्ये टॅक्सींचा रंग हा असाच होता. मी टॅक्सीत पुढच्या सीटवर बसलो. मला **दारी** भाषेचा एकही शब्द बोलता येत नव्हता. काबूल आणि उत्तर अफगाणिस्तानात प्रामुख्यानं दारी तर दक्षिण व पूर्वेकडे पश्तु ही भाषा वापरली जाते. मला बोलता येत नसल्यानं मी फक्त पर्वताच्या टोकाकडे बोट दाखवलं. टॅक्सी ड्रायव्हरला मला काय म्हणायचं आहे ते समजलं.

आम्ही तिथून जरा पुढे गेल्यानंतर त्यानं मला एक सिगारेट दिली. क्षणभर माझ्या मनात या सिगारेटमध्ये काही मादक द्रव्य तर नाही ना, अशी शंका चमकून गेली; पण मी ती बाजूला सारून एक झुरका घेतला. काही मिनिटांनंतर आम्ही पक्की सडक सोडून पर्वताकडे जाणाऱ्या कच्च्या रस्त्याला लागलो. ड्रायव्हरनं आता त्याच्या गळ्याभोवती बांधलेला रुमाल सोडला आणि त्यानं चेहरा झाकून घेतला. आम्ही जात होतो त्या रस्त्याच्या उजव्या बाजूला खाटकांची दुकानं होती. दुकानांसमोर मांस लटकत होतं. काही जण खुर्च्यांवर रेलून रहदारी बघत बसले होते. आम्ही तिथून जात असताना त्यांच्या नजरा कुतूहलानं आमच्याकडे वळत होत्या. मला एकदम अस्वस्थ वाटू लागलं. आपण या माणसाबरोबर आहोत त्या वेळी कोणी

दारी (Dari) - दारी ही इंडोयुरोपीय भाषाकुलामधली एक भाषा असून ती आता अफगाणिस्तानात बोलली जाते. अफगाणिस्तानातले जवळजवळ निम्मे लोक ही भाषा बोलतात. ही एक प्रकारे पर्शियन भाषेची स्थानिक बोली आहे असे मानले जाते. तथापि, ही अफगाणिस्तानची अधिकृत भाषा आहे. ही भाषा फारसी या नावानं भारतीय उपखंडात दीर्घ काळ प्रचलित होती, त्यामुळे या भाषेचा परिणाम अनेक भारतीय भाषांवर झालेला आहे.

आपल्याला ओळखू नये, असं टॅक्सी ड्रायव्हरला वाटत होतं की काय? की मला पाहणारी शेवटची व्यक्ती म्हणून कोणी आपल्याला ओळखू नये असा त्याचा प्रयत्न होता?

आम्ही वळसे घेत वर जात असताना मला दोन्ही बाजूंना कच्ची मातीची घरं दिसली. भडक रंगाचे पोशाख केलेली पोरंटोरं खेळताना दिसली. त्या दृश्यामधली गरिबी सहज जाणवत होती.

रस्ता संपला आणि आम्ही एका मोकळ्या जागी आलो. तिथून उत्तर आणि दक्षिण अशा दोन्ही दिशांना दूरवर दिसत होतं. ड्रायव्हर उतरला. त्यानं मागच्या चाकाखाली एक दगड लावला आणि सिगारेट शिलगावली. मी माझा कॅमेरा काढून माझं काम सुरू करावं अशा अर्थाची खूण त्यानं केली; पण मळभ आलं असल्यानं आणि हवा चांगलीच धुरकट दिसत असल्यानं फोटो काढूनही फारसा उपयोग नव्हता. काबूल शहर अतिशय नीरस आणि मळकट वाटत होतं.

आम्ही परत येताना पुन्हा खाटकांच्या दुकानांपाशी येताच माझ्या टॅक्सी ड्रायव्हरनं चेहरा रुमालानं झाकून घेतला. बहुधा तो त्यांचं काही देणं लागत असावा. कारण काहीही असो, आम्ही तिथून तसे परत आलो. परत येताना मी त्याला मला शाहदू समशेरा मशिदीपाशी सोडायला सांगितलं. काबूल नदीच्या काठापाशी असल्यानं मशिदीचा हा भाग काबूलमधला सर्वांत प्रेक्षणीय भाग आहे. या मशिदीच्या आसपासच्या रस्त्यांवर बाजार आहे. नदीला त्या वेळी भरपूर पाणी होतं. पाणी वेगानं खळखळ आवाज करत जात होतं. हिंदुकुश पर्वतराजीत पडलेलं बर्फ वितळायला सुरुवात झाली होती. पण त्या वेळी आलेलं पाणी पर्वताच्या वरच्या भागांत पडणाऱ्या पावसाचं होतं. मला त्या वेळी कळलं नाही, पण जोरदार पावसानं देशाच्या अर्ध्या भागात कहर माजवला होता. कडे कोसळल्यानं अनेक घरं जमीनदोस्त झाली होती. काबूल नदी पात्राबाहेर पडून नुकसान करू लागली होती. गेल्या दहा वर्षांत नदीला एवढा पूर आला नव्हता. हजारो लोकांना घरदारं सोडून जावं लागलं होतं. पण मी जिथं उभा होतो त्या मशिदीपाशी मात्र सर्वकाही सुरळीत चालू होतं. जणू एखाद्या कृष्णधवल चित्रपटात अचानक घुसडल्याप्रमाणे रंगीत दृश्य यावं, तशी बाजारातली रंगीत फळं बाजूच्या करड्या-मळकट रंगाच्या सागरात झगमगत होती.

बाजारात सर्वकाही व्यवस्थित चालू होतं. गटारापाशी उकिडव्या बसलेल्या गिऱ्हाइकांची हजामत करणारे होते आणि उकिडव्या बसूनच बुरखा किंचित उचलून विक्रेत्यांशी घासाघीस करणाऱ्या बायका होत्या. हातातल्या दोऱ्यात फोनची टॉप-अप कार्ड ओवून ती विकत फिरणारे काही जण मला दिसले. काही जण हातातल्या नोटा नाचवत तिथून जाणाऱ्या टॅक्सींमधल्या लोकांना उद्देशून

हातवारे करत डॉलर बदलून अफगाणी हे स्थानिक चलन देण्याचा व्यवसाय करण्याची जाहिरात करत होते. सर्व प्रकारच्या भयंकर अवस्थेत असणारे भिकारी रस्त्यावर जागोजागी पसरले होते. जाणारे-येणारे भिकाऱ्यांना केवळ नाणी फेकत नव्हते, तर काही जण त्यांच्याशी गप्पादेखील मारत होते. मी परदेशी आहे हे अनेकांच्या लक्षात आलं. बरेच जण माझ्याकडे रोखून पाहत होते. पण ते तेवढंच. त्यांनी मला काही त्रास दिला नाही. काही जण तर माझ्याकडे स्नेहानं पाहताना दिसले.

मी सेरेना नावाच्या हॉटेलकडे निघालो. तिथं मी ऑस्ट्रेलियन राजनैतिक अधिकाऱ्याची भेट घेणार होतो. मी या देशात आलो आहे हे कळवण्यासाठी मी ऑस्ट्रेलियन दूतावासात फोन केला होता, तेव्हा राजदूतानं मला कॉफीसाठी येण्याचं आमंत्रण दिलं होतं. कायमस्वरूपी व्यवस्था होईपर्यंत ऑस्ट्रेलियन दूतावास सेरेना हॉटेलमध्ये होता. सन २००५ मध्ये या हॉटेलच्या उद्घाटनप्रसंगी राष्ट्राध्यक्ष हमीद करझाई म्हणाले होते, की अफगाणिस्तानात मदतीसाठी जे कोणी महत्त्वाचे लोक येतील त्यांना राहण्यासाठी ही जागा आदर्श ठरेल. हॉटेल म्हणजे खरोखरच निराळं विश्व होतं. काबूलमधल्या बाहेरच्या गजबजाटातून वाट काढताना कराव्या लागणाऱ्या धडपडीचा विसर हॉटेलमधल्या अतिशय उंची सजावट असणाऱ्या लॉबीत पाय टाकताच पडत असे; पण या देशात येणाऱ्या महत्त्वाच्या व्यक्तींना बाहेरचा खरा अफगाणिस्तान कितपत दिसतो, असा प्रश्न मनात लगेच येत असे. रस्त्यामधून परदेशी माणसांसाठी धावणाऱ्या महागड्या गाड्या पाहून मला जे वाटलं तसंच तिथं जाताच वाटलं. सेरेना हॉटेल आजूबाजूच्या सगळ्या-सगळ्यांकडे तुच्छतेनं पाहत आहे, असं मला वाटून गेलं.

ऑस्ट्रेलियन दूतावासात काम करणाऱ्या कर्मचाऱ्यांना फारच मर्यादित हालचाल करता येत असल्यानं हॉटेलमधल्या सर्व सुखसोयी असूनही तो एक प्रकारे त्यांच्यासाठी तुरुंगच होता. मी राजदूताला भेटलो तेव्हा आपण कधीकधी नियम धाब्यावर बसवून कबाब खाण्यासाठी बाहेर गुपचूप सटकतो, असं तो म्हणाला.

आम्ही कॅफेमध्ये एक टेबल निवडून बसलो. मी त्याला काहीही आडपडदा न ठेवता माझा नेमका काय उद्देश आहे ते सांगितलं. त्यानं भुवया उंचावल्या. पण बाहेर परिस्थिती कठीण आहे हे खरं असलं तरी माझी कल्पना भन्नाट आहे, असं तो म्हणाला. त्याला जमेल तेवढी मदत करायला तो तयार होता. मला त्याचं बोलणं ऐकून बरं वाटलं. मी कुठं जाणार आहे असं त्यानं विचारलं. मी त्यावर उत्तर, दक्षिण, पूर्व आणि पश्चिम असं उत्तर दिलं.

त्या वेळी ओलिसांचं प्रकरण खूपच गाजत होतं. इटालियन पत्रकाराला सोडवण्यासाठी तालिबानपुढे झुकण्याबद्दल हमीद करझाईंवर प्रचंड टीका होत होती.

पत्रकाराच्या ओलीस प्रकरणात काय घडतं यावर इटलीतल्या प्रोदी सरकारचं भवितव्य अवलंबून असल्यानं इटली सरकारकडून करझाईंवर प्रचंड दबाव येत होता. या प्रकरणात जो काही व्यवहार ठरला त्यामुळे अफगाणिस्तानात काम करणाऱ्या सर्व परदेशी नागरिकांची 'किंमत' एकदम जबरदस्त वाढली. मुल्ला दादुल्ला या तालिबान नेत्यानं 'शिकारीचा हंगाम' सुरू झाला असल्याचं जाहीर केलं. हाती लागतील त्या सर्व परदेशी नागरिकांना पकडण्याचं फर्मान त्यानं आपल्या लोकांसाठी जारी केलं. आता तालिबानच्या हातात 'भावनिक लढाई' हे नवीनच शस्त्र आलं होतं. ते त्याचा उत्तम उपयोग करणार हे उघड दिसत होतं. म्हणूनच मी जर तालिबानी अतिरेक्यांच्या हाती सापडलो तर काय होईल, हे राजदूतानं मला रोखठोक शब्दात सांगितलं.

"आम्ही अतिरेक्यांशी वाटाघाटी करत नाही, हे तुला कळायला हवं." असं म्हटल्यानंतर त्यानं आडवळणानं अशा परिस्थितीत आपण अगदीच स्वस्थ बसणार नाही, हेदेखील सुचवलं. त्याला काय म्हणायचं होतं ते मला अंधूकपणे समजलं. तो जरी स्पष्टपणानं काही बोलत नसला तरी मला अगदीच वाऱ्यावर सोडून दिलं जाणार नाही, ही भावना माझ्यासाठी पुरेसा दिलासा देणारी होती.

आम्ही हस्तांदोलन करून एकमेकांचा निरोप घेतला. जाताना तो म्हणाला, "स्वत:चं डोकं उडेल असं काही करून घेऊ नकोस... तसं झालं तर आपण पुन्हा कधीही भेटू शकणार नाही."

त्या दिवशी सकाळी एक बातमी सगळीकडे पसरली होती. पश्चिमेकडच्या निमरूझ या प्रांतात तालिबाननं पाच जणांचं अपहरण केलं असं वृत्त प्रसारित झालं होतं; पण प्रत्यक्षात मदतकार्य करणाऱ्या एक पुरुष आणि एक स्त्री अशा दोन फ्रेंच नागरिकांना पळवून नेण्यात आलं होतं. त्यांच्याबरोबर तीन अफगाणी लोक होते. पण त्यांचा उल्लेख व्हावा एवढी किंमत त्यांना कोणी देत नव्हतं. आदल्या आठवड्यात पाच अफगाणी माणसांचं अपहरण करण्यात आलं होतं; पण प्रसारमाध्यमांनी त्याकडे जरादेखील लक्ष दिलं नव्हतं. तालिबान आता निश्चित काहीतरी करण्याच्या मन:स्थितीत होते हे नक्की. 'कैदी अदलाबदल मोहीम' किंवा ओलिसांच्या बदल्यात पैसा कमावण्याची चांगली योजना त्यांना समोर दिसत असावी. प्रसारमाध्यमांमधल्या घाईगडबडीचा फायदा उठवून आपण आपल्या प्रचारासाठी त्यांचा वापर करू शकतो, हे त्यांना कळत होतं. अशा प्रकरणांना मिळणाऱ्या प्रसिद्धीमुळे तालिबान बलवान असल्याचं चित्र जगासमोर येत होतं.

तालिबानच्या प्रसिद्धी तंत्राचा मुकाबला करण्यासाठी तालिबान आणि परदेशी सैन्य यांच्यात झालेल्या लढायांमध्ये किती अतिरेक्यांना ठार करण्यात आलं, याची आकडेवारी नियमितपणे प्रसिद्ध केली जात होती. पण व्यापक पातळीवरील युद्धाच्या

संदर्भात त्याचा फारसा उपयोग होत नव्हता. देशाचा बराचसा भाग तालिबानच्या हाती पडतो आहे असं मला वाटू लागलं होतं.

त्या रात्री माझी भेट स्टीव्ह डुपॉन्ट या माणसाशी झाली. गंडामाक लॉजच्या तळघरात 'हेअर ॲण्ड हाऊंड वॉटरिंग होल' नावाचा छोटा बार होता. तिथं आमची भेट झाली. बारमधल्या बोर्डावर अनेक प्रकारची कार्डे लावलेली दिसत असली तरी बरीचशी पत्रकार आणि छायाचित्रकारांची होती. उत्तम इंग्लिश पबच्या परंपरेनुसार इथं बऱ्याच वस्तू ठेवलेल्या होत्या. पण मुख्य कल्पना लष्करी स्वरूपाची होती. तिथं अनेक जुन्या बंदुका आणि तोफगोळे सजावटीसाठी वापरले होते. लालभडक रंगानं रंगवलेल्या भिंतींवर निरनिराळ्या नाविक लढायांची चित्रं टांगलेली होती. शिवाय बऱ्याच देशांचे झेंडेदेखील लावलेले दिसले.

गप्पा मारून झाल्यानंतर जाताना स्टीव्हनं माझ्यासाठी काहीतरी भेट असल्याचं सांगून माझ्या हातात एक छोटा गोळा ठेवला. हा गोळा हशीशचा होता. मी खोलीत जाऊन माझ्यासाठी एक 'झुरका' बनवला. मी अशा प्रकारच्या मादक द्रव्यांचा फारसा चाहता नाही. मी केवळ एक गंमत म्हणूनच त्याच्याकडे बघत होतो. मी स्टीव्हनं दिलेल्या गोळ्यामधला अगदी छोटा भाग वापरला होता. माझ्या खोलीतून हशीशचा धूर बाहेर येताना पाहून हॉटेलच्या व्यवस्थापनाला काय वाटेल असा विचार माझ्या मनात आला. शिवाय मला त्या मादक द्रव्याच्या अमलाखाली असताना अफगाणिस्तानात बाहेर फिरायची इच्छा नव्हती. म्हणून मग मी उरलेलं हशीश टॉयलेटमध्ये फेकून फ्लश करून टाकलं.

पत्रकारासाठी असणारा पास मिळवण्यासाठी मला इंटरनॅशनल सिक्युरिटी असिस्टन्स फोर्स म्हणजेच आय.एस.ए.एफ.च्या मुख्यालयात जावं लागलं. ही संस्था नाटो चालवत असून या संस्थेला २००१ मध्ये संयुक्त राष्ट्रसंघाच्या सुरक्षा समितीनं कायदा आणि सुव्यवस्था राखण्याचे अधिकार दिले आहेत. तालिबानच्या पाडावानंतर अफगाणिस्तानात जो गोंधळ माजला होता त्यावर नियंत्रण मिळवण्यासाठी करझाई सरकारला मदत करणं, हा या संस्थेचा उद्देश आहे. तालिबानचा पराभव होताना त्यांनी देशाच्या बऱ्याचशा भागातून काढता पाय घेतला होता. त्याच वेळी त्यांनी मागे हटवलेल्या युद्धखोर नेत्यांनी लगेचच या भागांचा कब्जा करायला सुरुवात केली होती. या युद्धखोर नेत्यांना अमेरिकेनं मदत केली होती. अमेरिकन संरक्षणमंत्री डोनाल्ड रम्सफेल्ड यांच्या सांगण्यावरून अमेरिकेनं या युद्धखोर नेत्यांना

रोख रक्कम आणि शस्त्रास्त्रांचा पुरवठा केला होता. अमेरिकेचं ‘दहशतवादविरोधी युद्ध’ लढण्यासाठी तैनात केलेल्या विशेष सैन्याला आणि सी.आय.ए.ला तालिबानच्या विरोधात उभा राहणारा कोणीही युद्धखोर नेता ‘चांगला’ वाटत होता. ९/११ च्या प्रसंगानंतरचा त्यांच्यात आलेला कडवेपणा मी समजू शकतो. तरीही त्यांनी अफगाणिस्तान प्रकरणात जी भूमिका घेतली त्यामुळे तालिबान गेल्यानंतर सुव्यवस्था निर्माण होण्याऐवजी या युद्धखोर नेत्यांच्या पुनरागमनामुळे तिथं पुन्हा एकदा जुलमी सरंजामशाही प्रस्थापित झाली. हे अगदी काबूल प्रांतातही घडलं.

हमीद करझाईंनी वारंवार मागणी केल्यानंतर अखेर २००३ मध्ये नाइलाजानं आय.एस.ए.एफ.नं आपलं कार्यक्षेत्र काबूलच्या बाहेर वाढवायचं मान्य केलं. यानंतर अनेक प्रांतात मुख्य शहरांपाशी काही तळ उभारण्यात आले. या तळांना पी.आर.टी. म्हणजे ‘प्रोव्हिन्शियल रिकन्स्ट्रक्शन टीम’ असं नाव देण्यात आलं. प्रांतांच्या पातळीवर पुनर्बांधणी करणं असं त्यांच्या नावात असलं तरी त्यांच्यावर नागरी आणि लष्करी अशी दुहेरी जबाबदारी होती. स्थानिक माणसांशी संवाद साधून त्यांच्या पुनर्बांधणीच्या किंवा विकासाच्या गरजा समजावून घेणं या कामाखेरीज त्यांना तिथं स्थैर्य आणण्यासाठी बळाचा वापर करण्याचे अधिकार मिळाले होते. मला अफगाणिस्तानात सुरू असणाऱ्या लढायांपेक्षा अफूच्या व्यापारात रस असल्यानं मला या सगळ्यांशी संबंध ठेवण्याची आवश्यकता नव्हती; पण माझ्या कामासाठी मला अमेरिकन सैन्याची किंवा नाटो पथकांची मदत घेण्याची वेळ आली तर त्यासाठी माझ्याजवळ आय.एस.ए.एफ.चा पास असणं गरजेचं होतं.

अफूच्या उत्पादनात अग्रेसर असणाऱ्या हेलमंद प्रांतात चाललेलं नाट्य पाहण्याची माझी इच्छा होती. हेलमंद प्रांताची राजधानी असलेल्या लष्करगाह या ठिकाणी ब्रिटिशांनी पी.आर.टी. स्थापन करून जवळच असणाऱ्या वाळवंटात मुख्य तळ उभारला होता. या तळाला कॅम्प बॅस्टियन असं नाव देण्यात आलं. ब्रिटिशांना तिथं पाय ठेवल्यापासून लगेचच तालिबानशी प्रखर झुंज द्यावी लागली. ब्रिटिशांनी पराकाष्ठेचे प्रयत्न करूनदेखील प्रांताच्या बऱ्याचशा भागात कायदा-सुव्यवस्था पूर्णपणे कोलमडलेलीच राहिली. त्यामुळे बहुतेक सगळे विकास प्रकल्प रखडले होते. या वर्षी अफूचं उत्पादन आजवर कधीही झालं नव्हतं एवढं विक्रमी होण्याची शक्यता आहे, असं म्हटलं जात होतं. या भागात शेतकऱ्यांनी अफूऐवजी इतर काही पिकं घ्यावीत म्हणून कसोशीनं प्रयत्न केले जात होते; पण तसं होण्यासाठी त्या भागात शांतता आणि स्थैर्य येण्याची नितांत आवश्यकता होती.

हेलमंद प्रांत हा अफगाणिस्तानातला सर्वांत फसवा प्रदेश मानला जातो. याच ठिकाणी ‘दहशतवादविरोधी युद्ध’ आणि ‘मादक द्रव्यविरोधी युद्ध’ ही दोन्ही चालू होती. त्यामुळे मला काहीही करून तिथं जाणं भाग होतं. तिथं परिस्थिती खरोखरच

कठीण असली तर तिथल्या अफूच्या शेतांना भेट देण्यासाठी ब्रिटिश सैन्यपथकांबरोबर जाणं हाच उत्तम मार्ग ठरेल, असं माझ्या लक्षात आलं.

आय.एस.ए.एफ.चा मुख्य तळ एखाद्या छोट्या किल्ल्यासारखा होता. तिथं कॉंक्रीटच्या उंच भिंतींच्या अनेक रांगा असून जागोजागी लोखंडी रॅकमध्ये वाळूची पोती भरून त्यांचे उंच अडथळे निर्माण केले होते. जिथं नजर जाईल तिथं म्हणजे रस्ते, मोकळ्या जागा आणि वॉचटॉवर अशा सर्व ठिकाणी सशस्त्र पहारेकरी उभे होते. या भागात फोटो घेता येणार नाहीत अशी सूचना लिहिलेले फलक जागोजागी लावलेले दिसले. तळाच्या पुढच्या बाजूला 'अनधिकृत प्रवेश केल्यास सक्त कारवाई करण्यात येईल' अशी सक्त ताकीद देणारा फलक लावलेला दिसला.

मी तिथं पोहोचलो खरा; पण मी ठरलेल्या वेळेपेक्षा पाऊण तास अगोदर पोहोचलो असल्याचं माझ्या लक्षात आलं. मी गेटपाशी एका जागी बसलो. तिथून मला बाहेरच्या रस्त्यावरचं दृश्य दिसत होतं. तिथं काही पोरं खेळत होती. ही पोरं तिथं दिवसभर फिरत असणार हे नक्की होतं. काही पोरं काडेपेट्या, नकाशे वगैरे सटरफटर वस्तू विकत होती. जवळ कोणी येताना दिसलं की सगळे जण एकदम गडबडीनं उठून त्या आलेल्या माणसांना चिकटत होती.

थोड्याच वेळात त्यांच्यामधला एक जण माझ्याजवळ आला. हा पोरगा साधारणपणे दहा वर्षांचा असावा. इतर सर्व अफगाण पोरांप्रमाणेच त्याचा चेहरा अगदी मोठ्या माणसांसारखा होता. जणू तो वय वाढलेल्या अफगाण माणसाची छोटी आवृत्तीच असावा, असं वाटत होतं. तो लहान मुलांप्रमाणे जरादेखील गुबगुबीत नव्हता. पुढच्या दहा वर्षांत फक्त त्याचा आकार तेवढा वाढेल आणि आज धुळीनं माखलेल्या गालांवर फक्त केस उगवतील, असं मला वाटलं.

त्या पोरानं माझ्याकडे दहा डॉलर मागितले. पण त्याच्या मागण्यात जरादेखील उत्साह नव्हता. त्यानं दहा डॉलर मागितले खरे, पण आपल्याला काही मिळणार नाही याची त्याला जाणीव असावी. मी मान हलवून नकार दिला. 'पाच डॉलर... तीन डॉलर... दोन डॉलर... एक डॉलर...' तो म्हणत राहिला आणि मी फक्त मान फिरवली. गेटजवळचा अफगाण पहारेकरी माझ्याकडे पाहत होता. त्याची वागणूक स्नेहाची असली तरी अधूनमधून तो उगीचच एके-४७ च्या ट्रिगरशी चाळा करत होता. तो पोरगा पहारेकऱ्यांच्या केबिनमध्ये गेला. जरा वेळानं त्यानं डोकं बाहेर काढलं आणि माझ्याकडे पाहून ओरडला, 'दहा डॉलर, मिस्टर!' हे असं करून त्यानं दार लावून घेतलं. हा खेळ काही वेळ केल्यानंतर तो कंटाळला आणि मग तो पुन्हा इतर पोरांमध्ये धुडगूस घालण्यासाठी निघून गेला.

त्या पोराला मी काहीच पैसे दिले नाहीत हे काही जणांना फार निष्ठुरपणाचं वाटेल. पण रस्त्यावरच्या पोरांना काही देण्यापेक्षा लहान मुलांसाठी कल्याणाचं काम

करणाऱ्या संस्थांना देणगी देणं योग्य आहे, असं मी तिथं अफगाणिस्तानात जाताना वाचलं होतं. अर्थात मी काही मुद्दाम अशी संस्था शोधायला जाणार नव्हतो. दानधर्म करण्याच्या बाबतीत मी ठरावीक असं काही धोरण अवलंबत नव्हतो. त्या वेळी जे वाटेल ते मी करत असे. आदल्याच दिवशी मी एका अफगाण पोराला १०० अफगाणी म्हणजेच २ डॉलर दिले होते. मी तुमचा संरक्षक होतो असं तो बळेच म्हणत मला चिकटला होता. मी त्याला झटकून टाकायचा प्रयत्न केला. त्याची उंची माझ्या कंबरेपर्यंतही नव्हती; पण तरीही तो त्याची भुणभुण सोडत नव्हता. त्यानं माझ्याकडे एवढ्या चिडून पाहिलं की मलाच मी त्याच्याशी फार कठोरपणे वागलो हे बरं नाही, असं वाटलं. मी मग त्याच्याशी मोठ्या माणसाशी गप्पा माराव्यात त्याप्रमाणे तो शाळेत का जात नाही वगैरे चौकशी केली. तो मला चिकटूनच होता. अखेर त्यानं मला काबूलच्या रस्त्यांमधून 'सुखरूपपणे' गंडामाक लॉजपर्यंत आणून सोडलं.

त्या वेळी मी आय.एस.ए.एफ.च्या तळात शिरायच्या गेटपाशी बसून आत-बाहेर करणाऱ्या गाड्या पाहत होतो. अनेक देशांचे सैनिक ये-जा करताना दिसत होते. अखेर माझी आत जायची वेळ झाली. मी आत जाऊन पास मिळवण्यासाठी माझं नाव नोंदवलं आणि तिथून निघालो; पण परत येताना मी गंडामाक लॉजकडे येण्याचा रस्ता चुकलो. मग मला टॅक्सी करावी लागली. पण जरा वेळानं आम्ही दोघंही रस्ता चुकलो. मग टॅक्सी ड्रायव्हरनं बरेच फोन केले. भरपूर चर्चा वगैरे झाल्यानंतर आम्ही निघालो खरे, पण तो जागोजागी थांबून दिशा विचारत होता. प्रत्येक वेळी तो एवढं बोलत होता की तो फक्त दिशा विचारत नसावा, असं वाटून मी फार वैतागून गेलो. पण तो शांतपणानं त्याचं काम करत राहिला. त्यानं बऱ्याच वेळा आडरस्त्यानं गाडी चालवली, पुन्हा थांबून लोकांशी चर्चा सुरू होतीच. दोन मिनिटांचं अंतर पार करायला अर्धा तास लागला. मी त्याच्या हातात १०० अफगाणीची नोट दिली. ही एवढी रक्कम द्यायची असते असं लोकांनी मला सांगितलं होतं. टॅक्सी ड्रायव्हरनं नोट 'ही रक्कम काही फार मोठी नाही' अशा बेफिकीरपणे डॅशबोर्डवर भिरकावली. त्यानं टॅक्सी नीट चालवली नाही हे पाहता मी त्याला जास्त काही द्यायची गरज नाही, असं मला वाटलं होतं. त्या वेळी आपण आपल्या भावनांवर ताबा मिळवायला हवा हे जाणवलं.

पुढच्या काही दिवसांत मला काबूलमधल्या रात्रीच्या जीवनाची ओळख झाली. स्टीव्ह आणि त्याच्या काही मित्रमंडळींबरोबर फिरत असताना माझी वेगवेगळ्या देशांमधले पत्रकार, धोरणविषयक सल्लागार, कंत्राट घेणाऱ्यांचे नोकर, संयुक्त

राष्ट्रांचे कर्मचारी आणि नाना प्रकारच्या स्वयंसेवी संस्थांमध्ये काम करणारे लोक, अशा कितीतरी माणसांशी ओळख झाली. त्या वेळी मला स्टेला नावाची एक ऑस्ट्रेलियन मुलगी भेटली, काबूलच्या निशाचर जीवनाबद्दल लिहिलेल्या एका लेखात तिचा 'थंड पोरगी' असा उल्लेख आला होता. पहिल्या भेटीतच मला हे वर्णन योग्य असल्याचं जाणवलं. स्टेला नखरेल असली तरी तिची वागणूक थंड आणि कोरडेपणाची होती. पण ती हसायची मात्र छान. तिच्या हसण्यात एक प्रकारचा खोडकरपणा होता. काहीही असो, तिची आणि माझी लगेच मैत्री झाली.

आम्ही सगळे पहिल्यांदा फिरायला गेलो तेव्हा मी स्टेला आणि स्टीव्ह यांच्या घरापर्यंत चालत गेलो. त्यांचं घर गंडामाक लॉजपासून साधारण एक किलोमीटर अंतरावर होतं. रस्त्यावर लाईट नव्हते आणि मार्गदर्शक पाट्याही नव्हत्या; पण मला सांगितलेल्या खाणाखुणा उत्तम होत्या. मी मुख्य रस्त्यावरून एका कच्च्या रस्त्याला वळलो. हा रस्ता वाटण्यापेक्षा भूकंपानं उद्ध्वस्त झालेला भाग वाटत होता. मी जणू डोळ्यांवर पट्टी बांधल्याप्रमाणे अडखळत, धडपडत हळूहळू पुढे जात राहिलो. अखेर मला एका गेटपाशी हातात एके-४७ घेऊन उभा असलेला एक पहारेकरी दिसला.

"स्टेला?"

"बले." म्हणून त्यानं बेलकडे बोट दाखवलं. आत गेल्यावर आम्ही सगळे जण बीअरचा आस्वाद घेऊ लागलो. या एका बीअरच्या केसची किंमत पाच डॉलर होती, पण बीअरची चव मस्त होती. तिथून बाहेर पडताना मी सर्वांत पुढे होतो. मी समोर उभ्या असणाऱ्या लॅन्डक्रूझर गाडीचं दार उघडण्यासाठी हॅन्डल खेचलं आणि एकदम कळवळून हात मागे घेतला. माझा हात जवळजवळ खांद्यातून निखळायची वेळ आली होती. बुलेटप्रूफ गाडीची दारं चिलखती आवरणामुळे एवढी वजनदार असतात हे मला प्रथमच अशा प्रकारे समजलं होतं.

आम्ही अगदी थोडं अंतर गेलो आणि गाडी एका घरासमोर उभी राहिली. दारापाशी बरेच सशस्त्र रखवालदार उभे होते. आम्ही ला कांटिना नावाच्या एका खास रेस्टॉरंट आणि बारपाशी आलो आहोत असं लक्षात येण्याजोगं तिथं काहीही नव्हतं. आत शिरताना माझी झडती घेण्यात आली. माझ्याजवळ सुऱ्या किंवा बंदुका नाहीत ना याची खात्री करून घेण्यात आली. मी आत शिरलो. आतमध्ये परदेशी माणसं होती. त्यामधले बरेच जण लष्करी खाक्याचे दिसत होते. सणसणीत स्नायू असणारे आणि बारीक केस कापलेले हे लोक त्यांचे गट करून बसलेले दिसले. या लोकांना सुरक्षायंत्रणेची कंत्राटं घेणाऱ्यांनी कामावर ठेवलेलं होतं. अफगाणिस्तानात काम करणारी प्रत्येक संस्था आणि कंपनी अशा कंत्राटी सुरक्षा कर्मचाऱ्यांवरच विसंबून असते. तिथं बऱ्याच बायका आहेत हे पाहून मला आश्चर्य वाटलं. मला

सुरुवातीला तिथं बरं वाटलं, पण कोरोना आणि टेक्विलाचे काही ग्लास रिचवल्यानंतर माझ्या अपेक्षेपेक्षा काबूल निराळं आहे याची जाणीव पुन्हा एकदा झाली. कडवे मुस्लीम असणाऱ्या देशात मला दारू मिळणं अवघड जाईल असं वाटलं होतं; पण ला कांटिनामध्ये आजूबाजूला नजर फिरवल्यानंतर तसं काही नसल्याची खात्री पटायला वेळ लागला नाही.

मी हँगओव्हर घालवण्याचा प्रयत्न करत टोस्ट बनवत असताना तिकडे काबूलच्या दुसऱ्या भागात आत्मघाती बॉम्बहल्ला झाला. अर्थात मला काही ऐकू आलं नाही. एका पोलीस शिपायानं संसदेच्या इमारतीकडे जाणारी एक गाडी थांबवली होती. इकडे मी माझा मोसंबीच्या रसाचा ग्लास रिकामा करत असताना बघता बघता तो पोलीस शिपाई आणि तीन नागरिक बॉम्बस्फोटात ठार झाले होते. टेनिस खेळायला येणार का अशा आशयाचा मेसेज स्टेलानं मला पाठवला. दरम्यान तिकडे काबूलवासीय घाबरून कोण मेलं आणि कोण वाचलं याबद्दल एकमेकांना फोन करत असणार. आम्हाला याची काहीच कल्पना नव्हती. आम्ही मेपल लीफ इन नावाच्या एका हॉटेलात असणाऱ्या टेनिस कोर्टवर जाऊन खेळायला सुरुवात केली.

"काबूल किती उंचीवर आहे?" मी विचारलं.

"खूप उंचीवर," स्टेलानं उत्तर दिलं.

"तिथं उंच जागी दिसतंय ते काय आहे? एखादा किल्ला आहे की काय?" टेनिस कोर्टजवळ एका उंच ठिकाणी दिसणाऱ्या जागेकडे पाहत मी विचारलं.

या ठिकाणी कोलोला पुश्ता नावाचा किल्ला आहे.

"होय, कसला तरी किल्ला किंवा तसंच काहीतरी आहे." स्टेला हसत म्हणाली. पण तिला एखाद्या पर्यटकानं विचारावं तशा विचारलेल्या माझ्या प्रश्नाला उत्तर देण्याचा मूड नसावा.

थोडं खेळल्यानंतर आम्ही कोर्टजवळ असणाऱ्या एका बाकावर बसून पाणी पिऊ लागलो. आदल्या रात्रीच्या जास्त पिण्याचा परिणाम आमच्यावर जाणवत होता. मला वरच्या दिशेनं काही आवाज ऐकू आले. मी वर बघितलं, चार लढाऊ जेट विमानं गेली होती. त्यांच्या प्रवासाची खूण म्हणून त्यांनी सोडलेल्या वाफेच्या रेषा आकाशात लांबवर पसरल्या होत्या. ते पाहून तिथं युद्ध चालू आहे याची जाणीव मला एकदम झाली.

पुढच्या आठवड्यात स्टेलाचा वाढदिवस होता. तो साजरा करण्यासाठी ती घरी परत जाणार होती. "मला इथून निघून गेलंच पाहिजे," स्टेला म्हणाली. आदल्या

रात्रीच्या पिण्यामुळे तिचा आवाज जड झाला होता, ''ही जागा फार धोकादायक आहे.''

दुसऱ्या दिवशी सकाळी मी गंडामाक लॉजच्या डायनिंग रूममध्ये बसून नाश्ता घेत होतो. लालसर रंगाचे केस असणारा एक माणूस माझ्याजवळ आला. त्यानं फिक्कट हिरव्या रंगाचा सलवार-कमीज असा पोशाख परिधान केलेला होता. मी त्याला अगोदर भेटलो होतो. हा अमेरिकन माणूस मी अफगाणिस्तानात आल्यानंतर थोड्याच दिवसांनी आला होता. 'मूलतत्त्ववादी इस्लाम' या विषयावर एक डॉक्युमेंटरी बनविण्यासाठी आपण आलो असल्याचं त्यानं सांगितलं होतं.

''काल काय केलं?'' स्वत:साठी थोडी कॉफी ओतून घेत त्यानं विचारलं. मला विचार करायला जरा वेळ लागला. ''मी जाऊन थोडं टेनिस खेळलो.'' तो हसला. साधारणपणे गंडामाक लॉजमध्ये अशा प्रश्नांची उत्तरं ठरावीकच असायची. आपण कोणाकोणाच्या मुलाखती मिळवल्या वगैरे अशा स्वरूपाची चर्चा तिथं चालायची.

आम्ही जरी एकमेकांशी बोललो असलो तरी नेमका परिचय मात्र झाला नव्हता. मी माझं नाव सांगून त्याचं नाव विचारलं.

''मॉर्गन,'' माझ्याशी हस्तांदोलन करून तो माझ्यासमोर बसला.

आता तो कोण ते मला आठवलं. २००४ मध्ये त्यानं एक डॉक्युमेंटरी बनवली होती. ती चांगलीच गाजली होती. त्यानं एक महिना फक्त मॅकडोनल्ड्समधल्या वस्तू खाल्ल्या होत्या. आता तो तिथं काय करतोय हे मी त्याला फारसं विचारलं नाही. तरीदेखील त्याच्या बोलण्यातून एवढं कळलं की तो 'ओसामा बिन लादेन आहे तरी कुठे?' अशा नावाची एक फिल्म बनवत होता. या विषयावर तो फार खोलात जाऊन काही सांगणार नाही याची मला कल्पना होती. त्यामुळे आम्ही जुजबी गप्पा मारत नाश्ता करत राहिलो.

काही वेळानंतर तिथं पीटर बर्गेन नावाचा एक जण आला आणि माझ्या पलीकडच्या टेबलापाशी बसला. पीटर जुव्हेनालप्रमाणे यानंदेखील पूर्वी अफगाणिस्तानात भरपूर काम केलं होतं. त्यानं आणि पीटर जुव्हेनालनं मिळून १९९७ मध्ये ओसामा बिन लादेनची पहिली मुलाखत प्रसिद्ध केली होती. सी.एन.एन. या चॅनेलसाठी पीटर बर्गेन दहशतवादाचं विश्लेषण करण्याचं काम करत असे. त्याची आणि माझी मैत्री अशी झाली नव्हती; पण काही वेळा आम्ही बारमध्ये थोड्याफार गप्पा मारल्या होत्या. त्याचा स्वभाव विनोदी असल्याचं मला जाणवलं होतं. त्या दिवशी सकाळी तो चांगला तल्लख आणि झकास मूडमध्ये दिसत होता.

''आज काय कार्यक्रम आहे?'' बर्गेननं विचारलं.

मी एकदोन दिवसात जलालाबादला जाण्यासाठी तयारी करत होतो. मी रशीदशी संपर्क साधला होता; पण त्याच्याबरोबर जलालाबादपासून पुढे जाणं हे

मला वाटलं तेवढं साधंसोपं नव्हतं. त्याला त्याच्या बॉसकडून परवानगी मिळवण्यासाठी प्रयास करावे लागले होते. माझी माहिती ई-मेलनं पाठवल्यानंतर अखेर मी तिच्याशी बोललो तेव्हा मला हिरवा कंदील दिसू लागला होता. हे सगळं बर्गेनला सांगायची काहीच आवश्यकता नव्हती. मुख्य मुद्दा असा होता की मी एकदोन दिवस मोकळा होतो. ''मी जरा वेळ घालवण्यासाठी गोल्फ कोर्सकडे जावं म्हणतोय,'' मी बर्गेनला सांगितलं. गोल्फ कोर्स फारसा उत्तम दर्जाचा नव्हता. एका मोकळ्या जागेत काही हिरवे पट्टे तयार केले होते इतकंच; पण काहीही झालं तरी तिथं कोणालाही जाता येत होतं, ही जमेची बाजू होती.

''जर जाणार असं ठरलं तर मला हाक मार.'' बर्गेन म्हणाला. जरी तो जन्मानं अमेरिकन असला तरी इंग्लंडमध्ये वाढल्यानं त्याच्या बोलण्यात ब्रिटिश झाक होती.

आता आमच्याजवळ आणखी एक जण येऊन बसला. त्याचं नाव गॅब्रिएल रेंज. त्यानं 'डेथ ऑफ अ प्रेसिडेंट' नावाचा सिनेमा बनवला होता. त्या वेळी तो अफगाणिस्तानात नवीन सिनेमाचं चित्रीकरण करण्यासाठी आला होता. त्याला पीटर बर्गेनशी बोलायचं होतं. त्याला पाकिस्तानातल्या घडामोडींमध्ये रस होता. पाकिस्तानच्या सर्वोच्च न्यायालयाच्या न्यायाधीशांची हकालपट्टी केल्यानंतर उसळलेल्या असंतोषामुळे राष्ट्राध्यक्ष परवेझ मुशर्रफचं सरकार संकटात सापडलं होतं. येऊ घातलेल्या सार्वत्रिक निवडणुकीत भाग घेण्यासाठी आपण देशात परतत असल्याचं माजी पंतप्रधान बेनझीर भुट्टोनं जाहीर केलं होतं. बेनझीर भुट्टो परतल्यावर तिच्या प्रचार मोहिमेच्या वेळी आपण तिथं जाणार असल्याचं बर्गेननं सांगितलं. त्यानं आम्हाला चर्चेदरम्यान एका गोष्टीची जाणीव करून दिली. बेनझीर भुट्टोच्या दुसऱ्या कारकिर्दीच्या दरम्यानच पाकिस्तानात तालिबानचा जन्म झाला होता आणि पाकिस्तानी राजवटीनंच त्यांना वाढायला मदत केली होती. ''ती एक कमकुवत राजकारणी आहे,'' बर्गेन म्हणाला. ''पण तिला तेवढंच कळतं. फक्त राजकारण.''

काही वेळानं आमच्याजवळ रे नावाचा अमेरिकन पत्रकार येऊन बसला. तुम्ही खूश्तला कधी जाणार आहे, असं मी त्याला विचारलं. त्याची आणि माझी आदल्या रात्रीच बारमध्ये ओळख झाली होती. मला तो त्याच्याबरोबर चल, असं म्हणाला होता. पण आता त्यानं विचार बदलला होता. आता तो कंदाहारला जायचा विचार करत होता. लोक सांगतात तेवढा कंदाहारचा रस्ता धोकादायक नाही, असं त्याला वाटत होतं. ''फिनलंडचे तीन जण नुकतेच कंदाहार आणि लष्करगाहला जाऊन आले होते. त्यांचा प्रवास काहीही नाट्यमय न घडता पार पडला होता. हे तिघं जण कोणाचीही मदत न घेता सरळ अफगाणिस्तानातल्या सर्वांत धोकादायक भागात फिरून आले आहेत,'' असं रे म्हणाला.

''हा निव्वळ मूर्खपणा आहे,'' बर्गेन प्रत्येक शब्दावर जोर देत म्हणाला.

ओठापाशी नेलेला कप तसाच हातात धरून बर्गेन अतिशय गंभीरपणानं बोलत होता. त्याचा चेहरा जरासा लालसर झाला होता. अफगाणिस्तानात परदेशी नागरिक ओलीस पडणं ही साधीसुधी गोष्ट नव्हती. त्यातून आंतरराष्ट्रीय प्रकरण उभं राहतं. राजकीय, लष्करी, राजनैतिक आणि आणखी कितीतरी प्रकारची चक्रं केवळ तुमचा जीव वाचवण्यासाठी फिरू लागतात. म्हणूनच योग्य ती काळजी घेऊन अफगाणिस्तानात वावरणं आणि आपण ओलीस पडणार नाही याची काळजी घेणं, ही प्रत्येकाची प्राथमिक जबाबदारी असते.

मी जलालाबादला जायला ज्या दिवशी निघणार होतो त्याच्या आदल्या दिवशी मला रशीदच्या बॉसकडून ई-मेल आली. मला आय.एन.एल.कडून परवानगी मिळवावी लागेल असं तिनं लिहिलं होतं. आय.एन.एल. ही काय भानगड आहे याची मला जरादेखील कल्पना नव्हती. त्यांच्याशी संपर्क साधण्यासाठी अमेरिकन दूतावासाची मदत घ्यावी, असं तिनं सुचवलं होतं. मला नंतर कळलं की आय.एन.एल. हा अमेरिकेच्या धोरणाचा एक भाग होता. मादक द्रव्यांच्या व्यापारावर नियंत्रण ठेवणं आणि त्यासंबंधी कायद्यांची अंमलबजावणी करणं ही कामं ही संस्था करत असे. अर्थात तुमचा याकडे पाहण्याचा दृष्टिकोन कसा आहे यावर बरंच काही अवलंबून आहे. कोणाला ती मादक द्रव्यांच्या व्यापारावर नियंत्रण ठेवण्यासाठी झटणारी आंतरराष्ट्रीय संस्था आहे, असं वाटेल; पण काहींना जवळ प्रचंड पैसा असणाऱ्या, इतरांची जरादेखील फिकीर न करणाऱ्या अतिशय उद्धट अमेरिकन लोकांची एक असंस्कृत टोळी असंदेखील वाटण्याची शक्यता आहे.

मी अमेरिकन दूतावासात फोन केला. तिथल्या प्रसिद्धी अधिकाऱ्यानं मी आघाडीकडे जात असल्याबद्दल माझी सौम्य शब्दात कानउघडणी केली. रशीद ज्या अफू निर्मूलन कार्यक्रमात सहभागी होता त्याला आय.एन.एल. निधी पुरवत असे. आय.एन.एल. थेट अमेरिकेच्या गृहखात्याला उत्तरं देण्यास बांधील असल्याचं तिनं सांगितलं. म्हणूनच जर मला रशीदबरोबर जायचं होतं तर मी अगोदर अमेरिकन दूतावासाशी संपर्क साधायला हवा होता, असं तिनं बजावलं. अफगाणिस्तानात काहीही करण्यासाठी अमेरिकेची परवानगी घ्यायला हवी, ही कल्पना मला नवीन होती. मी तिनं दिलेल्या सगळ्या सूचना लिहून घेतल्या. मी नेमकं काय करणार आहे, ते मला ई-मेलनं कळवायचं होतं. अफू निर्मूलन कार्यक्रमात काम करणाऱ्या लोकांचं संभाषण जर आय.एन.एल.च्या दृष्टीनं उपयोगी पडणारं असेल तर ते मी त्यांना सांगीन, असं लिहून द्यायचं होतं. मग ती माझी विनंतीची ई-मेल वॉशिंग्टनला म्हणजे गृहखात्याकडे मान्यतेसाठी पाठवणार होती.

मी फोन ठेवला आणि 'हा सगळा विनोद तर नाही ना', असं मनाशी म्हणालो.

मी द्विधा मनःस्थितीत होतो. माझा प्रकल्प काय आहे हे सरळसोट शब्दात वर्णन करणारी ई-मेल मी लिहिली खरी, पण ती पाठवली मात्र नाही. मी पीटर जुव्हेनालकडे गेलो. हा सगळा तद्दन मूर्खपणा आहे, अशा अर्थाचं तो बोलला. मी हे सगळं विसरून जायला हरकत नाही, कारण इतर काही जणांबरोबर मी जाऊ शकतो, असं त्यानं सांगितलं. पण मला कदाचित पुन्हा अमेरिकन दूतावासाकडे कोणत्यातरी कामासाठी जायची वेळ येईल, असं वाटलं. तेव्हा त्यांनी सांगितलं तसंच करून बघायला काय हरकत आहे, असा विचार मी केला.

मी माझ्या खोलीत परत आलो आणि जरा वेळापूर्वी तयार करून ठेवलेली ई-मेल पाठवून दिली. मग मला रशीदच्या बॉसकडून आणखी एक ई-मेल आली. काबूलमधल्या आय.एन.एल.च्या डेप्युटी डायरेक्टर बाईला मी कोण आहे हे कळण्यासाठी मी तिला थेट ई-मेल पाठवावी, असं रशीदच्या बॉसनं कळवलं होतं. मी तिलादेखील अगोदर दूतावासात काम करणाऱ्या प्रसिद्धी अधिकाऱ्याला पाठवलेली ई-मेलच पाठवून दिली. त्या दोघींची टेबलं एकमेकांपासून फार अंतरावर नसतील, असं मला वाटलं.

मी दुपारी अमेरिकन दूतावासात फोन केला. मला परवानगी मिळायला काही दिवस लागू शकतील, असं प्रसिद्धी अधिकारी बाईनं सांगितलं. पण मी वॉशिंग्टनमधल्या कोणातरी आलतूफालतू अधिकाऱ्याकडून परवानगी मिळण्याची वाट बघत इथं काबूलमध्ये अडकून पडायला तयार नव्हतो. जलालाबादमध्ये गेल्यानंतर मला जे काही करायचं होतं त्यातला अफू निर्मूलन कार्यक्रमात सहभागी होणं, हा अगदी छोटा भाग होता.

"मी उद्या जलालाबादला जातोय," मी सांगितलं.

"जमणार नाही!" ती किंचाळली. दरवाजात असणाऱ्या कुत्रीनं अडवण्यासाठी भुंकावं तशी तिची ही भाषा मला आवडली नाही. मला प्रचंड संताप आला होता. पण मी जिभेला आवर घातला आणि स्वर नेहमीचाच ठेवला.

"मी उद्या जलालाबादला जाणार आहे. लिंडा, मी तुमच्या माणसांशी बोलू शकणार नसेन तरी काही हरकत नाही. मी जाणार आहे हे नक्की. तरीही मी तुमच्याकडून मिळणाऱ्या परवानगीची वाट बघेन."

त्या रात्री मी नेहमीप्रमाणे ड्रिंकसाठी बारमध्ये गेलो. अखेर एकदाचे काबूलमधून बाहेर पडणार या विचारानं मी खुशीत होतो. मी माझ्यासाठी काम करणारा दुभाषी शफी याला फोन करून सकाळी लवकर यायला सांगितलं. त्याच्यासाठी पाच दिवसाचं काम होतं. तो शंभर डॉलर घेईन म्हणाला होता. मी त्याच्याशी घासाघीस

करून त्याला दिवसाला सत्तर डॉलर इथवर आणलं. त्याला पाच दिवसात चांगली घसघशीत रक्कम मिळणार होती.

जायची तयारी म्हणून मी काही दिवस आधीच दाढी वाढवली होती. देशाच्या आतल्या भागांमध्ये प्रवास करताना परदेशी प्रवाशांनी कोणता पोशाख करावा याबद्दल मी उलटसुलट विचार वाचले होते. अफगाण लोकांनी परत एकदा माझ्याकडे वळून बघावं असं काहीही माझ्या एकूण पेहरावात नसावं इतका साधा विचार मी केला होता.

मला बारमध्ये एक अमेरिकन लेखक भेटला. मी त्याला अगोदर भेटलोही होतो. हा माणूस चांगला होता, पण त्या वेळी मादक द्रव्याच्या अमलाखाली होता. मला पाहून त्याला गंमत वाटली असावी.

"तू दाढी वाढवतो आहेस?"

मला क्षणभर मी भूमिगत होणार आहे वगैरे सांगून त्याच्या चेहऱ्यावरचं हास्य उडवून देण्याची इच्छा झाली; पण मी ती दडवली आणि फक्त खांदे उडवून हसलो, "होय... म्हणतात ना तुम्ही रोममध्ये असाल तर..."

हा अमेरिकन लेखक नुकताच हेरातहून परतला होता. तिथं त्याला एक अमेरिकन पत्रकार आणि तिला मदत करणारा मुस्तफा असे दोघे जण भेटले होते. मी त्या दोघांनाही ओळखत होतो. परदेशी पत्रकारांना मदत करण्याचं काम नसेल तेव्हा मुस्तफा 'इंटरनॅशनल वॉर अॅण्ड पीस रिपोर्टिंग' (आय.डब्ल्यू.पी.आर.) या गटासाठी लेखन करत असे. मी या लोकांच्या काही स्टोरीज इंटरनेटवर वाचल्या होत्या. मला त्यामधल्या काही आवडल्याही होत्या. हा गट जिथं काम करत होता तिथं म्हणजे लष्करगाहमध्ये जाऊन त्यांच्यात सामील होता येईल का याचा विचार मी करत होतो. मी काही फोन केले होते. अफगाणिस्तानात आय.डब्ल्यू.पी.आर. चालवणाऱ्या जीन मॅकेन्झीशी मी बोललो होतो. पण त्यामधून फारसं काही निष्पन्न झालं नव्हतं.

मला भेटलेल्या अमेरिकन लेखकानं सांगितलं की तिथं हेरातमध्ये त्यानं माझ्याबद्दलची चर्चा ऐकली होती. मला लष्करगाहला जायचं आहे हे ते म्हणत होते. मुस्तफा म्हणत होता की हेलमंद सुरक्षित नाही. त्याची तिथं जायची इच्छा नव्हती. मीदेखील तिथं जाऊ नये असा निरोप त्यानं या अमेरिकन लेखकाबरोबर पाठवला होता.

मी हे सगळं अगोदर अनुभवलं होतं. काळजी करण्याजोगी परिस्थिती आहे, हे मलादेखील कळत होतं. ते माझ्याबद्दल चर्चा करत होते याचा अर्थ काय ते माझ्या लक्षात आलं. *'हा मूर्ख माणूस उद्या ओलीस होणार बघा. मी सांगून ठेवतो...'* काहीही असलं तरी मी इथं अफगाणिस्तानात गंडामाक लॉज या विषयावरचं पुस्तक

लिहिण्यासाठी आलो नव्हतो. मला माझ्या सुरक्षेची काळजी घेऊन जमेल तेवढं फिरायलाच हवं होतं. मला आता त्याच्याशी आणखी बोलावंसं वाटेना. मी त्या अमेरिकन लेखकाचे आभार मानले आणि माझ्यासाठी बीअर आणायला तिथून निघालो.

रात्र जसजशी पुढे सरकू लागली तसतशी बारमधील गर्दी हळूहळू वाढत गेली. हा अफगाणिस्तानातला गर्दी असण्याचा मौसम होता. कुठेही जरादेखील खोल्या शिल्लक नव्हत्या. हिवाळ्यात बर्फ पडलं की लढाईचा जोर मंदावतो. हे बर्फ आता कमी होऊ लागल्यानं लढाईला पुन्हा एकदा नव्यानं प्रारंभ झाला होता. गंडामाकमध्ये नानातऱ्हेचे लोक मला भेटले होते. जुन्या वेस्टर्न सिनेमात सरहद्दीवरच्या गावातली सलून जशी दाखवतात तसंच काहीसं दृश्य मला या ठिकाणी वाटत होतं. एकूण पाहता मला परिस्थिती तशीच वाटत होती. देशात सगळीकडे कायदा आणि सुव्यवस्था अस्तित्वात नसल्यानं प्रचंड गोंधळ होता. तिथं जो संघर्ष सुरू होता त्यामधून पैसा कमावण्याच्या ज्या नाना संधी उपलब्ध होत्या, त्या पाहता कोणत्याही सरहद्दीवर जशी माणसं जमा होतात तशीच इथंही झाली होती. मिशनरी, भाडोत्री सैनिक आणि सर्व प्रकारचे भटके-लफंगे जमा झाले होते. हे शब्द माझे नाहीत. अफगाणिस्तानात दोन आठवडे मुक्काम करणारे कोणीही परदेशी हे शब्द सहज उच्चारतात. या तीन शब्दांमधले कोणते योग्य आहेत हा प्रश्नच नसून त्यातले कोणते शब्द अचूक वर्णन करतात एवढाच काय तो प्रश्न असू शकतो. माझ्या मते, भटके-लफंगे हे शब्द जास्त समर्पक ठरणारे होते.

बारमधल्या संभाषणांची गाडी नेहमीप्रमाणे त्या दिवशी रात्रीदेखील तालिबान आणि ओलीस या विषयांकडे वळली. अजमल नक्शबंदी या ओलिसाचा शिरच्छेद करण्यात आला असल्याची बातमी आली होती. या बातमीनं सगळ्या देशातील लोकांच्यात किती चीड आणि शोक या भावना उसळल्या होत्या हे मला तेव्हा नाही, पण नंतर कळलं. करझाईंनी या सगळ्या प्रकारात पूर्णपणानं शेपूट घातली होती. मास्त्रोजिआकोमो या इटालियन ओलिसाच्या सुटकेसाठी करझाईंनी इटालियन दबावापुढे मान झुकवली हे पाहून नाटो देशांमधल्या अनेक राजनैतिक मुत्सद्द्यांना चीड आली होती. ही सुटका झाल्यानंतर आपण आता आणखी वाटाघाटी करणार नाही असं करझाईंनी जाहीर केल्यानंतर लगेचच नक्शबंदी या अफगाण नागरिकाला ठार करण्यात आलं होतं. त्यामधून 'परदेशी नागरिकांना किंमत असून अफगाण नागरिकांना जराही किंमत नाही' असा संदेश जणू करझाईंनी जनतेला दिला होता.

मी बारमध्ये एका गटात गप्पा मारत बसलेलो असताना तिथं साधारण चाळिशीचा असणारा एक उंच माणूस आला. बर्गेननं त्याचं स्वागत केलं. मग ओळखपाळख झाली. त्याचं नाव जोन ली अॅन्डरसन. न्यूयॉर्कर या प्रसिद्ध वर्तमानपत्रासाठी

काम करणारा हा पत्रकार युद्ध पत्रकारितेत नावाजलेला असून तो त्या वेळी काबूलमध्ये आहे, हे मला माहीत होतं. तिथं एवढे पत्रकार जमलेले असल्यानं सगळे जण हा एवढा मोठा पत्रकार तिथं आला म्हणून खूश झाले होते.

बर्गेननं त्याच्यासाठी ड्रिंक मागवलं. बारपाशी बसून आम्ही गप्पा मारू लागलो. मला थोड्याच ओळखीनंतर हा माणूस आवडला. हा माणूस त्याच्या क्षेत्रात मोठा होता. पण तरीही मी काय करणार आहे यात त्यानं रस दाखवला. म्हणून मग आम्ही केवळ अफगाणिस्तानच नाही तर एकूणच मादक द्रव्यं या विषयावर भरपूर चर्चा केली. मला त्याच्या बोलण्यामधली ढब नेमकी कुठली ते ठरवता आलं नाही. त्याचे उच्चार काहीसे अमेरिकन आणि काहीसे आयरिश वाटत होते. तो सध्या कशावर लिहितोय हे मी त्याला विचारलं. त्यावर अजून काही ठरवलं नाही, पाहू, असं तो म्हणाला.

बारमधली गर्दी आता हळूहळू कमी होत गेली. आम्ही एक डझनभर लोक तेवढे उरलो होतो. ॲन्डरसनबरोबर कामासाठी आलेला अमेरिकन छायाचित्रकार उठला. त्यानं त्याचा लॅपटॉप उघडून तो बारमधल्या म्युझिक सिस्टीमला जोडला. तो आणि एक इंग्लिश वार्ताहर आयपॉड घ्यावा की नाही या विषयावर चर्चा करत होते. काही वेळानं तो इंग्लिश वार्ताहर उठला आणि त्यानं एक गाणं सुरू केलं. गाणं सुरू झाल्यानंतर त्यानं तिथं पडलेलं एक फ्रेंच लष्करी मॅगझीन उचललं आणि ते तो चाळू लागला.

"हे बघा... फ्रेंच काहीही करत नाहीत हे इथंही दिसतंय पहा." मग त्यानं बारमधल्या सर्वांसाठी त्याच्या खर्चानं ड्रम्बुई मागवली. सतत बीअर पिण्यापेक्षा हा बदल मला आवडला. मला तेव्हा किती वाजले आहेत याची जराही फिकीर वाटत नव्हती. किती का वाजेनात. मी काही तासांत जरी जलालाबादला जायला निघणार होतो, तरी काही हरकत नव्हती. मी गाडीत झोप काढू शकणार होतो.

स्टेलाचं म्हणणं बरोबरच होतं. ही जागा फार धोकादायक होती.

२

जलालाबाद

“मला अफगाणिस्तानात कंटाळा आला आहे,” शफी गाडी चालवताना म्हणाला. काबूलहून पूर्वेकडे असणाऱ्या जलालाबादला जाणाऱ्या मुख्य रस्त्यावरून आम्ही जात होतो. हा रस्ता पुढे खैबर खिंडीतून पेशावरकडे जातो. शफीला कंटाळा आला आहे हे ऐकून मला गंमत वाटली. नुकतीच वयाची तिशी पार केलेल्या शफीचं सारं आयुष्य युद्ध, दडपशाही आणि दहशतवादाच्या छायेतच गेलं होतं. हे सगळं चालू असतानाच त्याचं लग्न झालं होतं आणि त्यानं पाच पोरांना जन्माला घातलं होतं.

“आम्ही पाखरांप्रमाणे जगतो,” शफी अगदी साध्या आवाजात म्हणाला; पण त्यात एक प्रकारचा सुप्त बोचरा विनोद होता, “आम्ही काम करतो, खातो-पितो, झोपतो... आणि मग थडग्यात जातो... आम्हाला जो काही पैसा मिळेल तो मिळतो. आम्ही दिवसाचं काम संपवून झोपी जातो. दुसऱ्या दिवशी सकाळी उठून पुन्हा हेच सगळं करत राहतो. कशाचीही शाश्वती नसते. मला खरं तर इथून निसटायला आवडेल. पण काय करणार? मला काही पंख नाहीत.”

अफगाणिस्तानामधला हा सर्वांत वर्दळ असणारा रस्ता भूसुरुंग निकामी केल्यानंतर जसं दृश्य दिसतं तसा दिसत होता. आम्ही धुळीच्या ढगांमधून रांगत गेल्याप्रमाणे पुढे जात होतो. पुढे जाताना रस्त्यामधली विवरं चुकवण्याचा कसोशीनं प्रयत्न करत होतो. अर्थातच प्रवास सरळ रेषा सोडून इतर सर्व प्रकारे होत होता. मोठमोठे कार्गो

ट्रक भडक रंगांनी रंगवलेले दिसत होते. त्यांना जे खड्डे चुकवता येणं शक्यच नव्हतं त्यामधून ते गचके खात वाट काढताना दिसत होते. तसं करताना त्यांच्या बंपरला लावलेला विविध साखळ्यांचा आणि घंटांचा आवाज होत होता. इतर सर्व गाड्यांप्रमाणे शफीदेखील या खालच्या गिअरमध्ये रें रें करत चाललेल्या ट्रकना ओलांडून जायचा सतत प्रयत्न करत होता.

डांबरी रस्ता दिसणं दुर्मीळ होतं. अशाच एका ठिकाणी आलो असताना शफीनं आपण कुठं काम करत होतो ती जागा दाखवली. त्या ठिकाणी गाड्यांचा डीलर होता. मला रस्त्यावरून फक्त धुळीनं भरलेली भिंत आणि मातकट रंगाची एक पाटी तेवढी दिसली. शफीनं सांगितलं की तिथला बॉस दारुड्या आहे आणि त्याला ते काम जरादेखील आवडत नव्हतं. शफीला चांगलं काम मिळालं तर बरं वाटेल असा विचार माझ्या मनात आला. अफगाणिस्तानात काम मिळणं सोपं नव्हतं. इराणी दूतावास किंवा आय.एस.ए.एफ. समोर लागलेल्या लोकांच्या रांगा मी पाहिल्या होत्या. एखाद्या दिवसाचा रोजगार मिळावा म्हणून माणसं प्रयत्न करत असत. शफी त्या वेळी कामापासून दूर झाल्यानं खुशीत होता, कारण त्याला माझ्याबरोबर येण्यानं बऱ्यापैकी रक्कम मिळणार होती. आपल्याला घरी काहीतरी काम आहे असं त्यानं ऑफिसात कळवलं होतं. विशेषत: जलालाबादला जायला मिळणार म्हणून शफी जास्तच खूश होता. तिथं त्याला त्याच्या वडिलांना भेटता येणार होतं. शिवाय मी त्याच्याबरोबर असल्यानं तो अभिमानानं तिथं मिरवू शकणार होता. आमच्या या मोहिमेमुळे शफीच्या भविष्याबद्दलच्या विचारात काहीही बदल होणं अपेक्षित नव्हतं. मुळात आमच्यासमोरचं दृश्य जितकं धुरकट नि अंधूक होतं तितकंच शफीचं भवितव्यही धूसरच होतं.

"प्रत्येकाला आपल्या आयुष्यात आपण काहीतरी करावं असं वाटतं. आपलं आयुष्य आपल्याला आपल्या मनासारखं हवं असतं," शफी म्हणाला. पण आपल्याला आयुष्यात नेमकं काय करायचं आहे हे तो सांगू शकला नाही. त्यानं समोरच्या काचेमधून दिसणाऱ्या धुळीनं भरलेल्या दृश्याकडे बघत हात फिरवला, "हे काही खरं आयुष्य नाही."

आम्ही रस्त्यात स्पीड ब्रेकरचं काम करण्यासाठी बनवलेला अडथळा पार करत होतो. हा अडथळा म्हणजे रणगाड्याच्या चाकांखाली असणारा पट्टा होता. आम्ही हा स्पीड ब्रेकर जेमतेम पार केला असताना अचानक बाजूच्या धुरकट ढगामधून काही माणसं पुढे आली. हातवारे करून ती आम्हाला थांबण्याचा इशारा करत होती. त्यांनी तोंडावर मफलर गुंडाळलेले असून फक्त डोळे तेवढे उघडे होते. आमच्यासमोर असणारी गाडी बाजूला उभी राहत होती. शफीनंही गाडीचा वेग कमी केला. शफी हळूहळू पुढे जाताना पाहून एक जण एकदम गाडीच्या पुढे उडी मारून उभा राहिला.

त्याला गाडी पूर्ण थांबवायची होती; पण शफीनं गाडी तशीच चालू ठेवली. तो माणूस बॉनेटला वळसा घालून ड्रायव्हरच्या बाजूला आला. त्यानं दारावर टकटक केल्यानंतर शफीनं काच खाली केली. मग दोघं एकमेकांशी काहीतरी बोलले. मला ते नेमकं काय बोलत होते ते कळलं नाही; पण तो माणूस पैसे मागतोय हे माझ्या लक्षात आल्यावाचून राहिलं नाही. शफीनं सौम्य शब्दात त्याला नकार दिला. त्या माणसाच्या धमकीनं जरी शफी घाबरला असला तरी त्यानं ते दाखवलं मात्र नाही. तो शांतपणानं समोर बघत बोलत होता. अचानक त्यानं ॲक्सलरेटर जोरात दाबला. त्या धक्क्यानं त्या माणसाची दारावरची पकड निसटली. गाडी वेगानं पुढे उसळली. मला आता गोळीबार ऐकू येणार असं वाटलं; पण तसं काही झालं नाही. आम्ही तिथून निसटून पुढे गेलो.

"कोण लोक होते ते?"

"पोलीस."

"त्यांना काय हवं होतं?" मी विचारलं खरं. पण उत्तर मला माहीत होतं.

"पैसे... मी त्यांना म्हणालो की मी आत्ता काही देणार नाही. मी आजच या रस्त्यानं परतणार आहे. तेव्हा मी पैसे देईन,"

"ते पोलीस होते?"

"राष्ट्रीय लुटारू," शफी मान हलवत म्हणाला, "मला त्यांचा तिटकारा वाटतो. त्यांना जरी राष्ट्रीय पोलीस असं नाव असलं तरी आम्ही त्यांना राष्ट्रीय लुटारू म्हणतो."

आम्ही आता एका खिंडीपाशी आलो. दोन्ही बाजूंना खडकांच्या उंचच उंच भिंती होत्या. रस्ता आता काबूल नदीच्या काठाकाठानं वळसे घेत जात होता. नदीचं तांबूस करड्या रंगाचं पाणी खळखळत पुढे जात होतं. शफीच्या चालवण्यात फारशी सफाई नव्हती. ओव्हरटेक करण्यासाठी उतावळे झालेले ड्रायव्हर सतत मागून हॉर्न वाजवत होते. पोटात व्होडकाचे दोन पेग गेल्यानंतर पंधरा वर्षांची हूड पोरं जशी गाडी चालवतील तशीच गाडी अफगाण ड्रायव्हर मोकळ्या रस्त्यावर चालवतात. बऱ्याचदा अगदी अवघड वळणांवरदेखील गाड्या वेगानं ओव्हरटेक करून पुढे जाताना दिसत होत्या. समोरून येणाऱ्या गाड्यांची त्यांना फारशी फिकीर वाटत नव्हती. लाईट लावून इशारा दिला जायचा आणि मग समोरची गाडी बाजूला व्हायची. हे सगळं रोजचंच होतं. "लोक याचा परिणाम काय होईल याबद्दल विचार करत नाहीत." मी हे सगळं पाहून अविश्वासानं मान हलवत शिवी हासडलेली पाहून शफी म्हणाला, "डोक्यात विचार आला की तसं करायचं."

काही वेळा डोक्यात आलेला विचार शेवटचाच ठरत होता. जागोजागी बाजूला उलटून पडलेले ट्रक आणि धडकीत चेपून खलास झालेल्या गाड्या पाहून काय होतं

ते कळतच होतं.

आमचा प्रवास व्यवस्थित सुरू झाल्यानंतर आमचं संभाषण तालिबान आणि तालिबानच्या राजवटीमधील जीवन या विषयांकडे वळलं. दाढीची लांबी पुरेशी नाही म्हणून आपल्याला एकदा कोठडीची हवा खायला लागली होती, असं शफीनं सांगितलं. त्या वेळी तो शिक्षकाचं काम करत असे. एक दिवस त्याच्या एका तालिबानी विद्यार्थ्यानं त्याच्यासाठी एक चिठ्ठी ठेवली होती – 'शफी मोहम्मद, पगडी किंवा टोपी घातलीच पाहिजे असं पवित्र कुराणात लिहिलं आहे. तेव्हा जर...'

त्या पोरानं दिलेला त्रास आठवून शफीनं दातओठ खाल्ले.

"मला त्याच्याकडे दुर्लक्ष करावं असं वाटलं. पण कशाचीही खात्री देता येत नव्हती. म्हणून मी प्रार्थनेसाठी वापरतात ती टोपी घालू लागलो."

कुची या भटक्या जमातीचे लोक उन्हाळ्यासाठी पश्चिमेकडे जात होते. गाढवांवर आणि उंटांवर सामान लादून हे भटके लोक त्यांच्या शेळ्यामेंढ्या आणि कुत्री वगैरे लवाजमा घेऊन जाताना दिसले. काही ठिकाणी मला ट्रकच्या खाली शिरून दुरुस्ती करणारे ड्रायव्हर दिसले. ग्रीसमुळे त्यांचे हात आणि कपडे काळे झालेले होते. बाजूला इंजिनांचे अनेक भाग पडलेले पाहून त्यांचं इंजिनांचं ज्ञान किती आहे हे समजून येत होतं.

खिंडीचा भाग संपल्यानंतर आम्ही सपाटीवर आलो. तिथं एका चौकात एक पोरगा उसाची कांडकी विकत होता. खाऊन पाहायचं आहे का असं मला शफीनं विचारलं. मी थोडे पैसे त्या पोराच्या हातात ठेवून काही तुकडे विकत घेतले. शफीनं केलं त्याप्रमाणे मी उसाच्या कांडक्यात दात रुतवून चघळायला सुरुवात केली. शफीनं तोंडातून चोथा काढून तो गीअरपाशी टाकला. मी मात्र खिडकीतून बाहेर थुंकून टाकला. एकदोन तुकडे चघळल्यानंतर मी म्हणालो की, आता उरलेला ऊस शफीच्या जलालाबादच्या नातेवाइकांना देऊ या. माझ्या बोलण्यावर शफी हसला.

आकाश स्वच्छ असल्यानं उन्हाचा तडाखा जाणवत होता. दूर अंतरावर असणाऱ्या मोठ्या धरणाच्या पाण्यात मासेमारी करणाऱ्या होड्या ठिपक्यांप्रमाणे चमकत होत्या. त्याच्या पलीकडे असणाऱ्या पर्वत शिखरांवरचं बर्फ दिसत होतं.

आम्ही जेवण घेण्यासाठी नेहमीच्या वेळेपेक्षा लवकर जलालाबादजवळ दारुंता

कुची (Kuchis) - अफगाणिस्तानमध्ये असणाऱ्या लोदी, ककर, गिलझाई व अहमदझाई अशा अनेक भटक्या टोळ्यांना मिळून कुची हा शब्द वापरला जातो. या पर्शियन शब्दाचा अर्थ स्थलांतर करणे असा आहे. हे भटके लोक प्रामुख्याने मेंढपाळ आहेत. या टोळ्यांमधील काहींनी तालिबानला मदत केली असल्याने उत्तर भागातील ताजिक, उझबेक आणि हजारा या टोळ्यांना त्यांच्याबद्दल अविश्वास वाटतो.

नावाच्या एका छोट्या गावापाशी थांबलो. रस्त्याच्या कडेला असणाऱ्या एका खानावळीत शिरून आम्ही वरच्या मजल्यावर गेलो. तिथून धरण दिसत होतं. पाण्याच्या पलीकडे असणाऱ्या भागाकडे बोट दाखवून शफी म्हणाला की सुट्टी घालवण्यासाठी ओसामा बिन लादेननं तिथं घर घेतलं होतं. हे सांगण्याची पद्धत जराशी निराळी होती. ओसामानं तिथं दहशतवाद्यांना प्रशिक्षण देण्यासाठी एक तळ उभारला होता. आता मात्र दारुंता गाव तिथल्या माशांसाठी प्रसिद्ध झालं होतं. ते बरोबरच असावं. काही वेळातच आमच्यासमोर भरपूर मसाला लावून तळलेल्या माशांच्या मोठमोठ्या डिश आल्या. भरपेट जेवणानंतर आम्ही कोक पीत बाहेरच्या ट्रकच्या गोंगाटातच गप्पा मारत निवांत बसलो.

आम्ही पुन्हा प्रवासाला सुरुवात केल्यानंतर शफीच्या गप्पा सुरू झाल्या. त्यानं त्याच्याबरोबर काम केलेल्या एका पत्रकाराबद्दल सांगितलं. सतराव्या शतकातलं जीवन कसं होतं हे इथं कळतं म्हणून मला अफगाणिस्तान आवडतो, असं तो पत्रकार गमतीनं म्हणाला होता. मातीच्या भिंती असणारी घरं, गाढवांवर बसून जाणारे लोक आणि हातानं शेती करणारे शेतकरी पाहून त्याचं म्हणणं बरोबरच आहे, असा विचार माझ्या मनात आला. प्राचीन काळातल्या प्रसिद्ध रेशीममार्गाची एक शाखा इथंच होती. युरोप आणि चीनला जोडणाऱ्या या मार्गावर आम्ही साधारण मध्यावर होतो. हा प्राचीन मार्ग कोणत्याही एकाच कालखंडापुरता मर्यादित नव्हता. पायी प्रवास ते आताचा मोटारींचा प्रवास हे सगळं या मार्गावरून सतत होत गेल्यानं इथं वाहतुकीचा इतिहासच जिवंत झालेला दिसत होता. अशा या गर्दीच्या मार्गानं आम्ही जलालाबादमध्ये प्रवेश केला.

अफगाणिस्तानात हवामान प्रत्येक ठिकाणी वेगळं असल्यानं अफूचं पीक निरनिराळ्या वेळी तयार होतं. नेहमीप्रमाणे ननगरहार प्रांतातली अफू सर्वांत अगोदर तयार होणार होती. मला तिथं अगोदर जाऊन एकदोन खेडेगावात फिरून गावकऱ्यांचा विश्वास संपादन करायचा होता. त्यामुळे मला प्रत्यक्ष अफूच्या शेतांमध्ये जाणं सोपं ठरणार होतं. शिवाय या प्रांतात तालिबानचा उपद्रव फारसा नसल्यानं तिथं सुरुवात करणं योग्य वाटत होतं.

हा प्रांत फार पूर्वीपासून सर्व प्रकारच्या चोरट्या धंद्यांसाठी कुप्रसिद्ध होता. मादक द्रव्यंच नाही तर गाड्यांचे सुटे भाग, इलेक्ट्रॉनिक वस्तू आणि शस्त्रास्त्रं या सगळ्यांचा चोरटा व्यापार इथं चालत असे. तस्कर या अवैध धंद्यांसाठी जलालाबाद-पेशावर या रस्त्याचा वापर करत असत. याच रस्त्याचा फायदा घेऊन पश्तुन टोळ्या आपले उद्योग करत असत. ब्रिटिश काळात अफगाणिस्तान आणि भारत यांच्यामधली

सीमारेषा **'ड्युरंड रेषा'** म्हणून ओळखली जात असे. ही रेषा १८९३ मध्ये अस्तित्वात आली. या रेषेमुळे पश्तुन टोळ्या अफगाणिस्तानात आणि आताच्या पाकिस्तानात अशा विभागल्या गेल्या. पण सीमारेषा असली तरी अफूचा प्रवास मात्र थांबला नाही. माणसांच्या पाठीवरून, गाढवांच्या पाठीवर लादून किंवा वाहनं वापरून अफूची तस्करी सुरूच राहिली. १९७० नंतर तर ह्यात सतत वाढच होत राहिली. थोडंफार कमीजास्त प्रमाण झालं खरं, पण एकंदरीत सोव्हिएत आक्रमणाच्या काळात ही वाढ तशीच सुरू राहिली. इतकंच नाही तर सोव्हिएत फौजा माघारी गेल्या तरीदेखील किंवा नजीबुल्ला सरकारचा पाडाव व्हायच्या काळात आणि नंतरदेखील तालिबानच्या राजवटीत व तालिबानला हुसकावून दिल्यानंतरही ही वाढ तशीच सुरू होती.

हमीद करझाईनं २००१ मध्ये, अमेरिकेनं बॉम्बहल्ले करून तालिबानचा पाडाव सुरू केल्यापासून तात्पुरत्या सरकारचं प्रमुखपद भूषवलं होतं. करझाईची २००४ मध्ये अधिकृतरीत्या अध्यक्ष म्हणून निवड झाली. यानंतर अफगाणिस्तानात जे लोकशाही सरकार आलं त्या राजवटीचं रूपांतर अमली द्रव्यांवर अवलंबून असणाऱ्या राज्यात व्हायची वेळ आली होती. मादक द्रव्यांचा व्यापार करणाऱ्या माफियांनी अफगाणिस्तानातलं राजकारण, न्यायव्यवस्था, पोलीस यंत्रणा आणि प्रशासन यांवर जवळजवळ कब्जा मिळवला होता. अफूवर अर्थव्यवस्था चालत होती. अफूचा व्यापार अफगाणिस्तानच्या राष्ट्रीय उत्पन्नाच्या जवळजवळ दोनतृतीयांश एवढा प्रचंड झाला होता.

तालिबानची राजवट सुरू झाल्यानंतर अफूच्या उत्पादनात जी वाढ झाली ती जबरदस्त म्हणावी अशीच होती. २००७ मध्ये तर आजवर कधीही झालं नाही एवढं प्रचंड उत्पादन व्हायची शक्यता वर्तवली जात होती. अफूची लागवड होणारं क्षेत्र एक लाख ९३ हजार हेक्टर होतं. त्यात २००२ पासून तिपटीनं वाढ झाली

ड्युरंड रेषा (Durand Line) - अफगाणिस्तान आणि पाकिस्तान या दोन देशांमधल्या सीमारेषेला ड्युरंड रेषा असं म्हणतात. १८७८ मध्ये दुसऱ्या अँग्लो-अफगाण युद्धात पराभव झाल्यानंतर ब्रिटिशांनी १८९३ मध्ये सर मॉर्टिमर ड्युरंड (१८५०-१९२४) या परराष्ट्रखात्यामधील वजनदार अधिकाऱ्यास अफगाण नेत्यांशी समझोता करण्यासाठी पाठवले. सर ड्युरंडनी अफगाणिस्तानचा अमीर अब्दुर रहमानखान याच्याशी समझोता करून तत्कालीन ब्रिटिश-भारत व अफगाणिस्तान यांच्यामधली सीमारेषा निश्चित केली. या वेळेस अफगाणिस्तानचा दीर्घ काळ (१८१८ पर्यंत) भाग असणाऱ्या प्रदेशाचे विभाजन करण्यात आले. रशियन साम्राज्य आणि ब्रिटिश-भारत यांच्यात संभाव्य धक्का सहन करू शकणारा एखादा भाग असावा, या उद्देशानं ही रेषा आखली गेली होती. अनेक आंतरराष्ट्रीय नकाशांमध्ये जरी ही रेषा पाकिस्तान व अफगाणिस्तान यांच्यामधली सीमारेषा म्हणून दाखवली जात असली तरी ती अफगाणिस्तानला मान्य नाही.

होती. मादक द्रव्यं आणि तत्संबंधी गुन्हेगारी यांच्यावर लक्ष ठेवणाऱ्या संयुक्त राष्ट्रांच्या विभागाला यू.एन.ओ.डी.सी. म्हणतात. या विभागाच्या अंदाजानुसार हंगामाच्या अखेरीस ८२०० मेट्रिक टन अफूचं उत्पादन झालं होतं. याचा अर्थ असा की त्यामधून ८२० टन हेरॉईनचं उत्पादन होऊ शकत होतं. पन्नास टक्के शुद्धपणा गृहीत धरला तरी या मादक द्रव्याची किंमत १६५ अब्ज डॉलर होती. कारण एका ग्रॅमला १०० डॉलर एवढा भाव आंतरराष्ट्रीय बाजारात मिळतो. सन २००७ मध्ये जनरल इलेक्ट्रिक या जगातल्या चौथ्या क्रमांकाच्या मोठ्या कंपनीची उलाढाल १६३.३९ अब्ज डॉलर होती. याचा अर्थ असा की अफगाणिस्तानातल्या अफूच्या व्यवहाराची व्याप्ती फार प्रचंड होती. अर्थात १६५ अब्ज डॉलरची उलाढाल जगभर चालते, पण यू.एन.ओ.डी.सी.च्या अंदाजानुसार अफगाणिस्तानात अफूमुळे चार अब्ज डॉलरची उलाढाल होते आणि त्यामधले एक अब्ज डॉलर फक्त शेतकऱ्यांना मिळतात.

अलीकडच्या काळात नानगरहार प्रांताचा क्रमांक दुसरा लागतो. अफूच्या उत्पादनात पहिला क्रमांक हेलमंद प्रांताचा आहे. पण मी अफगाणिस्तानात जाण्याच्या आदल्या वर्षी ननगरहार प्रांताचं दुसरं स्थान गेलं होतं, कारण २००४ व २००५ मध्ये स्थानिक प्रशासकानं अफूच्या लागवडीवर दोन वर्षांसाठी बंदी घातली होती. उत्पादनात घट नेमकी कशी झाली ते मला माहीत नाही, पण झाली होती हे नक्की. परंतु आता माझ्या कानावर आलं होतं की ननगरहार प्रांत पुन्हा त्याचं वरचं स्थान मिळवण्यासाठी सज्ज झाला होता. हा प्रांत पुन्हा उसळी मारून वर येणार याचा अंदाज होताच. अफगाण रीसर्च ॲण्ड इव्हॅल्युएशन युनिट (ए.आर.इ.यू.) या संस्थेनं सन २००६ मध्ये एक अहवाल प्रसिद्ध केला होता. ननगरहार प्रांतामधल्या शेतकऱ्यांवर या बंदीचा विपरीत परिणाम कसा झाला आहे, याची तपशीलवार चिकित्सा त्यात करण्यात आली होती. परवानगी घेऊन अफूची लागवड केली तर त्यातून मिळणारं उत्पन्न एवढं तुटपुंजं होतं की निव्वळ अन्न मिळवण्यासाठी शेतकऱ्यांवर घरातलं किडूकमिडूक आणि जनावरं विकायची पाळी आली होती. जमिनी गहाण टाकणं आणि त्या विकून टाकणं अशा व्यवहारांमध्ये वाढ झाली होती. शेतकऱ्यांजवळची राखीव संपत्ती संपून गेल्यामुळे आता अफूच्या लागवडीत जबरदस्त वाढ होईल, असं या अहवालात म्हटलं होतं.

अफगाणिस्तानात जाण्याअगोदर तिथं अफूशिवाय आणखी काही पीक घ्यायला जागाच नसते, अशी माझी समजूत होती; पण प्रत्यक्षात त्या देशामधली चार टक्क्यांपेक्षा कमी जमीन अफूच्या लागवडीसाठी वापरली जाते. कसण्यायोग्य जमिनीचा एवढा कमी भाग अफूच्या शेतीच्या वापरला जात असला तरी मुख्य मुद्दा हा, की कोणत्या भागात किती जमीन अशी आहे, असा होता. हेलमंद प्रांतातली

कसण्यायोग्य ७० टक्के जमीन अफगाणिस्तानातल्या निम्म्या अफूचं उत्पादन करत होती. ननगरहार प्रांत आता उत्पादनात पुन्हा कशी आणि किती उसळी घेतो हे अद्याप कळायचं होतं; पण देशाच्या ज्या भागांत तुलनेनं जास्त शांतता होती, त्या ठिकाणी अफूवरची बंदी निरुपयोगी ठरावी ही खरोखरच चिंतेची बाब होती.

अफूच्या अफगाणिस्तानातील इतिहासाचा मागोवा घेणं ही अवघड गोष्ट आहे. पण कित्येक शतकं तिथं अफूची लागवड केली जाते, असं म्हटलं तर ते चुकीचं ठरणार नाही. इसवीसनपूर्व ३००० मध्ये अफूच्या लागवडीचे जे पुरावे मिळाले आहेत ते सारे अफगाणिस्तानला लागून असणाऱ्या इराकमधले आहेत. त्या काळात इराकचा बराचसा भाग हा मेसोपोटेमिया या नावानं ओळखला जात असे. आताच्या बगदाद आणि बसरा या शहरांदरम्यानच्या प्रदेशात सुमेर संस्कृती भरभराटीस आली होती. टायग्रीस आणि युफ्रेटीस या दोन नद्यांचा उपयोग करून त्यांनी भरपूर व्यापारउदीम करून समृद्धी मिळवली होती. त्यांना उपलब्ध असणाऱ्या मुख्य संसाधनाचा म्हणजे पाण्याचा सुयोग्य वापर करण्यासाठी त्यांनी धरणं बांधली आणि कालवे खोदले. या लोकांनी निव्वळ पोटापुरती शेती न करता ज्यामधून अतिरिक्त उत्पादन मिळेल अशी शेती विकसित केली. यामधूनच सार्वजनिक मालमत्तेचा आणि सामाजिक विविधतेचा उगम झाला. व्यापार आणि कारखान्यांमुळे तिथं जगामधली पहिली शहरं अस्तित्वात आली. अर्थात या सगळ्या समृद्धीत वेठबिगारांच्या कामांचा मोठा वाटा होता. समृद्धीसाठी मोठ्या प्रमाणात गुलामांच्या श्रमांचा उपयोग केला गेला होता. याच सुमेरियन लोकांनी जगात सर्वप्रथम नाणी वापरली आणि लेखनाची सुरुवात केली. याच ठिकाणी जगातली पहिली राजेशाही स्थापन झाली आणि न्यायव्यवस्था अस्तित्वात आली. या लोकांनी जगात सर्वांत अगोदर सोन्याचे दागदागिने तयार केले आणि कास्य वापरून अवजारं बनवली. ते कास्ययुग होतं. हे सगळं घडत असताना केव्हातरी त्यांना अफूच्या धुंदीचा शोध लागला.

सुमेरियन लोकांनी भाजक्या मातीच्या तुकड्यांवर त्यांच्या जीवनाची माहिती कोरून ठेवली आहे. हा जगातला पहिला लेखी दस्तऐवज आहे. त्यात अफूचा '*हुल गिल*' असा स्पष्ट उल्लेख आहे. या शब्दाचा अर्थ 'आनंदाचं झाड.' या तुकड्यांवर सुमेरियन लोकांनी पॉपीच्या बोंडांमधून स्रवणारा चिकट द्रव कसा गोळा करायचा याचं सविस्तर वर्णन कोरून ठेवलं आहे.

सुमेरमध्ये अफूचा उपयोग औषधासाठी आणि धुंदी आणण्यासाठी अशा दोन्ही कारणांसाठी केला जात असे. त्यांचं अफू वापरायचं ज्ञान नंतरच्या असीरियन,

बॅबिलोनियन, इजिप्शियन आणि ग्रीक संस्कृतीकडून हस्तांतर होत होत रोमनांपर्यंत येऊन पोहोचलं. रोमन काळात इजिप्त, क्रीट, ग्रीस आणि तुर्कस्तान एवढ्या विस्तृत प्रदेशांत अफूची लागवड केली जात असे. निरनिराळ्या रोगांवर उपचार करताना अफूचा विविध प्रकारे उपयोग खूप प्राचीन काळापासून केला जात होता. तसेच माणसाचा नाश करणाऱ्या अफूच्या व्यसन लागण्याच्या गुणधर्माची माहिती होती; पण विसाव्या शतकापर्यंत त्याचं कारण वैद्यकीय क्षेत्राला अज्ञातच होतं.

सम्राट अलेक्झांडरच्या स्वारीमुळे इसवीसनपूर्व ३०० नंतर लवकरच पर्शिया, अफगाणिस्तान आणि भारतीय उपखंडाला अफूची ओळख झाली, असं मानलं जातं. इसवीसन १००० पर्यंत संपूर्ण भारतात अफूचा वापर केला जात असला तरी शेजारच्या देशात म्हणजे आजच्या अफगाणिस्तानात मात्र तशी परिस्थिती नव्हती. मुघल साम्राज्य स्थापन करणारा पहिला मुघल सम्राट झाहिरुद्दीन मोहम्मद बाबर यानं त्याच्या काबूल ते दिल्ली या विजयी मोहिमेचं वर्णन लिहून ठेवलं आहे. अफूचा उपयोग अफगाणिस्तानात औषधासाठी केला जातो, याखेरीज त्यानं अफूबद्दल फारसं काही नमूद केलेलं नाही. जर अफूचं व्यसन अफगाणिस्तानात केलं जात असेल तर ते बाबराच्या नजरेतून सुटणं अशक्यप्राय मानायला हवं, कारण बाबराची निरीक्षणशक्ती फारच उत्कृष्ट होती. बाबरानं त्याच्या सैन्यासह अफगाण टोळ्यांशी भरपूर संघर्ष केला. त्याचा तिथं अफूशी संबंध फक्त एक औषध म्हणूनच आला. दाढदुखी थांबवण्यासाठी त्याला *मजौन* नावाचं अफू, फळं आणि मध यांचं मिश्रण असणारं औषध देण्यात आलं होतं.

युरोपमध्ये जो कालखंड अंधारयुग म्हणून ओळखला जातो त्या काळात म्हणजे इसवीसन ८०० ते १५०० या दरम्यान अफू जवळजवळ अस्तित्वात नव्हती. युरोपात धर्मसुधारणा म्हणून ओळखल्या जाणाऱ्या कालखंडापर्यंत म्हणजे १५०० ते १६०० या दरम्यान सुलतानी राजवटीनं भारतीय उपखंडात उत्पादन होणाऱ्या अफूच्या विक्रीवर जवळजवळ मक्तेदारी प्रस्थापित केली होती. आता आंतरराष्ट्रीय पातळीवर व्यापार करणाऱ्यांनी अफू पुन्हा एकदा युरोपात आणायला सुरुवात केली. त्यातून अफू, काही वनस्पती आणि वाईन यांचं मिश्रण करून *'लॉडनम'* नावाचं एक पेय बनवलं जाई. मुघल काळातील अफूच्या उत्पादन-विक्रीच्या रचनेचा फायदा पुढील काळात ब्रिटिश ईस्ट इंडिया कंपनीला झाला. चीनमध्ये अफूला वाढती मागणी असल्यानं ती पुरवण्यासाठी कंपनीला वेगळं काही करावं लागलं नाही. सन १७५० पर्यंत कंपनीनं पूर्व भारतात असणाऱ्या अफू लागवडीच्या भागांवर कब्जा केला होता; पण पश्चिमेकडे मात्र कंपनीला न जुमानणाऱ्या पश्तुन टोळ्यांचा विरोध पत्करूनदेखील तिथं अफूची लागवड कमी करण्याचा प्रयत्न कंपनी करत होती.

अफगाणिस्तानात अफूच्या लागवडीचं एक छोटं क्षेत्र तयार झालं होतं. इथं तयार झालेली अफू स्थानिक बाजाराची गरज भागवण्याएवढी होती. इराणमध्ये अफूच्या व्यसनी लोकांमुळे जी मागणी असायची ती बरीचशी स्थानिक पातळीवरच पुरवली जायची; पण जी काही कमतरता असेल ती भरून काढण्याइतपत अफूची निर्यात अफगाणिस्तानातून होत असे. प्रामुख्यानं अफगाणिस्तानात चरसाची आवड जास्त होती. अफूच्या उत्पादनाच्या बाबतीत अफगाणिस्तानची परिस्थिती अशी होती की सन १८०० या सुमारास जगातल्या दोन मोठ्या उत्पादक देशांमध्ये म्हणजे भारत आणि इराण यांच्यामध्ये असणारी कच्ची कडी होती.

विसाव्या शतकाच्या प्रारंभी इराणमध्ये दरवर्षी हजारो टन अफूचं उत्पादन होत असे. इराणमध्ये गरिबी, दैन्य आणि बेरोजगारी प्रचंड होती. या सर्वांतून तात्पुरती सुटका मिळावी म्हणून इराणमधल्या जवळजवळ सर्व वर्गांचे लोक अफूचा वापर करत असत. इराणमध्ये अफूच्या वापराचं दरडोई प्रमाण चीनच्या खालोखाल होतं. आंतरराष्ट्रीय पातळीवरील मागणीचा दबाव आणि अफूवरील प्रचंड कर हे असूनही इराण जणू एखाद्या कृष्णविवराप्रमाणे या भागात उत्पादन होणारी सगळी अफू हडप करून टाकत होता. इराणमधलं उत्पादन कमी झालं की अफगाणिस्तान आणि पाकिस्तानात तयार होणारी सगळीच्या सगळी अफू इराण संपवत असे. याखेरीज तुर्कस्तानमधूनही अफू इराणमध्ये आणली जायची. या भागातली अफूची व्यापारव्यवस्था एवढी मोठी असूनही मागणी-पुरवठा हे त्या क्षेत्रापुरतं मर्यादित होतं. अगदी १९७० नंतर तेहरान परिसरात हेरॉईनचं उत्पादन सुरू झालं तरी चित्र फारसं बदललं नव्हतं. १९४५ नंतर अफगाणिस्तानात अफूच्या लागवडीवर बंदी आली खरी, पण त्याचा फारसा फायदा मात्र झाला नाही. कारण सरकारची या बाबतीत फारशी सत्ता चालत नसे आणि शिवाय सरकारी यंत्रणेजवळ अफू उत्पादन थांबवण्यासाठी लागणारी इच्छाशक्ती नव्हती. अफगाणिस्तानात निर्माण होणाऱ्या अफूच्या प्रमाणात अनियमितपणा होता. १९३२ मध्ये अफगाणिस्तानातील अफूचं उत्पादन ७५ टन होतं, तर १९५६ मध्ये ते अवघं १२ टन होतं; पण १९७० पूर्वी अफगाणिस्तान जी काही अफू उत्पादन करत असे ती खऱ्या अर्थानं नगण्यच होती. पण आता अशा काही घटनांची मालिका सुरू झाली की त्यामुळे अफगाणिस्तान हे जगातलं अफूचं सर्वांत मोठं केंद्र बनलं.

आशियामधले अफूचे उत्पादन होणारे भाग तुर्कस्थानपासून लाओस म्हणजे जगाच्या जवळजवळ अर्ध्या भागाला व्यापणाऱ्या क्षेत्रात पसरले होते. साध्या मागणी-पुरवठा तत्त्वानुसार या भागांचा परस्परांशी संबंध होता. हेरॉईनचा व्यापार संपूर्ण जगभर पसरला असल्याने हे एकमेकांना जोडलेले भाग अफूच्या बंदीच्या बाबतीत विलक्षण प्रतिसाद देत असत. एखाद्या ठिकाणी अफूवर बंदी आली की तिथं

तात्पुरती घट व्हायची, पण लगेच दुसऱ्या भागात जोमानं उत्पादन सुरू व्हायचं. १९५५ मध्ये इराणनं अफूच्या लागवडीवर बंदी घातल्यावर अफगाणिस्तान, पाकिस्तान आणि तुर्कस्तानात अफूच्या उत्पादनात जबरदस्त वाढ झाली. १९६९ मध्ये इराणमधली ही बंदी उठली. आता पुन्हा इराणमध्ये अफूचं पीक डोलू लागल्यावर स्थानिक बाजाराला पुरणारी अफू इराणमध्येच तयार होऊ लागली. याचा परिणाम म्हणून शेजारी असणाऱ्या अफगाणिस्तानामधली अफू जागतिक पातळीवरील हेरॉईन बाजारपेठेत शिरायला प्रारंभ झाला.

तत्कालीन राष्ट्राध्यक्ष रिचर्ड निक्सन यांनी 'मादक द्रव्यांविरुद्ध युद्ध' जाहीर केलं. जी राष्ट्रं अफूचं उत्पादन करतात त्यांना मदत करताना अमेरिकेनं अटी घातल्या आणि या राष्ट्रांना मादक द्रव्यविरोधी प्रयत्न करायला लावले. १९७२ मध्ये तुर्कस्ताननं अमेरिकेच्या धोरणाला अनुसरून कारवाई केल्यानंतर त्या भागातून येणाऱ्या अफूला ओहोटी लागली; पण दरम्यान चीनच्या दक्षिण सीमेलगत असणारा लाओस, थायलंड आणि म्यानमार यांच्यामधला 'सुवर्ण त्रिकोण' म्हणून प्रसिद्ध असणारा भाग अफूच्या उत्पादनात आघाडीवर होता. इथल्या उत्पादनांचा दर्जादेखील जास्त चांगला होता. चिनी गुन्हेगारी टोळ्यांनी त्या भागात उभ्या केलेल्या प्रयोगशाळांच्या जाळ्यामधून उत्कृष्ट दर्जाचं हेरॉईन बाहेर पडत होतं. हे हेरॉईन त्या वेळी व्हिएतनाममध्ये लढणाऱ्या अमेरिकन फौजांकडून फस्त केलं जात असे. १९७०-८० या दशकाच्या अखेरीस सुवर्ण त्रिकोणाच्या भागात पावसानं ओढ दिल्यानं अफूच्या उत्पादनात घट झाली. ही घट लगोलग पाकिस्ताननं भरून काढली. त्या वेळी पाकिस्तानात अफू व निगडित उत्पादनं ही कायदेशीर होती. अफूच्या लागवडीवर आणि उत्पादनावर सरकारी नियंत्रण होतं आणि कारखानेदेखील सरकारच चालवत असे; पण नियंत्रण असूनही अफूच्या उत्पादनांवर समांतर काळी बाजारपेठ तयार झाली होतीच. पाकिस्तान-अफगाणिस्तान सीमारेषेवरच्या दुर्गम डोंगराळ भागात कितीतरी प्रयोगशाळा वेगानं उभ्या राहिल्या. या प्रयोगशाळांमधून प्रक्रिया करून बाहेर पडणारी मादक द्रव्यं बघताबघता अमेरिका आणि युरोपच्या रस्तोरस्ती विकली जाऊ लागली. एक मोठं जागतिक जाळं तयार झालं होतं. यामुळे अफगाणिस्तानातली अफू जगभरात पोहोचली.

इराणमध्ये इस्लामी क्रांती झाल्यानंतर म्हणजे १९७९ नंतर तिथं अफूवर बंदी आली. साहजिकच तिथलं उत्पादन कमी झाल्यानं आता अफगाणिस्तानातल्या अफूची मागणी वाढली. साधारण याच सुमारास पाकिस्ताननं अफूच्या लागवडीवर बंदी घातली. हा आदेश 'हाद वटहुकूम' या नावानं प्रसिद्ध आहे. १९८० नंतर खरोखरच पाकिस्तानातील अफूच्या उत्पादनात घट झाली. त्यामुळे सरहद्दीपाशी अफूवर प्रक्रिया करणाऱ्या प्रयोगशाळांना आता पाकिस्तानी अफूवर विसंबून राहणं

चालणार नव्हतं; पण त्यांना सरहद्दीच्या पलीकडचा म्हणजे अफगाणिस्तानामधला अफू लागवडीचा मोठा आणि नियमित स्वरूपाचा स्रोत मिळाला होता. या सगळ्याला चालना मिळायला कारणीभूत ठरलं ते अफगाणिस्तानवरचं सोव्हिएत आक्रमण. सोव्हिएत आक्रमण असं म्हणण्यापेक्षा अमेरिकेच्या सी.आय.ए. या यंत्रणेनं वेगानं दिलेलं अतिउत्साही प्रत्युत्तर हे कारण जास्त मोठं होतं, असं म्हणता येईल.

एप्रिल १९७८ मध्ये अफगाणिस्तानात राज्यक्रांती झाली. या राज्यक्रांतीला **'सौर राज्यक्रांती'** असं म्हणतात. या क्रांतीत अफगाणी साम्यवाद्यांनी सत्ता काबीज केली आणि तत्कालीन राष्ट्राध्यक्ष मोहम्मद दाऊदखान यांची हत्या केली. मग त्यांनी लेनिननं घालून दिलेला रक्तरंजित क्रांतीचा पाठ एवढा आत्मसात केला असल्याचं दाखवलं की त्यांचं क्रौर्य पाहून त्यांचे सोव्हिएत पाठीराखेही चकित झाले. अफगाणिस्तानात ही निरिश्वरवादी आणि आक्रमक राजवट स्थिर होण्याची शक्यता मात्र लगेचच मावळली, कारण पुढील वर्षी इराणमध्ये अनपेक्षित घटना घडल्या. अय्यातुल्ला खोमेनी या धर्मगुरूच्या नेतृत्वाखाली इराणमध्ये इस्लामी राज्यक्रांती झाली, ही घटना अभूतपूर्व होती. त्यामुळे जगभरातल्या मुस्लिमांना कोणत्याही विपरीत परिस्थितीचा मुकाबला करून आपला इस्लामी असण्याचा अभिमान जपता येतो, हे या उदाहरणामुळे कळलं. धर्मासाठी कडवटपणे आणि निर्धारानं लढण्यासाठी हे उदाहरण नवीन प्रेरणा ठरणारं होतं. सारांश असा की धर्मविरोधी असणाऱ्या अफगाण साम्यवाद्यांचं अस्तित्व सहन केलं जाणार नव्हतं. अफगाणिस्तानच्या पश्चिमेकडच्या हेरात या प्रांताचा पर्शियन संस्कृतीशी दीर्घ काळ जवळचा संबंध असल्यानं या प्रांतातही साम्यवादी राजवटीच्या विरोधाची भावना प्रबळ होती. मार्च १९७९ मध्ये सशस्त्र प्रतिकाराची पहिली ठिणगी हेरात शहरात पडली. कॅप्टन इस्माईल खान यानं उठावाचं नेतृत्व केलं. त्याचा हा उठाव जरी चिरडून टाकण्यात आला असला तरी गनिमी काव्याच्या मुस्लीम प्रतिकाराला सुरुवात झाली होती. यानंतरच मुजाहिद्दीन गटांचा उगम झाला. आता जिहादला सुरुवात झाली होती.

अफगाण बंडखोरांना अमेरिकेनं मदत द्यायला सुरुवात केली. आता अफगाणिस्तानातल्या साम्यवादी राजवटीला टिकवून ठेवण्यासाठी सोव्हिएत महासंघानं शर्थीचे प्रयत्न सुरू केले. आता एका नवीन पेचप्रसंगाची सुरुवात होणार होती. पर्शियन आखातामधल्या तेलसाठ्यांच्या जवळ सोव्हिएत फौजा आक्रमण करून

सौर राज्यक्रांती (Saur Revolution) - एप्रिल १९७८ रोजी पीपल्स डेमोक्रॅटिक पार्टी ऑफ अफगाणिस्तान या साम्यवादी पक्षानं मुहम्मद दाऊद खान राजवट उलथून टाकून आपलं सरकार स्थापन केलं. ही क्रांती पर्शियन कालगणनेनुसार वर्षाच्या दुसऱ्या महिन्यात म्हणजे सौर (Saur) महिन्यात झाल्यानं या क्रांतीला सौर राज्यक्रांती म्हणतात.

येतील, अशी भीती अमेरिकेला वाटत होती. अमेरिकेची अण्वस्त्रधारी क्षेपणास्त्र अगदी जवळच सज्ज असल्यानं तिथं **क्युबामधल्या पेचप्रसंगाची** पुनरावृत्ती होईल की काय, अशी भीती सोव्हिएत महासंघाला वाटू लागली. अचानक अफगाणिस्तानात तिसऱ्या महायुद्धाची सुरुवात व्हायची शक्यता दिसू लागली.

अफगाणिस्तानातल्या साम्यवादी पक्षात एकमेकांवर कुरघोडी करणारे अनेक गट होते. त्यांच्यामधल्या संघर्षानं आता मर्यादा ओलांडली. हफिजुल्ला अमीन यानं नूर मोहम्मद तराकी याच्याकडून सत्ता हस्तगत केली. यात नूर मोहम्मद तराकीचा बळी पडला. पण या बदलानंतरही अफगाणिस्तानातल्या साम्यवादी राजवटीचं भवितव्य फारसं चांगलं दिसत नव्हतंच. मुजाहिद्दिनांची वाढ मुंग्यांच्या वारुळांप्रमाणे वेगानं होतच राहिली. काबूलमध्ये सी.आय.ए. आणि के.जी.बी. यांची स्वत:ची मोठी हेरगिरी यंत्रणा असूनही दोन्ही महासत्तांना प्रतिस्पर्ध्याच्या पुढच्या खेळींचा नेमका अंदाज बांधता येत नव्हता. हफिजुल्ला अमीन याचे अमेरिकन गुप्तचर संघटनेशी गुप्त संबंध आहेत असा संशय के.जी.बी. प्रमुख असणाऱ्या युरी आंद्रोपोव याला होता. आता अफगाणिस्तानमधली साम्यवादी राजवट टिकवायची असेल तर अफगाणिस्तानात फौजा घुसवणं हा एकमेव मार्ग आहे, असं आंद्रोपोवनं सोव्हिएत राष्ट्रप्रमुख लिओनिद ब्रेझनेवला सांगितलं. या सल्ल्यानुसार १९७९ या वर्षाच्या अखेरीस सोव्हिएत फौजा अफगाणिस्तानात शिरल्या.

ब्रेझनेवचा हा निर्णय घिसाडघाईचा ठरला. व्हिएतनाममध्ये आपली जी नामुष्की झाली त्याचा बदला घेण्याची संधी कधी मिळते याची वाट पाहत बसलेल्या अमेरिकेला अचानक सुवर्णसंधी चालून आली. सोव्हिएत महासंघाला अफगाणिस्तानात डिवचल्यामुळे अमेरिकेच्या अपेक्षेनुसार सोव्हिएत फौजा तिथं शिरल्या. आता अमेरिकेनं व्हिएतनाममधल्या पराभवाचं उट्टं काढायची तयारी सुरू केली.

अफगाणिस्तानचा पूर्वेकडचा शेजारी असणाऱ्या पाकिस्तानचे १९५० पासून अमेरिकेशी उत्तम लष्करी संबंध होते; पण १९७४ मध्ये पाकिस्तानानं भारताच्या अणुस्फोटाला प्रत्युत्तर म्हणून अणुबॉम्ब बनवण्याचा जो कार्यक्रम सुरू केला,

---

क्युबन पेचप्रसंग (Cuban Crisis) - क्युबन पेचप्रसंग हा विसाव्या शतकातला सर्वांत गंभीर स्वरूपाचा राजकीय पेचप्रसंग होता. अमेरिका आणि सोव्हिएत महासंघामधील शीतयुद्ध परमोच्च बिंदूवर पोहोचले असून १९६१-६२ दरम्यान जग तिसऱ्या महायुद्धाच्या उंबरठ्यावर येऊन पोहोचले होते. दोन्ही बाजूंनी अत्यंत विध्वसंक अण्वस्त्रांनी सज्ज क्षेपणास्त्रे तैनात केली होती. या पेचप्रसंगाच्या मध्यस्थानी फिडेल कास्ट्रोची साम्यवादी राजवट होती. तथापि अमेरिकेचे राष्ट्राध्यक्ष जॉन एफ. केनेडी आणि सर्वोच्च सोव्हिएत नेते निकीता ख्रुश्चेव्ह यांच्यात समझोता होऊन मानवजातीचा विनाश होऊ शकणारं अणुयुद्ध टळले.

त्यानंतर हे संबंध काहीसे बिघडले. पण सोव्हिएत फौजा अफगाणिस्तानात शिरल्यानंतर मात्र यात फरक पडला. अमेरिकेनं पाकिस्तानला महत्त्वाचा लष्करी भागीदार म्हणून स्थान दिलं आणि मग ३.२ अब्ज डॉलरची मदत केली. अफगाणिस्तानातल्या छुप्या कारवायांसाठी पाकिस्ताननं सी.आय.ए.ला आपल्या भूमीवर तळ उभारू दिले. अमेरिकेच्याच निधीएवढा निधी सौदी अरेबिया पुरवत असल्याने या सगळ्या पैशातून सी.आय.ए.नं चीन, इजिप्त आणि इस्त्रायलकडून शस्त्रास्त्रांची खरेदी सुरू केली. हा सगळा निधी आणि शस्त्रास्त्रं पाकिस्तानी लष्कराची इंटर सर्व्हिसेस इंटेलिजन्स (आय.एस.आय.) ही संस्था वापरत होती. अफगाणी मुजाहिद्दिनांच्या कारवाया चालवण्यासाठी आय.एस.आय. त्यांना वाटेल त्या प्रकारे ही सगळी मदत वापरत होती. एकदा का निधी आणि शस्त्रं पाकिस्तानात पोहोचली की ती अमेरिकेच्या ताब्यातून जाणार हे उघड होतं. तसं घडणं अपेक्षितच होतं, कारण तांत्रिकदृष्ट्या त्यामुळे अमेरिकेचा मुजाहिद्दिनांशी काहीही संबंध येत नव्हता. स्वत: ट्रिगर न दाबता अशा प्रकारे सोव्हिएत महासंघावर गोळी चालवण्याचं हे अमेरिकेचं धोरण होतं. प्रत्यक्ष अफगाणिस्तानात न जाता तिथून सोव्हिएत फौजांना हुसकून लावण्यासाठी हे केलं जात होतं. शिवाय अफगाण बंडखोरांच्या हातात अमेरिकन बनावटीची शस्त्रं दिसत नसल्यानं सोव्हिएत महासंघ आंतरराष्ट्रीय पातळीवर काहीही तक्रार करू शकत नव्हता. प्रत्यक्षात स्वत: युद्धात न पडता तिसरं महायुद्ध टाळून सोव्हिएत महासंघाला नमवण्याची अमेरिकेची योजना ही अशी होती.

अफगाणिस्तानातल्या जिहादसाठी सुरू झालेल्या या शस्त्रपुरवठ्याचा परिणाम तिथं सुरुवातीपासूनच दिसू लागला होता. अफगाणिस्तानच्या ग्रामीण भागांत राजवट बळकट नसल्याचा फायदा घेऊन अनेक मुजाहिद्दीन नेत्यांनी अफूच्या लागवडीला प्रोत्साहन द्यायला सुरुवात केली. त्यासाठी त्यांना शेतकऱ्यांवर कुठलीही जबरदस्ती करावी लागली नाही. अफगाण लोकांना अफू म्हणजे काय आणि कठीण प्रसंगात तिचं मोल किती असतं, हे पक्कं माहीत होतं. अफगाणिस्तानही जमीन मशागतीला आणि पाण्याला प्रतिसाद देत असल्यानं तिथं अन्नधान्य आणि फळफळावळदेखील उत्तम होत असे; पण अफगाणिस्तानच्या बहुतेक भागात परिस्थिती खडतर असल्यानं जमिनीचा प्रत्यक्ष जगण्यासाठी उपयोग करणं ही फार कठीण गोष्ट होती. १९७०-८० या दशकाच्या प्रारंभी जो भयंकर दुष्काळ पडला त्या दुष्काळानं अफगाण लोकांची अक्षरश: भुकेकंगाल अवस्था झाली होती. सोव्हिएत महासंघानं आक्रमण करण्याआधीच्या काही वर्षांमध्ये या संकटाच्या काळात तिथं अफूच्या लागवडीत वाढ होत गेली. जिहाद सुरू झाल्यानंतर ही वाढ सुरू राहिली आणि अफगाणिस्तानातली बरीचशी अफू पाकिस्तानात जाऊ लागली.

अफगाण बंडखोरांना पुरवली जाणारी शस्त्रं पाकिस्तानच्या कराची या बंदरात

उतरवली जात असत. पाकिस्तानी लष्कराच्या पुरवठा विभागाला 'नॅशनल लॉजिस्टिक सेल' असं म्हणतात. या विभागाच्या ट्रकमधून ही शस्त्रास्त्रं अफगाणिस्तानात जायच्या दोन मार्गांपाशी म्हणजे पेशावर आणि क्वेट्टा या शहरांमध्ये पाठवली जात. ट्रकचे हे काफिले रिकामे परतत नसत. सरहद्दीपाशी पाकिस्तानात तयार झालेलं हेरॉईन या ट्रकमधून जागतिक बाजारात पाठवण्यासाठी कराचीला आणलं जायचं. पाकिस्तानी लष्कराच्या अधिकृत वाहनांमधूनच ही वाहतूक होत असल्यानं या हेरॉईनपर्यंत कोणाचेही हात पोहोचूच शकत नव्हते. अमली पदार्थांच्या प्रसाराला आळा घालण्याच्या आंतरराष्ट्रीय प्रयत्नांचा भाग म्हणून अमेरिकेच्या डी.ई.ए. (ड्रग एन्फोर्समेंट एजन्सी) या यंत्रणेनं इस्लामाबादमध्ये मोठं ऑफिस थाटलं होतं. पण या यंत्रणेचेही हात या हेरॉईनपर्यंत पोहोचू शकले नाहीत. अनेक टोळ्या या धंद्यात आहेत हे माहीत असूनही डी.ई.ए.ला पाकिस्तानात लक्षणीय असं काहीही करता आलं नाही. त्यांना सी.आय.ए.नं तसं करू दिलं नाही. सी.आय.ए.च्या दृष्टीनं अफगाणिस्तानात चाललेलं छुपं युद्ध जास्त महत्त्वाचं होतं. सी.आय.ए. ज्या लोकांना हे युद्ध चालवण्यासाठी मदत करत होती तेच लोक पाश्चिमात्य जगात हेरॉईन पाठवून लक्षावधी डॉलर कमवत होते, ही गोष्ट त्यांना माहीत होती; पण त्याकडे दुर्लक्ष करण्यात आलं. व्हिएतनाममध्ये ज्याप्रमाणे शीतयुद्धाच्या काळात साम्यवादाला प्रतिकार हा मुख्य खेळ होता, त्याप्रमाणे इथंही छुपं युद्ध सर्वांत जास्त महत्त्वाचं होतं. त्याच्यापुढे अमेरिकेच्या दृष्टीनं मादक द्रव्यविरोधी लढाई ही दुय्यम महत्त्वाची बाब होती.

फेब्रुवारी १९७९ मध्ये पाकिस्ताननं अफूच्या लागवडीवर बंदी जाहीर केली. त्याच वर्षी एप्रिल महिन्यात इराणनंही अफू उत्पादनांवर बंदी घातली. तरीदेखील पाकिस्तानच्या एन.डब्ल्यू.एफ.पी. म्हणजे वायव्य सरहद्द प्रांतात सुरू असणाऱ्या अवैध हेरॉईन कारखान्यांमुळे अफगाणिस्ताननं जगातला अफूचा सर्वांत मोठा उत्पादक बनणं, हे अगदी क्रमप्राप्तच होतं.

अफगाणिस्तानातील अफूच्या लागवडीवर नियंत्रण आणण्यासाठी अनेक संस्था काम करत होत्या. अमेरिकेचा अफू निर्मूलन कार्यक्रम हा त्याचा एक छोटा भाग होता. मला अमेरिकन दूतावासाकडून काहीच उत्तर अद्याप आलं नव्हतं. तरीदेखील या कार्यक्रमाच्या ऑफिसात सरळ जाऊन धडकलो. तिथं मी रशीद आणि त्याच्या इतर सहकाऱ्यांना भेटलो. त्यांनी मला मदत केली आणि भरपूर माहिती दिली खरी, पण आय.एन.ए.च्या परवानगीशिवाय ते मला त्यांच्याबरोबर न्यायला तयार नव्हते. अफूची लागवड करणारे चवताळले होते, कारण आता पीक हातात यायची वेळ

झाली होती. अलीकडच्या काळात निर्मूलनाचं काम करणाऱ्या काही पथकांवर गोळीबार झाला होता. एका वाहनावर बॉम्बहल्ला झाला होता आणि या सगळ्यात अनेक जण मृत्युमुखी पडले होते. साहजिकच आपल्याबरोबर एखादा माझ्यासारख्या अनधिकृत माणसाला नेऊन तो मृतांच्या यादीत सापडणं हे निर्मूलन कार्यक्रमातल्या कोणत्याही पथकाला परवडणारं नव्हतं.

तिथल्या तणावात भर पडण्याचं आणखी एक कारण होतं. काहीच आठवड्यांपूर्वी घडलेल्या एका प्रसंगामुळे, अफगाणिस्तानात वावरणाऱ्या परदेशी सैन्याच्या वागणुकीमुळे अफगाण लोकांच्यात संतापाची लाट उसळली होती. जलालाबादच्या पूर्वेला साधारण तीस किलोमीटरवर एका माणसानं मिनीव्हॅन वापरून आत्मघाती हल्ला केला होता. अमेरिकन मरीन ऑपरेशन्स स्पेशल फोर्सच्या सहा वाहनांच्या एका ताफ्यात या माणसानं मिनीव्हॅन घुसवून स्फोट घडवला होता. यात एक सैनिक जखमी झाला होता. याला प्रत्युत्तर म्हणून ताफ्यातील वाहनांवरच्या गनर्सनी गोळीबार केला. जलालाबादकडे माघारी पळताना त्यांनी सोळा किलोमीटरपर्यंत मशीनगनच्या ट्रिगरवरची बोटं काढली नव्हती. याचा परिणाम म्हणजे अनेक नागरी वाहनं छिन्नविछिन्न झाली आणि जागोजागी मृतांचा खच पडला. यात किमान बारा जण ठार आणि पंचवीस जखमी झाल्याचं सांगण्यात आलं. यानंतर जो गदारोळ झाला त्यामुळे मरीन स्पेशल ऑपरेशन्स फोर्सचं ते पथक तिथून हटवून देशाबाहेर पाठवण्यात आलं. या प्रसंगाला 'शिनवार हत्याकांड' या नावानं प्रसिद्धी मिळाली. पुढील काळात या शिनवार हत्याकांडात बळी पडलेल्या प्रत्येक मृताच्या कुटुंबाला २००० डॉलर भरपाई देण्यात आली.

संयुक्त राष्ट्रांच्या एका गेस्टहाऊसमध्ये मी खोली घेतली. तिथं मला पुस्तकी किडा वाटावा असा एक जण भेटला. त्याचं नाव टोनी. त्याचा आवाज किंचित कर्कश्श होता. हा माणूस सर्वसाधारणपणे मित्रत्वानं वागणारा असला तरी अधूनमधून चमत्कारिक वागत असे. तो ज्या व्यवसायात होता 'तो म्हणजे हेरगिरीचा', हे पाहता त्याचं हे वागणं मी समजू शकत होतो; पण अधूनमधून तो जी मैत्री दाखवायचा ती मला खटकायची. ही त्याच्या व्यवसायातलीच नवीन माहिती काढण्याची जुनी (हातखंडा) युक्ती तर तो वापरत नाही ना, असं मला अनेकदा वाटायचं. संयुक्त राष्ट्रांच्या अफगाणिस्तानातील एका संस्थेत टोनी काम करत असे. यू.एन.ए.एम.ए. म्हणजे 'युनायटेड नेशन्स असिस्टन्स मिशन इन अफगाणिस्तान' या संस्थेकडे देशाची राजकीय प्रगती आणि विकास साधण्यासाठी प्रयत्न करण्याची जबाबदारी होती. टोनीनं मला सांगितलं की मी तिथं अगदी योग्य वेळेत पोहोचलो आहे. त्याच्या संस्थेचं काम बघण्यासाठी त्यानं काही पत्रकारांची भेट प्रत्यक्ष कामाच्या जागी ठरवली होती. तो त्यांना घेऊन दुसऱ्याच दिवशी निघणार होता.

त्यानं मला त्याच्याबरोबर जाण्यासाठी आमंत्रण दिलं.

संध्याकाळी मी अर्धा डझन पाहुण्यांसोबत जेवण घेत होतो. यातले कोणत्या ना कोणत्या प्रकारे संयुक्त राष्ट्रांशी संबंधित काम करत होते. मी काहीशा नाखुशीनं त्या लोकांना मी अफगाणिस्तानात काय करतोय हे सांगितलं. हे सांगताना मी अमेरिकन अफू निर्मूलन कार्यक्रमाच्या एका पथकाबरोबर जाण्याचा विचार करतोय, असंही म्हणालो. माझ्या टेबलावर पलीकडच्या बाजूला पन्नाशीचा एक ऑस्ट्रेलियन माणूस बसला होता. हा धष्टपुष्ट शरीराचा माणूस लहानपण संपल्यानंतर कधीही हसला नसावा असं वाटत होतं. तो इंजिनिअर किंवा असाच काहीतरी होता. अफगाणिस्तानामधलं त्याचं वास्तव्य सुखावह नसावं, असं त्याच्याकडे बघून मला वाटलं.

"या उन्हाळ्यात मला इथं येऊन तीन वर्षं पूर्ण होतील. मग मी इथून निघणार." तो म्हणाला. इथं पैसा भरपूर मिळाला हे खरं. पण झालं ते पुष्कळ झालं, असं तो म्हणाला. त्याचं घर बाली बेटावर होतं आणि त्याला आता आपलं काम पुरे झालं असं वाटू लागलं होतं. अफू निर्मूलन कार्यक्रमातल्या पथकाबरोबर जाऊन काही शेतकऱ्यांच्या मुलाखती घेण्याची माझी कल्पना त्याला वेडगळपणाची वाटली.

"हमव्हीमधून तू गेलास तर तुला काहीच हाती लागणार नाही. ते शेतकरी तुझ्या जवळही फिरकणार नाही."

मी विचारात पडलो. हमव्हीमधून जाण्याबद्दल कोणीच माझ्याशी बोललं नव्हतं.

"माझ्याबरोबर आलास तर तुला थोडंफार तरी काही कळेल. म्हणजे तुला जिवंत राहून हे एवढं तरी साध्य करता येईल," टोनी मला म्हणाला.

खरंतर मी यानंतर माझं तोंड बंद ठेवायला हवं होतं; पण मी एक सलवार-कमीज विकत घेणार आहे, असं मी सांगितलं. "ते तुला एक मैलावरूनही टिपून काढतील," दांडगा ऑस्ट्रेलियन धारदार करड्या स्वरात म्हणाला, "नुसती चालण्याची ढब पाहून त्यांना परदेशी कोण ते ओळखता येतं." नंतर मी सामानात पिस्तूल वगैरे ठेवण्याचा विचार करतोय की काय असं वाटून त्यानं मला तसं न करण्याबद्दल सल्ला दिला. "तुझ्यासमोर हातात एके असणारे तीन तालिबानी आले समज, तर... एके म्हणजे तिघांत मिळून गोळ्यांच्या साठ फैरी... तुला वाचण्याची संधीच नाही समज."

अजूनही मला बोलणं थांबवावं हे कळलं नव्हतं. मी अद्याप वॉशिंग्टनहून परवानगी देण्याची वाट पाहतोय, असं मी बोलून गेलो.

यावर टेबलाजवळ बसलेल्या सर्वांचं एकमत झालं. "ते उगीच तुला तंगवत ठेवत आहेत." जणूकाही मला समजत नव्हतं असा त्यांचा आविर्भाव होता. आता

मात्र मी बोलणं पुढे वाढवलं नाही.

मी स्वत:वर चडफडत माझ्या खोलीत आलो. एखाद्या पोराला पहिल्या दिवशी शाळेत जाताना मनात जशी धाकधूक वाटते तसं काहीसं माझं झालं होतं. तिथली गुंतागुंतीची परिस्थिती पाहून मी दबून जात होतो. मला माझं आतलं मन सतत काहीतरी सांगत होतं आणि त्यातच मला कळण्याजोग्या गोष्टी फारच थोड्या होत्या.

पत्रकारांचा एक गट काबूलहून एका रशियन हेलिकॉप्टरनं आला. सैनिकांची वाहतूक करण्यासाठी वापरल्या जाणाऱ्या या जुन्या हेलिकॉप्टरला पांढरा रंग दिलेला होता आणि त्यावर निळ्या रंगात हे संयुक्त राष्ट्रांचं हेलिकॉप्टर आहे असं दर्शवणारी यू.एन. ही अक्षरं रंगवली होती. आम्ही सगळे जण चार लॅन्डक्रूझर्स गाड्यात बसलो. या गाड्याही संयुक्त राष्ट्रांच्याच होत्या. आमच्याबरोबर हिरव्या रंगाच्या तीन फोर्ड रेंजर गाड्या होत्या. त्यात आमच्या संरक्षणासाठी सशस्त्र जवान होते. या गाड्या आमच्या पुढे आणि मागे चालत होत्या. आम्ही रोदात जिल्ह्यात असणाऱ्या सरशाही कोट गावाकडे निघालो. या ठिकाणी आम्ही अफू निर्मूलनाचं काम कसं केलं जातं ते पाहणार होतो.

काही वेळ पूर्व दिशेला गेल्यानंतर आम्ही हमरस्ता सोडला आणि एका कच्च्या रस्त्याला लागलो. अलीकडच्या काळात झालेल्या पावसामुळे तिथल्या कमी उंचीच्या लाटांप्रमाणे भासणाऱ्या टेकाडांवर हिरवं गवत उगवलं होतं. डाव्या बाजूला मला एका जागी खूप मोठ्या आकारात बरेच चौकोन पाडलेले दिसले. पुनर्वसनासाठी ही जागा ठरवली होती. हमीद करझाईंनी अलीकडच्या काळात पाकिस्तानी अध्यक्ष परवेझ मुशर्रफ यांच्यावर टीका केली होती. तालिबानवर कठोर नियंत्रण ठेवण्याची क्षमता नाही किंवा त्या देशाला मुद्दाम तसं करायचं नाही, अशी टीका झाल्यानंतर मुशर्रफनी पाकिस्तानात आश्रयाला गेलेल्या अफगाण निर्वासितांच्या छावण्या बंद करण्याची धमकी दिली होती. तसं झालं तर त्यांचं कुठंतरी पुनर्वसन करावं लागणार होतं. त्यासाठी ही व्यवस्था केली होती. खरं तर अफगाणिस्तानात दहशतवादी कृत्ये करण्यासाठी पाकिस्तानच्या प्रदेशात त्या देशानं त्यांना तळ उभारू दिले आहेत, ही गोष्ट सगळ्यांनाच माहीत होती. आता फक्त ती उघडपणे बोलून दाखवली जात होती इतकंच. जर मुशर्रफनी धमकी दिल्याप्रमाणे खरोखरच निर्वासितांना बाहेर काढलं तर ननगरहार प्रांतात किमान दोन लाख निर्वासितांना सामावून घ्यावं लागणार होतं. सध्या मात्र मला त्या ठिकाणी काही कुची लोक दिसले. उन्हापासून बचाव व्हावा म्हणून ते त्यांच्या बसक्या गोल तंबूत बसले होते.

आम्ही सरशाही कोटमध्ये प्रवेश केला तेव्हा आता रस्ता बराच चांगला झाला होता. नजर जाईपर्यंत रस्त्याच्या दोन्ही बाजूंना पॉपीची शेतं पसरली होती. कंबरेपर्यंत उंचीच्या रोपांना आता फुलं आली होती. पांढऱ्या शुभ्र रंगाची फुलं वाऱ्यावर किंचित

हलल्यानं हलक्या लाटा येत असल्याचा भास होत होता. या पांढऱ्या रंगात अधूनमधून फिक्कट केशरी रंगाची छटा दिसत होती. शेतांमध्ये एखादा माणूस फिरताना कुठंकुठं दिसत होता, पण आम्ही गावाच्या मध्याकडे जात असताना मात्र रस्त्यावर बरेच गावकरी दिसू लागले. आम्ही येत असल्याचं त्यांना माहीत असल्यानं ते गावात जमा होत होते.

आमचा वेग आता कमी झाला होता. मला उजव्या बाजूला अफूचं एक शेत दिसलं. या शेतामधलं काही पीक नष्ट करण्यात आलं होतं. तिथं काही माणसं उभी होती. ती निवांतपणे हातातल्या काठ्यांनी रोपं झोडपून मग ती पायाखाली तुडवत होती. आमच्या गाड्या बघून त्यांनी आपण नीट काम करत असल्याचं दाखवण्यासाठी वेगानं हात चालवायला सुरुवात केली, पण ते मनापासून काम करत नाहीत हे स्पष्ट दिसत होतं. ते खरंच होतं कारण आमच्या गाड्या पुढे जाताच त्यांनी काम थांबवल्याचं मला दिसलं. केवळ आम्हाला दाखवण्यासाठी ते लोक तिथं आले होते आणि तेवढ्यापुरतंच अफूचं नुकसान करावं असाच त्यांचा बेत होता, हे उघड दिसत होतं.

आम्हाला तिथं काही औपचारिकता पूर्ण करायच्या होत्या. गावात एका इमारतीत दुसऱ्या मजल्यावर एका पत्रकार परिषदेचं आयोजन करण्यात आलं होतं. या वेळी जिल्ह्याचा प्रशासक आणि इतर काही जणांची भाषणं झाली. अफूविरोधी लढाईसाठी आपण वचनबद्ध असल्याचं त्या सर्वांनी सांगितलं, अफू हे वाईट पीक असून इतर पिकं चांगली आहेत. शेतकरी गरीब आहेत. त्यांना मदत मिळू शकते, पण या समस्येवर अगदी ताबडतोब काही होईल अशी अपेक्षा करता येणार नाही. पक्का बदल घडून येण्यासाठी काही वर्षे लागतील वगैरे. ही पत्रकार परिषद सुरू असताना मी मध्येच उठून बाल्कनीत गेलो. तिथून मला लांबपर्यंतचं दृश्य दिसत होतं. दूरवर शिखरांवर बर्फ असणारी स्पिनघर पर्वतांची रांग दिसली. बाल्कनीपासून हाताच्या अंतरापासून सुरू होणारी अफूची शेतं कित्येक मैलांपर्यंत पसरलेली दिसली. क्वचित कुठेतरी दुसऱ्या कोणत्यातरी पिकाचे पट्टे दिसत होते. त्या भागात पहिल्या पसंतीचं पीक कोणतं आहे हे न सांगताही कळत होतं.

अधिकृत कार्यक्रम संपल्यानंतर आम्ही हातात काठ्या घेऊन रोपं झोडपणाऱ्या लोकांपाशी गेलो. आता खरा शो सुरू व्हायची वेळ झाली होती. आम्ही तिथं झगझगणारे पाहुणे होतो. आम्ही व्यवस्थित जागी उभे राहिल्यानंतर त्या माणसांना काम सुरू करण्याची आज्ञा फर्मावण्यात आली. या खेपेस मात्र त्यांनी जोरजोरानं हात चालवायला सुरुवात केली. गावकरी शेताच्या बांधावर गर्दी करून उभे होते. त्यांच्यामध्ये कुजबुजत्या स्वरात चर्चा सुरू होती. पोलीस त्यांना सतत मागे रेटत होते. इतरांप्रमाणेच मी शेतात शिरलो आणि नष्ट होणाऱ्या अफूच्या शेताचे फोटो

काढायला सुरुवात केली. मी फोटो काढतोय हे पाहून अनेक जण काम करताना आपला फोटो यावा म्हणून धडपडत पुढे येऊन मला 'पोज' देत होते. अफूचं रोप हे तसं नाजूक असतं. त्याचा दांडा चटकन मोडतो. त्यामुळे तिथं बघताबघता दोन टेनिस कोर्टांच्या आकाराएवढा भाग साफ झाला. मी बांधापाशी उभे असलेल्या गावकऱ्यांकडे नजर टाकली. ते शांतपणे हे सगळं बघत उभे होते. त्यांच्यात जर काही नाराजी असेल तर ती मला जाणवली मात्र नाही.

मी शेतामधून बाहेर पडत असताना तिथं उभ्या असणाऱ्या एका माणसानं मला हलक्या स्वरात हटकलं. मग तो खूप हळू आवाजात म्हणाला, "त्यांना राग आला आहे; पण हे गरीब लोक काहीही करू शकत नाहीत." मी त्याला थांबायला सांगून माझा रेकॉर्डर बाहेर काढला. मी त्याला प्रश्न विचारणार होतो, एवढ्यात टोनीनं मला हाक मारली. आता निघायची वेळ झाली होती. तो सगळ्यांना तिथून बाहेर काढून गाड्यांमध्ये बसवत होता. मी त्या माणसाला त्याचं नाव विचारलं आणि मी त्याच्याशी बोलण्यासाठी परत येईन, असं त्याला सांगितलं. पण मी गाडीकडे परतलो आणि मग मला त्याचं नाव लक्षात राहिलं नाही हे जाणवलं. आम्ही तिथून निघालो तेव्हा लोकांनी दुसऱ्या शेतातलं पीक झोडपायला सुरुवात केली होती.

"मागच्या खेपेस त्यांनी जे शेत उद्ध्वस्त केलं होतं तेच हे होतं ना?" गाडीमधलं कोणीतरी म्हणालं. सगळे जण हसले. या शेतामधलं पीक हवं तितकं दाट नव्हतं. याचा अर्थ पूर्वी उद्ध्वस्त केलेल्या शेतातच पुन्हा नवीन वाढ झाली होती.

याचा अर्थ असा होता की मी जे पाहिलं तो एक बनाव होता. नंतर मी पाहिलेल्या अफू निर्मूलनाच्या प्रसंगाची उत्तम स्टोरी प्रसिद्ध झाली. त्याबरोबर अनेक फोटो आणि बऱ्याच जणांनी तेव्हा काय उद्गार काढले ते सगळं छापून आलं. प्रसिद्धी माध्यमांमध्ये बऱ्याच वेळा ज्या स्टोरी प्रसिद्ध होतात तशीच ही होती – पोकळ आणि निरर्थक.

तिथून मग आमचा गाड्यांचा ताफा एका ठिकाणाहून दुसऱ्या ठिकाणी जात राहिला. आम्ही एक रडतखडत चालणारा तेलाचा कारखाना पाहिला. एका ठिकाणी आम्ही तालिबानच्या काही लोकांना भेटलो. हे लोक प्रशासनानं जाहीर केलेल्या अभय योजनेला प्रतिसाद देऊन शरण आले होते.

आमच्यासाठी काही दुभाषी काम करत होते. मी त्यामधल्या एकाशी बोललो. आपण रोदातचेच आहोत आणि जर मला परत यायचं असेल तर तो मदत करायला तयार आहे, असं तो म्हणाला. त्याची गावात काही जणांशी ओळख होती. त्यामुळे त्याला मदत करताना अडचण येणार नव्हती; पण माझी ही कल्पना टोनीला मात्र तितकीशी आवडली नाही. "त्यांना तू अमेरिकन सरकारी हस्तक वाटशील. ते तुला

उडवून नदीत फेकून देतील.''

नंतर आम्ही एका बारमध्ये गेलो. तिथं दर गुरुवारी संध्याकाळी जलालाबादमधील परदेशी लोक जमा होत असत. मला पूर्वी ओझरता भेटलेला एक जण तिथं दिसला. तो डिनकॉर्प नावाच्या एका खासगी लष्करी कंपनीसाठी काम करत असे. आय.एन.एल.च्या लोकांची सुरक्षिततेसाठी या कंपनीवर भिस्त असायची. अफगाणिस्तानातल्या पोलिसांना प्रशिक्षण देण्यासाठीही याच कंपनीचा वापर केला जात असे. मी त्याच्याशी अगोदर बोलताना सहजच अफगाणिस्तानात काय करणार आहे ते सांगितलं होतं. त्या दिवशी तो दारू पिऊन चांगलाच झिंगलेल्या अवस्थेत होता. मी बारपाशी गेलो तेव्हा त्यानं माझ्यासाठी एक खुर्ची ओढली. मी खाली बसावं, पण आपण मात्र उभाच राहणार, असं तो म्हणाला. त्याचा सूर निमंत्रणाचा नसून मला हुकूम बजावण्याचा असल्यानं मी त्याला नकार दिला. पण त्याच्याबरोबरच्या इतरांनी मात्र स्नेहपूर्ण भावनेनं मला बसायला सांगितलं म्हणून मी बसलो. हे लोकही डिनकॉर्पचेच कर्मचारी होते. सुरक्षेची कंत्राटं घेणारे इतर जण मात्र भरपूर माल कमवत असताना आपल्याला वर्षाला फक्त ६० हजार डॉलर मिळतात म्हणून त्यांची कुरकुर चालू होती. आता तो माणूस माझ्या दिशेनं आला आणि त्यानं मला डोक्यानं टक्कर मारण्याचा पवित्रा घेतला. मी त्याची धडक चुकवण्यासाठी दोन्ही हात समोर धरले.

''ओह...'' असं म्हणत मागे सरकला, ''असं होय?''

मग तो पुन्हा माझ्याजवळ आला आणि माझ्या कानापाशी गुरगुरला, ''तुला पॉपीवर स्टोरी करायची आहे ना? मग तू चुकीच्या ठिकाणी आला आहेस.''

मी ताबडतोब तिथून उठून गेलो. नंतर मी बारमधून बाहेर पडत असताना तो मला परत दिसला. 'जाऊ दे. मनावर घ्यायचं नाही किंवा विसरून जाऊ' अशा अर्थानं मी त्याच्याकडे पाहून मान डोलावली. त्याच्या कपाळावरच्या आठ्या आणखीच जास्त झाल्या. त्यानं माझ्याकडे पाहून गळ्याजवळ हलकेच अंगठा फिरवला.

हे सगळं असं असलं तरी मी आता ननगरहारच्या अफूच्या मागावर पहिल्यांदाच 'स्वतंत्रपणानं' जायला निघालो होतो. जवळ बंदुका असलेले बरेच जण माझ्याबरोबर आहेत याचं मला बरंच वाटत होतं. मी मसूद नावाच्या एकाशी बोललो होतो. तो ननगरहारचा प्रशासक असणारा गुल आगा शेरझाईचा उजवा हात होता. या प्रांतातल्या अफू निर्मूलनाचं नेतृत्व तो करत होता. त्यानं मला त्याच्याबरोबर जाण्यासाठी आमंत्रण दिलं.

मी मसूदला राज्यपाल शेरझाईच्या निवासस्थानी भेटणार असं ठरलं होतं. पण त्या दिवशी राष्ट्राध्यक्ष हमीद करझाई जलालाबादमध्ये असल्यानं अनेक रस्ते बंद करण्यात आले होते. मी काही पोलिसांबरोबर गप्पा मारत सिगारेटचे झुरके घेत

रस्त्यात उभा होतो. आत्मघाती बॉम्बहल्ल्यासाठी आम्ही किती सहजसोपं लक्ष्य आहोत, हे माझ्या ध्यानात आलं.

मी सलवार-कमीज या वेषात होतो. हा मी जलालाबादमध्येच शिवून घेतला होता. शिंप्यानं माझी मापं घेऊन ती लिहून घेतली होती; पण मी हा सलवार-कमीज अंगावर चढवला तेव्हा त्यानं ही तसदी का घेतली असा विचार माझ्या मनात आला, कारण माझ्यासारखे सहा जण त्यात सहज मावले असते. सलवारमध्ये शिरणं म्हणजे एखाद्या तंबूतच शिरल्यासारखं होतं. पण कमरेच्या नाडीमुळे हा सगळा बोंगा सावरता आला. कमीज गुडघ्याच्या खाली येत होता. फक्त कॉलर आणि बाह्या मात्र अगदी मापात झाल्या होत्या.

मी मसूदची वाट बघत उभा असताना काही स्थानिक लोक माझ्याजवळ आले. ते रस्ते बंद आहेत त्यामुळे किती गैरसोय होते आहे अशा अर्थाचं काहीतरी बोलत असावेत. म्हणजे हा माझा कयास होता. मी फक्त खांदे उडवले. त्यावर ते पुढे गेले. पण मग नंतर मी काही जणांना 'मला कल्पना नाही' असं म्हणालो तेव्हा त्यांनी माझ्याकडे चमत्कारिकपणे पाहिलं. मग मी मला पश्तु बोलता येत नाही असं म्हणून माफी मागू लागलो तेव्हा एकदम एक जण दचकला. याचा अर्थ माझा हा वेष पुरेसा ठीक झाला होता. मी गर्दीत पटकन वेगळा ओळखून येण्यासारखा वाटत नव्हतो हे नक्की.

मसूद एका पोलीस गाडीतून तिथं आला. मी, शफी आणि इतर काही पोलीस असे अगोदर गच्च भरलेल्या गाडीत कोंबून बसलो. मग आम्ही शहरामधून बाहेर पडून पाकिस्तानच्या सरहद्दीच्या दिशेनं निघालो. आम्ही घनीखेल नावाच्या गावाकडे जातोय, असं मसूदनं सांगितलं. या ठिकाणी अमेरिकेच्या मरीन्स स्पेशल फोर्सनं जणू आग्यामोहळावर दगड मारला होता. हे गाव म्हणजे शिनवार जिल्ह्यामधली मुख्य व्यापारी पेठ होती. इथं अफू निर्मूलनाला विरोध झाला होता आणि त्यात काही जणांचा बळी गेला होता. जवळच्या खोगयानी जिल्ह्यामध्येही अफूच्या उत्पादनात खीळ घालू नये अशा अर्थाचा इशारा देण्यासाठी बॉम्बहल्ले झाले होते. अद्यापतरी शिनवार जिल्ह्यातील लोकांनी असं काही केलं नव्हतं. ते असं काही करणार नाहीत अशी आशा मी बाळगून होतो.

जलालाबादपासून तीस किलोमीटरवर आम्ही एका ठिकाणी थांबलो. इथं घनीखेल जिल्ह्याचा प्रशासक होता. सभोवताली उंच भिंती होत्या. तिथं तीसएक जण हातातल्या लाठ्या परजत इकडेतिकडे फिरत होते. त्यांची सतत पश्तु भाषेत बडबड सुरू होती. आम्ही तिथं पोहोचल्यावर ते पोलिसांच्या पिकअप गाड्यांमध्ये शिरून गेटमधून बाहेर निघून गेले. मला त्यांच्यामागे जावं असं वाटलं. मी तसं म्हणालोही; पण इतकी घाई करायची जरुरी नाही, असं शफी म्हणाला.

मला मग एका ठिकाणी बसण्यासाठी सांगण्यात आलं. तिथं काही गाद्या-उश्या ठेवलेल्या होत्या. त्या बैठकीवर बसून मला चहा पिण्याचं आमंत्रण देण्यात आलं. माझ्यासमोर लठ्ठ असा जिल्हा प्रशासक आरामात मागे रेलून बसला होता. मी त्याची मुलाखत घेण्याची तो वाट पाहत होता. अर्थात त्या वेळी मला तो जिल्हा प्रशासक आहे हे माहीत नव्हतं. फक्त तिथली एखादी वजनदार असामी असावी असा माझा अंदाज होता. मला उगीचच शेतकऱ्यांच्या बाजूनं बोलण्यासाठी पुढे आलेल्या कोणा इसमाशी बोलायची इच्छा नव्हती. म्हणून मी गप्पच राहिलो. शिवाय मी अजून अफगाण अफूचा सगळा व्यवहार नीट समजावून घेत होतो. अफगाणिस्तानबद्दल जे काही सगळं बोललं जात होतं किंवा लिहिलं जात होतं, त्या सगळ्यावरच मी विश्वास ठेवायला तयार नव्हतो. मला घाईघाईनं काहीही करायचं नव्हतं.

जिल्हा प्रशासकाच्या शेजारी जमातीमधले काही प्रौढ लोक बसले होते. त्यामधल्या एकाचा पोशाख अतिशय टापटीप होता. त्यानं फिक्कट पिवळ्या रंगाची सलवार-कमीज व त्यावर तशाच रंगाचा कोट असा वेष केला होता. त्याची दाढी फार नाही तरी जरा गडद रंगाची होती. त्यानं डोक्यावर करड्या रंगाची पगडी घातली होती आणि त्याचा गॉगल चांगलाच नवीन फॅशनचा दिसत होता. मी त्याची मुलाखत घ्यावी अशी त्याची अपेक्षा होती. मी पहिल्यांदाच अशा प्रकारे स्थानिक अफगाण माणसांमधल्या वजनदार व्यक्तींशी बोलत होतो. अफगाण समाजात वृद्ध किंवा वडील माणसं इतरांच्या वतीनंही बोलतात. तिथं हे नैसर्गिक मानलं जातं. पण कोणताही अधिकारी किंवा समाजात काही वजन असणारा माणूस हा कधीच सत्य सांगत नाही, अशी माझी फार पूर्वीपासूनची धारणा आहे. माझा हा अधिकाऱ्यांवरचा अविश्वास खरा ठरायला अनेक गोष्टी कारणीभूत होत्या. अफगाणिस्तानातले लोकच नाही तर त्या देशाबद्दल काही सांगणारे 'तज्ज्ञ' हेदेखील बऱ्याच गोष्टी दडवतात किंवा जाणूनबुजून त्या कळू नयेत असे प्रयत्न करतात, असा माझा अनुभव होता. त्यामुळेच मला माझ्या डोळ्यांनी सर्व काही नीट बघायचं होतं. त्या वेळी त्या लोकांना बरं वाटावं म्हणून माझा रेकॉर्डर बाहेर काढला. तसंच मी त्यांचे फोटोदेखील घेतले. फोटो घेताना ते अजिबात हसत नव्हते. तसं केलं तर आपला रुबाब कमी होईल असं काहीतरी त्यांना वाटत असावं. मी फोटो काढताना ते किंचित अवघडले होते.

जिल्हा प्रशासकाचा अंगरक्षक किंचित मोठा होता. त्याचे तल्लख पण कोरडे डोळे, तो खांद्यावर बाळगत असलेली एके-४७ रायफल वापरण्यात जराही हयगय करणारा नाही, हे स्पष्ट जाणवत होतं. त्यानं माझ्यासमोर एक छोटं टेबल ठेवलं. मग चहा आणि काही खाद्यपदार्थ आले. मी चहा घेतला. मला तिथला ग्रीन टी

आवडला असल्यानं तो अंगरक्षक माझा कप वारंवार भरत होता. तसं करताना मला त्यानं छातीपाशी लावलेले पट्टे दिसले. त्यात मॅगझीन गच्च भरली होती. मला माझ्या संरक्षणासाठी कोणी हवा असेल तर तो माणूस हा असा हवा, असं मला वाटलं.

मी 'मुलाखती' घेताना उद्धटपणानं वागलो असेन किंवा मी शफीला 'आपण निघायचं का?' असं विचारलं यात काही उद्धटपणा झाला असेल तर मला त्याच्याबद्दल खेद वाटतो; पण माझ्या पाश्चिमात्य दृष्टिकोनातून मी जरादेखील उद्धटपणा करत नव्हतो. माझ्या मते मी नम्रपणानंच वागत होतो. मी माझ्या मनातला उतावीळपणा दडवून वरकरणी माझं त्यांच्या बोलण्याकडे लक्ष आहे, असं दाखवत होतो. खेडेगावात प्रत्येक गोष्टीची एक वेगळी पद्धत असते. मी तिथं सन्माननीय पाहुणा होतो. अफूची शेतं प्रत्यक्ष पाहण्यासाठी कधी जायचं, हे माझं आदरातिथ्य करणाऱ्या स्थानिक माणसांना जास्त चांगलं कळत असणार, हे मी समजून घेणं आवश्यक होतं. पण माझा उतावीळपणा मला ताब्यात ठेवता आला नाही. मला तिथून जायचं होतं. बाहेर मसूद इतर काही जणांशी गप्पा मारत उभा असलेला दिसला. आपण आता बाहेर शेतांकडे जायला हवं होतं, असं असताना तो गप्पाटप्पात गुंगलेला पाहून मी शफीला त्याला निघायला सांग, असं म्हणालो. असं म्हणून मी एक प्रकारे माझ्या आदरातिथ्याची अतिशय वाईट पद्धतीनं परतफेड केली होती.

जरा वेळानंतर आम्ही तिथून बाहेर पडलो आणि नष्ट करण्यासाठी ज्या शेतांची निवड झाली होती तिकडे जाऊ लागलो. पाणी देण्यासाठी जे पाट काढले होते त्यांच्या बांधांनी शेतांची **जिरीबच्या** प्रमाणात विभागणी केलेली दिसली. तिथं बऱ्याच पायवाटादेखील होत्या. आम्हाला बघताच बांधापाशी उभे असणारे काही जण एका पायवाटेवर उभे राहिले. ते काही विशेष काम करत होते असं मात्र नाही. हात पाठीमागे बांधून ते निवांत रेंगाळताना दिसले. मोठ्या माणसांनी हाकलल्यानं पोरंटोरं जरा दूर अंतरावर उभी राहून बघत होती. दूर अंतरावर उघडेबोडके डोंगर दिसत होते. सगळीकडे हिरवीगार शेतं आणि अफूची पांढरी फुलं दिसत होती. ज्या फुलांच्या पाकळ्या गळून पडल्या होत्या ती रोपं आता कापणीसाठी सज्ज झाली होती, पीक या दृष्टीनं तयार झाली होती. अशाच एका शेतात काही माणसं शिरली.

त्या लोकांनी आता कामाला सुरुवात केली. रोपांमधून चालणाऱ्या माणसांच्या पायांचे आवाज आणि लाठ्या फिरवल्यानं होणारे सपासप असे आवाज ऐकू येऊ

जिरीब (Jerib) - जिरीब हे अफगाणिस्तानातील जमीन मोजणीसाठी वापरले जाणारे परिमाण असून एक जिरीब म्हणजे साधारण २००० चौरस मीटर जमीन होते.

लागले. पोलीस यात सामील झाले नव्हते. ते बंदुकांवर हात सज्ज ठेवून दूर अंतरावर उभे राहिले होते. हे सगळं सुरू असताना मी मसूदशी बोलू लागलो. तिशीच्या जवळ आलेला मसूद नव्या शिक्षित अफगाण तरुणांचा प्रतिनिधी होता. जर परिस्थिती चांगली झाली तर अफगाणिस्तानचं भवितव्य हीच तरुण पिढी घडवू शकणार होती.

मसूदनं मला सांगितलं की इतर कोणत्याही प्रांतापेक्षा या ठिकाणची परिस्थिती निराळी होती. ननगरहार प्रांतामधल्या लोकांना अफू नष्ट करायची सरकारी कल्पना पसंत होती. या प्रांतातून जास्तीतजास्त प्रमाणात अफू नष्ट करण्याची इच्छा होती, असं तो म्हणाला. अध्यक्ष, राज्यपाल आणि सरकारच्या हुकमांचं पालन करावं आणि 'घटनात्मक कायद्यांचं' पालन करावं यासाठी वृद्ध लोक आणि उलेमा (धर्मगुरू) प्रयत्नशील होते; पण अफगाणिस्तानातल्या कोणालाही अफूची लागवड बेकायदेशीर आहे हे कोणी सांगावं अशी परिस्थिती होती का? काहीही झालं तरी शेतकरी काही लहान पोरं नव्हती.

''गेल्या पाच वर्षांत राष्ट्राध्यक्ष करझाईंनी अफूविरुद्ध जणू जिहादच पुकारला असावा याची जाणीव सर्वांनाच आहे,'' मसूद म्हणाला, ''त्यांनी अफू बेकायदेशीर असल्याचं जाहीर केलं आहे. अफूची लागवड करू नका... पण काही जण अजूनही चुका करतात. त्यांनी लागवड सुरूच ठेवली आहे.''

''पण आता अफूचं पीक अगदी हाताशी आलं असताना ते नष्ट झालं म्हणून शेतकऱ्यांना वाईट वाटणार नाही का?''

''मी आणि राज्यपाल शेरझाई कंदाहारमधून दोन वर्षांपूर्वी इथं आलो. तेव्हापासून आम्ही लोकांशी संवाद साधून त्यांनी लागवड करू नये म्हणून प्रयत्न केले आहेत. आम्हाला थोडंफार यशही मिळालं आहे. मी प्रत्येक जिल्ह्यामधल्या प्रत्येक गावात जातो, तिथल्या जाणत्या वृद्ध माणसांशी आणि उलेमांशी बोलतो. अफू ही अफगाणिस्तानच्याच दृष्टीनं नाही तर एकूण जगाच्या दृष्टीनंही किती वाईट आहे, हे मी त्यांना समजावून देतो.''

हे सगळं ठीक होतं; पण राज्यपाल हे जे काही निर्मूलनाचं काम करत होता त्यासाठी त्याला आंतरराष्ट्रीय समुदायाकडून बक्षीस मिळत होतं. मसूदचा बॉस राज्यपाल गुल आगा शेरझाई ऊर्फ बुलडोझर याची ख्याती निराळीच होती. हातात सत्ता आणि पैसा आला की त्या दोन्हींचा वापर तो अगोदर स्वत:च्या वैयक्तिक फायद्यासाठी करतो, असं बोललं जात होतं. काही वर्षांपूर्वी त्यानं दक्षिण अफगाणिस्तानातल्या त्याच्या बरकझाई टोळीच्या प्रमुखपदावरून बापाला दूर करून ते पद हस्तगत केलं होतं. तालिबाननं १९९४ मध्ये कंदाहार जिंकून घेण्यापूर्वी हाच माणूस कंदाहारचा राज्यपाल होता. मुल्ला उमर आणि तालिबानची कडक न्यायव्यवस्था

लोकप्रिय होण्यासाठी याच माणसाची भ्रष्ट आणि एकांगी राजवट कारणीभूत होती. नॉर्दन अलायन्सनं काबूल जिंकल्यानंतर अमेरिकेच्या खास सैन्याच्या मदतीनं तो कंदाहारला गेला. आता त्याच्याकडे दुसऱ्यांदा राज्यपालपद आलं होतं. या काळात त्यानं हाजी बशीर नूरझाई याच्याशी उत्तम संबंध राखले होते. हा माणूस तालिबानला पैसा पुरवणारा मुख्य माणूस असून त्याचे मुल्ला उमर आणि ओसामा बिन लादेनशी जवळचे संबंध होते. **हाजी बशीर नूरझाई** हा अफगाणिस्तानातल्या नूरझाई या ताकदवान टोळीचा प्रमुख आणि अमली द्रव्यांच्या व्यापारातला एक अग्रणी पुढारी होता. अमेरिकेनं याला फितवून त्यानं अल्-कायदा आणि तालिबानच्या पुढाऱ्यांवर नजर ठेवून त्यांची माहिती देण्यासाठी त्याला राजी केलं. ए.बी.सी. या चॅनेलवरच्या २००२ मधील एका कार्यक्रमात हे उघड झालं की त्या बदल्यात अमेरिकेनं त्याचं अमली द्रव्यांच्या व्यापाराचं जाळं चालू ठेवायला मान्यता दिली होती. बशीर आणि त्याच्याबरोबर शेरझाईचीही भरभराट झाली. अमेरिकन लष्कर किंवा सी.आय.ए. या कोणाचंही काही न चालता त्यांचं साम्राज्य अबाधित होतं. या सगळ्याचा सारांश असा की याच शेरझाईच्या कारकिर्दीत दक्षिण अफगाणिस्तानात अफूची लागवड पूर्ण जोमानं केली जात होती.

'मी अफूची लागवड आणि हेरॉईनचं उत्पादन याच्याविरुद्ध प्रखर लढा देईन,' ए.बी.सी.च्या कार्यक्रमात शेरझाईनं मार्क कॉरकोरॉन या मुलाखत घेणाऱ्याच्या प्रश्नाला ठासून उत्तर दिलं होतं. त्यावर 'या माणसाचा इतिहास पाहता कोणी त्याच्याकडे गांभीर्यानं पाहणार नाही,' अशी टिप्पणी मार्क कॉरकोरॉननं केली होती; पण त्याचं हे म्हणणं चूक ठरलं.

दुर्दैवानं अमेरिकन अधिकाऱ्यांनी शेरझाईचं बोलणं खूपच गांभीर्यानं घेतलं असावं असं दिसतं. लोकांपर्यंत जाण्यासाठी म्हणून ते त्याच्याकडे बघत होते. शिवाय शेरझाई हा राष्ट्राध्यक्ष हमीद करझाईचा निकटचा साथीदार होता. राष्ट्राध्यक्ष करझाईनं या शेरझाई ऊर्फ बुलडोझरला कंदाहारच्या राज्यपालपदावरून हटवलं तेव्हा करझाईची राजवट जुलमी आहे अशा प्रकारची चौफेर टीका झाली होती. मग अमली द्रव्याच्या व्यापाराशी संबंध असणाऱ्यांनी करझाईंवर दबाव आणून शेरझाईची अगोदर 'खास सल्लागार' म्हणून आणि मग २००४ मध्ये कंदाहारचा राज्यपाल म्हणून नेमणूक करून घेतली. एक युद्धखोर नेता आणि मादक पदार्थांचा व्यापारी इथपासून आता शेरझाईनं राजकारणात वरचं स्थान प्राप्त केलं होतं. ननगरहार प्रांतातलं अफूचं अर्थकारण हाताबाहेर जाऊ नये म्हणून ब्रिटिश आणि अमेरिका त्याला

हाजी बशीर नूरझाई - याला पुढे २००९ मध्ये अमेरिकेच्या न्यायालयात मादक द्रव्यांच्या तस्करीबद्दल जन्मठेप झाली.

पैसा पुरवत होते. पण तो दोघांशीही खेळत होता अशी माझी पक्की समजूत झाली.

शेरझाईच्या हातात जबरदस्त ताकद होती हे नक्कीच. काही वेळा अशी 'वजनदार' माणसं आपल्या बाजूला असावी लागतात हेदेखील खरंच. मी आणि मसूद त्या वेळी शिनवारी भागात होतो. अगदी आत्तापर्यंत हा भाग म्हणजे अफगाणिस्तानातली अफूची सर्वांत मोठी बाजारपेठ होती. स्थानिक पश्तुन टोळ्यांच्या तस्करीमधून घनीखेल या गावातल्या अफू बाजाराची भरभराट झाली होती; पण आता आमच्यासमोर लोक काठ्यांनी अफूचं पीक झोडपून नष्ट करत होते. त्याविरुद्ध कोणी चकार शब्दही काढत नव्हतं. शेरझाईचं तिथं जबरदस्त वजन होतं यात काहीच शंका नाही.

''शिनवारी ही ननगरहार प्रांतामधली सर्वांत मोठी जमात आहे,'' मसूद सांगत होता, ''त्यांच्या अफूचं पीक नष्ट केलं जाणं ही घटना यापूर्वी कधीही घडलेली नाही. याचा अर्थ आता हळूहळू बदल घडू लागला आहे. हळूहळू का होईना पण लोकांनाही आता काळ बदलतोय याची जाणीव झाली आहे. गेली तीस वर्षे आम्ही फक्त लढत आणि लढतच होतो. यात दहा लाखांपेक्षा जास्त अफगाण लोक ठार झाले. पण आता आमची स्वत:ची राज्यघटना, आमची संसद आणि आमचाच राष्ट्राध्यक्ष आहे. कोणतीही गोष्ट नष्ट करायला वेळ लागत नाही, पण ती गोष्ट पुन्हा निर्माण करणं किती अवघड असतं, हे आम्हा अफगाण लोकांपेक्षा जास्त कोणालाही माहीत असणार नाही. पण आम्हाला वेळ हवा आहे. एका रात्रीत कधीही बदल होत नाही. लोक कसे आहेत ते आम्ही जाणतो. लोक खरोखरच गरीब आहेत. त्यांचे खायचे वांधे आहेत. आज त्यांच्याकडे काहीही नाही. पण ते बदलेल. आम्ही या लोकांपेक्षा वेगळे नाही. आम्हीही अफगाणच आहोत. आम्ही सगळे एकत्र आहोत.''

मसूदचं हे सगळं बोलणं ठीकच होतं. पण त्याचे लोक पहिल्यांदाच शिनवारींच्या भागातलं अफूचं पीक नष्ट करत होते, हे मात्र खरं नव्हतं. तालिबाननं या भागात या अगोदर अफू निर्मूलनाचा प्रयत्न केला होता. २०००-२००१ दरम्यान अफूच्या उत्पादनात घटही झाली होती. पण आत्ता जे होत होतं, तसंच पूर्वीही झालं होतं. विकासासाठी योग्य ते प्रयत्न न झाल्यानं सगळं पुन्हा मूळ पदावर आलं होतं. कर्जाच्या विळख्यात अडकल्यानं गरीब शेतकऱ्यांना जगण्यासाठी एकच पर्याय उपलब्ध होता आणि तो म्हणजे अफू.

मी मसूदला तसं म्हणालोही, की शेतकऱ्यांना इतर काही पर्यायच नसणार. त्यावर मसूद म्हणाला, ''नाही, तसं नाही. हेच लोक गरीब आहेत असं काही नाही. यांच्यापेक्षाही गरीब असूनही अफगाणिस्तानात इतर कितीतरी लोक अफू पिकवत नाहीत.'' मसूद पुढे सांगू लागला, ''सरकारचे शत्रू या शेतकऱ्यांना अफू लागवडीला प्रोत्साहन देण्यासाठी कोणत्याही मार्गाचा अवलंब करतात. हे लोक अफूचं पीक का

घेतलं जातं याबद्दल नाना प्रकारची स्पष्टीकरणं देतात. पण काहीही झालं तरी अफूची लागवड बेकायदेशीरच आहे. अफगाणिस्तानात बहुसंख्य लोक अशिक्षित आहेत. अफू किती घातक आहे हे त्यांना समजत नाही; पण इस्लामनुसार अफू *हराम* आहे. आमचं पवित्र कुराण आणि पैगंबरही सांगतात की अफू वापरू नये. अफू आणि इतरही मादक पदार्थ *हराम* (प्रतिबंधित) आहेत.''

या लोकांसाठी, विशेषत: घनीखेलमधल्या लोकांसाठी राज्यपाल काय करत आहे, हे मी मसूदला विचारलं.

''आम्ही त्यांना कसलंही वचन देत नाही किंवा त्यांच्याबरोबर सौदा करत नाही. आम्ही तुमची अफू नष्ट करतो आहोत आणि या बदल्यात तुम्ही हे घ्या, असलं काही आम्ही करत नाही.''

''म्हणजे हा एक प्रकारे त्यांना शिकवायचा प्रयत्न आहे?''

''बरोबर. आम्ही आमच्या कामासाठी आंतरराष्ट्रीय समुदायाची मदत मागितली. ते ती देत आहेत. पी.आर.टी. मदत देत आहे खरी. पण ती पुरेशी नाही.''

''म्हणजे तुम्हाला बरोबर सशस्त्र पोलीस आणावे लागत असणार.''

''नाही. आम्ही तितका फौजफाटा आणलेला नाही हे तुम्ही स्वत:च पाहू शकता. लोक आम्हाला पाठिंबा देत आहेत हे तुम्हीच बघा. आम्ही त्यांची अफू नष्ट करतोय; पण आम्ही तसं का करतोय हे त्यांना समजतंय. आम्ही आमच्या या मातृभूमीसाठी हे करतोय हे कळत असल्यानं आमचा देश पुढे जावा म्हणून ते त्यांच्या अफूच्या लागवडीचा त्याग करायला तयार झाले आहेत.''

''मला तर ते दु:खी दिसत आहेत.''

''ते तसं आहेच. त्यांना वाईट वाटतंय. पण त्यांनी काही प्रतिक्रिया दिलेली नाही. ते जरी दु:खी दिसत असले तरी त्यांना दुसरीकडे आनंदही वाटतोय. या अफूमुळे आमचा देश बदनाम झाला आहे. आमचे अफगाण लोक बेकायदेशीर असूनही अफू पिकवतात. अफू पिकवणं इस्लामच्या विरोधी आहे. म्हणून मग आम्ही लोकांना तसं सांगतोय. आम्ही देवाकडे प्रार्थना करतोय : देवा, आमच्यावरचा हा डाग जाऊ दे. आम्ही मुस्लीम आहोत. आम्ही इस्लामचा न्याय मानणारे आहोत. आम्ही आता आमची घटना बनवली आहे. आता आम्हीच घटना बनवली आहे, तेव्हा ती पाळलीच पाहिजे.''

मसूद ज्या घटनेबद्दल बोलत होता ती अफगाण लोकांनी तयार केलेली नव्हती. या घटनेबद्दल इथल्या शेतकऱ्यांना काय वाटत असावं याबद्दल माझ्या मनात शंका होती. सर्वांना घटना आणि कायदे नीट समजत होते असं मसूद ठासून सांगत असला, तरी काही जण ते मोडत होते हे तितकंच खरं होतं.

''लोक सगळ्या प्रकारचे असतात,'' मसूद म्हणाला. ''आपल्या हाताची बोटं

कशी निरनिराळी असतात, तसंच.''

स्थानिक लोकांनी आमच्यासाठी जेवण बनवलं होतं. अफू नष्ट केलेल्या शेताच्या जवळच एका झाडाखाली मोठं घोंगडं अंथरण्यात आलं होतं. त्यावर काही जण मोठ्या भांड्यांमध्ये अन्न आणि रोटी वगैरे ठेवत होते. आम्ही तिकडे जात असताना एक तरुण पोरगा बघ्यांच्या गर्दीमधून बाहेर पडून समोर आला. तो हुंदके देत रडत होता. शफीनं मला सांगितलं की ज्या शेतामधली अफू नष्ट केली होती त्याचा काही भाग या पोराच्या मालकीचा होता. आपल्या शेतामधलं पीक का नष्ट केलं असं तो विचारत होता. त्याला बाप नव्हता, त्यामुळे कुटुंबप्रमुख म्हणून त्याची जबाबदारी होती. आपल्या कुटुंबाचं पालनपोषण करण्यासाठी त्याच्याकडे काहीच उरलं नव्हतं. एक माणूस त्याच्याजवळ आला. त्यानं त्या पोराच्या खांद्यावर हात ठेवला आणि हलक्या स्वरात त्याला हे रडणंभेकणं बंद करायला सांगितलं.

मला बाजूच्या एका शेतामध्ये काही मुलंमुली शिरताना दिसली. ते शेतात फिरून फुलांवर हात मारताना दिसले. मी त्यांच्याजवळ गेलो. तिथं तीन मुली होत्या. त्यांनी प्रिंटेड कापडाचे सलवार-कमीज हे पोशाख केले होते. तोंडावर रंगीत शाली असल्या तरी त्यांचे चेहरे बरेचसे दिसत होते. एक जण बुजरी असावी. तिनं एकदा माझ्याकडे बघितलं आणि मग मान खाली घालून ती पुढे जात राहिली. इतर दोघींत मात्र जास्त आत्मविश्वास असावा. हिरव्या रंगाचा पोशाख केलेली ही मुलगी तिच्या खांद्याच्या उंचीपर्यंत आलेल्या फुलांच्या पाकळ्या हातानं पाडत चालली होती. ती तिच्या या कामात चांगलीच गुंग झाली होती. मध्येच तिच्या डोक्यावरची शाल खाली पडायची, किंवा ती एखाद्या रोपात अडकायची. मग ती शाल सोडवून घेत अतिशय रुबाबदारपणे पुन्हा खांद्यावर टाकून काम चालू ठेवायची. पोरं मात्र जणू किडे पकडावेत अशा प्रकारे पाकळ्या खाली पाडत होती. ही मुलं काही स्वत:हून तसं करत नव्हती. त्यांना मोठ्या माणसांनी मुद्दाम हे काम दिलं होतं. अफूचं निर्मूलन करणारे लोक त्या भागात आले होते, म्हणून आता मोठ्या माणसांनी अफूच्या पिकाच्या बाबतीत निसर्गावर अवलंबून न राहायचं नाही, असं ठरवलं होतं. जमेल तितक्या लवकर जे काही हाती लागेल ते मिळवावं अशी त्यांची धडपड होती. पाकळ्या गळून पडल्या की काही दिवसांनी अफूचं पीक तयार होतं, म्हणूनच आता ही पोरं पाकळ्या पाडून त्या प्रक्रियेला वेग देत होती.

काही महत्त्वाची माणसं, ज्यात आमचाही समावेश होता, जेवायला बसली. मी रोटीचा तुकडा मोडला, त्यात भाजी घेतली आणि घास घेतला. आम्ही पाणीदार दहीदेखील घेतलं. मसूद काहीही सांगत असला तरी इथले लोक नक्कीच जे काही

घडत होतं त्याबद्दल खूश असणं शक्य नव्हतं; पण त्यांच्या मनात अधिकाऱ्यांबद्दल जी काही संतापाची भावना असेल ती असो, तरीदेखील आपल्या पाहुण्यांनी भरपेट जेवावं हा त्यांचा रीतीरिवाज ते पाळत होते.

मी शफीला बरोबर न घेता रोदातला परतलो. त्याला नोकरीसाठी मुलाखत द्यायची असल्यानं त्याला काबूलला जावं लागलं. म्हणून मग मी एका डॉक्टरला बोलावलं. कोणीतरी मला दुभाष्या म्हणून या डॉक्टरचं नाव सुचवलं होतं. शफी जलालाबादमध्येच असताना मला या माणसाशी बोलून सगळं काही ठरवावं लागलं. ही गोष्ट मला अडचणीत टाकणारी होती. तो इथं नाही म्हणून मला दुसऱ्या कोणाचीतरी मदत घ्यावी लागणार हे मी शफीला सांगताच त्यानं माझ्यावर प्रश्नांचा भडीमार केला : कोण आहे तो? त्याचं नाव काय? तो मूळचा कुठला आहे? तो काय काम करतो? त्याच्याशी भेट कशी आणि कुठं झाली? त्याची शिफारस कोणी केली? वगैरे. उत्तरादाखल मी शफीला फारच थोड्या गोष्टी सांगितल्या. त्याला जास्त काळजी वाटू नये असा माझा उद्देश होता. मी दुसऱ्या माणसाची मदत घेऊ नये असं त्याला वाटणं स्वाभाविकच होतं.

मी डॉ. शम्स या नवीन दुभाष्याशी बोलत असताना शफीचा फोन आला. आपण तिथं आलोय आणि वाट पाहत थांबलोय असं शफी म्हणाला, तेव्हा मला जरासा वैताग आला. मला खरं तर उगीचच तेव्हा अपराधी वाटलं. मी प्रत्यक्षात योग्य ते व्यवहारीपणानंच वागत असूनही शफीनं मला मनोमन अपराधी वाटायला लावलं म्हणून मला त्याचा जरा रागही आला. शफी आणि त्या माणसाची भेट होऊ नये असा विचार मी केला. मी डॉ. शम्सला पुढच्या गेटपाशी निरोप देत असताना देखभाल करणाऱ्याच्या क्वार्टर्समधून शफी बाहेर पडला. शफीला डॉ. शम्स ओझरता दिसला असणार, कारण नेहमीप्रमाणे एकमेकांची चौकशी झाल्यानंतर शफीनं 'तो माणूस कोण होता?' असं विचारलं.

ठेंगण्या आणि गरगरीत देहयष्टीचा डॉ. शम्सचा चेहरा रुंद व प्रसन्न होता. त्यानं नीटनेटकी दाढी राखली होती. मी त्याला दररोज पन्नास डॉलरची ऑफर दिली होती. "हे पुरेसे नाहीत. मला दररोज हॉस्पिटलमध्ये शंभर मिळू शकतात," असं डॉ. शम्स म्हणाला. माझ्याकडे फारसा वेळ नव्हता आणि इतर पर्यायही कमी होते. त्यामुळे मी त्याचं म्हणणं मान्य केलं.

मी जरी डॉ. शम्सच्या म्हणण्याप्रमाणे दररोज शंभर डॉलर द्यायचं मान्य केलं असलं तरी आम्ही ज्या सकाळी रोदातला जायला निघालो त्या दिवशी तो गाडी न घेता हजर झाला होता.

"गाडी कुठं आहे?"

"म्हणजे? गाडी हवी होती की काय?"

मला वाटलं होतं की मी एकटाच रोदातला जाणार आहे हे त्याला मी सांगितल्यावर मला गाडी लागणार हे त्याला कळलं असावं, असं मी गृहीत धरून चाललो होतो.

"नाहीतर आपण रोदातला कसे जाणार?"

"मला वाटलं की तुमच्याकडे गाडी आहे," डॉ. शम्स म्हणाला. "बरं, मी माझ्या भावाला फोन करतो. माझी गाडी त्याच्याजवळ आहे."

डॉ. शम्सचं त्याच्या भावाशी बोलणं झाल्यानंतर तो तिथून गेला आणि जरा वेळानं कोरोला गाडी घेऊन परत आला.

"उत्तम. चला आता निघू या," मी म्हणालो आणि गाडीत बसलो. डॉ. शम्स माझ्याकडे वळून म्हणाला, "आपल्याबरोबर कोणी रक्षक नाही?"

मी मग डॉ. शम्सला सांगितलं, "मी आणखी एकाशी बोलून ठरवलं आहे. गुल नावाचा एक जण आपल्याला बाजारात भेटेल; पण आपल्याला रक्षकाची जरुरी असल्याचं कोणीच बोललं नाही."

डॉ. शम्सचा चेहरा निर्विकार होता, पण तरीही त्यात काळजीची हलकी छटा होतीच.

"आपण बरोबर रक्षक घ्यायला हवा." डॉ. शम्स म्हणाला.

"पण डॉ. शम्स माझ्याजवळ कोणी रक्षक नाही. मी आता तो कुठून मिळवू?"

"मी मिळवून देऊ शकतो."

"त्यासाठी किती खर्च येईल?"

"एकाला वीस डॉलर."

वीस डॉलर! मी त्यापेक्षा नोटा हवेत उडवल्या तर काय वाईट, असा विचार माझ्या मनात आला. मी घासाघीस करायचा प्रयत्न केला, "वीस डॉलर? डॉ. शम्स, खरंच वीस डॉलर लागतील?"

"होय. तेवढे लागतातच."

"ठीक आहे. आपण घेऊ या."

"किती हवेत?"

किती हवेत? "एक जण," मी म्हणालो.

डॉ. शम्स जाऊन परत आल्यावर गाडीत बसलो आणि मागच्या सीटवर बसलेल्या एका दाढीवाल्या पोलिसाला 'हॅलो' असं म्हणालो. त्यानं छान हसून मला प्रतिसाद दिला.

"तो तुम्हाला ओळखतो असं म्हणतोय," डॉ. शम्स म्हणाला.

"ते कसं काय?"

"तो म्हणतोय की तुम्हाला तो घनीखेलमध्ये भेटलाय."

मी पुन्हा त्या पोलिसाकडे निरखून पाहिलं. तो स्नेहपूर्ण नजरेनं माझ्याकडे पाहून मान डोलावत होता. आता मला आठवलं. अफूच्या शेतांचा विध्वंस करायला आम्ही तिथं गेलो तेव्हा तो तिथं होता. जणू कोणत्यातरी जुन्या अपमानाचा बदला घ्यावा त्याप्रमाणे तो अफूच्या रोपांना झोडपत होता म्हणून तो माझ्या लक्षात राहिला होता. या वेळी त्याचा मूड छान दिसला. आम्ही रोदातच्या दिशेनं जाऊ लागल्यावर त्यानं रेडिओचा आवाज वाढवायला सांगितला आणि मग गाण्यांच्या तालावर तोदेखील गाऊ लागला.

आम्ही जात असताना डॉ. शम्सनी सांगितलं की आता लवकरच त्याच्या हॉस्पिटलमध्ये या हंगामामधले सुरुवातीचे बळी यायला सुरुवात होईल. दरवर्षी अफू तयार व्हायच्या सुमारास अफूमुळे होणाऱ्या आत्महत्या सुरू होतात. घरामध्ये नवीन अफू मोठ्या प्रमाणात आली की मुली आणि बायका संधी साधून अफू घेऊन आपलं भयंकर जीवन संपवण्याचा प्रयत्न करतात. डॉ. शम्सच्या हॉस्पिटलमध्ये किमान वीस तरी अशा केसेस येतात, असं त्यानं सांगितलं. या बायकामुली बेशुद्ध अवस्थेत दवाखान्यात येतात, कारण अफू सेवन केल्याची चिन्हं दिसू लागल्यावर त्यांना दवाखान्याकडे नेलं जातं. शिवाय रस्त्यांची परिस्थिती वाईट असल्यानं आणखीनच उशीर होतो.

या बायकामुलींचं जीवन एवढं निराशाजनक होण्यामागे अनेक कारणं आहेत, असं डॉ. शम्सनी सांगितलं. घरात होणारी मारझोड, घरगुती भांडणं, लादलेली लग्नं ही कारणं सर्वांत जास्त प्रमाणात याला कारणीभूत ठरतात. काही प्रसंगी आपलं कर्ज फेडण्यासाठी बापांनीच मुलींना विकून टाकलेलं असतं. पन्नाशी उलटून गेलेल्या बुरसटलेल्या माणसाची आपण मालमत्ता झालो आहोत हे पाहून तरुण मुलींच्या कोमल भावविश्वाचा चुराडा होतो. काही जण कर्जाची परतफेड करण्यासाठी इराण किंवा दुबईत रोजगारासाठी जातात. मग वर्षानुवर्षे नवरा घरी नसल्यानं एकाकी पडलेल्या बायकांचं आयुष्य वैफल्यग्रस्त होऊन जातं. जर अशांपैकी कोणी हॉस्पिटलपर्यंत पोहोचल्या तर आपण त्यामधल्या बहुतेक जणींना वाचवण्यात यशस्वी होतो, असं डॉ. शम्सनी सांगितलं. अर्थात तिथवर किती जणी पोहोचत असतील कोण जाणे!

मी मागच्या खेपेस गेलो होतो त्यापेक्षा गाव जास्त शांत भासलं. अगदी अरुंद गल्ल्यांच्या चौकांमध्ये बाजार होता. गल्ल्यांच्या दोन्ही बाजूंना एकमेकांना खेटून दुकानं थाटलेली होती. तिथं गेल्यावर डॉ. शम्सनी गुलची चौकशी केली. कोणीतरी आम्हाला त्याचं दुकान कुठे आहे हे दाखवलं.

गुलचं दुकान सर्व काही विक्रीला ठेवणारं दिसलं. तिथं लाकडी ट्रेमध्ये

भाजीपाला होता. शिवाय मिठाईच्या बरण्या, धान्याची पोती आणि बॅटरी वगैरे कितीतरी इतर वस्तूही गच्च भरल्या होत्या. आम्ही तिथं पोहोचलो तेव्हा गुल तिथं नव्हता; पण तो तिकडेच यायला निघाला असल्याचं कळलं. आम्ही तिथं आल्याची बातमी बघताबघता बाजारात पसरली असावी. कारण तिथं काही पोरं आणि तरुण जमा झाले होते. आता काहीतरी घडणार याची उत्सुकता त्यांच्या चेहऱ्यांवर दिसत होती.

गुल आला. आम्ही एकमेकांची औपचारिक खुशाली विचारली. सडपातळ बांध्याचा गुल तिशी उलटलेला तरुण असावा, असं मला वाटलं; पण ते तसं नसण्याची शक्यता होती. अफगाणिस्तानातल्या खडतर परिस्थितीत जीवन घालवणाऱ्या कोणाही माणसाचं नेमकं वय किती याचा अंदाज बांधणं ही फार अवघड गोष्ट आहे. उन्हामुळे गुलचा चेहरा तांबूस-तपकिरी झाला होता. तो हसला तेव्हा त्याच्या डोळ्यांजवळ काही घड्या पडलेल्या मला दिसल्या. तो कदाचित पंचेचाळीस वयाचाही असण्याची शक्यता होती.

मला काही शेतकऱ्यांची मुलाखत घ्यायची आहे, असं मी गुलला सांगताच त्यानं जराही आढेवेढे न घेता काही जणांशी बोलायला सुरुवात केली. त्याचं बोलून होताच ती माणसं तिथून निघून गेली. पुढच्या पंधरा मिनिटांनंतर मी अफूच्या शेतांजवळ एका बिछायतीवर बसलो होतो. माझ्यासमोर दहा शेतकरी बसले होते आणि आजूबाजूला काही जण बसले होते. मधल्या जागांमध्ये पोरं दाटीवाटीनं बसून बघत होती. माझ्यासमोर एका चटईवर चहा ठेवलेला होता. तिथलं एकूण वातावरण आनंदी आणि प्रसन्न होतं. सगळ्यांच्या मनात उत्सुकता दाटून आली होती. शेजारी बसलेला माझा रक्षक तल्लखपणानं इकडेतिकडे पाहत होता.

अचानक माझ्या लक्षात आलं की अफगाणिस्तानात पाय ठेवल्यापासून पहिल्यांदाच माझ्या मनावर ताण आलेला नव्हता. त्या वेळी अफगाणिस्तानातल्या अफूच्या शेतांमध्ये सर्वस्वी अनोळखी शेतकऱ्यांमध्ये मी बसलेला असूनही मी निवांत आहे ही गोष्ट माझी मलाच चमत्कारिक वाटली. लोकांनी मला ज्या निरनिराळ्या सूचना केल्या होत्या त्यांच्याकडे मी लक्ष दिलं नाही हे बरंच झालं. नाहीतर मी आता काबूलमध्ये हॉटेलच्या खोलीतच बसलेला असतो, असा विचार माझ्या मनात आला.

जगात कुठंही खेडेगावातली माणसं जशी असतात तशीच ही माझ्याभोवती बसलेली माणसं होती. साधीसुधी, उमदी आणि खेळकर. अर्थात मी त्यांना दुखावणारं असं काही अद्याप बोललो नव्हतो म्हणा. मी त्यांच्याशी हस्तांदोलन केलं. त्यांचे हात मजबूत आणि खरबरीत होते. हे जग नाजूक प्रकृतीच्या लोकांसाठी नव्हतं, हेच खरं.

ख्यालीखुशाली विचारण्याचा रीतीरिवाज पूर्ण झाल्यानंतर मग अचानक माझ्याभोवती

जमलेल्या माणसांनी सगळ्या बाजूंनी माझ्यावर प्रश्नांचा भडिमार सुरू केला. कोणता प्रश्न किंवा कोणती टिप्पणी भाषांतर करून सांगायची हे न कळल्यानं डॉ. शम्सची तारांबळ उडाली. मी सारखा गरागरा मान फिरवत सगळीकडे बघू लागलो. मला काहीच समजत नव्हतं. मग मी तिथं काहीतरी सुव्यवस्था यावी म्हणून विनवणी करू लागलो.

एका माणसानं सांगितलं की तालिबानच्या राजवटीच्या शेवटच्या वर्षी म्हणजे सन २००० मध्ये मुल्ला उमरनं अफूवर बंदी घातल्यानंतर प्रथमच त्यानं अफूची लागवड केली होती. अमेरिकन फौजा येऊन तालिबानला हुसकावून लावणार हे कळताच आपण अफूची लागवड केली असल्याचं काही जणांनी सांगितलं. पण लवकरच सगळ्यांनी त्यांचा मुख्य मुद्दा म्हणजे ते अफूची लागवड का करतात ते सांगितलं. पाणी नाही म्हणून आपण अफूचं पीक घेतो, असं ते म्हणाले.

मी त्यांना पाण्याबद्दल प्रश्न विचारला, कारण मी कॉंक्रीटनं बांधलेल्या काही पाटांमधून पाणी वाहत असल्याचं पाहिलं होतं. हे पाणी बर्फ वितळल्यामुळे आलेलं आहे, असं शेतकऱ्यांनी सांगितलं. उन्हाळा संपत आला की पाणी कमी होत जाणार होतं. हिवाळ्याच्या सुरुवातीला पिकांच्या लावणीचा हंगाम आला की पाणी आटून पाट कोरडेठाक पडतात. अफगाणिस्तानचा बराचसा भाग हा डोंगराळ वाळवंटासारखा आहे. इथं राहणाऱ्या तीन कोटी लोकांपैकी बहुतेकांचं भवितव्य हे हिंदुकुश पर्वतात हिवाळ्यात किती बर्फ पडतं यावर अवलंबून असतं. काही भागांत धरणं असल्यानं पाणीटंचाईचा त्रास जरा कमी जाणवतो. अफगाणिस्तानच्या काही भागांमध्ये जमिनीखालच्या जलस्त्रोतांचा वापर केला जातो. या पद्धतीला करीझ असं म्हणतात. ही एक अतिशय चतुराईनं बनवलेली प्राचीन अशी जलनियोजनाची पद्धत आहे. टेकड्यांच्या पायथ्याजवळ जमिनीखाली पाट खणण्यात आले असून ठिकठिकाणी पाणी काढण्यासाठी विहिरींची व्यवस्था केलेली दिसते. कित्येक शतके अफगाण समाजात कुटुंबांचा दर्जा हा पाण्याच्या स्त्रोताशी निगडित आहे. चांगली परिस्थिती असणारे लोक पाटांच्या वरच्या बाजूला राहतात, तर गरीब लोक खालच्या बाजूला राहतात.

आम्ही जिथं बसलो होतो तिथं जवळच मला एक हातपंप बसवलेला दिसला. मी तिकडे बोट दाखवून विचारलं, "त्यामधून तुम्हाला पुरेसं पाणी मिळत नाही का?"

"आम्हाला पाणी विकत घ्यावं लागतं," एक जण म्हणाला. "दर तासाला तीनशे रुपये."

मी जलालाबादमध्ये काही किरकोळ खरेदी केली होती. तेव्हा माझ्याजवळ काही पाकिस्तानी रुपयांच्या नोटा आल्या होत्या. त्या वेळी एका अमेरिकन डॉलरला पन्नास अफगाणी असा भाव होता. एका अमेरिकन डॉलरला साठ पाकिस्तानी रुपये

मिळत असत. जलालाबाद आणि पेशावर यांच्या दरम्यान व्यापार जोरात चालत असल्यानं पूर्व भागात पाकिस्तानी रुपये हे चलन जास्त पसंत केलं जात असे. मी डॉ. शम्सला हिशेब विचारला. शेतकऱ्यांना पाण्यासाठी ताशी पाच डॉलर मोजावे लागतात हे माझ्या लक्षात आलं. विहीर खणणं मात्र फारच महागडं काम होतं. विहीर खणण्यासाठी दहा हजार डॉलर खर्च येत असे. बहुधा या विहिरी खूपच खोल असणार म्हणून एवढा खर्च येत असावा.

याचा अर्थ पाणी ही फार महागडी वस्तू होती. गहू किंवा मका यांच्या तुलनेत अफूला फारच कमी पाणी लागतं. पाणी विकत घ्यावं लागत असल्यानं पाण्यावरच्या खर्चाच्या तुलनेत पिकामधून उत्पन्न किती मिळतं, हा महत्त्वाचा प्रश्न होता. साहजिकच अफू हीच पिकाची पहिली पसंती होती हे ओघानंच आलं. याखेरीज आणखीही काही कारणं होतीच. शेतांचे तुकडे खूपच छोटे होते. त्यामुळे या शेतांमध्ये घरच्या माणसांना पुरेल एवढं अन्नधान्य पिकत नव्हतं. पण एवढ्याच शेतात जर अफूची लागवड केली तर त्यामधून मिळणारा पैसा घराला लागणाऱ्या सर्व गोष्टी विकत घेण्यासाठी पुरत असे. याखेरीज अफूच्या बाबतीत ती तयार झाल्यानंतर शेतकऱ्यांना विक्रीसाठी काहीच करायला लागत नव्हतं. कोणीतरी येऊन आपल्या खर्चानं अफूचा चीक गोळा करून नेत असे.

अलीकडच्या काळात अफूवर बंदी आली. त्यानंतर अफूच्या पिकाचं क्षेत्र २८ हजार हेक्टरवरून अवघ्या बाराशे हेक्टरपर्यंत आलं होतं. या काळात शेतकऱ्यांनी जगण्यासाठी काय केलं असा प्रश्न मी तिथल्या लोकांना विचारला.

''इथं अवघी वीस टक्के माणसं राहिली,'' एकानं उत्तर दिलं, ''फक्त म्हातारेकोतारे तेवढे राहिले. इथं काही कामच नसल्यानं कामाच्या शोधात तरुण माणसं पेशावरकडे निघून गेली.''

अफूच्या लागवडीला सुरुवात करण्याअगोदर आपण तस्करांकडून कर्ज घेतल्याचं काही जणांनी सांगितलं. या पद्धतीला 'सलाम' असं म्हणतात. अफू तयार झाल्यानंतर उत्पादनामधला काही ठरावीक भाग कमी किमतीला विकण्याच्या बदल्यात शेतकऱ्यांना रोख रक्कम मिळत असे. त्याचप्रमाणे शेतकऱ्यांची दुकानांमध्ये खाती असत. दुकानदार उधारीवर वस्तू देत असत. अफूचं उत्पादन हातात आलं की मग अशी सगळी देणी चुकवली जात.

''जर एखादा शेतकरी अफू पिकवत नसेल तर त्याला दुकानदार उधारी ठेवू देत नाही,'' एक शेतकरी म्हणाला, ''अफू हे आमचं चलन आहे.''

''मी स्वत: अफू पिकवणारा शेतकरी आणि दुकानदारही आहे,'' गुल म्हणाला, ''मी दुकानातून लोकांना दोन लाख रुपयांच्या उधार वस्तू दिल्या आहेत. मी अफू पिकवणाऱ्या शेतकऱ्यांनाच उधारी करू देतो, कारण ते उधारी फेडू शकतील याची

मला खात्री आहे.''

मी अफू निर्मूलनाचा विषय काढला. माझ्यासमोर बसलेला एक धष्टपुष्ट माणूस इतरांपेक्षा मोठ्या आवाजात बोलू लागला. त्याचं नाव अमीनुल्ला होतं. ''अफूवर बंदी हवी हे आम्हाला पटतं. अफूही इस्लामच्या दृष्टीनं अयोग्य आहे आणि आमच्या कायद्यानुसारही ती अवैध आहे; पण इथं आम्हाला काही गोष्टींची गरज आहे. हा रोदात जिल्हा अवर्षणग्रस्त आहे. इथं पाण्याची कमतरता असल्यानं आम्हाला पाण्यासाठी पैसा मोजावा लागतो. आम्ही गहू, मका किंवा भाजीपाला पिकवला तर उत्पन्न पुरेसं होत नाही. जगणं फार कठीण जातं. मी गेल्या वर्षी टोमॅटो आणि भेंडी लावली होती. पण उपयोग झाला नाही. आम्ही हा भाजीपाला साठवू शकत नाही आणि तो बाजारात नेण्यासाठी चांगले रस्तेही नाहीत.''

''राज्यपाल किंवा कोणा स्वयंसेवी संस्थेनं आम्हाला धरण बांधून द्यायला हवं.'' आणखी एक शेतकरी म्हणाला, ''धरणामुळे वीजही तयार होऊ शकेल. वीज आली तर कारखाने निघतील आणि तरुण पोरांना रोजगार मिळेल. मग आम्हाला अफू पिकवण्याची गरज उरणार नाही.''

अफूचा त्याग करून त्या बदल्यात काहीतरी मदत पदरात पाडून घ्यायची कल्पना जुनी होती. पण ती प्रत्यक्षात कधीच उपयोगी पडली नाही. १९९९ मध्ये तालिबान नेता मुल्ला उमर याने अफूच्या उत्पादनात एकतृतीयांश घट होईल अशा उद्देशानं शेतकऱ्यांना फर्मान जारी केलं. त्यामुळे आंतरराष्ट्रीय समुदायाला बरं वाटेल अशी कल्पना होती; पण याच काळात अफगाणिस्तानात पन्नास वर्षांत पडला नाही असा भयंकर दुष्काळ पडला होता. इतर कोणतीही मदत न देता अफूवर बंदी घालण्यानं शेतकऱ्यांची अवस्था बिकट झाली होती. मुल्ला उमरच्या स्वत:च्या कंदाहारच्या बाहेर या फर्मानाकडे बहुतेकांनी कानाडोळा केला. कदाचित मुल्ला उमरलाही आपल्या हुकमाबद्दल फारसं गांभीर्य वाटत नसावं. काहीही असलं तरी एकुणात मुल्ला उमरची ही अफूबंदीची कल्पना अचानक उगवली होती. इस्लामी राज्यात अफू निषिद्ध आहे असं एकीकडे म्हणणारा मुल्ला उमर स्वत:च अफूच्या औषधी गुणधर्माचं तोंड फाटेपर्यंत कौतुक करत असे. आपला विश्वासघात करणाऱ्या राष्ट्रांना ठोसा मारण्यासाठी अफू उपयुक्त आहे, असंही तो म्हणायचा.

पण जुलै २००० मध्ये त्यानं फतवा म्हणजे धार्मिक हुकूम जारी केला. अफू 'हराम' असल्यानं अफूच्या लागवडीवर बंदी घालण्यात आली. मानव आणि देव यांच्यातला संवाद थांबत असल्यानं मनावर परिणाम करणाऱ्या कोणत्याही अमली पदार्थाला कुराणात 'हराम' मानलेलं आहे. या वेळी मात्र ह्या फतव्याचं पालन कसोशीनं करण्यात आलं. या वेळेएवढी जबरदस्त अमली द्रव्यविरोधी मोहीम इतिहासात कधीही झाली नव्हती. देशातलं अफू लागवडीचं क्षेत्र ८० हजार

हेक्टरवरून एकदम ८ हजार हेक्टर एवढं कमी झालं. यामधलं दोन तृतीयांश क्षेत्र बदखशां या उत्तरेकडच्या प्रांतात होतं. इथं नॉर्दन अलायन्सचा ताबा होता आणि तालिबाननं बंदी घातल्यावर २००१ मध्ये त्यांनी मुद्दामच तिप्पट क्षेत्रात अफूची लागवड केली होती.

तालिबाननं अफूवर बंदी का घातली याबद्दल अजूनही चर्चा केली जाते. पण हे लक्षात घ्यायला हवं की तालिबाननं अफूच्या लागवडीवर बंदी आणली खरी, पण हेरॉईनचं उत्पादन किंवा विक्री थांबवण्याचा प्रयत्न त्यांनी केला नाही. फक्त हेरॉईनचं उत्पादन करणाऱ्या काही प्रयोगशाळांवर नाममात्र धाडी घातल्या आणि किरकोळ प्रमाणात लोकांना अटक केली. तालिबानची अफूच्या संदर्भातली भूमिका तेव्हाही अशीच विरोधाभासाची आणि दांभिक होती व ती आजही तशीच आहे. काही जण असं म्हणतात की, तालिबानजवळच्या साठ्याला भरपूर किंमत यावी म्हणून त्यांनी केलेली ही युक्ती होती.

असं म्हणणं म्हणजे कदाचित गोष्टी फार ताणण्यासारखं असेल. पण किमतीत जबरदस्त वाढ झाली हे मात्र खरं. अमली पदार्थ आणि गुन्हे यांच्याबद्दल काम करणारी यू.एन.ओ.डी.सी. नावाची संस्था आहे. या संस्थेच्या २००२ मधील अहवालात असं म्हटलं आहे की १९९४ ते २००० या काळात अफूची किंमत बऱ्याच प्रमाणात स्थिर होती. किलोला ३० डॉलर असा हा दर असताना तो २००१ मध्ये एकदम दसपट म्हणजे किलोला ३०० डॉलर झाला. मग अल्पावधीत तो दुप्पट होऊन किलोला ७०० डॉलर झाला. सन २००२ मध्ये हा दर किलोला साधारणपणे ३५० डॉलर असल्याचं अहवालात नमूद करण्यात आलं आहे; पण या वेळी तालिबानची सत्ता उखडून टाकलेली होती. अफूच्या किमतीत झालेल्या वाढीचा फायदा फक्त तालिबानला झाला, असं मात्र नाही. तो त्यांच्या शत्रूंनाही झाला. अफूवर बंदी घालून तालिबाननं त्यांच्या शत्रूला म्हणजे नॉर्दन अलायन्सला जणू घबाडच मिळवून दिलं.

तालिबाननं १९९९ मध्ये अफूवर बंदी घातली तेव्हा आपणच अधिकृतपणे अफगाणिस्तानातली राजवट असल्याचं त्यांना सिद्ध करायचं होतं. नॉर्दन अलायन्सच्या ताब्यात असणारं संयुक्त राष्ट्रामधलं अफगाणिस्तानचं प्रतिनिधित्व त्यांना हस्तगत करायचं होतं. अफूवर बंदी घालून त्यांना आंतरराष्ट्रीय समुदायाकडून मदत मिळवायची होती. त्यांच्या कामात ते यशस्वी झाले होते. मे २००१ मध्ये बुश प्रशासनानं भुकेकंगाल अफगाण शेतकऱ्यांसाठी ४३ दशलक्ष डॉलरची मदत जाहीर केली. अफूवर बंदी घालण्यासाठी आमिष म्हणून यू.एन.ओ.डी.सी. म्हणजे संयुक्त राष्ट्र संघटनेनेच २५० दशलक्ष डॉलरची मदत देऊ केली होती. या संस्थेच्या तपासनिसांनाही प्रत्यक्षात अफू खरोखरच पिकवली जात नाही हे पाहून धक्का बसला होता. पण

असं असूनही संयुक्त राष्ट्रांच्या या संघटनेनं नंतर शब्द फिरवला. त्यांनी मदत देण्यास नकार दिला. मदतीचा राजकीय शस्त्र म्हणून वापर केल्यानं अफगाणिस्तानातल्या शेतकऱ्यांचे अनन्वित हाल झाले.

साहजिकच तालिबानला तोंडघशी पडल्यासारखं झालं. तालिबानच्या अमली द्रव्यविरोधी विभागाचा संचालक असलेल्या **अब्दुल हमीद अखुंडजादा** यानं सांगितलं, 'आम्ही आमचं काम पूर्ण केलं आहे. आता करारात ठरल्याप्रमाणे सर्व काही पार पडायला हवं अशी आमची मागणी आहे. जे जे करणं आवश्यक होतं ते सारं आम्ही केलं आहे. आम्ही आमच्या शेतकऱ्यांना आणि लोकांना अतिशय कठीण परिस्थितीत टाकलं. याबद्दल आता आम्हाला ठरल्याप्रमाणे मोबदला मिळायलाच हवा. पण उलट आम्हाला शिक्षा म्हणून आमच्यावर आणखी निर्बंध घालण्यात आले.'

या सगळ्यात संयुक्त राष्ट्रांवर विसंबून तालिबाननं मुळातच हलाखीत जगणाऱ्या सर्वसामान्य अफगाण नागरिकांच्या हालअपेष्टांमध्ये आणखीनच भर टाकली होती. पण मुख्य मुद्दा असा होता की तालिबान अफूवरची बंदी किती काळ चालू ठेवू शकणार होते. पुरेशी मदत मिळाली नाही तर ते तरी शेतकऱ्यांना काय सांगणार होते. भुकेल्या लोकांना जगण्यासाठी उपलब्ध असणारं एकमेव साधन म्हणजे अफू हेच होतं. ती लावू नका असं ते कसं काय म्हणू शकणार होते. लोकांनीही २००१ मध्ये अमेरिकेनं तालिबानला हुसकावून द्यायला सुरुवात करताच ताबडतोब प्रचंड प्रमाणावर अफू लागवडीला सुरुवात केली होती. याचा अर्थ असा की तालिबान जास्त काळ सत्तेवर राहणार नाही, याची लोकांना खात्री वाटत असावी. ११ सप्टेंबरच्या अमेरिकेवरच्या दहशतवादी हल्ल्यानंतर तालिबानचा झटपट पाडाव झाला. पण तसं झालं नसतं तरी लवकरच तालिबानला बंदी उठवावी लागली असती. अफूवरच्या बंदीमागे काहीही कारणं असोत, पण मुळात अनेक बाजू असलेल्या समस्येकडे एकाच बाजूनं पाहिलं जात होतं, हीच खरी अडचण होती.

"जर सरकारला अफूचं निर्मूलन करायचं असेल तर आम्हाला इतर काहीतरी पर्याय उपलब्ध हवा," अमीनुल्ला म्हणाला, "आमची तरुण पोरं बेकार आहेत. काही जण रोजगारासाठी परदेशी जातात. तिथं त्यांच्यावर भुरळ पाडून त्यांना आत्मघाती बॉम्बहल्ल्यासाठी तयार केलं जातं. आमच्या अपरिपक्व पोरांना ते कळत नाही; पण मग आम्ही काहीही करू शकत नाही. काम नसल्यानं आम्हाला पोरांना पेशावर किंवा इतरत्र पाठवणं भाग पडतं. पोरं एकटीच असतात. त्यांना लग्न करण्याची कोणतीही आशा नसते. इथं जमीन नाही नि कामही नाही... आम्हाला

अब्दुल हमीद अखुंडजादा - याला नंतर २००८च्या जुलै महिन्यात तालिबाननं ठार केलं.

जगण्यासाठी पर्याय तर हवा ना? मग आम्ही करणार तरी काय? अफू. आमच्या दृष्टीनं तोच एक मार्ग आहे.''

''पुढच्या वर्षी तुम्ही काय लावणार आहात?''

''जर सरकारकडून काही पर्याय मिळाला नाही तर आमचा निर्णय झाला आहे. आम्ही शंभर टक्के अफूचीच लागवड करणार हे नक्की.''

कोलंबियात कोका पिकाचं निर्मूलन करण्यासाठी विमानातून वनस्पती मारणाऱ्या औषधांची फवारणी केली जाते. इथं अफगाणिस्तानमध्ये सरकारनं असं करायचं ठरवलं तर काय, असा प्रश्न मी विचारला. त्यावर अमीनुल्ला एकदम रागानं उसळून म्हणाला, ''तसं असेल तर आम्ही तयार आहोत. आम्ही आत्मघातकी बॉम्बहल्ले करू, काय वाटेल ते करू पण सरकारशी लढू. उत्पन्नाचा हा एकच मार्ग आमच्यापाशी आहे. तो जर हिरावणार असेल तर आम्ही तालिबानला सामील होऊ! आमचा हा इरादा पक्का आहे!''

गेस्ट हाउसमध्ये जेवणाच्या खोलीजवळ एक बोर्ड लावलेला होता. त्यावर तिथं असलेल्या किंवा लवकरच येण्याची अपेक्षा असलेल्या लोकांची नावं लिहिलेली असत. एक दिवस मला तिथं डेव्हिड मान्सफील्ड हे नाव दिसलं. हा एक चांगला योगायोग होता. कोणीतरी मला त्याचं नाव सुचवलं होतं. अफगाणिस्तानातल्या अफूवर संशोधन करणारा हा ब्रिटिश माणूस अत्यंत उत्कृष्ट आहे, असं मला कळलं होतं. मी त्याचं नाव माझ्या वहीत टिपून ठेवलं होतं. याच मान्सफील्डनं अफूच्या लागवडीत २००७ मध्ये प्रचंड वाढ होईल हे भाकित अचूकपणानं केलं होतं. या क्षेत्रामधला तो तज्ज्ञ मानला जात होता.

मी रोदातमधल्या शेतकऱ्यांना भेटून नुकताच परतलो होतो. मी फ्रीजमधून पेप्सी काढून बसलो असताना अफगाण वेषातला, किंचित दाढी वाढलेला हा माणूस आत आला. त्यानं रोस्टेड चिकन आणि चिप्स हे जेवण टेबलावर ठेवलं आणि तो बसला. मी माझी ओळख करून दिली. त्यानं त्याचं नाव सांगितलं. तो खायला सुरुवात करतोय हे पाहून मला वाटलं की आपण याच्याशी नंतर बोलावं. पण तोच बोलायला उत्सुक दिसला. पहिल्याच भेटीत त्यानं त्याच्या अनुभवांमधला बराच मौल्यवान खजिनाच जणू माझ्यापुढे खुला केला; पण हे करताना त्यानं उगीचच भाषण देण्याचा किंवा प्रवचन देण्याचा आव आणला नव्हता. मीदेखील त्याला मध्येच थांबवलं नाही.

यानंतर पुढच्या काही महिन्यांमध्ये डेव्हची आणि माझी अनेकदा भेट झाली. प्रत्येक वेळी मला तोच एकाच वेळी भरपूर काहीतरी मिळत असल्याचा आणि

तरीही निराशा वाढवणारा अनुभव आला. त्याला कोणी औपचारिक मुलाखत घेणं किंवा संभाषण रेकॉर्ड करणं पसंत नव्हतं. त्याला त्याची वाक्यं कोणी चुकीची वापरावी असं वाटत नव्हतं. मला त्याची ही भूमिका कळत होती, पण मला ती पटत होती, असं मात्र नाही. मला तो बोलत असलेलं सगळं साठवता येत नव्हतं. मी त्याचे अहवाल वाचू शकत होतो किंवा त्यांचा संदर्भही देऊ शकत होतो; पण त्याच्या बोलण्यामधला जिवंतपणा त्यात मला मिळत नव्हता. अफगाण शेतकरी त्यांचे जगण्यासाठीचे निर्णय कसे घेतात यावर गेली दहा वर्षे डेव्ह संशोधन करत होता. एखाद्या पाण्यासाठी तहानलेल्या माणसाजवळ फुटकी बादली असावी आणि तो विहिरीजवळ उभा असावा, असं काहीसं माझं झालं होतं. त्याच्या म्हणण्याचा मुख्य मुद्दा असा होता की मुळात शेतकरी अफू का लावतात याचं मूळ कारण नीट समजून घेतलं तरच समस्येवर उपाययोजना करता येईल. डेव्ह नेहमी 'अफूचं पीक हे आत्यंतिक धोकादायक भागातलं सर्वांत कमी जोखमीचं पीक आहे,' असं म्हणत होता. मला हे अफगाणिस्तानातल्या अफूच्या व्यवहाराचं अगदी यथार्थ वर्णन वाटलं.

टोनी आणि डेव्ह यांच्यात जरादेखील सख्य नव्हतं. टोनी परत आल्यानंतर मी त्याला रोदातल्या शेतकऱ्यांना भेटून आलो असल्याचं सांगितलं. त्यांचं म्हणणंही मी त्याच्या कानावर घातलं. तर त्यांच्यासाठी अगोदरच खूप काही करण्यात आलं आहे, असं तो म्हणाला. त्यांच्यासाठी काही गुरंढोरं दिली आहेत नि एक कालवा खणला आहे वगैरे बरंच काही त्यानं सांगितलं. टोनीला ते लोक कृतघ्न वाटत होते.

शेतकरी अफूचीच लागवड करणं कसं योग्य आहे हे पटवण्यासाठी कधीच न संपणाऱ्या तक्रारींची खुसपटं काढतच राहतील, ही गोष्ट मलादेखील समजत होती. माझ्याशी बोलताना त्यांनी एका मायक्रोफायनान्स म्हणजे अल्प कर्ज देणाऱ्या संस्थेबद्दल सांगितलं होतं. त्यांनी अफू वगळून इतर कशातही रक्कम गुंतवावी म्हणून त्यांना कर्ज देण्यात आलं होतं. त्यांनी मूळ कर्जाची रक्कम आणि अगदीच मामुली व्याज परत करायचं होतं. या शेतकऱ्यांनी मिळालेलं कर्ज अफूच लावण्यासाठी वापरलं. आता मी लावलेली अफू त्यांनी नष्ट केली तर मी कर्जाची परतफेड कशी करणार, असा युक्तिवाद ते करत होते. हे लोक काही संतमहात्मे नव्हते हे खरं; पण ते अगदीच निर्ढावलेले खोटारडे आहेत असंही मानायला मी तयार नव्हतो.

ट्रान्झिशनल इन्स्टिट्यूट (टी.एन.आय.) नावाच्या एका संस्थेच्या अहवालात यू.एन.ओ.डी.सी. चा प्रमुख अन्टोनिओ मारिआ कोस्टा याच्यावर टीका करण्यात आली होती. त्यानं हवाई फवारणी करून अफूचं निर्मूलन करता येईल असं म्हटलं होतं. आम्ही तिघं एका संध्याकाळी या अहवालावर चर्चा करत होतो. अहवालात असं म्हटलं होतं की हवाई फवारणीकडे चिथावणीखोर कृत्य या नजरेनं लोक

पाहतील. आपल्यावरचा हा हल्लाच आहे असं त्यांना वाटेल. तसं झालं तर सरकारविरोधी भावनेचं बघताबघता सशस्त्र संघर्षात रूपांतर व्हायला वेळ लागणार नाही. रोदातच्या शेतकऱ्यांशी बोलल्यानंतर माझंही मत नेमकं असंच झालं होतं.

"मग आपण आता काय करायचं?" टोनीनं विचारलं, "त्यांनी अफू लावली म्हणून त्यांना मिठ्या मारायच्या की काय?"

अफगाण शेतकरी आम्हाला गंडवत आहेत हे मला जर नीट उमजलं असतं तर मला टोनीच्या बोलण्यामधलं तथ्य कळलं असतं; पण मी त्याच्याशी जितका जास्त बोललो तेवढं मला त्याचा बघण्याचा दृष्टिकोन फारच संकुचित आहे, असं वाटत गेलं.

'कुनार भागात अफू का दिसत नाही?' त्यानं एकदा मला विचारलं होतं. 'आपण त्या भागात भरपूर प्रवास केला आणि कुठंही अफूची शेतं पाहिली नाहीत,' असं तो म्हणत होता. त्यानं त्याच्या ड्रायव्हरला कारण विचारलं. तिथला प्रशासक कडक आहे म्हणून असं झाल्याचं त्याला कळलं; पण कुनारमध्ये ४५० हेक्टर अफूची शेतं असल्याचं नंतर समजलं. फक्त ती शेतं रस्त्यांच्या जवळ नव्हती एवढंच. लांब अंतरावरून एखाद्या गोष्टीकडे पाहताना कशी फसगत होते हेच यावरून दिसून येत होतं. पण दुर्दैवानं अफगाणिस्तानात कायदा-सुव्यवस्था परिस्थिती कठीण असल्यानं बरेच जण असंच करताना दिसतात. हा देश सतत जास्तच धोकादायक होत चालला आहे. डेव्हसाठी काम करणारे लोक मागच्या वर्षी जलालाबादच्या बाहेर जाऊ शकत होते; पण आता तसं करणं फार अवघड झालं होतं.

अफूचं पीक तयार होण्याची वेळ गाठण्यासाठी मी एक आठवड्यानंतर पुन्हा रोदातला गेलो. तिथं गेल्यावर शेतकरी मला अफूच्या शेतांकडे घेऊन गेले. तिथं अफूची बोंडं कापायचं काम चाललं होतं. शेताच्या एका टोकापाशी उभे राहून लोक मागेमागे येत होते. ते मागे येताना बोंड एका हातानं घट्ट धरत होते. त्यांच्या दुसऱ्या हातात '*नेश्तार*' नावाचं एक लाकडी हत्यार होतं. लाकडाच्या तुकड्यात सहा छोटी पाती बसवलेली होती. ती पृष्ठभागावर जेमतेम एक सेंटिमीटर डोकावत होती. या हत्यारानं वरून खाली हलका हात फिरवून ही माणसं बोंडांना टोचे मारत होती. अफूच्या बोंडामध्ये हजारो अगदी छोट्या बिया असतात. या बियांच्या भोवती साधारण एक मिलिमीटर जाडीचं कवच असतं. या कवचातच दुधाळ रंगाचा चीक असतो. हे कवच किती टोचायचं हेच नेमकं कौशल्य होतं. जर जास्त खोल टोचलं गेलं तर बोंड फुटून ते रोप वाया जाणार, उलट टोचणं वरवर झालं तर मिळणाऱ्या चिकाचं प्रमाण कमी होणार, अशी परिस्थिती असते. बोंडाला टोचलं की दाढी करताना कापल्यावर जसं रक्त येतं, तसा हा चीक बाहेर पडतो. दुसऱ्या दिवशी

सकाळपर्यंत ह्या चिकाचं ऑक्सिडीकरण होऊन गडद तपकिरी रंगाचा चिकट गोळा तयार झालेला असतो. मग हा चिकट गोळा एका छोट्या पात्याचा वापर करून बोंडापासून वेगळा केला जातो. हीच अफू असते. शेतकरी अफूचंच एखादं मोठं पान घेऊन त्यावर हे चिकट गोळे जमा करत जातात. साधारणत: एका हेक्टरमधल्या पिकातून पंचेचाळीस किलो अफू मिळते. हे प्रमाण हवामान, पाऊस व रोग यांवर कमीजास्त होऊ शकतं; पण निदान चाळीस किलो अफू तर मिळतेच. ही कच्ची अफू शेतातच विकली तर आजच्या बाजारभावानुसार शेतकऱ्याला किलोला ८० डॉलर मिळतात. बाजारात जाऊन विकल्यास किलोला १०० डॉलर भाव मिळतो. जर अफू वाळवून विकली तर किलोला २३० डॉलर एवढा भावही मिळू शकतो. मग ही अफू शुद्ध केली जाते.

त्या वेळी रोदातमध्ये अफू बोंडं टोचणाऱ्यांना दर दिवसाला ३०० रुपये (५ डॉलर) मजुरी दिली जात होती. जर मजुरांची कमतरता असेल तर त्यांना दिवसाला ५०० रुपये (८ डॉलर) मिळू शकतात. या भागात रोजगारासाठी इराण किंवा पाकिस्तानातूनही मजूर येतात. वर्षात इतर कोणत्याही हंगामात मजुरांना एवढा पैसा कमावता येत नाही. मी असं ऐकलं की जलालाबादमध्ये काही जण मजुरांना कामासाठी भरती करून घेत होते. हेलमंद भागात अफू तयार व्हायची वेळ आल्यानं ते मजुरांना रोज ९०० रुपये मजुरी द्यायचं आमिष दाखवत होते. मला जे काही मजूर भेटले त्यातील काही पश्चिमेकडे जाणार होते. कामाच्या शोधात पश्चिमेकडे निघालेल्या माणसांच्या लोंढ्यात ते सामील होणार होते. त्यात काम सुटलेले शिक्षक, विद्यार्थी, तालिबानसाठी लढलेले सैनिक असे अनेक प्रकारचे लोक होते. हेलमंद प्रांतातल्या अफूच्या हंगामातून त्यांना आपल्या गाठीस काही पैसा लावायचा होता.

शेतामधलं माझं काम झाल्यावर मला गावातल्या एका घरात नेण्यात आलं. तिथं हेरसाशी या जमातीमधला एक वजनदार माणूस असलेल्या कर्नल अब्दुल्ला तवालेर याची मी भेट घेतली. हेरसाशी जमातीत आता साधारण २० हजार जण आहेत. कर्नल तवालेर एका आरामखुर्चीत पायावर पाय टाकून निवांत बसला होता. त्याच्या हातातल्या प्रार्थनेसाठी वापरायच्या प्लॅस्टिकच्या मण्यांच्या माळेशी तो चाळा करत होता. लालसर दाढी, पडलेले दात, चमकदार डोळे आणि हसरा चेहरा यांमुळे या माणसाकडे बघताच त्याच्याबद्दल आपुलकी आणि आदर वाटत होता.

अफूची लागवड अजूनही का केली जाते याची निरनिराळी कारणं त्यानं मला सांगितली.

"जर सरकारनं अफूची लागवड होते त्याच वेळेस निर्मूलनाचा प्रयत्न केला तर फारशा समस्या उद्‌भवणार नाहीत; पण जेव्हा अफूचं पीक हाताशी येतं तेव्हा जर ते नष्ट करायचा प्रयत्न झाला तर सुव्यवस्थेची गंभीर समस्या उद्‌भवते. अनेक

जणांचा त्यात बळी जातो. या प्रकारे अफूचं पीक नष्ट करण्यानं लोकांच्या मनात सरकारबद्दल तीव्र संताप उसळतो.''

ननगरहार प्रांतात हमीद करझाई नेमकं हेच टाळायचा प्रयत्न करत आहेत हे मी सांगितलं. लोकांचा थेट रोष ओढवून घ्यायची सरकारची तयारी नाही. हा प्रांत अफगाण अर्थव्यवस्थेच्या दृष्टीनं महत्त्वाचा आहे. अफगाण अर्थव्यवस्था अफूच्या विळख्यातून बाहेर पडते आहे हे जगाला दाखवण्यासाठी हा प्रांत अगदी योग्य आहे. हा प्रांत तालिबानच्या प्रभावामधून बाहेर पडतोय हे दाखवण्याची संधी होती; पण तसं झालं नाही तर तालिबानची सरशी होणार होती.

''ही सगळी समस्या राजकीय स्वरूपाची आहे,'' कर्नल तवालेर म्हणाला, ''पण आंतरराष्ट्रीय पाठिंब्याशिवाय आम्ही सरकारला मदत करू शकणार नाही.''

अफगाण लोक परदेशी लोकांकडून लष्करी मदत आणखी किती काळ घेणं पसंत करतील याबद्दल माझ्या मनात साशंकता होती. लष्कराच्या वाहनांचे ताफे कसे बिनदिक्कतपणे रस्त्यात घुसतात आणि मनमानी करत जातात हे मी स्वत: पाहिलं आहे. जलालाबादमध्ये मी अशा ताफ्यातल्या सैनिकांना, अतिशय उद्धटपणे स्थानिक लोकांना आपल्यापासून दूर राहण्यासाठी इशारे देत असल्याचं मी बऱ्याचदा पाहिलं आहे. त्यांना काय म्हणायचं होतं ते अगदी स्पष्ट होतं : *दूर रहा. तुम्ही एखादी जरी चूक केलीत तरी आम्ही तुमच्याशी शत्रूप्रमाणे वागू.*

अनेक नागरिकांवर गोळीबार झाल्याच्या घटना घडल्या आहेत अमेरिकन लष्करी काफिल्याजवळ, गाडी जास्त जवळ नेली म्हणून डॉ. शम्सच्या वडिलांवर ते गाडीत असताना गोळीबार झाला होता. त्यात ते गंभीर जखमी झाले होते. अखेर त्यांचा हात कापून टाकावा लागला होता. आपण वारंवार विनंती करून किंवा निषेध करूनही अमेरिकन लष्करानं त्यांच्याकडे साफ दुर्लक्ष केलं होतं. रोदातमधले शेतकरीही माझ्याशी बोलताना म्हणाले होते की अमेरिकन लोकांना आपण जेते आहोत असं वाटत असावं. ते तसंच वागतात. शेतकऱ्यांनी सांगितलं की रशियन नम्रपणानं वागत. ते स्थानिक लोकांप्रमाणे सहज बाजारात जात असत. ते चिलखती गाड्या आणून रस्ते बंद करत नसत. सोव्हिएत आक्रमणाचं हे चित्र मला जरुरीपेक्षा जास्त छान रंगवल्याप्रमाणे वाटलं. पण अखेर कोणतीही परदेशी सत्ता एखाद्या देशात असेल तर लोकांना काय वाटतं हे महत्त्वाचं ठरतं.

''मी अफगाण आहे आणि मी माझ्या देशाच्या इतिहासाचा अभ्यास केला आहे,'' कर्नल तवालेरनं सांगितलं, ''या देशात जे कोणी परदेशी आले त्या सगळ्यांना मारहाण झाली आणि त्यांचा खातमा झाला. आम्ही तलवारींच्या बळावर विसाव्या शतकातल्या आधुनिक फौजांना प्रतिकार केला तो केवळ अफगाण लोकांच्या शौर्यामुळे. आम्ही तीन वेळा ब्रिटिशांशी लढलो आणि यशस्वी झालो.

आम्ही रशियाशीही यशस्वी झुंज दिली. आता अफगाणिस्तान जिंकण्यासाठी आणखी एखादी सत्ता आली तरी आम्ही त्या सत्तेलाही हरवू. पण कोणाला आमच्या इथं पुनर्निर्माण करण्यासाठी मदतीच्या भावनेनं यायचं असेल तर त्यांचं आम्ही स्वागतच करू.''

''या इथल्या शेतकऱ्यांची आणि तालिबानची जवळीक कितपत आहे?'' मी विचारलं.

''ननगरहार प्रांतात जिथं अफू निर्मूलनाला लोकांचा विरोध आहे तिथं लोकांचा गुलबुद्दीन हिकमतयारच्या हिब्ज-ए-इस्लामी आणि तालिबान यांना पाठिंबा आहे. या दोन्हींचा अर्ध्या प्रांतावर वरवर न दिसणारा प्रभाव आहे.''

मी गुलबुद्दीन हिकमतयार याच्याबद्दल जे काही वाचलं होतं त्यावरून हा माणूस अव्वल बदमाश असल्याचं माझं मत झालं होतं. हा माणूस बराच काळ पाकिस्तानात राजकीय आश्रित म्हणून राहत होता; पण असं असलं तरी त्याचा अफगाणिस्तानातल्या राजकारणावर विपरीत परिणाम होत होता. त्याची प्रारंभीची वाटचाल सी.आय.ए. - सौदी अरेबिया यांच्या पैशातून आय.एस.ए.नं वाढवलेल्या कोणत्याही इतर मुजाहिद्दीन नेत्याप्रमाणेच होती. त्याची राजकीय कारकिर्द, १९७० च्या दशकात जेव्हा काबूल विद्यापीठ सर्व प्रकारच्या राजकीय उपद्व्यापाचं केंद्र होतं, तेव्हा सुरू झाली. त्या काळात साम्यवादी गटांप्रमाणेच विद्यार्थ्यांच्यात इस्लामी प्रतिक्रियावादी गट तयार झाले होते. गिलझाई टोळीमधल्या गुलबुद्दीननं १९७६ मध्ये हिब्ज-ए-इस्लामी पक्षाची स्थापना केली. अगदी सुरुवातीपासूनच आपण कडवा मूलतत्त्ववादी असल्याचं त्यानं दाखवून दिलं होतं. या काळात त्यानं एका विद्यार्थ्याचा खून केला होता आणि बुरखा न वापरणाऱ्या मुलींच्या चेहऱ्यांवर ॲसिड फेकलं होतं.

सन १८९३ मध्ये ड्युरंड रेषेनं पश्तुन लोकांचं जे विभाजन केलं त्यानंतर सतत त्यांच्या एकत्रीकरणाचं, पश्तुनीस्तानचं स्वप्न अनेकांनी पाहिलं होतं. १९७५ मध्ये अफगाण राष्ट्राध्यक्ष दाऊदखान यानं अशा प्रयत्नांना आपण सहानुभूती दाखवत असल्याचं जाहीर केलं. त्यानंतर काबूलमध्ये उपद्रवी कृत्य करण्यासाठी पाकिस्तानी लष्करानं गुलबुद्दीनची मदत घेतली. सोव्हिएत फौजा अफगाणिस्तानमध्ये शिरण्याच्या थोडं अगोदर आय.एस.ए.नं गुलबुद्दीन आणि सी.आय.ए. यांचं सूत जमवून दिलं. अमेरिकन कॉंग्रेस सदस्य चार्ली विल्सनची योजना, सी.आय.ए.नं गुप्तपणानं अफगाण मुजाहिद्दीन गटांना मदत करावी अशी होती. या योजनेत जलालुद्दीन हक्कानी याच्याबरोबरीनं गुलबुद्दीनचंही महत्त्वाचं स्थान होतं. गुलबुद्दीन हा अतिशय कडवा इस्लामी मूलतत्त्ववादी असून तो निरीश्वरवादी साम्यवादी रशियनांचा खातमा करण्याची

भाषा करत होता. या अगोदरच तो हेरॉईनच्या धंद्यात चांगलाच गुंतला होता. अफगाण राष्ट्रवादी नेत्यांना हा विरोध करत असल्यानं पाकिस्तानच्या दृष्टीनं तो कायमच लाडका मुजाहिद्दीन पुढारी होता. त्यानं कधीच पश्तुनीस्तानच्या निर्मितीला पाठिंबा दिला नाही. त्याच्या या भूमिकेमुळे त्याच्या पक्षाची खरोखर जेवढी मदत मिळायची लायकी होती, त्यापेक्षा कितीतरी जास्त लष्करी आणि आर्थिक मदत त्याला आय.एस.आय. व सी.आय.ए. नं दिली; पण असं असूनही त्यानं एकही लढाई जिंकली नाही. मुळातच तो सोव्हिएत फौजांपेक्षा आपल्या अफगाण प्रतिस्पर्ध्यांनाच संपवण्याचा प्रयत्न करत होता.

गुलबुद्दीन हिकमतयारनं हेरॉईनच्या अवैध धंद्याचं मोठं साम्राज्यच उभं केलं. त्यानं हेलमंद भागातली अफूची शेतं ताब्यात घेण्यासाठी एकदा अयशस्वी हल्लादेखील केला. सन १९९२ ते १९९६ या दरम्यान मुजाहिद्दीन गटांची मिळून संयुक्त राजवट होती. त्या काळात तो एकदा पंतप्रधानही बनला होता. त्यांच्यामधली कुरबुर वाढून जेव्हा संघर्ष विकोपाला गेला तेव्हा त्यानं काबूल नागरिकांच्या घरांवर क्षेपणास्त्रांचा मारा करायला जरादेखील मागेपुढे पाहिलं नाही. त्याला फक्त सत्तेची हाव होती. मला नाही तर कोणालाही काही मिळू नये, अशी त्याची वृत्ती होती. सत्ता मिळण्यासाठी त्यानं इतरांबरोबर सत्तेत भागीदारी करण्याचा काहीसा मवाळ मार्ग पत्करला होता खरा. पण तो तात्पुरताच होता. लष्करी सहकार्याच्या बाबतीत बोलायचं तर जो कोणी डोळा मारेल त्याच्याबरोबर झोपायची तयारी असल्याप्रमाणे तो वागत असे. प्रथम तालिबान, मग नॉर्दन अलायन्स आणि आता अल्-कायदा, असं कोणीही त्याला चालत असे. प्रत्येक खेपेस त्यानं बाजूला राहून जेवढं काही कुरतडून मिळवता येईल ते मिळवलं होतं. कोणत्याही गोष्टीचा विचका करण्याची व्यावसायिक सफाई त्याच्याकडे होती. हे सगळं असूनही अफगाणिस्तानच्या अत्यंत चमत्कारिक सत्तेच्या खेळात त्याचे अनेक समर्थकही होते.

कर्नल आणि त्याच्या माणसांनी प्रार्थना केल्यानंतर आम्ही जेवण केलं. मग कर्नलनं मला गावामधून फिरवून निर्मूलनाच्या बाबतीत काय काय करण्यात आलंय त्याची माहिती दिली. अफूच्या पिकाचा बराचसा भाग पीक हाताशी येण्याच्या वेळेस नव्हे, तर खूपच आधी म्हणजे काही आठवडे अगोदर नष्ट करण्यात आला होता. त्यानं मला एका शेतात नेऊन हे शेत आपल्या भावाचं आहे, असं सांगितलं. आपण आपल्या माणसांना काहीही विशेष सवलती देत नाही हे दाखवण्यासाठी कर्नलनं ह्या शेतातलं पीक नष्ट करवलं होतं. आपला उद्देश निदान अर्ध पीक तर नष्ट करण्याचा आहे, असं तो म्हणाला. कोणतीही हिंसक प्रतिक्रिया न देता लोकांनी कायद्याचं पालन करावं असा संदेश कर्नल आपल्या लोकांना देऊ इच्छित होता. "मी हे काम

केवळ या जिल्ह्याच्या भल्यासाठी नाही तर सगळ्या अफगाणिस्तानच्या भल्यासाठी करतोय.''

आता संध्याकाळ झाली होती. मला सुरक्षितपणे परत जाण्यासाठी कर्नलनं सुरक्षारक्षकांची सोय केली. त्याच्या या भूमिकेवर कर्नल ठाम होता. आम्ही रस्त्याकडे निघालो. आमच्यामागोमाग सशस्त्र माणसांनी भरलेले दोन पिकअप ट्रक होते. आम्ही कच्चा रस्ता संपला तिथं आलो. मला तिथं एक जण कांद्यांची निगराणी करताना दिसला. कर्नलनं सांगितलं की या माणसाच्या शेतातलं अफूचं पीक नष्ट केल्यामुळे त्याला नाइलाजानं कांदे लावावे लागले होते. मी त्या शेतकऱ्याला त्याबद्दल विचारलं. आम्ही होतो तिथून मुख्य रस्त्यावर पोहोचण्यासाठी पंधरा मिनिटांचा हाडं खिळखिळी करणारा प्रवास आणि मग वीस मिनिटांचा प्रवास करून जलालाबादच्या बाजारापर्यंत पोहोचता येत होतं. तेसुद्धा स्वत:ची गाडी असेल तर. या शेतकऱ्याजवळ गाडी नव्हती. या शेतकऱ्याला कांदे विकून फारसं काही हातात पडण्याची आशा नव्हती. त्याच्या नजरेत तरीही स्वत:बद्दल करुणा वाटण्याची भावना नव्हती. त्यानं यापूर्वी असे अनेक घाव सोसले होते. त्यानं डोळे किलकिले करून खूप दूर अंतरावर दिसणाऱ्या अफूच्या शेताकडे पाहिलं. मला त्या वेळी त्याच्या डोळ्यांत खेदाची एक हलकी झलक दिसली. आपलंही शेत रस्त्यापासून दूर असतं तर आज आपणही अफू पिकवली असती, असा विचार त्याच्या मनात आला असणार.

३

हेलमंद

‘मी काबूलला परतलो आणि एका मोठ्या पार्टीच्या आयोजनाच्या तडाख्यात सापडलो. स्टेला चाळीस वर्षांची होणार होती आणि तिला हा प्रसंग शांतपणानं घ्यायचा नव्हता. तिनं मला तिच्या घरी राहायला बोलावलं. काबूलमध्ये काम करणारे बहुतेक परदेशी लोक सलग दोन महिने काम करतात आणि मग दोन आठवड्यांची विश्रांती घेतात. त्यामुळे सहसा एखादी रूम मोकळी असतेच. मी एका दिवसासाठी चाळीस अमेरिकन डॉलर मोजत होतो. ही रक्कम काही कमी म्हणावी अशी नव्हती, पण काबूलच्या मानानं ती ठीकच होती. तालिबानच्या पाडावानंतर आणि विशेषत: ओसामा बिन लादेनचा शोध सुरू झाल्यानंतर प्रसिद्धीमाध्यमांनी तिथं चांगलीच गर्दी केली होती. परदेशी टीव्ही चॅनेलचे लोक तर सरळ दरमहा दोन हजार डॉलर देऊन एखादं घरच मिळतं का ते बघत असत. काही जण तर पंधराशेच्या खालची जागा बघायलाही तयार नसत.

स्टेलाचं घर म्हणजे एक छोटं आवारच होतं. ते काबूलच्या अगदी मध्यवर्ती भागात होतं. त्या आवारात दोन इमारती होत्या. एकीत पाच बेडरूम होत्या आणि दुसऱ्या बैठ्या इमारतीत स्टेला स्वत: राहत असे. कुंपणाची भिंत काबूलमधल्या इतर कोणत्याही घरांच्या भिंतीसारखीच होती. दहा फूट उंच भिंत आणि त्यावर लावलेल्या काटेरी तारा. आवारात कॅन्डी नावाची एक मोठ्या आकाराची स्थानिक अफगाण कुत्री वावरत असे. तिला स्टेलानं कंदाहारहून रस्त्यामधून उचलून आणलं

होतं. आता ही छान दिसणारी कुत्री स्टेलानं चांगलीच लाडावून ठेवली होती. काही वेळा ती एवढी उग्र वाटायची की तिचा आविर्भाव समोरच्या माणसाच्या नरडीचा घोट घेण्याचा असायचा. इथं शाही इतमामात राहात असूनही कंदाहारच्या रस्त्यावरचं जीवघेणं, घाणेरडं जग ती विसरली नसावी. तिला काही माणसांकडे बघताच त्यांचा तिरस्कार वाटायचा. मुख्यत: अफगाण पुरुष तिला जराही आवडत नसत. एखाद्या माणसाप्रमाणे सगळी वागणूक मिळत असलेल्या या स्टेलाच्या मांडीवर लोळणाऱ्या कुत्रीबद्दल ती एकही वावगा शब्द ऐकून घेत नसे.

स्टेलाच्या घरावर पाच जण पहाऱ्यासाठी नेमलेले असत. त्यामधले दोन एका वेळी कामावर असायचे. पुढच्या बाजूला असणाऱ्या प्लायवूडच्या एका टपरीत ते बसायचे. तिथंच ते छोट्याशा स्टोव्हवर जेवण बनवत बसायचे. उरलेला वेळ ते त्यांच्याजवळचा छोटा टीव्ही पाहत घालवायचे.

स्टेलाच्या आवारात हिरवळीवर एक उघडा पांढऱ्या कापडाचा मांडव टाकला होता. त्याच्याखाली दोन मोठे अफगाणी गालिचे घालून कडेकडेनं मोठ्या आकाराच्या उशा ठेवलेल्या होत्या. त्यांना *तोषक* असं म्हणतात. छोटीशी बोकडासारखी दाढी ठेवलेला एक अमेरिकन पोकरचं टेबल सज्ज करत होता. मी तिथं पोहोचल्यावर काहीतरी मदत करणं गरजेचं होतं, म्हणून मी बीअरचे मोठे मग भरायला मदत केली. बर्फाच्या आठदहा मोठ्या ओंडक्यासारख्या लाद्या तिथं आल्या. मग त्यांचे तुकडे करून ते चारसहा ठिकाणी ठेवण्यात आले. किचन टेबल बाहेर आणून ठेवून त्याचं बारमध्ये रूपांतर करण्यात आलं. त्यावर व्होडका, जीन, रम, व्हिस्की आणि पंच बनवण्यासाठी निरनिराळ्या वाईन्सच्या बाटल्या हारीनं मांडून ठेवलेल्या होत्या. आवारात जागोजागी गॅसचे दिवे टांगलेले असल्यानं अंधार पडल्यावर तिथं मंद प्रकाशात सगळं काही एकदम निराळंच आणि विलासी वाटू लागलं.

बेव्हन नावाचा एक जण स्टेलाला मदत करत होता. पन्नाशीकडे झुकणारा हा स्टेलाचा मित्र दक्षिण आफ्रिकेत फौजेत होता. तो स्टेलाच्या कंपनीची सुरक्षा व्यवस्था बघत असे. मी त्याला अनेकदा भेटलो होतो. पण आमची तशी मैत्री झाली नव्हती. मला हा माणूस उमदा आणि खेळकर स्वभावाचा असल्यानं आवडला. मुख्य म्हणजे बऱ्याच जणांना जमत नाही ती गोष्ट त्याला जमत होती. दारू प्यायल्यावरदेखील तो व्यवस्थित तल्लख असायचा. आम्ही दोघं पंच बनवत आणि चाखत मजेत गप्पा मारत होतो. मी कंदाहारमार्गे हेलमंदला जाऊन अफूच्या पिकाची कापणी बघायला जाणार असल्याचं त्याला सांगितलं. हेलमंद या प्रांतात लष्करगाह या मुख्य शहरात जाणं इतकं सोपं नव्हतं. तिथं जायला नागरी विमानसेवाच नव्हती. कंत्राटी पद्धतीनं विमानं मिळत असत, पण ती प्रसिद्धीमाध्यमांच्या लोकांना घेत

नसत. सेंट्रल एशिया डेव्हलपमेंट ग्रुप (सी.ए.डी.जी.) या संस्थेच्या विमानफेऱ्या असायच्या, पण त्या अतिशय अनियमित आणि फारच महागड्या होत्या. सर्वांत सोपा मार्ग म्हणजे ब्रिटिश फौजांमध्ये सामील होणं आणि त्यांच्याबरोबर जाणं; पण मला तसं करता येत नव्हतं. मला कधीतरी त्यासाठी आवश्यक व्यवस्था करावी लागणार होती हे खरं, पण त्या वेळी तरी माझ्याकडे तसा कोणताच मार्ग उपलब्ध नव्हता. मला तसं करायला कित्येक महिने लागणार होते आणि इथं माझ्यापाशी तेवढा वेळ नव्हता. तिकडं हेलमंदमध्ये यंदा अफूचा हंगाम लवकर असून तो अगोदरच सुरू झाला आहे, असं माझ्या कानावर आलं होतं. तेव्हा कोणाला तरी गाडीनं तिकडं घेऊन जायला सांगणं हा सर्वांत साधा मार्ग होता.

"×××× गाडीनं जायचा विचारही करू नकोस," बेव्हन म्हणाला.

मी बोलता बोलता त्याला सांगितलं की मला माझी व्हिसाची मुदत वाढवावी लागणार आहे. पण मला अफगाण नोकरशाहीच्या जंजाळात फसून काबूलमध्ये ताटकळत बसायची इच्छा नव्हती. बेव्हन म्हणाला की तसं करायची गरजही नाही. तो मला सहा महिने मुदतीचा मल्टीपल एन्ट्री व्हिसा सहज मिळवून देऊ शकत होता. मी त्याला तसं करायला सांगितलं. माझ्याजवळ नॉर्टनचा टी-शर्ट होता. तो त्याला फार आवडला होता. बेव्हन म्हणाला की मी जाताना त्याला तो शर्ट द्यायचा. मी आनंदानं तयार झालो.

बघताबघता तिथं काबूलमधली बहुतेक परदेशी माणसं जमा झाली. साधारण दोनशे लोक तिथं आले होते. ती पार्टी इतर कुठल्याही पार्टीप्रमाणेच होती. पिऊन बेहोश होणं, पिऊन बेताल वागणं, मादक द्रव्यांमुळे तंद्रीत जाणं, जास्त पिऊन ओकणं, असं सगळं काही इथं होतंच; पण शिवाय आणखीही काहीतरी होतं. अफगाणिस्तानात धोका असूनही इथं येण्याची जोखीम पत्करायला तयार असणारी 'पहिल्या जगातली' धाडसी, संधिसाधू, निरपेक्ष, कुतूहल शमवण्यासाठी आलेली, महत्त्वाकांक्षी आणि लोभी अशी सर्व प्रकारची माणसं तिथं आली होती.

मी सगळी रात्र एका पोरीबरोबर गप्पाटप्पा करण्यात घालवली. कंदाहारला गाडीनं जाणं फार धोकादायक आहे, असं म्हटल्यावर मी तिला चिडवत गंमत करत होतो. मला तिचा विनोदी स्वभाव आवडला. मध्येच एकदा मी पार्टी चालू असताना बाहेर जाऊन पहारेकऱ्यांशी गप्पा मारल्या. त्यांचं इंग्लिश माझ्या दारी भाषेएवढंच भयानक होतं. त्यांनी माझी एका माणसाशी ओळख करून दिली. हा माणूस दुभाष्या होता असं त्यांनी सांगितलं. मी त्याच्याकडे गाडी आहे का आणि त्याची मला कंदाहारला न्यायची तयारी आहे का, असं विचारलं. त्यानं त्याच्या पद्धतीनं मोडक्यातोडक्या इंग्लिशमध्ये तशी तयारी असल्याचं सांगितलं. मी त्याचा फोन

नंबर घेतला आणि त्याच्याशी संपर्क साधीन, असं त्याला म्हणालो. पण मी तसं केलं नाही, कारण मला तशी गरजच भासली नाही.

पार्टी संपल्यावर सकाळी मला रे नावाचा पत्रकार भेटला. माझी नि त्याची अगोदर गंडामाक लॉजमध्ये भेट झाली होती. त्यानं मला त्याच्याबरोबर दक्षिणेकडे येणार का, असं विचारलं. तालिबान प्रचारयुद्ध कसं जिंकत आहेत याबद्दल तो डॉक्युमेंटरी फिल्मचा प्राथमिक भाग बनवणार होता. मी जर त्याचा कॅमेरामन बनलो तर तो माझा भाडेखर्च करणार होता. लष्करगाहला कसं जायचं हे अजून त्यानं ठरवलं नव्हतं. आपण काही ठिकाणी गळ टाकून ठेवले आहेत आणि त्यामधल्या एकानं काम होईल, असं त्याला वाटत होतं. मी जेमतेम घरगुती हॅन्डीकॅम चालवला होता. व्यावसायिक चित्रीकरण करणं फार लांबची गोष्ट ठरली असती. रेनं नुकताच एक असा उत्कृष्ट कॅमेरा खरेदी केला होता. तो वापरायचा आहे हे माहीत असूनही मी त्याला होकार दिला. त्याला तेवढं पुरेसं होतं. काही जणांनी मला त्याच्यापासून जपून राहायचा सल्ला दिला होता. का ते माहीत नाही आणि जपून राहायचं ते कशासाठी, ते काही मला कळलं नाही. हा कलंदर माणूस त्याच्या बेधडकपणामुळे कधीतरी ठार होणार याची त्यांना खात्री होती. प्रश्न फक्त आज की उद्या एवढाच होता. त्याच्याबरोबर असणारे लोकही खलास होणार हे उघडच होतं.

लष्करगाहला पोहोचल्यानंतर, मला माझं काम जास्त महत्त्वाचं असल्यानं मी ते करणार आहे, असं मी त्याला अगोदरच सांगून टाकलं. त्याला त्याची काहीच हरकत नव्हती. मी हे त्याला सांगायचं कारण म्हणजे मी त्याच्या प्रवासादरम्यानच्या खर्चाचा काही वाटा उचलणार होतो. ड्रायव्हर आणि दुभाषी यांचा काही खर्च मी करणार असं ठरलं. मग त्याला मी त्याच्याबरोबर जायला तयार असल्याचं पक्कं सांगितलं.

संयुक्त राष्ट्र संघटना मानवतेच्या दृष्टिकोनातून हवाई वाहतूक करत होती. या सेवेला यू.एन.एच.ए.एस. असं नाव होतं. आम्ही त्यांच्या एका विमानानं जायचं ठरवलं. हे विमान दोन दिवसांनी निघणार होतं. त्या दिवशी विमानतळावर माझी आणि जीन मॅकेंझीची भेट झाली. मी काही आठवड्यांपूर्वी लष्करगाहला जाण्यासंबंधात तिच्याशी बोललो होतो. आता ती तिकडंच निघाली होती. ती आमच्या अगोदर तिथं पोहोचणार होती. ती जिथं राहत होती तिथं एखादी रिकामी खोली आहे का हे ती बघणार होती. मी सिगारेट ओढायला तिच्या मदतनिसाबरोबर बाहेर आलो. तिचा हा मदतनीस तरुण अफगाण डॉक्टर होता. त्याचं वागणं प्रसन्न होतं. मी त्याला कंदाहार कसं आहे, असं विचारलं.

"ते लष्करगाहपेक्षा जास्त सुरक्षित आहे," तो खांदे उडवत म्हणाला. मी हा

मूर्खासारखा प्रश्न विचारण्याआधी विचार करायला हवा होता, असा काहीसा त्याचा आविर्भाव होता.

"…. कुठंच सुरक्षित नाही," तो धूर सोडत म्हणाला.

एक अतिशय अनुभवी युद्ध वार्ताहर रे आणि मी ही जोडी खरोखरच अजब होती. एक रांगडा अमेरिकन, तर दुसरा म्हणजे निदान प्यायलेला नसला तर ठीक असणारा ऑस्ट्रेलियन. त्यानं त्याच्या काही 'मित्रांकडून' माहिती काढली होती म्हणे. त्यानं कंदाहार सुरक्षित जागा असल्याचा निष्कर्ष काढला होता; पण मी जे काही ऐकलं होतं ते सगळं याच्या नेमकं उलट होतं – म्हणून मी जाताना सलवार-कमीज हा पोशाख पसंत केला; पण रे मात्र आपण स्थानिक माणसासारखा पोशाख करायच्या साफ विरुद्ध होता. आपल्याला स्पेशल फोर्सचे छुपे सैनिक समजतील असं त्याचं म्हणणं होतं. म्हणून मग त्यानं मजेत सुट्टी घालवण्यासाठी निघालेल्या पर्यटकासारखा जीनपॅन्ट, चौकडीचा शर्ट आणि पांढरे बूट असा जामानिमा केला होता.

आम्ही लष्करगाहला कसं पोहोचायचं हे काहीच ठरवलं नव्हतं. पण रेचा एक इंग्लिश मित्र तिथल्या पी.आर.टी.मध्ये होता. तो म्हणाला की तो आमची एका लष्करी हेलिकॉप्टरमध्ये सोय करू शकेल. पण त्यासाठी आम्हाला चिलखती जॅकेट आणि एक हेल्मेट मिळवणं गरजेचं होतं.

लष्करी साहित्य विकणाऱ्या एका दुकानाचा पत्ता कोणीतरी रेला सांगितला होता. आम्ही तालिबानच्या प्रभावाखालच्या क्षेत्रात होतो. आम्ही ज्या कॉन्टिनेन्टल हॉटेलात राहत होतो, तिथल्या सर्व परदेशी माणसांप्रमाणे आमच्यावरही बारीक नजर ठेवली जात असणार हे उघड होतं. आम्ही तिथं दुकानात गेलो तर ते सहज समजणार होतं. अफगाणिस्तानात सगळ्यांकडे सेलफोन असतात. फक्त एक-दोन करायचा अवकाश की तालिबानी आमच्यावर बघताबघता झडप घालू शकणार होते. माझ्या मनात जराशी भीती डोकावत होती, कारण इथं 'अपहरण', 'बॉम्ब' किंवा 'हत्या' हे फक्त वर्तमानपत्रामधले शब्द नव्हते. कोणीतरी तुमच्या मागावर असू शकेल ही वस्तुस्थितीची जाणीव विलक्षण होती.

त्या दिवशी गरम होत असूनही रस्ते आणि गल्लीबोळात भरपूर गर्दी होती. मोटारसायकलींना जोडलेले ट्रेलर माल भरून सुसाट वेगानं जात होते. पादल्यासारखा फटफट आवाज करत रस्त्यामधले खड्डे चुकवत रिक्षा जात होत्या. मी रे'च्या बरोबर निरनिराळ्या रस्त्यानं जात असताना लोक आमच्याकडे लक्षपूर्वक पाहत होते. मी विचार केला की पुढच्या खेपेस नीट विचार करून… *पुढची खेप? कोणास ठाऊक!*

आम्ही पत्ता विचारण्यासाठी एका फोटोच्या दुकानात शिरलो. आतल्या तरुण माणसाला आम्हाला कुठं जायचं हे माहीत होतं. त्यानं सरळ त्याचं दुकान बंद केलं आणि आमच्याबरोबर रस्ता दाखवण्यासाठी आला. दहा मिनिटांनी आम्ही आम्हाला हवं त्या दुकानात पोहोचलो. आम्हाला काही जाकिटं मिळाली. पण त्यात घालायच्या प्लेट नव्हत्या. अर्थात आमची ही जाकिटं 'चिलखती दिसण्याची' गरज होती. मी विचार केला की आम्ही पुढच्या बाजूला लॅपटॉप आणि मागच्या बाजूला पुस्तकं भरून तसा आभास निर्माण करू शकतो. आता आम्हाला हेल्मेटची गरज होती. आमच्यासोबत आलेल्या त्या तरुण दुकानदारानं एक टॅक्सी थांबवली आणि त्यानं ड्रायव्हरला सूचना दिल्या. त्यानं मदत केली, पण त्याला कशाचीही अपेक्षा नव्हती. आम्ही त्याच्या गावात पाहुणे होतो म्हणूनच तो मदत करत होता. खरोखरच लोक सांगतात तेवढा हा भाग धोकादायक होता का?

एका छोट्या हार्डवेअरच्या दुकानासमोर टॅक्सी थांबली. आम्ही तिथं गेल्यावर टॅक्सी ड्रायव्हरनं तिथल्या माणसाला काहीतरी सांगितलं. त्या माणसानं एका पोऱ्याला कुठंतरी पिटाळलं. बाहेर काही माणसं जमिनीवर बसली होती. त्यांनी आम्हाला चहापाणी घेणार का, असं विचारलं. आम्ही त्यांच्याबरोबर खाली बसलो. जरा वेळानं तो पोरगा परतला. त्यानं प्लॅस्टिकची, मोटारसायकलवर बसताना वापरायची दोन स्वस्तातली हेल्मेट आणली होती. रे ती घ्यायच्या बेतात होता. पण मी साफ नकार दिला. मी हे असलं हेल्मेट घालून हास्यास्पद दिसत असताना जायला तयार नव्हतो.

आता आम्ही लष्करी हेलिकॉप्टरनं जाणार की नाही हे निश्चित होऊ न शकल्यानं आम्हाला इतर पर्यायांचा वापर करायचा विचार करणं भाग होतं. मला कोणत्याही परिस्थितीत बरेच दिवस कंदाहारमध्ये अडकून पडायचं नव्हतं. रेनं एक फ्लाईट ठरवली. आम्हाला अर्ध्या तासाच्या प्रवासासाठी प्रत्येकी २५० अमेरिकन डॉलर द्यावे लागणार होते. पण ही फ्लाईट कॅम्प बॅस्टियन या हेलमंद प्रांतातल्या ब्रिटिशांच्या मुख्य लष्करी तळापर्यंतच नेणार होती. हा तळ लष्करगाहच्या पूर्वेला तीस किलोमीटरवर होता. तिथं जवळपास वस्ती नसल्यानं तिथं फोन, टॅक्सी वगैरे काहीच सुविधा नव्हत्या. आम्ही तिथं गेलो तर अडकून पडलो असतो.

मी अगोदर बेव्हनला फोन करून चिलखती जाकीट वगैरे कुठं मिळेल हे विचारलं होतं. त्यानं त्याच्या जेफ नावाच्या एका मित्राला फोन केला होता. बेव्हनचा हा मित्र कंदाहारमध्ये कसलातरी व्यवसाय करत होता. मी जेफशी बोललो. तो म्हणाला की हेल्मेट वगैरे मिळण्याबद्दल तो काहीच मदत करू शकणार नाही. पण त्यानं आम्हाला बीअर प्यायचं निमंत्रण दिलं. त्यानं आमच्यासाठी गाडी पाठवायचं कबूल केलं. त्याप्रमाणे त्यानं पाठवलेली गाडी दुपारी साडेचारला आली. आम्ही

त्याच्या चिलखती गाडीत बसलो. हॉटेलच्या पार्किंगमधून बाहेर आल्यावर तोंडावर रुमाल बांधलेला एक जण आत बसला. त्याच्या हातात एके रायफल होती. आम्ही कंदाहार शहरातून, शहर कसलं, मोठं वाढलेलं गावच म्हणा, जात असताना मला पुढच्या बाजूला जाणारा लाल रंगाचा पिकअप ट्रक दिसला. त्यात सशस्त्र माणसं होती. आम्ही त्यांच्यामागे जात आहोत असं मला वाटलं. पण मग मला कळलं की ते आमचेच संरक्षक होते.

काही बीअर संपवल्यानंतर जेफ म्हणाला की तो काही दिवसांत लष्करगाहला जाणार होता. त्यानं मला त्याच्याबरोबर चलणार का, असं विचारलं. अर्थात वाटेत काहीही 'अपघात' न होता तिथं पोहोचायची हमी मात्र तो देत नव्हता. अर्थात त्याचा प्रस्ताव आकर्षक होता. मी रेबरोबर सल्लामसलत न करता त्याला होकार देऊन टाकला. ही आमच्यासमोर आलेली पहिली खरोखरची संधी होती. मला आता तिथं वाहनाची व्यवस्था होईपर्यंत किंवा कसलीतरी हेल्मेट वगैरे मिळवण्याचा खटाटोप करत बसण्याचा कंटाळा आला होता.

ठरलेल्या दिवशी सकाळी जेफचा ड्रायव्हर आम्हाला न्यायला आला. त्यानं आम्हाला जेफ राहत होता तिथं नेलं. जेफनं तिथं गेल्यावर माझ्या हातात एक रेडिओ रिसिव्हर दिला. आपण 'पापा वन' आहोत आणि मी 'गोल्फ वन' असणार आहे, असं त्यानं सांगितलं. त्याच्याशेजारी उभ्या असणाऱ्या अफगाण माणसाच्या रेडिओचा संकेत 'पापा टू' असा होता. जेफनं त्या माणसाला सांगितलं की जर आमच्या गाडीवर हल्ला झाला तर आम्ही गाडीतच थांबायचं होतं. अशा परिस्थितीत तो लढण्यासाठी येणार होता.

आम्ही बाहेर पडत असताना रेनं ड्रायव्हरला विचारलं, ''हं... तर तुमच्यावर कधी तालिबाननं हल्ला केला होता का?''

''होय,'' ड्रायव्हर म्हणाला, ''बऱ्याच वेळा.'' त्यानं समोरच्या काचेकडे बोट दाखवलं. तिथं दोन गोळ्या लागल्याच्या खुणा होत्या. एका ठिकाणी एक गोल चकती नीटपणे निघालेली दिसली, ''ते आमच्यावर गोळीबार करतात आणि शिवाय बॉम्बहल्लाही चढवतात.''

रेनं माझ्याकडे पाहिलं. मी खांदे उडवले. आता आम्ही गाडीत बसलो तर होतोच. तेव्हा आम्ही काहीच करू शकत नव्हतो.

''कोणी मरण पावलं का?'' रेनं विचारलं.

''नाही... कोणीही नाही.''

आम्ही लवकरच कंदाहारमधून बाहेर पडून उपनगरांमध्ये आलो. ड्रायव्हर म्हणाला की आता यापुढचा एकदोन किलोमीटरचा भाग अतिशय धोकादायक आहे. मी समोर पाहिलं. समोरची लॅन्डक्रूझर आणि पुढच्या दोन्ही पिकअप ट्रकमधले लोक

रस्त्यामधून जाणाऱ्या इतर गाड्यांना इशारा करून बाजूला काढत होते. पुढच्या गाड्यांमध्ये प्रत्येकी चार जण होते. त्यांच्याकडे एके-४७, आर.पी.जी. म्हणजे रॉकेट प्रॉपेल्ड ग्रेनेड लॉन्चर आणि बेल्टमधून गोळ्या पुरवठा होणारी पी.के. मशीनगन अशी शस्त्रं होती. आमच्या गाडीच्या मागच्या बाजूच्या संरक्षक गाडीत ही अशीच व्यवस्था होती. आम्ही आता निवासी भाग मागे टाकला होता. समोर आता सरळ आणि सपाट रस्ता दूरवर पर्वतराजींकडे जाताना दिसत होता. एक पगडी घातलेला माणूस त्याची बंद पडलेली मोटारसायकल ढकलत रस्त्यातून जाताना दिसला. समोरून एक मोटारसायकल आली आणि मागे धुराचा व धुळीचा मोठा लोट सोडत आमच्याजवळून निघून गेली. हे लोक आत्मघाती हल्लेखोर तर नाहीत ना, असा विचार माझ्या मनात आला. आम्हाला पाहून कोणी फोन केला की काय? फोन झाल्यानंतर हल्ला करण्यासाठी त्यांना किती वेळ लागतो?

मी फक्त अस्वस्थपणे जागच्याजागी चुळबुळ करत बसलो होतो. अर्थात मी त्या वेळी तेवढंच करू शकत होतो. जरा वेळानं माझा अस्वस्थपणा कमी झाला.

आता आम्हाला रस्त्याच्या दोन्ही बाजूंना असणारी अफूची शेतं दिसू लागली. अनेक जण तिथं अफूच्या बोंडांना छेद देण्याचं काम करत होते. कंदाहारमध्ये अफू कापणीचा हंगाम संपत आला होता. आपण इथं अगोदर का आलो नाही हा विचार मनात येऊन मी स्वत:वरच चिडलो.

आम्ही कंदाहार आणि हेलमंदच्या सरहद्दीवर पोहोचलो आणि मग लष्करगाहहून आम्हाला नेण्यासाठी येणाऱ्या काफिल्याची वाट पाहत थांबलो. जेफ रेडिओवरून बोलत असताना सगळे सुरक्षाकर्मचारी चारी बाजूंना पांगून योग्य जागा धरून नजर ठेवून उभे राहिले. दहा मिनिटांनंतर आम्हाला नेण्याची व्यवस्था झाल्याचं कळलं. आता आम्ही निघालो तेव्हा आमच्यापुढे एकच गाडी होती. उरलेले सगळे जण परत कंदाहारला जाणार होते. याचा अर्थ जेफ म्हणाला तरी त्याचा प्रवासाचा बेत अगोदर ठरलेला नव्हता. त्यानं आम्हाला मदत करण्यासाठी ही एवढी तसदी घेतली होती.

आमच्या नवीन गाडीत माझ्या शेजारी एक खुरटी दाढी राखलेला सडपातळ बांध्याचा अमेरिकन बसला होता. जेफनं त्याचं नाव जॅक असं सांगून तो पूर्वी अमेरिकन स्पेशल फोर्समध्ये असल्याचं सांगितलं होतं. मी एकदोन मिनिटांनंतर माझी ओळख करून दिली. पण हा जॅक बोलायला फारसा उत्सुक दिसला नाही.

मी माझ्याजवळचं कार्ड बाहेर काढलं आणि जीनला फोन केला. आम्ही आता लष्करगाहच्या जवळ आलो होतो. पूर्वी जरी ठरलं असलं तरी आता आम्ही पी.आर.टी.पाशी नव्हे तर जीन होती तिथं म्हणजे सी.ए.डी.जी.मध्येच जाणार आहोत, हे मला तिला सांगायचं होतं. मी फोनवर बोलत असताना जॅकनं त्याच्याजवळच्या गुगलअर्थवरून घेतलेला नकाशा दाखवून आम्ही सी.ए.डी.जी.तच जाणार आहोत

का, हे विचारलं. पण मी त्याच्याकडे दुर्लक्ष केलं.

आम्ही सी.ए.डी.जी.च्या गेटपाशी आलो तेव्हा जॅकनं आम्हाला गाडीतच बसून राहण्याची आणि आत फोन करून कोणाला तरी बाहेर बोलावण्याची सूचना केली. मी जीनला फोन केला. ती आम्हाला आत नेण्यासाठी बाहेर आली. आम्ही आमचं सामान बाहेर काढत असताना जीन जॅकला म्हणाली, "तुमचा एक माणूस तुम्ही गमावल्याचं कळलं." तिचं म्हणणं बरोबर होतं. काही दिवसांपूर्वी जॅकच्या एका अफगाण सहकाऱ्याचा आत्मघाती बॉम्बहल्ल्यात बळी गेला होता. त्याची बातमी सगळीकडे पसरली होती.

"तुमची ओळख काय?"

जीननं तिचं नाव सांगितलं.

"ती फक्त एक बातमी होती मॅम." जॅक म्हणाला.

फार पूर्वीपासून अफगाणिस्तानच्या आर्थिक प्रगतीच्या दृष्टीनं हेलमंद प्रांताचं स्थान महत्त्वाचं मानलं जातं. हेलमंद नदीचं खोरं अफगाणिस्तानच्या स्थैर्यासाठी अतिशय महत्त्वाचं आहे, याचं कारण अफगाणिस्तानच्या दक्षिण व पश्चिम भागांचा मोठाच प्रदेश या खोऱ्यात येतो. इथं हेलमंद आणि अर्घंदाब या दोन नद्या वाहतात. प्राचीन काळापासून इथं पाणीपुरवठ्याची व्यवस्था असल्यानं या भागात विविध फळं आणि कलिंगडं प्रचंड प्रमाणात पिकतात. ह्या भागात आता कंदाहार, हेलमंद, उरुझगान आणि फराह हे चार प्रांत येतात.

विसाव्या शतकाच्या सुरुवातीपासून या भागात कृषी उत्पादनांना चालना मिळावी म्हणून अनेक देशांनी मदतीचा हात पुढे केला होता. या भागात भरपूर उत्पादन झाल्यास अफगाणिस्तानची अर्थव्यवस्था नीट मार्गी लागेल आणि विशेषत: पश्तुन टोळ्यांना फायदा होऊन त्या स्थिरस्थावर होतील, अशी कल्पना होती. पण भटक्या पश्तुन टोळ्यांना कोणी बाहेरच्यांनी काय करा किंवा काय करू नका, हे सांगणं आवडत नाही. त्यांना एका जागी स्थिरस्थावर होणं नापसंत होतं. १९५० ते १९७०-८० या दशकाच्या सुरुवातीस शीतयुद्धात गुंतलेल्या महासत्तांना या अतिशय महत्त्वाच्या भागावर स्वत:चं नियंत्रण हवं होतं. मदतीच्या नावाखाली या भागात लक्षावधी डॉलर आणि रुबल ओतले गेले. अफगाण लोकांनी त्यांना काय हवं ते नेमकं ओळखून दोघांनाही खेळवलं. सोव्हिएत महासंघानं पूर्व आणि उत्तर अफगाणिस्तानात विकासाचे प्रचंड मोठे प्रकल्प सुरू केले, तर अमेरिकेनं दक्षिण भागात विकासाची कामं हाती घेतली. या सगळ्यामधून अफगाणिस्तानात आधुनिक तंत्रज्ञानाची कमाल दाखवणारे दोन मोठे प्रकल्प उभे राहिले. एक होता तो काबूलला

उत्तर अफगाणिस्तान व मध्य आशियाशी थेट रस्ता उपलब्ध करून देणारा महत्त्वाकांक्षी सलांग बोगदा आणि दुसरा प्रकल्प म्हणजे प्रसिद्ध कजाकी धरण.

कजाकी धरण हा हेलमंद नदीच्या खोऱ्यातला भव्य असा प्रकल्प होता. या प्रकल्पात अर्घंदाब नदीवरही धरण बांधून त्या धरणांचं पाणी मोठ्या भागाला पुरवण्याची योजना होती. पाणीपुरवठ्याबरोबरच वीजही तयार होणार होती. यात केवळ विकासाचा भाग नव्हता. लाल सोव्हिएत सत्तेच्या नाकावर टिच्चून त्या भागात भांडवलशाही कसं परिवर्तन घडवून आणते, हे अमेरिकनांना दाखवायचं होतं. पण दुर्दैवानं बऱ्याच भागात पाणी साचणं, जमिनीत क्षार जमा होणं आणि बंदुकांवर जास्त भिस्त ठेवणारे स्थानिक लोक अशा अनेक कारणांमुळे हा प्रकल्प पूर्ण होऊ शकला नाही. अगोदर जे करायचं ठरलं होतं ते पूर्ण झालं नाही म्हणून अमेरिका आणि अफगाणिस्तान यांच्या संबंधात दुरावा आला. यामुळे सोव्हिएत महासंघाला फायदा झाला.

अफगाणिस्तानातल्या या प्रकल्पाची जबाबदारी यू.एस.ए.आय.डी. म्हणजे युनायटेड स्टेट्स एजन्सी फॉर इंटरनॅशनल डेव्हलपमेंट या संस्थेची होती. या संस्थेनं हा प्रकल्प १९७४ मध्ये गुंडाळला. १९७६ मध्ये अमेरिकेचे परराष्ट्रमंत्री हेन्री किसींजर यांनी काबूलला भेट दिली. त्या वेळी अफगाण नियोजनमंत्री असणाऱ्या अहमद खुरानी यांच्या आवाहनाचा परिणाम झाला. किसींजरनी पुन्हा हा प्रकल्प सुरू करायला भाग पाडलं आणि मग अगदी सोव्हिएत आक्रमण होईपर्यंत अमेरिकेनं यात सतत भरपूर पैसा ओतला. पण या पैशाचा काहीही उपयोग झाला नाही. कारण निक क्युलथर या अमेरिकन इतिहासतज्ज्ञाच्या मते 'यशाची कोणतीही आशा नसताना, केवळ अगोदरचं अपयश झाकण्यासाठी प्रचंड साधनसामग्री तिथं फुकट जात होती.'

अमेरिकेच्या अफगाणिस्तानमधल्या धोरणात हेलमंदला महत्त्वाचं स्थान प्राप्त झालं; पण त्यामधून हेलमंद भागात सांस्कृतिक प्रगती मात्र झाली नाही. उलट तिथं सोव्हिएत आक्रमणानंतर कायदा-सुव्यवस्थेचा जो बोजवारा उडाला त्यामधूनच हा भाग जगातला सर्वाधिक अफू उत्पादक भाग म्हणून कुप्रसिद्ध झाला.

आम्ही जेवणाच्या टेबलापाशी बसून गप्पा मारत असताना फहीम नावाचा एक अफगाण आत आला. या तरुणानं पारंपरिक अफगाण पोशाख केला असला तरी तो अगदी आधुनिक फॅशनचा वाटत होता. त्याच्या डोक्यावरची प्रार्थनेसाठी वापरण्याची टोपी छान छोटे मणी लावलेली होती. देश त्या वेळी ज्या कठीण परिस्थितीतून जात होता त्याचा मागमूसही चेहऱ्यावर न दाखवणाऱ्या अफगाण माणसांपैकी फहीम

होता. फहीम मृदू आवाजात आमच्याशी बोलला; पण त्यानं आणलेल्या बातम्या जरादेखील चांगल्या नव्हत्या. असं असूनही आपण साधंसुधं काहीतरी सांगतोय अशा प्रकारे तो सगळं सांगत होता.

तालिबान आता पुन्हा चढाईच्या बेतात असल्याचं फहीमनं सांगितलं. ब्रिटिश फौजांशी लढताना त्यांनी बरीच माणसं गमावली होती. त्यामुळे ते चिडले होते. ते येत्या दोन दिवसांत प्रतिहल्ला चढवणार होते. तसं त्यांनी सर्वांना सांगितलं होतं. फहीमच्या नदअली या जिल्ह्यात अफूची कापणी लवकरात लवकर संपवा, असं त्यांनी सगळीकडे सांगितलं होतं.

संपूर्ण देशामधून हजारो जण हेलमंद भागात जमा झाले होते. त्यात शेतकरी, शिक्षक, विद्यार्थी, कामगार, पोलीस, विकास प्रकल्पात काम करणारे कर्मचारी, बेरोजगार आणि सर्व प्रकारचे लोक तिथं चटकन काही रक्कम गाठीला बांधण्यासाठी गोळा झाले होते. वर्षभर राबून जे मिळणार नाही ते इथं काही आठवड्यांत मिळत होतं. या कामासाठी इतर काहीही बाजूला ठेवायची सगळ्यांचीच तयारी होती. अगदी तालिबान बंडखोरांचीही. प्रत्यक्ष लढण्यात गुंतलेले लोक वगळता इतरांनी शस्त्रं खाली ठेवून अफूच्या कापणीची अवजारं हातात घेतली होती. तेव्हा फहीम ज्या फर्मानाबद्दल सांगत होता, ते केवळ सर्वसामान्य लोकांनी अफूचा हंगाम लवकर संपवावा यासाठी नसून तालिबान समर्थकांनी पुन्हा हाती शस्त्रं धरण्याची वेळ आली आहे, हे सांगण्यासाठी होतं.

ब्रिटिशांची हेलमंदमधली परिस्थिती नाजूक बनली होती. सुरुवातीला या भागांत फारसं मोठं काही न करता भूमिका बजावता येईल असं त्यांना वाटलं होतं, कारण संयुक्त राष्ट्रसंघाच्या म्हणण्यानुसार तिथं 'युद्धसमाप्तीनंतर' जी स्थिती असते तशी स्थिती होती; पण बघताबघता परिस्थिती अशी झाली की ब्रिटिश फौजा ज्याचा शेवट कधीही होणारच नाही, असं वाटणाऱ्या लढाईत फसल्या. असं झालं तरी कसं, असा प्रश्न काबूलमध्ये ब्रिटिश दूतावासातल्या एका अधिकाऱ्याला मी विचारला, तर त्यानं फक्त हात वर उडवले आणि 'देवच जाणे' अशा अर्थाचा आविर्भाव करत, 'मला माहीत नाही, खरंच सांगता येणार नाही,' असं म्हणाला.

मी अशाच तऱ्हेचा प्रश्न नाटोमधल्या एका वरिष्ठ अधिकाऱ्याला विचारला. तो म्हणाला की, 'यामध्ये बराचसा भाग कोणाला काय करता येतं याचा आणि राजकारणाचा होता.' अमेरिकेला अजून पूर्वेकडेच लक्ष केंद्रित करायचं होतं. कारण त्यांना 'वाईट' माणसांची शिकार साधायची होती; पण हे करताना त्यांना आपण नाटोच्या प्रयत्नात सहभागी असल्याचा आभास कायम ठेवायचा होता. ब्रिटिशांच्या फौजांचा आकार अमेरिकन फौजांच्या खालोखाल असल्याने त्यांना हेलमंद भागात

मूख्य भूमिका स्वीकारण्याखेरीज गत्यंतरच उरलं नाही. कॅनडा आणि हॉलंडच्या फौजांजवळ पुरेशी हवाई वाहतुकीची साधनं आणि तोफा वगैरे नव्हत्या. शिवाय कंदाहार हा कॅनडाचा भाग आणि उरूझगान हा डचांचा भाग असं मानलं जात होतं. या दोन्ही सत्तांना हे भाग शांत राहतील अशी अपेक्षा होती.

पण सगळ्यांची अपेक्षा मात्र तशी नव्हती. अफगाणिस्तानमध्ये तालिबानच्या पाडावानंतर इतरत्र जे झालं तेच इथं हेलमंदमध्ये झालं होतं. अपेक्षा काहीही असली तरी सगळंच भरकटत गेलं होतं. इतिहासातून फारसं काहीच शिकलं नसल्याचं दिसून आलं. सन २००१ मधल्या बॉन करारानुसार अनेक देशांनी आपापल्या फौजा अफगाणिस्तानात पाठवण्याचं ठरवलं. बॉन करार हा संयुक्त राष्ट्रसंघाच्या पुढाकारानं झाला. त्यामध्ये तालिबानच्या राजवटीला विरोध केलेले अफगाण नेते सामील झाले होते. कित्येक दशकं सतत युद्ध पाहिलेल्या अफगाणिस्तानला स्थिरस्थावर करून एक राष्ट्र म्हणून त्याच्या पायावर उभं करण्यासाठीची एक योजना बॉनमध्ये बनवण्यात आली. सर्व व्यवस्था तात्पुरत्या स्वरूपाची होती. सुरुवातीला अंतरिम अधिकारिणी असणार होती. मग संक्रमणाच्या काळासाठी एक तात्पुरतं सरकार असेल आणि त्यानंतर लोकशाही पद्धतीनं निवडणूक होऊन अफगाण अध्यक्ष सत्तेवर येईल, असं ठरवण्यात आलं होतं. हे सगळं होत असताना मुख्यत: नाटोमधील देशांच्या सैन्यामधून एक आंतरराष्ट्रीय सैन्यदल तयार करून त्याच्याकडे नवीन सरकारला शांतता प्रस्थापित करण्यासाठी मदत करायचं काम सोपवण्यात आलं. याची नितांत गरज होती कारण तालिबानच्या पाडावानंतर देशात जी राजकीय पोकळी निर्माण झाली होती तिचा फायदा उठवून अनेक अफगाण युद्धखोर पुढाऱ्यांनी धुमाकूळ घालायला सुरुवात केली होती.

या व्यवस्थेचा अर्थ असा होता की अफगाणिस्तानात दोन प्रकारची आंतरराष्ट्रीय सैन्यदलं असणार होती. एक म्हणजे अमेरिकेच्या नेतृत्वाखालचं दहशतवादविरोधी सैन्य आणि आता तयार झालेलं हे आंतरराष्ट्रीय सैन्यदल म्हणजेच आय.एस.ए.एफ. – इंटरनॅशनल सिक्युरिटी असिस्टन्स फोर्स. ऑगस्ट २००३ पर्यंत पाळीपाळीनं बऱ्याच देशांनी या संयुक्त फौजांचं नेतृत्व केलं. पण मग नाटो या संघटनेनंच या सैन्यदलाची सूत्रं हाती घ्यावीत असं ठरवण्यात आलं. सुरुवातीला आय.एस.ए.एफ. फक्त काबूलपुरतंच काम करत असे. काबूल आणि आजूबाजूचा प्रदेश शांत राखायला अफगाण पोलिसांना मदत करणं एवढंच त्यांचं काम मर्यादित होतं. दरम्यान २००३ मध्ये हंगामी राष्ट्राध्यक्ष हमीद करझाईच्या वारंवार केलेल्या विनंतीनंतर नाटोनं आय.एस.ए.एफ.च्या कामाची व्याप्ती वाढवायला संमती दिली. आता हे सैन्यदल अफगाण सरकारला देशाच्या उरलेल्या भागात आपली सत्ता स्थापित करायला मदत करेल, असं ठरलं; पण त्या वेळी अमेरिकेचे संरक्षणमंत्री असलेले

डोनाल्ड रम्सफेल्ड यांनी आय.एस.ए.एफ.च्या दक्षिण व पूर्व भागातील विस्ताराला विरोध केला होता. त्यांची अमेरिकेच्या दहशतवादविरोधी कार्यवाहीला अडचण होईल, असं रम्सफेल्डना वाटत होतं; पण मग इराक हा अमेरिकेच्या धोरणाचा केंद्रबिंदू झाला. आता अफगाणिस्तानात काम करणाऱ्या अमेरिकन सैन्याला इराकमध्ये पाठवण्याची गरज निर्माण झाली. म्हणून मग रम्सफेल्डनी नाटोच्या योजनेला जोरदार पाठिंबा दिला; पण नाटोमध्ये सामील असणाऱ्या अनेक राष्ट्रांना अमेरिकेचं अल्-कायदाची शिकार करण्याचं धोरण पसंत नव्हतं. त्यांना अमेरिकेच्या दहशतवादविरोधी लढाईपेक्षा अफगाणिस्तानात पुनर्बांधणीला मदत करणारी शक्ती ही भूमिका बजावावी, असं वाटत होतं. त्यामुळे अफगाणिस्तानात काम करणाऱ्या दोन्ही आंतरराष्ट्रीय सैन्यदलांमध्ये सतत तेढ होती.

आपण अफगाणिस्तानात कशासाठी आलो आहोत याची स्पष्ट कल्पना अमेरिकनांना होती. त्यांनी निर्विवादपणे दहशतवादविरोधी युद्ध सुरू केलं होतं. तालिबानला सत्तेवरून हुसकून लावल्यानंतर त्यांनी अल्-कायदाचे तळ उद्ध्वस्त करून त्यांचा आणि त्यांना आश्रय देणाऱ्यांचा नाश करायला सुरुवात केली. अशा परिस्थितीत एकच सैन्यदल आक्रमकपणे हालचाली करत असताना विकासाचा हेतू बाळगून कसं काय काम करणार, असे प्रश्न विचारले जाऊ लागले.

काहीही असलं तरी ब्रिटिश फौजा पहिल्यापासून या कामासाठी तयार होत्या; पण ब्रिटनला एकाकी पडल्यासारखं झालं होतं. अखेर काही काळानं डच तयार झाले. मग ऑस्ट्रेलिया आणि कॅनडाही मदतीसाठी राजी झाले. आय.एस.ए.एफ.ची विभागीय पातळीवरची मुख्यालयं तयार होऊन त्यांची कार्यक्षेत्रं ठरली. ब्रिटनकडे दक्षिणेमधल्या मुख्यालयाची जबाबदारी आली. हेलमंदच्या या विभागीय मुख्यालयाचं कार्यक्षेत्र उरूझगान, कंदाहार आणि झ ाबूल असं होतं. यानंतर खऱ्या अर्थानं भयंकर परिस्थिती उद्‌भवली.

ब्रिटिश फौजांचं कार्यक्षेत्रं फार मोठं होतं आणि त्यांना नेमकं काय करायचं आहे हे निश्चित झालं नव्हतं. फार तोकड्या मनुष्यबळावर ते लोक अफगाणिस्तानातल्या सर्वांत भयंकर भागात शांतता प्रस्थापित करायचा प्रयत्न करत होते. शिवाय जी-८ या राष्ट्रगटाच्या अमली द्रव्यविरोधी संस्थेचं प्रमुखपद ब्रिटनकडे असल्याने त्यांना अफूच्या बाबतीतही काहीतरी करणं भाग होतं. या पार्श्वभूमीवर ब्रिटिश फौजांनी हेलमंद भागात काम करायचं मान्य केलं; पण त्यांची एक अट होती. अतिशय उपद्रवी म्हणून कुप्रसिद्ध असणारा अमली द्रव्यांच्या चोरट्या व्यापाराचा बादशहा असणारा तिथला राज्यपाल शेर मोहम्मद अखुंडजादा याला त्याच्या पदावरून हटवण्याची अट त्यांनी घातली.

सन २००१ मध्ये तालिबानच्या पाडावाला सुरुवात झाल्यानंतर हेलमंद भागात

जी अराजकाची परिस्थिती निर्माण झाली, तेव्हा लोकांनी त्यांची हलाखीची परिस्थिती जावी म्हणून पुन्हा अफूचा आसरा घेतला. त्या काळात सी.आय.ए. आणि अमेरिकन फौजांनी स्थानिक लोकांच्या या उद्योगाकडे दुर्लक्ष करायचं ठरवलं. त्यांचं लक्ष्य दहशतवादी होते. त्यांना अमली द्रव्यांच्या विरोधात काम करायला फुरसत नव्हती. त्यामुळे या अखुंडजादासारख्या बदमाशांनी त्यांचं साम्राज्य निरंकुशपणे चालवलं. त्यानं शेतकऱ्यांना अफूची लागवड करायला प्रचंड प्रोत्साहन दिलं आणि त्या व्यवहारात स्वत: गब्बर झाला. त्याच्या माणसांनी अफूचं पीक तयार व्हायच्या अगोदरच ते विकत घेण्याची 'सलाम' ही पद्धत सगळीकडे पसरवली.

अमेरिकेची भूमिका केवळ दहशतवादविरोधी लढाईची असल्यानं इथं दक्षिण भागात अमली द्रव्यविरोधात काहीही ठोस होऊ शकत नव्हतं; पण अखेर जून २००५ मध्ये डी.ई.ए.च्या एजंटनी अखुंडजादाच्या ऑफिसवर छापा टाकला. त्यांना तिथं नऊ टन अफू आढळली. या अफूची किंमत त्या वेळी १३ लक्ष डॉलर होती; पण त्याच्यावर कसलेही आरोप ठेवण्यात आले नाहीत. हे कधी तर अफगाणिस्तानच्या घटनेत अफूची लागवड करणं हे बेकायदेशीर आहे, असं लिहिलेलं असताना. मादक द्रव्यांच्या व्यापाराला अफगाणिस्तान आळा घालेल अशा अपेक्षेनं आपण अब्जावधी डॉलरची मदत देत आहोत, असं आंतरराष्ट्रीय समुदायानं वारंवार बजावलं होतं. असे असतानाही राष्ट्राध्यक्ष करझाईंचा प्रतिसाद अगदी थंड होता. ब्रिटिश फारच मागे लागले म्हणून त्यांनी अखुंडजादाला राज्यपाल या पदावरून हटवलं; पण लगेच त्याची संसद सदस्य म्हणून नेमणूक केली. मोहम्मद दाऊद या नवीन राज्यपालाबद्दल ब्रिटिशांचं मत चांगलं होतं. पण करझाईंनी अखुंडजादाच्या भावाची उपराज्यपाल म्हणून नेमणूक करून नवीन राज्यपाल काहीही करू शकणार नाही याची व्यवस्था केली.

अखुंडजादाच्या भ्रष्ट आणि पक्षपाती राजवटीच्या काळात हेलमंदमधल्या काही टोळ्या खवळून बंडखोरीला उद्युक्त झाल्या होत्या. ब्रिटिश फौजा तिथं आल्यानं यात भरच पडली. तालिबानलाही ही पर्वणीच होती. त्यांच्या क्वेट्टामधल्या तळावर तरुणांना चिथावून 'पुन्हा एकदा ब्रिटिशांपासून आपली मातृभूमी मुक्त करण्यासाठी' तयार केलं जाऊ लागलं. गरज पडली तर ब्रिटिशांच्या रक्ताच्या नद्या वाहवू, अशी भाषा वापरली जाऊ लागली.

त्या काळात म्हणजे जानेवारी २००६ मध्ये ब्रिटनचे संरक्षणमंत्री जॉन रीड यांनी घोषणा केली की, 'आपण इथून अतिशय आनंदानं तीन वर्षांत निघून जाणार आहोत, तेदेखील बंदुकीची एकही गोळी न झाडता. कारण आपलं काम पुनर्बांधणीला संरक्षण देणं हे आहे.' पण ब्रिटिश फौजा आल्यानंतर तिथं तालिबानच्या बंडखोरीत प्रचंड वाढ झाली. ती त्यांना सर्वस्वी अनपेक्षित होती. मी हेलमंदमध्ये गेलो तेव्हा

ब्रिटिशांना सैन्याची संख्या दुप्पट करायची वेळ आली होती. तिथं आता ७७०० सैनिक होते आणि दरम्यान त्यांनी हजारो गोळ्या झाडल्या होत्या. इतकंच नाही तर अगदी बायोनेट वापरून हातघाईची लढाई करण्यापर्यंत लढाईचे सगळे प्रकार त्यांना वापरावे लागले होते. ब्रिटिश संरक्षण खातं अधूनमधून तालिबानला उखडून टाकल्याचं जाहीर करत असे; पण अशा किरकोळ चकमकींमधल्या यशाचा परिणाम व्यापक प्रमाणावरच्या युद्धावर होण्यासारखा नव्हता.

ब्रिटिश आणि अमेरिकन फौजांची अफगाणिस्तानातली भूमिका मुळातच वेगळी होती. अमेरिकन फौजा त्यांच्या भागात आल्यानंतर तालिबान आणि अल्-कायदाच्या वरिष्ठ पातळीवरील नेत्यांनी भूमिगत होणं पसंत केलं. स्थानिक जनतेला अमेरिकन राजवटीत दिसणारं स्थैर्य आवडलं आणि त्यांनी अमेरिकनांचं स्वागत केलं. पण मग नाटो फौजांचं नेतृत्व करत ब्रिटिश तिथं गेले. त्यांच्या फौजेचा कमांडर जनरल डेव्हिड रिचर्ड्स हा अगदीच निराळ्या प्रवृत्तीचा होता. आपण इथं स्थैर्य निर्माण करून पुनर्बांधणी करायला मदतीसाठी आलो आहोत आणि तसं करता येईल असा ब्रिटिशांचा सुरुवातीचा आशावाद लवकरच फोल असल्याचं दिसू लागलं.

मी हेलमंदला गेलो त्यानंतर लवकरच ब्रिटनचा अफगाणिस्तानातील नवीन राजदूत सर शेरार्ड काऊपर-कोल्सनी घोषणा केली की ब्रिटिश कदाचित तिथं पुढची तीस वर्षं राहतील. कदाचित राजदूताचं हे विधान खरंही असू शकेल म्हणजे ब्रिटनला तिथं खरोखरच पुढची तीन दशकं युद्धजन्य स्थितीत अडकावं लागणार होतं; पण या विधानानं सगळीकडे प्रचंड गदारोळ झाला. कोणी असं विधान करत नाही! आता तर ही परिस्थिती म्हणजे जणू चौथं अँग्लो-अफगाण युद्ध आहे की काय, असं वाटू लागलं होतं. या युद्धात मरणाऱ्या ब्रिटिश सैनिकांची संख्या वाढत चालली होती.

फहीम आता तालिबानच्या ज्या आक्रमक हल्ल्याबद्दल सांगत होता ती ब्रिटिशांच्या 'ऑपरेशन्स ॲचिलिस' या मोहिमेची प्रतिक्रिया होती. ब्रिटिशांनी कॅनेडियन तोफखाना आणि अमेरिकन हवाईदलाच्या मदतीनं सुपीक अशा संगीन खोऱ्यामधून उत्तर दिशेनं चालून जायला सुरुवात केली होती. त्यांचा हेतू तिथून तालिबानींना हुसकावून तिथं सरकारची सत्ता प्रस्थापित करणं हा होता. या सगळ्याला मागच्या उन्हाळ्यात मुसा कला इथं झालेल्या एका प्रसंगाची पार्श्वभूमी होती.

हेलमंद प्रांतात आपले तळ उभारल्यानंतर ब्रिटिश फौज मुसा कला या जिल्ह्याच्या मध्यवर्ती भागात गेली. मुसा कला हे गाव उत्तर हेलमंद भागात असून तो तालिबानचा बालेकिल्ला होता. तिथं तालिबाननं ब्रिटिश फौजेवर जबरदस्त हल्ला चढवला. पन्नास अंश सेल्सियस तापमानात लढणारे ब्रिटिश सैनिक लवकरच गलितगात्र व्हायला आले होते. राज्यपाल दाऊदच्या मध्यस्थीनं ब्रिटिश फौजेच्या

कमांडरनं तालिबानशी एक समझोता केला. दोन्ही बाजूंनी गावातून निघून जाऊन तो भाग स्थानिक टोळीवाल्यांकडे सुपुर्द करायचा असं ठरलं. सुरुवातीला ह्या समझोत्यामुळे अफगाणिस्तानात युद्धजन्य परिस्थिती हाताळण्याचा एक वेगळा मार्ग मिळाला, असं अनेकांना वाटलं; पण ब्रिटिशांची पाठ वळताच तालिबानी पुन्हा मुसा कलात शिरले आणि त्यांच्या दृष्टीनं ब्रिटिशांना मदत केलेल्या 'गद्दारांना' त्यांनी फासावर लटकावलं.

मुसा कलामध्ये ब्रिटिशांनी केलेल्या चालींवर प्रचंड टीकेचा भडिमार झाला. राष्ट्राध्यक्ष करझाईंनी आगपाखड केली. आंतरराष्ट्रीय समुदायाच्या फौजांनी अफगाण सरकारच्या ताब्यात प्रदेश देणं अपेक्षित असताना तिथं ब्रिटिशांनी स्थानिक टोळीवाल्यांना तालिबानशी पाहिजे तसं वागायला मोकळं सोडलं होतं. मोहम्मद दाऊदची राज्यपालपदावरून गच्छंती झाली. ब्रिटिश सरकार आणि राष्ट्राध्यक्ष करझाई यांच्यातील संबंध मुळातच ताणलेले होते. कारण पाकिस्तानच तालिबानला मदत करत असल्याचं उघडपणे मान्य करण्यास ब्रिटिश सरकार तयार नव्हतं. लंडनमधल्या बॉम्बहल्ल्याच्या तपासकामात त्यांना अजून पाकिस्तानच्या सहकार्याची गरज होती. अमेरिकेनंही मुसा कलामधील ब्रिटिशांची वागणूक शेळपटपणाची होती अशी संभावना केली. ब्रिटिश सरकारनं त्यांच्या वागण्याचं कितीही समर्थन केलं तरी त्यामधून ब्रिटन आणि अफगाणिस्तान यांच्या संबंधात चांगलीच कटुता निर्माण झाली.

आता पुन्हा ब्रिटिश फौज संगीन खोऱ्यामधून मुसा कलाकडे चाल करून निघाली होती. या खेपेस पुन्हा एकदा मुसा कला गाव ताब्यात घेणं हा उद्देश असला तरी त्यापेक्षा ब्रिटिशांना बहुधा आपली तिथं झालेली मानहानी भरून काढायची असावी.

मला नंतर लष्करगाहमध्ये एक ब्रिटिश मुलकी अधिकारी भेटला. त्यानं सांगितलं की ऑपरेशन अचिलिस हा एक प्रायोगिक डावपेच होता, अगोदर तालिबाननं उत्तर हेलमंदमधल्या गावांचा ताबा घेतला होता ही बाब आता डावपेचासाठी वापरली जात होती. तिथल्या लोकांना तालिबानी राजवट किती क्रूर आहे हे कळावं अशीच ही योजना होती. त्यानंतर आता तालिबानच्या वाईट प्रसिद्धीचा लाभ उठवण्यासाठी ऑपरेशन अचिलिसमध्ये लष्कराचं एक टोक वेगानं पुढे खुपसलं जाणार होतं.

'तालिबान' या शब्दाबद्दल अनेक गैरसमज आहेत. एका विशिष्ट ध्येयासाठी एकत्र आलेला एक बळकट बांधणी असणारा गट या अर्थी ही संज्ञा वापरता येते. *तालिबान* अफूच्या व्यापारातून प्रचंड पैसा कमावतात, *तालिबान* म्हणजे पाकिस्तानातल्या मदरशांमधून बाहेर पडणारे कट्टर इस्लामी दहशतवादी आहेत किंवा अशाप्रमाणे

काही विधानं करायची असतील तर हे ठीक आहे. पण जरा खोलात जाऊन पाहिलं तर या शब्दाच्या अनेक छटा लक्षात येतात.

परदेशी लष्करी अधिकारी, सुरक्षा कर्मचारी आणि तत्सम लोकांच्या दृष्टीनं अफगाणिस्तानात तिथल्या सरकारविरुद्ध असणारे अनेक प्रकारचे लोक असूनही त्यांच्याकडे एकाच नजरेनं पाहिलं जातं. पण डाकू-लुटारू, जमीन घशात घालणारे बदमाश, सूड घेण्यासाठी टपलेले युद्धखोर पुढारी आणि गरम डोक्याचे, भडक भाषणं ठोकणारे मुल्ला हे सगळे 'तालिबानी' दिसतात; पण तालिबानी लोकांप्रमाणे काळे फेटे बांधणारे सगळेच जण काही तितके कट्टर, जहाल मताचे मूलतत्त्ववादी नसतात. घाबरून गेलेले अनेक स्थानिक लोकही त्यात असतात. हे लक्षात आल्यानंतर ब्रिटिशांनी त्यांची टी-१ आणि टी-२ अशा दोन गटांत विभागणी केली. टी-१ गटातले लोक अतिशय कडवे असून त्यांच्याशी कसलीही बोलणी करता येत नाहीत. उलट टी-२ गटातले लोक कुंपणावर बसलेले असून तुम्ही सरकारी बाजूला आलात तर तुम्हाला सुखकर जीवन जगता येईल, असं सांगून त्यांना भुलवता येतं.

लष्करगाह पी.आर.टी. मधला प्रवक्ता असणारा लेफ्टनंट चार्ली मेयो म्हणाला की, 'आम्हाला टी-२ लोकांशी लढायची इच्छा नसते. आमचं खरं लक्ष्य टी-१ आहेत. जर आम्ही त्यांना उडवू शकलो तर टी-२ लोकांना विचार करायला थोडाफार वेळ मिळू शकतो. या अवधीत त्यांना शिकवता येतं. ही काही केवळ लष्करी कारवाई नाही. आम्हाला स्थानिक पातळीवर ज्या काही तक्रारी असतील त्यांच्याकडे लक्ष द्यावं लागतं. आम्ही त्यातल्या त्यात जीवितहानी कमी व्हावी आणि टी-२ लोकांनी हातात शस्त्रं घेऊ नयेत म्हणून प्रयत्न करतो.'

सगळ्या प्रयत्नांच्या मुळाशी अशी कल्पना होती की अफगाण नागरिकांना आपल्या बाजूला वळवायचं आणि ते आपल्याच बाजूला कसे राहतील यासाठी प्रयत्न करायचे. ही भूमिका असल्याने ब्रिटिशांनी स्वत:ला हेलमंदमधल्या अफू निर्मूलन करणाऱ्या पथकांपासून कटाक्षानं दूर राखलं होतं. या पथकांवर अनेकदा गोळीबार झाला होता. अमली द्रव्यविरोधी मोहिमेचा भाग म्हणून ते पर्यायी पीक घ्यावं यासाठी प्रयत्न करत होते; पण त्यात जराही आक्रमकपणा येऊ न देता ते विकासाचे प्रकल्प सुरू करत होते. आपण इथं तालिबानला उखडून टाकायला आलो आहोत, अफूची पिकं भुईसपाट करायला नाही, हे ब्रिटिशांना स्थानिक जनतेच्या मनावर बिंबवायचं होतं. आपली ही भूमिका लोकांना कळावी म्हणून त्यांनी रेडिओवरून एक संदेश प्रक्षेपित केला :

> हेलमंदमधले सन्माननीय नागरिकहो, आय.एस.ए.एफ. आणि अफगाण नॅशनल आर्मीचे सैनिक अफूची शेतं उद्ध्वस्त करत नाहीत. अफू पिकवण्याखेरीज

लोकांना काहीही पर्याय नाही, हे त्यांना समजतं. लोकांचं पोटापाण्याचं साधन हिरावून घ्यायची त्यांची अजिबात इच्छा नाही.

दुर्दैवानं या संदेशामुळे ब्रिटिश तोंडावर आपटले. हा संदेश त्यांनी शेतकऱ्यांचं मन जिंकण्यासाठी प्रसारित केला होता; पण इथं तर लोकांना 'खुशाल अफू पिकवा' असं सांगण्यासारखं आहे, असं म्हटलं गेलं. हमीद करझाईंनी आगपाखड केली, कारण त्यांनी तर अफूविरुद्ध जिहादची घोषणा केली होती. अखुंडजादाला संसद सदस्य बनवणं यात कसं बसतं हे मात्र विचारायचं नाही. काबूलमधल्या ब्रिटिश दूतावासातल्या अधिकाऱ्यांनाही हे रेडिओवरचं आवाहन पसंत पडलं नाही. शेतकऱ्यांनी अफूचा त्याग करून इतर पिकं घ्यावीत म्हणून लक्षावधी पौंडाचा निधी ते प्रकल्पांना पुरवत होते. अशा वेळी त्यांच्याच लष्करानं याचा नेमका विरोधी संदेश प्रसारित केला होता. या संदेशाचे विपरीत राजकीय परिणाम झालेले पाहून तातडीनं रेडिओवरून त्याचं प्रसारण बंद झालं आणि माफी मागितली गेली.

'आमचा प्रयत्न नागरी पातळीवरील प्रश्नांच्या संदर्भात होता,' असं म्हणून लेफ्टनंट मेयोनं समर्थन केलं. पण दहशतवादविरोधी युद्ध आणि त्याच वेळी अमली द्रव्यविरोधी लढाई चालवणं किती कठीण आहे, हे या प्रसंगातून ठळकपणे जाणवलं. हेलमंद भागात कायद्याचं राज्य अस्तित्वातच नव्हतं. त्यामुळे तिथं अफूचं पीक मोकाट सुटलं होतं. त्या भागात स्थिर प्रशासन स्थापन न करता अफूचा विध्वंस करणं म्हणजे लोकांना तालिबानच्या बाजूला ढकलण्यासारखं होतं. ब्रिटिशांना काही गावात तालिबानच्या प्रभावाबाहेरचं आयुष्य कसं आहे याची उदाहरणं निर्माण करायची होती. त्यांच्या बाजूच्या गावातले लोक ते पाहून आपल्या बाजूनं येतील अशी त्यांची अपेक्षा होती.

ब्रिटिशांचे हे प्रयत्न अतिशय उत्तम वागणाऱ्या सभ्य गृहस्थांप्रमाणे होते. पण अमेरिकन नेतृत्वानं आणि अफगाण अधिकाऱ्यांनी त्यांच्याकडे वेगळ्या नजरेनं पाहिलं. त्यांना हे प्रयत्न चुकीच्या मार्गावर भरकटलेले वाटले. हे लोक काबूलमध्ये बसून बोलत होते. पण तिथून हेलमंद भाग खूप लांब होता. ब्रिटिशांना रेडिओवरून तसा संदेश स्थानिक जनतेला द्यावासा वाटला, कारण त्यांना प्रत्यक्ष तिथला अनुभव होता. त्यांचं म्हणणं असं होतं की विकास ही फार दीर्घ काळ चालणारी गोष्ट आहे. आपण अगोदर तालिबानची पकड कमी करायला हवी. जर आम्ही दोन्ही एकदम करायला हवं असेल तर आम्हाला इथं हजारोंनी सैन्य पाठवा, असं ब्रिटिश सैन्याचं म्हणणं होतं. पण टीका करणाऱ्यांच्या म्हणण्यातही तथ्य होतं. अफगाण नॅशनल आर्मीच्या वतीनं रेडिओवरून संदेश दिल्यानं शेतकऱ्यांना वाटलं की आपल्याला आपले उद्योग पूर्ववत चालू ठेवायची परवानगी मिळाली आहे. त्याचप्रमाणे लाच घेऊन अफूचं पीक नष्ट न करता ते तसंच सोडणाऱ्या लोकांनाही रान मोकळं

मिळालं. एकुणात अफूचं उच्चाटन करण्याकडे अफगाणिस्तानात कोणीच गांभीर्यानं पाहत नाही, असा या सगळ्याचा अर्थ लावला गेला.

मला माझं काम इथं लष्करगाहमध्ये इतक्या सहजपणे करता येईल असं वाटलं नव्हतं. आदल्या महिन्यात हेलमंद भागातलं वातावरण चांगलंच गरम होत चाललं होतं. जगातली निम्मी अफू आता या एकाच भागामधून तयार होत होती. मागच्या वर्षी अफूची लागवड ७० हजार हेक्टर क्षेत्रात झाली होती. सन २००५च्या तुलनेत हा आकडा तिप्पट होता. या वर्षी तर अफूचं पीक १ लाख हेक्टरपेक्षा जास्त क्षेत्रात घेतलं जात होतं. पण हा आकडा फक्त नोंदवलेल्या शेतांचा होता हे इथं लक्षात घ्यायला हवं. पूर्वी जिथं काहीच नव्हतं अशा वैराण भागात बोअरवेल खणून आणखी किती शेतं पिकवली होती हे कोणालाच सांगता येत नव्हतं.

लावणीचा हंगाम संपता संपता शेतकऱ्यांनी पुन्हा अफूची लागवड करू नये म्हणून त्यांना थांबवण्यासाठी काबूलहून पाठवलेल्या पोलिसांवर आणि निर्मूलन पथकांवर लक्षावधी डॉलर खर्च झाले होते. पण हा सगळाच प्रकार हास्यास्पद होता. शेतामध्ये आठ आकड्याच्या आकारात पिकाचं नुकसान केलं जायचं आणि सगळ्या शेतातलं पीक नष्ट केलं असल्याची नोंद केली जायची. गावातले वृद्ध लोक पोलिसांनी अफू नष्ट करू नये म्हणून त्यांच्याशी घासाघीस करून त्यांना लाच देत असत. लाचेचा हा दर प्रत्येक *जिरीब*मागे ५०० ते २००० अफगाणी म्हणजे २० ते ८० अमेरिकन डॉलर असा होता. ज्या कंगाल शेतकऱ्यांजवळ पोलिसांना चारायला काहीच नसायचं त्या बिचाऱ्यांची अफूची शेतं उद्‌ध्वस्त केली जायची. अशा परिस्थितीत आंतरराष्ट्रीय समुदायानं आपली भिस्त नवीन राज्यपाल असदुल्ला वफा याच्यावर ठेवली होती. त्यानं गंभीरपणानं काम करावं म्हणून त्यांनी त्याला पैसे दिले. पण जेव्हा अफू निर्मूलन करणारी पथकं नव्यानं कामासाठी गेली तेव्हा त्यांना तालिबानच्या पाठिंब्यावर हातात शस्त्रं घेतलेले शेतकरी भेटले.

हा सगळा प्रपंच आता प्रचंड गोंधळाच्या परिस्थितीत अधिकच गाळात जात होता आणि त्याचबरोबर हमीद करझाई सरकारच्या हाताबाहेर जात होता. तालिबाननं आपले हातपाय पसरायला सुरुवात केली होती. त्यांच्या हातात नवीन जिल्हे आले होते. त्यांनी लष्करगाहमधल्या पोलीस मुख्यालयावर आत्मघाती हल्ला केला होता. तसेच त्यांनी स्त्रियांच्या तुरुंगाची प्रमुख असणाऱ्या बाईचं अपहरण करून तिला ठार केलं होतं. ती सरकारसाठी काम करते हा तिचा अपराध होता. तालिबान समर्थकांनी लष्करगाहच्या बाहेर अगदी जवळच एका इटालियन पत्रकाराचं अपहरण करून त्याच्याबरोबरचा अफगाण ड्रायव्हर आणि दुभाष्या यांचा शिरच्छेद केला होता.

त्यांनी लोकांना उघडउघड इशारा देणारी पत्रं पाठवली होती. 'सरकारसाठी कोण काम करतं ते आपल्याला माहीत आहे. तेव्हा त्यांनी एकतर सरकारचं काम करणं थांबवावं किंवा होणाऱ्या परिणामाला सामोरं जावं.' अशा धमक्या त्यांनी दिल्या होत्या. तालिबानी आता रात्रीच्या वेळी लष्करगाहमध्ये गस्त घालत होते. या ठिकाणी सत्तेवर कोण आहे हे लोकांना स्पष्ट कळण्यासाठी त्यांनी सगळ्या प्रांताची वीज काही काळ तोडली होती.

तालिबाननं लोकांच्या मनात असलेल्या सरकारविरोधी भावनेचा अचूक फायदा उठवला होता आणि लोकांच्या शेतातल्या अफूचं निर्मूलन थांबवलं होतं. अर्थात त्याची योग्य किंमत त्यांनी वसूल केली होती. असं असूनही काही 'परदेशी' म्हणजे पंजाबी आणि बलुची तालिबान स्थानिक शेतकऱ्यांना प्रचंड त्रास देत असल्याच्या तक्रारी आल्या होत्या. अफगाणिस्तानसाठी किंवा पश्तुन हितासाठी सरकारच्या विरोधात लढण्यासाठी स्थानिकांचा तालिबानला पाठिंबा मिळत होता; पण तालिबानमधले हे बळजबरी करणारे परदेशी लोक हा प्रकार स्थानिक अफगाण लोकांना नवीन होता. ते त्यांच्याकडे आणखी एका प्रकारचे 'आक्रमक' म्हणून बघू लागले. त्यांना हे लोक अजिबात पसंत नव्हते. तालिबानमधल्या या उपद्रवी परदेशी लोकांनी स्थानिक अफगाण लोकांना एवढा प्रचंड त्रास दिला होता की काही तालिबान कमांडरना तातडीनं लोकांचा रोष कमी करण्यासाठी काहीतरी करावं लागलं.

'हे लोक जिहादच्या पवित्र कामासाठी इथं येतात,' हा तालिबान कमांडर म्हणाला होता, 'ते शरियानुसार लढत आहेत. कोणताही परदेशी लढवय्या तालिबानचा कमांडर असणार नाही. जे काही घडतंय (त्रास) ते पाकिस्तानला लागून असणाऱ्या भागात घडतंय; पण लोकांनी त्याबद्दल आम्हाला सांगायला हवं, म्हणजे मग आम्ही अशा नतद्रष्ट घटकांचा बंदोबस्त करू शकू. आम्ही कोणत्याही परिस्थितीत लोकांना मोकाट वागू देणार नाही. आमची एक निश्चित प्रणाली आहे. जो कोणी वाईट वागत असेल त्याला आम्ही जाब विचारू.'

हेलमंदच्या लोकांना शांतता आणि स्थैर्य हवं होतं. त्याखेरीज त्यांना आपण कशाची लागवड करावी याचं स्वातंत्र्य प्रिय होतं. बऱ्याच जणांना हे कळत नाही की जेव्हा स्थिर प्रशासनाचा प्रश्न येतो तेव्हा तालिबानचं पारडं कितीतरी जड असतं. तालिबानची राजवट कितीही क्रूर असली तरी त्यांच्या राजवटीत निदान लोकांना, आपल्याला पोलीस किंवा भ्रष्ट अधिकारी लुबाडत नाहीत असं वाटतं. जे कोणी लोकांना त्रास देतात किंवा गुन्हे करतात त्यांना शोधून त्यांच्या गुन्ह्याबद्दल शासन केलं जातं, असा विश्वास लोकांच्या मनात तालिबाननं निर्माण केला आहे. म्हणूनच त्या वेळी हेलमंदमध्ये संपूर्ण इस्लामी जगासाठी नाही तर अफगाण राष्ट्रवादी विचारसरणीच्या तालिबानला लोकांनी स्वीकारण्याची प्रक्रिया सुरू झाली होती.

'बहुतेक सर्व हल्ले (अफू निर्मूलन पथकांवरचे) हे स्थानिक लोकच करतात.' तालिबानचा एक प्रवक्ता म्हणत होता. नदअली जिल्ह्यातला हा प्रवक्ता पुढे म्हणाला, 'पण तालिबान त्यांना मदतच करतात. स्थानिक लोकांचा पाठिंबा मिळवण्याची ही संधीच आहे. आम्ही आमचा जिहाद चालू ठेवू आणि लोक त्यांच्या जमिनी त्यांच्याकडेच ठेवू शकतील. अफू निर्मूलनाच्या पथकांशी लढण्यासाठी आमचे तालिब हेलमंद प्रांतात कुठेही जायला तयार आहेत.'

आपण स्थानिक पातळीवर जाऊन पाहिलं तर जागतिक पातळीवरचा दहशतवाद वगैरेशी हेलमंदमधल्या लोकांना काहीच देणंघेणं नव्हतं. त्यांना त्यांची जगण्यासाठी साधनं, गुन्हेगारीपासून संरक्षण मिळणं आणि स्वातंत्र्य प्रिय होतं. आपलं घर स्फोटात उद्ध्वस्त होऊ नये एवढीच त्यांची अपेक्षा होती.

'अफगाण लोकांचा विचारधारा वगैरेशी काही संबंध नसतो,' जीन मॅकेन्झी मला सांगत होती, 'हे लोक मूलतत्त्ववादी नाहीत. ते सरळ सरळ व्यवहारी आहेत. ते राजकारण, धर्म आणि तालिबान यांच्याकडे व्यवहारी दृष्टीनं बघतात. इतर पर्यायांचा नीट विचार करूनच त्यांनी तालिबानचा पर्याय निवडला आहे.'

फार कमी जणांकडे जो अनुभव असतो त्या अनुभवातूनच जीन बोलत होती. नाटो किंवा अमेरिकनांच्या आधाराविना हेलमंदमध्ये स्वतंत्रपणे काम करू शकणारे काही पत्रकार जीननं प्रोत्साहन देऊन तयार केले होते. पण यांची संख्या फारच थोडी होती. हे लोक प्रचंड जोखीम पत्करून हेलमंदमधल्या घटनांचं वार्तांकन करायला पुढं होत होते. त्यांच्या या कामाबद्दल खरं तर त्यांना पाश्चिमात्य देशांत नाना प्रकारची पारितोषिकं मिळायला हवीत. या भागात इतर जण जे काही काम करतात त्यांना कमी लेखण्याचा माझा हेतू नाही. पण आय.डब्ल्यू.पी.आर. (इंटरनॅशनल वॉर ॲण्ड पीस रिपोर्टिंग) या संस्थेच्या पत्रकारांनी जी 'दुसरी बाजू' उजेडात आणली तिला तोड नाही. 'याचा जागतिक इस्लामशी किंवा धर्माशी काहीही संबंध नाही,' जीन म्हणाली, 'मला आता चांगलं जीवन जगता येईल अशी मदत कोण करेल, हा खरा प्रश्न आहे. पाच-सहा वर्षांपूर्वी तालिबान इथं होते तेव्हाची गोष्ट वेगळी होती. आता चांगलं जगणं म्हणजे शांततेनं जगणं आणि खायलाप्यायला असणं, हे एवढंच महत्त्वाचं मानलं जातं. लढाई थांबणं याचा अर्थ नाटो सैन्याची बॉम्बफेक थांबणं आणि आपल्याला अफू पिकवण्याचं स्वातंत्र्य मिळणं, हे एवढंच अफगाण लोकांना कळतं. त्यांना तालिबानकडून हे मिळतंय. अगोदर त्यांना तालिबानबद्दल तिरस्कार वाटत होता. पण तालिबान स्त्रियांना दगडानं ठेचून मारतात किंवा डाकूंचे हात कापतात म्हणून त्यांना हा तिटकारा वाटत नाही. उलट, त्यांना हा न्याय देण्याचा चांगला प्रकार वाटतो. त्यांना तालिबान रोज पाच वेळा नमाज पढायला लावतात म्हणून ते आवडत नाहीत. अफगाण लोकांना गाणं बजावणं प्रिय आहे. कोणी

आपल्याला दाढी वाढवा असं सांगणं, केस कसे राखा किंवा राखू नका, असं सांगणं आवडत नाही. आपल्याला वाटतं त्यापेक्षा त्यांना तालिबानचा तिरस्कार वाटायची कारणं फार निराळी आहेत.

'तर आपण आपल्या दृष्टीनं सैतानी राजवट संपुष्टात आणण्यासाठी प्रयत्न करतो आहोत. ही राजवट सैतानी आहे का? नाही. त्यांना ती तशी वाटत नाही. फक्त त्यांना तालिबानची राजवट तापदायक वाटते. तालिबानच्या राजवटीत लोकांना मारझोड करून सक्तीनं काहीतरी करायला भाग पाडलं जातं. आता पुन्हा तालिबान जेव्हा इथं कब्जा करतील तेव्हा ते गाणी, सिनेमा आणि लोक अश्लील फिल्म बघतात म्हणून इंटरनेट कॅफेंवर बंदी घालतील. अफगाण लोकांना हे पसंत पडणार नाही. मग लोक पुन्हा आणखी कोणत्यातरी पर्यायाचा शोध घेऊ लागतील. पण सध्यातरी नाटो नको, बॉम्बवर्षाव नको म्हणून त्यांना तालिबान चालतात, असं आहे. नाटो म्हणजे रस्त्यावर गोळीनं ठार होणं, बॉम्बहल्ल्यात मरणं आणि शिवाय अफू नष्ट होणं, असंच लोकांना वाटतं.'

अफूच्या बाबतीत बोलायचं तर तालिबानही व्यवहारी दृष्टीनंच बघतात. तोंडानं धर्माच्या कितीही लंब्या गप्पा मारत असले तरी ते कुराणाच्या आज्ञा स्वत:ला हव्या तशा मोडतात. तालिबानचा नेता मुल्ला उमरच्या काळात अफूची लागवड आणि व्यापार भरभराटीस आला होता. मागे १९९४ मध्ये तालिबान पाकिस्तानातून कंदाहार भागात शिरले तेव्हा ते बेनझीर भुट्टोच्या हातातलं राजकीय हत्यार होतं. अफगाणिस्तानात घडणाऱ्या घटनांवर आपला ताबा असावा अशी पाकिस्तानची जी भूमिका होती त्यामागे पाकिस्तानला भारताबद्दल वाटणारी जुनी दुश्मनी होती. ड्युरंड रेषा न मानणारी राजवट तिथं आली तर आपल्याला राजकीय आणि आर्थिक फायदा होईल, असा पाकिस्तानचा साधा विचार होता. विशेषत: आर्थिक बाबतीत तर तालिबाननं पाकिस्तानचा घसघशीत फायदाच करून दिला. तस्कर आणि ट्रकचा धंदा करणाऱ्या माफियांनी मध्य आशियाशी व्यापाराचा– तुलनेनं कमी त्रासाचा नवीन रस्ता उघडून दिला. आता पाकिस्तानला कॅस्पियन समुद्रापासून तेल वाहून आणण्यासाठी पाईप लाईन टाकता येईल, अशी आशा वाटू लागली. तालिबाननं पैसा आणि बळ या दोन्हींचा वापर करून दक्षिण भागातल्या हुकूमशाही प्रवृत्तीच्या युद्धखोर पुढाऱ्यांचा आवाज बंद केला. ताबडतोब गुल आगा शेरझाई क्वेट्टाला धावला आणि आपला धंदा सुरू केला. दक्षिण अफगाणिस्तानातील लोक तालिबानकडे मुक्तिदाते या दृष्टीनं बघत होते. आय.एस.आय.नं लष्करी साहित्य, पैसा आणि माणसंही पुरवल्यानंतर तालिबाननं काबूलकडे कूच करायला सुरुवात केली. एकदा का तालिबाननं रस्ते साफ केले म्हणताच अफूचा व्यापार तेजीत आला.

आता तालिबान पुन्हा सक्रिय झाले आहेत आणि ते आता रस्त्यांवर दिवसा-

रात्री कधीही फिरताना दिसतात, हे फहीम सांगत होता. त्यामुळे मला आता कितपत काम करता येईल याबद्दल माझ्या मनात शंका निर्माण झाली. सी.ए.डी.जी.मधल्या तळावर असलेले सर्व परदेशी कर्मचारी तिथंच अडकून पडले होते. पुढील सूचना मिळेपर्यंत त्यांना बाहेर जायची परवानगी नव्हती. कोणीही कामासाठी बाहेर पडायचं धाडस करूच शकत नव्हतं. हेलमंदच्या तेरा जिल्ह्यांपैकी फक्त सहा जिल्हे त्यातल्यात्यात बरे मानले जात होते. इथं काही प्रमाणात विकासकामं करण्याची शक्यता होती; पण जे काही चालू ठेवायचं त्याला प्रचंड यातायात करावी लागणार अशी परिस्थिती होती. मी एक अहवाल बघितला. त्यात एका पुलाची पुनर्बांधणी कशी करायची याची सविस्तर योजना होती. संपूर्ण प्रांतात जे काही करण्याची गरज होती, त्यामानानं हे काम अगदीच नगण्य म्हणावं असं होतं. हा पूल पुन्हा उभारला तर स्थानिक व्यापाराला किती उपयोगी पडेल याची माहिती त्यात दिलेली होती. पण ही योजना फक्त कॉम्प्युटरची एकमेकांना ई-मेलनं पाठवण्याची फाईल याच स्वरूपात राहील असंच त्या योजनेच्या भाग्यात लिहिलं होतं. तिथं गेल्यास अपहरण होणं किंवा गोळी खाऊन मरणं या दोन्ही शक्यता असल्यानं योजनेनुसार एकही वीट बसवणं अशक्य होतं. आता विकासकामं करणाऱ्या स्वयंसेवी संस्थांमधले कर्मचारी बसून कंटाळले होते. नेट सर्फिंग करत आणि पगार घेत ते नुसते बसून होते. आता कधी एकदा बाहेर जाण्यावरची बंधनं उठतात किंवा निदान आपली दोन आठवड्यांची सुट्टी कधी सुरू होते याची वाट पाहत बसणं एवढंच त्यांच्या हातात होतं.

माझ्या लक्षात आलं की *नेश्तार* वापरल्यानं त्याच्या बोटांवर कापल्याच्या बऱ्याच खुणा होत्या. त्यानं आपण मुलाखत द्यायला तयार असल्याचं सांगितलं, म्हणून मग जीननं एका दुभाष्याची व्यवस्था केली. दुभाष्याचं नाव नसीर होतं. तो तिशीच्या जवळ आलेला तरुण होता. आम्ही बोलण्यासाठी बाहेर जाऊ लागलो, तेव्हा रे म्हणाला की मी फहीमशी बोलून तो तालिबानच्या लोकांचं चित्रण करायला तयार आहे का, ते विचारावं, कारण रे ला बरं वाटत नव्हतं. त्याला तालिबानमधल्या कनिष्ठ स्तरावरच्या लोकांची व्हिडिओ फिल्म हवी होती. मी फहीमशी बोलतो, असं सांगितलं.

४

लष्करगाह

“ज्या कोणी हे पीक अफगाणिस्तानात आणलं तो ×××× असला पाहिजे,” फहीम तिरस्कारदर्शक डोकं हलवत, पण हसत म्हणाला. आम्ही संध्याकाळच्या उन्हात बाहेर हिरवळीवर बसलो होतो. फहीम एका कोपरावर रेलून जपमाळेचे मणी सरकवत बसला होता. आपलं काम किती कठीण होतं याबद्दल तो सांगू लागला, “वैताग देणारं फार कठीण काम असतं. माझे हातपाय आणि सगळं शरीर ठणकत होतं. ते फार अवघड काम असतं. गरमही फार होतं आणि त्यातच अफूची गुंगी असते. माझं काम संपलं त्यानंतर तीन दिवस मी सलग झोपून होतो, कारण अफूची गुंगी होती. बघा, माझी त्वचाही कशी अफिमी माणसाप्रमाणे पिवळट पडली आहे.”

फहीम अफूची गुंगी असं म्हणत होता तो कदाचित परिपक्व बोंडामधून बाहेर पडणाऱ्या **ओपिएट** असणाऱ्या वाफांचा परिणाम असावा किंवा बोंडामधून बाहेर पडणाऱ्या चिकामधली निरनिराळी अल्कलॉईड ही मादक रसायनं *नेश्तार* वापरताना झालेल्या छोट्या जखमांमधून त्याच्या रक्तात मिसळली असावीत. काही जण बोंडावर चिकटलेला चीक काढताना बोटांचा वापर करतात. चीक निघणं सोपं व्हावं

ओपिएट (Opiate) - अफूच्या बोंडामध्ये असणाऱ्या चिकामध्ये जी मादक द्रव्ये असतात त्या अल्कलॉईडला ओपिएट असे म्हणतात. मॉर्फिन, कोडाईन, पापाव्हेरिन व थेबेन ही ओपिएटची उदाहरणे आहेत.

म्हणून ते बोटं अधूनमधून चोखतात. अशा प्रकारे अनवधानानंही अफूची कापणी करणारे कामगार व्यसनाधीन होतात.

ह्या वर्षी अफू कापणीचा हंगाम फारच कठीण परिस्थितीत होता, कारण कामगारांची कमतरता होती. त्यामुळे दरवर्षीपेक्षा ह्या वर्षी फहीमला खूपच कष्टाचं काम करावं लागलं होतं. सर्वसामान्यपणे उत्तर हेलमंद भागात अफूची कापणी दक्षिणेपेक्षा उशिरा होते. त्यामुळे कापणीसाठी उपलब्ध असणारे कामगार दक्षिणेकडून दोनदा कापणी पूर्ण करून उत्तर भागात जातात. अशा प्रकारे त्यांना सलग सहा आठवड्यांचा रोजगार मिळतो; पण ह्या वर्षी मुळात प्रचंड पीक असताना बरीचशी अफू जवळजवळ एकच वेळी कापणीयोग्य झाली होती. अफूच्या पिकाच्या बाबतीत अफू गोळा करण्यासाठी फार कमी वेळ उपलब्ध असतो. अफूचं रोप मरण्यापूर्वी बोंडामधला चीक गोळा करावा लागतो.

फहीमनं एकवीस कामगारांना कामावर ठेवलं होतं; पण त्याला आणखी माणसांची गरज असल्यानं त्याला कंदाहारला जावं लागलं होतं. सर्वसामान्य पद्धत अशी होती की बाहेरून कापणीसाठी येणारे मजूर बस स्टॅण्डजवळ गोळा होत असत. तिथं शेतकरी येऊन त्यांना काम देण्यासाठी घासाघीस करून मजुरी ठरवत असत. मजुरीची रक्कम रोख किंवा अफू या दोन्ही स्वरूपात ठरत असे. आदल्या वर्षी मजुरीचे दर दिवसाला १५ ते २० अमेरिकन डॉलर होते. ह्या वर्षी मजुरांची फार मोठी कमतरता असल्यानं मजुरांची पळवापळवी, जबरदस्तीनं मजुरी करायला लावणं आणि पळून जाऊ पाहणाऱ्या मजुरांना गोळ्या घालणं हे सगळं चालू होतं. एक प्रकारे हा औद्योगिक तंटा होता आणि त्यावर उपाय योजणं सरकारचं काम होतं.

"पहिल्या दिवशी कापणीसाठी माणसं जमा झाली तेव्हा पोलीस तिथं पोहोचले आणि त्यांना पकडलं," फहीम सांगू लागला, "त्यामुळे ज्या कोणाला मजूर हवे होते त्यांना पोलिसांशी देणंघेणं ठरवणं भाग होतं. तीन जणांसाठी ५०० अफगाणी (१० अमेरिकन डॉलर) पोलीस उकळत असत. पोलिसांनी जी तपासणीनाकी उभारली होती तिथं ते तुमच्याजवळ कोणी मजूर आहेत का ते बघतात. जर असे कोणी मजूर असतील तर ते ५ हजार अफगाणींची मागणी करतात. नाहीतर ते मजुरांना खाली उतरवतात. हे असंच तालिबानही करतात. मी कंदाहारहून हायवेवरून परत येत असताना एका जागी तालिबाननी माझी गाडी अडवली. त्यांनी माझ्या मजुरांना खाली उतरायला सांगितलं. मी माझ्या एका तालिब मित्राला फोन केला. हा मुल्ला असून तालिबानचा एक कमांडर होता. तो नाक्यावरच्या लोकांशी बोलला. मग त्यांनी आम्हाला सोडलं." मी असं ऐकलं होतं की लोकांना उतरवून ते जबरदस्तीनं अफू कापणीच्या कामावर जुंपतात. मी हे खरं आहे का, असं फहीमला विचारलं. त्यानं ते खरं असल्याचं सांगितलं.

"होय. ते खरंच आहे. मजुरांना बळजबरीनं कामाला लावतात. सरकार आणि तालिबान, दोघंही तसं करतात. काही वेळा पोलीस मजुरांना ताब्यात घेतात, मारहाण करतात आणि अफूच्या शेतात नेऊन कापणीला जुंपतात. जर कोणी पळून जायचा प्रयत्न केला तर सरळ गोळी घालतात."

मजुरांची एवढी कमतरता होती की काही ठिकाणी मजुरांच्या अगदी विस्कळीत स्वरूपाच्या काही संघटना तयार झाल्या. या संघटना मजुरी वाढवून मिळते का हे बघत होत्या. लष्करगाहच्या बस स्टॅण्डवर काही जण मुद्दाम मजुरीचे दर वाढवून बोली लावत होते. त्यांचा उद्देश शेतकऱ्यांना जाळ्यात ओढून मजुरी वाढवायला भाग पाडणं हा होता. तयार होणाऱ्या अफूचा तिसरा हिस्सा द्यायला शेतकरी तयार होते; पण कापणीसाठी आलेल्या मजुरांनी एकजुटीनं अफूचा निम्मा वाटा मिळावा अशी मागणी लावून धरली. आपण सहा महिने खपून वाढवलेल्या या पिकामधला अर्धा वाटा आता या डपऱ्या लोकांच्या घशात घालावा लागणार यामुळे चिडलेल्या साठसत्तर शेतकऱ्यांनी राज्यपालाच्या कचेरीसमोर निदर्शनं केली. आंतरराष्ट्रीय समुदायाकडून अफू निर्मूलनासाठी निधी खाणाऱ्या सरकारनं यात मध्यस्थी करायलाच हवी, अशी त्यांची मागणी होती. आय.डब्ल्यू.पी.आर.नं खरोखरच मध्यस्थी केली असल्याचं दिसतं. कापणी करणारे लोक अखेर काम करायला तयार झाले आणि शेतकऱ्यांनी तयार होणाऱ्या अफूच्या चिकाचा चौथा हिस्सा त्यांना देण्याचं मान्य केलं. मजुरांचा तुटवडा एवढा होता की अनेक शेतकऱ्यांनी त्यांच्या माणसांना कापणीसाठी कामगार मिळवण्याच्या कामगिरीवर इतर प्रांतात पाठवलं. ते त्यांना दिवसाला ३० डॉलर मजुरी, खाणंपिणं आणि राहण्याची व्यवस्था हे सगळं देणार होते. याखेरीज त्यांचा भाडेखर्च करायचीही तयारी शेतकऱ्यांनी दाखवली. तरीही मजुरांचा तुटवडा भासलाच. अखेर काही शेतातल्या अफूची कापणी होऊ शकली नाही. परिस्थिती ही अशी असल्याने ठिकठिकाणी उद्भवणारे तंटे हिंसक पद्धतीनं सोडवण्याचा प्रयत्न केला जात होता.

"ज्या लोकांना हेलमंदमधल्या कापणीचा अनुभव नव्हता, त्यांना इथले शेतकरी कसे असतात याची जराही कल्पना नव्हती," हेलमंद भागात बरीच वर्षे संशोधन केलेला एक अनुभवी संशोधक मला सांगत होता, "जे मजूर एक शेत सोडून दुसरीकडे जायचा प्रयत्न करत त्यांना सरळ ठार व्हावं लागे. एका ठिकाणी तीन जणांना ठार मारण्यात आलं होतं तर सहा जणांचे नाक-कान कापून टाकले होते. आपण गुलाम नाही, असं हे लोक आक्रंदत होते. त्यांना खरोखरच हेलमंद म्हणजे काय चीज आहे याची जराही कल्पना नव्हती."

मी एका आठवड्याच्या अवधीत बऱ्याच वेळा फहीमशी बोललो. त्यानं सुरुवातीलाच बोलताना सांगितलं की तो २००१ मध्ये तालिबानसाठी लढत होता.

तो अठराव्या वर्षीच त्यांच्यात दाखल झाला होता आणि लवकरच तो कुंदुझमध्ये लढाईत सामील झाला होता. तिथं त्याला नॉर्दन अलायन्सच्या विरोधात लढताना मेंदूचं काम बंद करण्यासाठी हशीश ओढायची सवय लागली होती.

"तालिबानी माझ्या घरी येऊन मला तालिब बनण्यासाठी सतत प्रोत्साहन देत असत," फहीम सांगत होता, "त्यांचा एक नियम होता. जर तुमचं दुकान असेल तर तुमच्या घरातल्या एकानं नॉर्दन अलायन्सच्या विरोधात लढायला यायलाच पाहिजे. माझ्या वडिलांची बरीच दुकानं आणि घरं होती. त्यांनी एका माणसाला ६० हजार अफगाणी देऊन कामावर ठेवलं. हा माणूस माझ्याजागी तालिबानकडे गेला. मग ते लोक पुन्हा आले आणि म्हणाले की तुझ्याजवळ घरं आहेत, तेव्हा तू तुझ्या मुलांपैकी एकाला आमच्याबरोबर पाठवायलाच हवं. मग माझ्या वडिलांनी एका माणसाला ९० हजार अफगाणी दिले. तो माणूस माझ्याऐवजी लढाईवर गेला."

ते लोक तिसऱ्या खेपेस परत आल्यावर आता काही इलाजच नव्हता. फहीमला लढाईवर जावंच लागलं. फहीम म्हणाला की तो अनेक जणांच्या बरोबरीनं म्हणजे ताजिकीस्तान, पाकिस्तान आणि सौदी अरेबिया इथून आलेल्या लोकांबरोबरीनं लढला. तो जखमी झाला तेव्हा त्याच्यावर उपचार करणारे लोक पंजाबी होते.

फहीम जेव्हा पूर्वी किंवा आत्ताच्या संदर्भात तालिबानबद्दल बोलत होता तेव्हा तो 'ते' नव्हे तर 'आम्ही' असं संबोधत होता. तो एकदा म्हणाला, "आम्ही अहमदशाह मसूदशी लढलो, याचं कारण तो रशियन सरकारला अफगाणिस्तानात बोलावत होता. तो केवळ नावापुरताच मुसलमान होता. म्हणून आम्ही त्याला ठार केलं. (अल्-कायदानं मसूदला एका आत्मघाती हल्ल्यात ठार केलं होतं. वर्ल्ड ट्रेड सेंटरवरच्या हल्ल्याच्या दोन दिवस अगोदर व्हिडिओ कॅमेऱ्यात लपवलेल्या एका बॉम्बस्फोटात एकानं त्याला ठार मारलं. ही ओसामा बिन लादेनची मुल्ला उमरला भेट होती, असं बोललं जातं.) मसूदला जसा आम्ही धडा शिकवला तसाच त्याच्यासारख्या प्रत्येकाला शिकवू."

मी फहीमला तो अजून तालिब आहे का, असं विचारलं.

"मी कदाचित तालिब असेन, कदाचित नाही." फहीम म्हणाला, "हे फक्त आपल्या दोघांमध्येच राहायला हवं. मी अगदी मनापासून सांगतोय. मला जर तुम्हा लोकांबाबत काही करायचं असतं तर ते मी करू शकतो. पण मी मनापासून सांगतोय त्याबद्दल खात्री बाळगा. मला कोणी तुम्हाला ठार करा असं सांगितलं तर मी नकार देईन. मी त्यांचं मीठ खाल्लं आहे तेव्हा त्यांना ठार करणं योग्य नाही, असं मी त्या लोकांना सांगेन," फहीम म्हणाला, "तुम्ही मला जेवणासाठी पैसे दिले आहेत (मी ठरलेल्या रकमेपेक्षा नसीर आणि फहीमला जेवणखाण व फोनसाठी जास्त पैसे दिले होते.), तेव्हा मी तुमचं मीठ खाल्लं आहे. इन्शाल्ला, जर तुम्हीच

मला ठार केलंत तरीही मी तोंडातून चकार शब्दही काढणार नाही.

"आता माझ्या बायकोला मी तिच्याकडे लक्ष द्यावं असं वाटतं. मी पुन्हा तालिबानमध्ये सामील होऊन लढायला जाणार असं सांगितलं, तर ती रडायलाच लागेल. पण देव करो आणि तशी वेळ न येवो. समजा, एखादा माणूस बाहेरून येऊन तुम्हाला सांगू लागला की तुमचं काय चाललंय? तो माणूस तुमच्या धर्माचा नाही. तो तुमच्या मुलाबाळांना आणि बायकांना ठार मारू लागला किंवा तुमच्या तरुण पोरीबाळींना नासवू लागला तर तुमची प्रतिक्रिया काय असेल? आमच्या बाबतीत अमेरिका हेच करत आहे. ज्याला तो ओळखत नाही त्याच्या घरात घुसण्याचा हक्क या अमेरिकन माणसाला कोणी दिला? तुम्हाला इथं यायची गरजच काय? तुम्ही ओसामा बिन लादेनचा शोध घेत आहात, असं म्हणता ना? पण तो इथं नाही. आणि तो ×××× ओसामा बिन लादेन तरी इथं काय करतोय? त्याला जर अमेरिकेशी लढायचं असेल तर त्यानं ते स्वत:च्या देशात, सौदी अरेबियात जाऊन करावं."

"हा ×××× ओसामा. तिथं दुबईत बायका पैशासाठी कोणाहीबरोबर झोपायला तयार असतात. तिथं त्यानं त्याचा जिहाद सुरू का केला नाही? आम्हाला खरोखरच हे समजत नाही, की तो जेव्हा रशियनांच्या विरुद्ध लढत होता तेव्हा त्याला अमेरिकेनंच मदत केली होती. आता तो त्यांच्या दृष्टीनं दहशतवादी कसा काय झाला?"

मला जी माहिती होती त्यानुसार ओसामा बिन लादेनला अमेरिकेनं थेट मदत केली की नाही, याबद्दल उलटसुलट मतप्रवाह आहेत; पण सी.आय.ए. आणि लादेन यांचं ध्येय एकच होतं. त्या वेळी त्या भागात जो शस्त्रास्त्रं आणि पैशाचा ओघ वाहत होता, त्याच्यावरच लादेन मोठा झाला हे नक्की.

"आम्ही त्या रशियाची ×××× मारली. आता तो पुन्हा इथं यायचं धाडस करणार नाही. आम्ही आता त्या ×××× ब्रिटिशांचीही तीच गत करू."

मी फहीमला पाकिस्तानबद्दल विचारलं.

"पाकिस्तान ही अमेरिकेचीच आवृत्ती आहे. त्यांच्यात छुपा समझोता आहे. एका बाजूला ते म्हणतात की दहशतवाद्यांना पकडा. त्याच वेळेस ते दहशतवाद्यांना प्रशिक्षण देऊन इथं अफगाणिस्तानात पाठवतात. दरवर्षी अनेक देशांमधले तालिब इथं येतात. आम्हाला ते आवडत नाही."

फहीम एका दमात बरंच कधीच बोलत नसे. तो निवांतपणे रेलून गवताची काडी चघळत बोलायचा.

"माझा रोजच तालिबानशी संबंध येतो," फहीम सांगत होता, "मी त्यांच्याशी संबंध तोडूच शकत नाही. तसं केलं तर ते मला विचारतील - तू मुजाहिद्दीन नाही

का? आहेस ना? मग तू प्रत्यक्ष लढत नसलास तरी आम्हाला मदत केलीच पाहिजे.''

दररोजच तालिबानबरोबर संबंध येतात, तेव्हा कसं काय वागावं लागतं, हे मी फहीमला विचारलं.

''मला पुढच्या अर्धा तासाची खात्री देता येत नाही. मी जिवंत राहीन का नाही ते सांगता येत नाही. दोन्ही बाजूंचे लोक दररोजच ठार होतात. सगळं शांत असेल तर ठीक असतं. पण तसं कधीच नसतं. सतत तणाव असला की नीट झोपही येत नाही. जीवनाचा खेळखंडोबा झाल्यासारखं वाटतं. परदेशी माणसं इथं लढायला येतात आणि खूप जणांना ठार करतात. ते इथं कशासाठी येतात? ते इथं दहशतवादाच्या विरोधी लढायला येतात ना? मग ते अगोदर पाकिस्तानातले दहशतवाद्यांना प्रशिक्षण देणारे तळ का बंद करत नाहीत? ते तर एक दिवसाचं काम आहे.''

''मी माझ्या अंगावर अनेक गोळ्या झेलल्या आहेत,'' असं म्हणून त्यानं मला त्याच्या अंगावरच्या गोळीच्या अनेक खुणा दाखवल्या. मी त्याला काय हवं आहे, असं विचारलं. त्या वेळेसही तो 'आम्ही' असंच संबोधत होता.

''आम्हाला शांतता आणि स्वातंत्र्य हवं आहे. आम्हाला पाकिस्तान किंवा इतर कोणीही देशासाठी काम करणारं नव्हे तर आमचं स्वत:चं आणि कायद्यानं वागणारं सरकार हवं आहे. आम्हाला आमचं सरकार असं हवं आहे की त्यानं ड्युरंड रेषा पुसून टाकायला हवी. आम्हाला पेशावर आणि क्वेट्टा परत मिळवून देणारं सरकार हवं आहे. इथं अफगाणिस्तानात लढाईत अनेक ऑस्ट्रेलियन मरण पावतात त्याबद्दल मला वाईट वाटतं. मला खरोखरच त्याबद्दल खेद होतो, पण मला तुमच्याबद्दल अभिमान वाटतो. पण तुम्हाला कोणीतरी फसवतंय. इथं ऑस्ट्रेलियानं चांगलं काम केलं आहे, हे मी मान्य करतो. त्यांनी इथं हॉस्पिटलं बांधली. आम्ही त्याबद्दल आभारी आहोत. त्याबद्दल पुन्हा एकदा आभार; पण आम्हाला इथं अमेरिकन आणि ब्रिटिश नको आहेत. आम्हाला इथं असा माणूस हवा की जो स्वतंत्र वृत्तीचं सरकार देईल आणि जो आमच्या या देशासाठी जीवन वाहून घ्यायला तयार असेल. मग भले तो तालिबान का असेना. आम्हाला सुशिक्षित, सुंदर आणि कायद्याचं राज्य असणारा अफगाणिस्तान निर्माण करून देणाऱ्या माणसाची गरज आहे. आम्ही अशा माणसाला सलाम ठोकू.''

आता मध्येच नसीर बोलू लागला, ''मी अवघा अठरा वर्षांचा आहे. पण मलाच चार राष्ट्राध्यक्ष आठवतात. नजीबुल्ला, मुजाहिद्दीन, तालिबान आणि आता करझाई. बाहेरच्या लोकांना आम्ही अडाणी आहोत असं वाटत असलं तरी आम्हाला राजकारण चांगलं समजतं.''

एकदा संभाषण सुरू असताना फहीमचा फोन वाजला. त्यानं तो घेतला आणि लाऊडस्पीकर सुरू केला. त्यानं माझ्याकडे खोडकरपणे पाहिलं आणि नसीरला काहीतरी म्हणाला. नसीरनं सांगितलं की फोन कोणा तालिबानी कमांडरचा होता. हा कमांडर फहीमचा चांगला दोस्त होता. जरी फहीमनं लाऊडस्पीकर सुरू केला असला तरी तसं करायची काही गरज नव्हती, कारण मला पलीकडून बोलणाऱ्या माणसाचं बोलणं स्पष्ट ऐकू येत होतं. तो कमांडर ओरडून बोलत होता. जणू आपण तसं ओरडलो नाही तर काय आज्ञा देतोय ती पाळली जाणार नाही, असं त्याला वाटत असावं.

फोन संपल्यावर मी फहीमला तालिबानची अफूच्या व्यापारातली भूमिका काय आहे याबद्दल प्रश्न विचारला.

"तालिबान अमली द्रव्याचा व्यापार करणाऱ्यांना आणि तस्करांना संरक्षण पुरवत आहे. ते इराण आणि पाकिस्तानला लागून असलेल्या सरहद्दींवर काम करणाऱ्या तस्करांच्या टोळ्यांना मदत करत," फहीमनं क्षणाचाही विलंब न लावता उत्तर दिलं होतं. "आता यामधून त्यांना जो फायदा होईल तो कोट्यवधी डॉलरच्या घरात जाईल.

"आम्ही पहिल्यांदा अफूची लागवड करायला सुरुवात केली तेव्हा ते आमच्या घरी आले. त्यांचा नेता म्हणाला की तुम्ही मुजाहिद्दीनना मदत करत असलात (तालिबानी स्वतःला मुजाहिद्दीनही म्हणवतात.) तर आम्हाला *जकात* द्या. तुम्ही तसं केलं नाहीत तरी आम्ही तुमच्यावर सक्ती करणार नाही; पण आता मात्र ज्या कोणाकडे तालिबानी जातील त्यांच्यामधला प्रत्येक जण त्यांना *जकात* द्यायला तयार होतोच. *जकात* म्हणून अफू द्यायला तयार नाही, असा एकही माणूस सापडणार नाही. तसं केलं तर त्याचं काय होईल ते सांगता येणार नाही."

जकात ही फार जुन्या काळापासून चालत आलेली कर पद्धत आहे. उत्पन्न, मालमत्ता आणि अगदी जनावरांवरही दहा टक्के कर आकारला जातो. कृषी उत्पादनांवर, ज्यात अफूच्या चिकाचाही समावेश होतो, लागू होणाऱ्या कराला *उश्र* म्हणतात. पण इथं सरसकट सगळ्याच प्रकारच्या कराला *जकात* म्हणायची पद्धत रूढ झाली होती. परंपरेनुसार कर मुल्लांकडे जमा करायची प्रथा होती. पण आपण जिहाद करत असल्यानं आपण कर गोळा करू शकतो, अशी तालिबानची भूमिका होती. तालिबानच्या एकूण उत्पन्नापैकी साठ टक्के रक्कम अफू आणि हेरॉईनच्या व्यापारातून गोळा होते, असं सामान्यपणे पाश्चिमात्य प्रसारमाध्यमं म्हणतात. पण त्यांनी हा आकडा कुठून काढला हे मला समजत नाही.

"मी तुम्हाला सांगतो, जर हेलमंद प्रांतातली अफूची लागवड बंद झाली तर सगळा प्रांत उद्ध्वस्त होईल," फहीम म्हणाला, "याचं कारण म्हणजे इथं सगळंच

अफूवर आधारलेलं आहे. कापणी करणारे मजूर, व्यापारी, बांधकाम व्यावसायिक आणि इथला सगळाच व्यापारउदीम हे सर्वस्वी अफूवर अवलंबून आहे. अफू ही रोख पैशांपेक्षा जबरदस्त साधन आहे. या धंद्यात जेवढा पैसा कमावता येतो तेवढा इतर कशातही मिळत नाही.''

हेलमंद प्रांतातली अंदाधुंदी, भ्रष्टाचार, अफू निर्मूलनाचे प्रयत्न आणि ठार होणाऱ्या लोकांची संख्या बघता तालिबानचं प्रचाराचं काम फारच सोपं होतं. दक्षिण अफगाणिस्तानातल्या सगळ्यांनाच तालिबानी आवडत होते, असं काही नाही. पण परदेशी आक्रमकांना पिटाळून लावा, हे त्यांचं आवाहन नजरेआड करणं शक्य नव्हतं. लोकांना तालिबानची राजवट बरी वाटावी इतकी परिस्थिती भयंकर होती. सन २००२ मधली तालिबानची पिछेहाट बघता आता पुन्हा त्यांना लोकांचा पाठिंबा मिळेल असं कोणाला तरी वाटलं असतं का?

''लोकांचा त्यांना खरोखरच पाठिंबा आहे,'' जीन सांगत होती, ''मी जर इथं कोणाच्या घरी गेले तर मला कोणीही फोनचं कार्ड देणार नाही. पण त्यांना देतात, कारण तो एक प्रकारे त्यांना पाठिंबा दाखवण्याचा प्रकार आहे. काही प्रांतात किंवा गावात, आम्ही सांगू तसं केलं नाहीत तर आम्ही तुम्हाला ठार करू, अशी धमकी तालिबानी देतात, हे माझ्या कानावर आलं आहे. पण प्रत्यक्षात आम्हाला तसं कोणी सांगितलं नाही. उलट, लोक तालिबानींना आसरा देतात हेच मी ऐकलं आहे. आपण त्यांना उठाव करणारे लोक असं संबोधून तालिबानविषयी पूर्ण चुकीचं चित्र उभं करत आहोत. हे लोक हेलमंदमध्ये बाहेरून कुठून आलेले नाहीत. ते इथलेच आहेत. काही तर इथले अगदी मूळचेच रहिवासी आहेत. इथले लोक जरी स्वत: तालिब नसले तरी त्यांच्या घरी पाचसहा तालिबांना आश्रय देतात. त्यांना खायला-प्यायला देतात. यामागचं कारण हा राजकीय उठाव नाही, तर लोकांमधील फक्त प्रतिकाराची भावना आहे, आपण ज्यांना तालिबान म्हणतोय त्यामधले निम्मे तर त्याच गावातले मूळ रहिवासी आहेत.''

इतरांप्रमाणेच फहीमच्या गावातही आपलं अफूचं पीक वाचवण्यासाठी लाच दिली जात होती.

''आम्ही एकत्र आलो. आम्ही दर *जिरीबला* १५०० अफगाणी या हिशेबानं लोकांकडून रक्कम गोळा केली,'' फहीम सांगत होता, ''आम्ही ही रक्कम अफू निर्मूलन करण्यासाठी आलेल्या पथकाला दिली; पण ज्यांच्याजवळ ही रक्कम नव्हती, त्या गरीब लोकांची अफूची शेतं उजाड करण्यात आली.''

अफगाण लोकांच्या मनात मुळातच परदेशी लोकांबद्दल संशय आणि अविश्वास असतो. तालिबाननं त्याचा नेमका फायदा उठवला. हेलमंद प्रांतात लष्करगाहच्या बाहेर विकासाची सगळी कामं ठप्प झालेली दिसत होती. त्यातच एका बाजूला अफू

निर्मूलनाचा धोका असूनही शेतकऱ्यांना अफूखेरीज पर्याय दिसत नव्हता. त्यांना सतत भ्रष्ट आणि जुलमी राजवटीचा सामना करावा लागत होता. परदेशी माणसं इथं अफगाण लोकांचं भलं करण्यासाठी आलेली नसून ती या देशाचं शोषण करण्यासाठी आलेली आहेत, हे तालिबानचं म्हणणं शेतकऱ्यांना सहज पटण्याजोगीच परिस्थिती होती. हेलमंदमध्ये सर्वसामान्यपणे परदेशी लोकांकडे याच नजरेनं पाहिलं जात होतं.

कायद्याच्या राज्याबद्दल बोलायचं तर लोकांच्या समोर दोनच पर्याय होते. एक म्हणजे तालिबानची अतिशय कठोर राजवट आणि दुसऱ्या बाजूला कायदाच अस्तित्वात नसणारी सरकारची राजवट! मुळातच हेलमंदमधले लोक सनातन प्रवृत्तीचे होते. घरगुती किंवा सार्वजनिक व्यवहारात त्यांचे नियम कठोर होते. मुळातच इथं टीव्ही न पाहणारे लोक आहेत. मुलींची गोष्टच बाजूला राहू द्या, आपली मुलं शाळेत गेली तर प्रेमविवाह वगैरे गोष्टी शिकतील म्हणून त्यांना शाळेतच न पाठवणारे लोक इथं आहेत. तालिबानची अतिशय कठोर शिस्त म्हणा किंवा निर्घृण राजवट म्हणा, ती एक प्रकारे मुळातल्या सनातनी प्रवृत्तीचीच पुढची पायरी आहे इतकंच.

"तालिबाननं ज्या काळात अफूवर बंदी घातली होती, त्या काळात एका माणसाच्या घरावर एक पत्र लावलं गेलं," फहीम सांगत होता, "तो माणूस अफू पिकवतो आहे असं तालिबानींच्या कानावर गेलं होतं. त्यांनी त्याला ते थांबवायला सांगितलं; पण त्यानं तिकडं दुर्लक्ष केल्यावर त्याला गोळीनं उडवण्यात आलं. त्या वेळी तालिबानी हे लोकांना मारपीट करत असल्यानं आणि लोकांना ठार मारत असल्यानं अफूची लागवड बंद पडली होती. या सरकारचं म्हणाल तर परिस्थिती वेगळीच आहे. समजा, कोणी माझं काही चोरलं असं म्हणून कोणी पोलिसात तक्रार दिली तर त्यालाच तुरुंगात डांबतात. मग त्याला बाहेर काढण्यासाठी पोलिसांना लाच द्यावी लागते. मला कोणी जर एखाद्याला तुरुंगातून बाहेर काढायला सांगितलं तर मी तीन दिवसांत ते करू शकतो. फक्त पैसा सोडायची तयारी असली म्हणजे झालं. इथं प्रत्येक जण लाचखाऊ आहे. म्हणूनच सरकार अपयशी ठरतं. हे नवीन सरकार आलं तेव्हा सगळे जण सरकारच्या बाजूनं होते; पण पुन्हा लोकांना फसवणं सुरू झाल्यावर लोकांचा सरकारवरचा विश्वास उडाला. उलट, तालिबान धार्मिक कायदे, न्यायव्यवस्था आणि स्थैर्य हे सगळं देतं."

तालिबानींनं खरोखरच त्यांचं पर्यायी सरकार स्थापन केलं होतं. **मुल्ला अब्दुल रहीम** हा त्यांचा राज्यपाल होता. मला तिथं मदतीचं काम करणाऱ्या एका अफगाण कर्मचाऱ्यानं सांगितलं, "हा तालिबानचा राज्यपाल सरकारी राज्यपाल असदुल्ला

मुल्ला अब्दुल रहीम - याला फेब्रुवारी २००७ मध्ये एका आत्मघाती बॉम्बहल्ल्यात ठार करण्यात आलं.

वफा याच्यापेक्षा जास्त ताकदवान होता. कारण या मुल्लानं तुम्ही अमुक करा असं एखाद्या कागदावर लिहिलं की तुम्ही ते करायचंच असतं. ते अतिशय कठोर होते. त्यांना कसलीही तडजोड चालत नसे. लोकांना तालिबानींच्या न्यायालयात जायची फार भीती वाटते. तालिबानच्या ताब्यात जो भाग आहे तिथले लोक तालिबानच्या न्यायालयापुढे नेण्यापेक्षा आपापसात सलोख्यानं वाद मिटवण्याचे प्रयत्न करतात.''

एका वर्षाच्या आतच हेलमंदच्या राज्यपालपदावर नेमणूक झालेला असदुल्ला वफा हा तिसरा माणूस होता. आपण अफू निर्मूलनाच्या कार्यक्रमातील गैरप्रकार दूर करू, असं आश्वासन त्यानं दिलं असलं तरी शेतकरी आणि पोलीस यांच्यामधील लाचेची देवघेव तशीच चालू राहिली.

''अफूच्या निर्मूलनाबद्दल कोणीच गंभीर नाही,'' जीन म्हणाली, ''कोणाला पकडलं किंवा शिक्षा झाली, असं काही दिसत नाही. शेतकऱ्यांच्या दृष्टीनं त्यांना सर्वांत जास्त फायदा देणारं अफू हे एकच पीक माहीत आहे. त्यांना ते कसं घ्यायचं त्याची कल्पना आहे. आता मझार किंवा हेरात या भागात पर्याय म्हणून केशराचं पीक घ्यावं, असं सांगितलं जात आहे; पण लोकांना ते नीट माहीत नाही. त्यांना ते पटवण्यासाठी फार प्रचंड प्रयत्न करावे लागतील. पण मुळात शेतकऱ्यांना स्वत:लाच आपण पीक बदलावं, असं वाटण्याची गरज आहे.''

अफूचं पीक केवळ अफगाणिस्तानातच नाही तर आणखीही काही देशांत लोकप्रिय होऊ लागलं आहे. उत्तरेला ताजिकीस्तानात आणि पूर्वेकडील पाकिस्तानच्या टोळीवाल्यांच्या प्रदेशात कायद्याचं राज्य नसल्यानं माफियांच्या संरक्षणाखाली शेतकरी अफूकडे वळू लागले आहेत.

लष्करगाहमध्ये पहिल्याच दिवसापासून अशा काही घटना घडत गेल्या की माझ्यासमोर एकापाठोपाठ एक अडचणी येतच राहिल्या. रेनं मला सांगितलं होतं त्यानुसार मी फहीमशी बोललो होतो. तालिबान स्थानिक लोकांशी बोलत असल्याचं चित्रण त्याला करायचं होतं. मी जेव्हा रेरे'ला काय हवं आहे हे फहीमला सांगितलं, तेव्हा तो माझा व्हॉईस रेकॉर्डर न्यायला तयार झाला. पण व्हिडिओ फिल्म काढण्याबाबत मात्र तो अवघडत होता. त्या वेळची एकूण परिस्थिती बघता तसं करण्यामधली जोखीम फार मोठी होती. फहीमचे संबंध कितीही वरपर्यंत असले तरी जर तो फिल्म घेताना सापडला तर हेर म्हणून त्याला ठार व्हावं लागलं असतं. असं असलं तरी फहीमनं ताबडतोब नकार मात्र दिला नाही. रेनं त्याला चांगली फिल्म मिळाली तर ३०० अमेरिकन डॉलर द्यायचं कबूल केलं होतं. ही रक्कम चटकन नाही म्हणण्याएवढी कमी नव्हती. ''मी जर मेलो तर तुम्ही माझ्या कुटुंबीयांना

रक्कम द्या,'' फहीम म्हणाला.

मला या सगळ्यात फारसा उत्साह वाटत नव्हता. अशा गोष्टी रेनं स्वत: ठरवायला हव्यात असं मला वाटत होतं. फहीमची मुलाखत संपल्यावर मी माझ्या आणि रेरे'च्या खोलीत गेलो. तिथं गेल्यावर आपल्याला फहीमकडून नेमकं काय हवं आहे हे रेरे'नं मला सांगितलं. तालिबानचा लोकांची मनं जिंकण्याचा प्रयत्न, प्रचार युद्ध, मोटारसायकलवरून फिरणारे मुल्ला आणि झाडाखाली तालिबाननं घेतलेल्या गावकऱ्यांच्या सभा, वगैरे त्याला हवं होतं. मला हे सगळं बिनडोकपणाचं वाटलं; पण मला हे माहीत नव्हतं की सन २००२ मध्ये रे'नं स्वत: हे सगळं इथं अफगाणिस्तानात अनुभवलं होतं. त्या वेळी पिछेहाट होत असूनही मुल्ला मोटारसायकलवरून फिरून लोकांना आपण परत एकदा 'दुसरी क्रांती' करणार असल्याचं सांगत होते. हे पाच वर्षांपूर्वी असलं तरी आता पुन्हा एकदा सरहद्द ओलांडून तालिबानच्या अनेक लाटा येत होत्या आणि 'दुसरी क्रांती' व्हायची शक्यता खरोखरच नजरेसमोर दिसत होती. अशा वेळेस गावोगावी असणाऱ्या मशिदींमध्ये मुल्ला तरुणांना चिथावत असण्याची शक्यता होती हे खरं. पण रे फहीमला त्याच्या जीवाशी खेळायला सांगत होता आणि त्यासाठी फक्त ३०० डॉलर देऊ करत होता. आपण तालिबानची व्हिडिओ फिल्म घेऊ शकत नाही, हे फहीमनं रे'ला सांगितलं. पण रे ऐकायला तयार नव्हता. तो म्हणाला की आणखी विचार करून मग सांग.

मी माझा हॅन्डीकॅम काढून तो फहीमला दाखवला. पुन्हा एकदा त्यानं फिल्म घेणं अशक्य असल्याचं सांगितलं. हा व्हिडिओ कॅमेरा वापरण्यापेक्षा साधा कॅमेरा वापरून एकवेळ व्हिडिओ क्लिप घेता येईल, असं फहीम म्हणाला. रे'नं त्याच्याकडे साफ दुर्लक्ष करत त्याच्या हातात काही टेप ठेवल्या. हवं तर तालिबानींना त्यांच्या वापरासाठी एखादी ठेवायला सांग, असं तो फहीमला म्हणाला. फहीम माझ्या समोरच्या पलंगावर बसला होता. तो कॅमेरा हातात घेऊन विचार करत होता. बहुधा त्याला ३०० डॉलर खिशात टाकायचा मोह पडत होता. मला केवळ एवढ्यासाठी कोणी जीव धोक्यात टाकावा, हे अविश्वसनीय वाटलं. जर तालिबानींना संशय आला तर तो या कॅमेऱ्याबद्दल काय सांगणार, असं मी फहीमला विचारलं.

''मी हा कॅमेरा माझ्या भावानं चीनहून आणला असं सांगेन,'' फहीम म्हणाला. तो असं म्हणाला खरा, पण तो स्वत:च त्याबद्दल खात्री देऊ शकत नव्हता, हे त्याच्या स्वरावरून उघड दिसत होतं. अखेर मला वाटलं की फहीम हे काम नाकारणार आहे.

आम्ही फहीमशी बोलत बसल्यानं आम्हाला जेवणासाठी जायला उशीर झाला. म्हणजे निदान मला उशीर झालाय, असा माझा समज होता. आम्ही मुख्य इमारतीजवळ

आलो तेव्हा अचानक रे थांबला. आपण कोणा मिरवाईस नावाच्या माणसाबरोबर जेवायला जातो आहोत, असं त्यानं सांगितलं. हा मिरवाईस कोण याची मला कल्पना नव्हती; पण मी काही त्याचा पालक नव्हतो म्हणून मी रे'ला काही विचारलं नाही.

"तू जीनबरोबर गेलास तर बरं," रे म्हणाला. जणू मी त्याला चिकटून राहीन असा त्याचा स्वर होता. "नसीर, तुला माझ्याबरोबर भाषांतर करण्यासाठी यावं लागेल."

नसीरही गोंधळात पडलेला दिसला. त्याला हे काय चाललंय याची जराही कल्पना नव्हती; पण तो रे'च्या पाठोपाठ पार्किंगच्या दिशेनं गेला.

मी जेवणासाठी टेबलापाशी जाऊन बसलो, तर मला जीन तिथं वैतागलेल्या अवस्थेत दिसली. असं झालं होतं की आम्ही फहीमला तालिबानची फिल्म बनवायला भरीस पाडत आहोत, असं अबसीननं जीनच्या कानावर घातलं होतं. तिच्याकडे पाहून ती आता स्फोट व्हायच्या अवस्थेत आहे हे जाणवत होतं. तिनं मोठ्या मुश्किलीनं स्वर शांत राखत मला 'हा काय प्रकार आहे?' असं विचारलं.

"तुम्ही लोक त्याला तालिबानची फिल्म घ्यायला सांगता आहात!" जीन म्हणाली. जणू हा केवळ वेडपटपणा असू शकतो अशी तिची खात्री झाली असावी.

"नाही, तसं काही नाही," मी म्हणालो. पण लगेचच हे नक्की नाही याची जीनला जाणीव असावी म्हणून फहीम उद्या सकाळी परत येणार आहे, हे सांगितलं.

"मी यातली हवा काढून घेते," जीन म्हणाली. तिच्या म्हणण्याचा अर्थ असा होता की नसीर आणि फहीम यापुढे आमच्यासाठी काम करणार नाहीत, याची ती व्यवस्था करणार होती. आम्हाला आता नवीन दुभाष्या आणि ड्रायव्हर शोधावा लागणार होता. "तुम्ही माझे मित्र आहात असं मी सांगितलं म्हणून केवळ माझ्यासाठी ते दोघं तुमचं काम करायला तयार झाले आहेत."

आता मी हादरून गेलो. रे'च्या त्या ×××× व्हिडिओपायी आता माझं काम फसल्यात जमा होतं.

रे कुठं आहे, असं जीननं विचारलं. तो दुसऱ्या कुणाबरोबर तरी जेवायला गेला आहे, पण कुठं ते मला माहीत नाही, असं मी जीनला सांगितलं. काही प्रश्नोत्तरं झाल्यावर नसीर आणि रे एकत्र गेल्याचं मी तिला सांगितलं. मी जसंजसं आणखी सांगत होतो तसा जीनचा पारा चढत होता; पण तिनं अजून सभ्यपणानं ओरडण्याच्या पलीकडे मजल मारली नव्हती. रे'नं जेवायला हजर न राहणं यात एवढं काय विशेष आहे, हे मला कळेना, पण मग माझ्या लक्षात आलं की जीनला रे'ची नाही तर नसीरची काळजी वाटत होती. तिनं अबसीनला नसीरला फोन लावायला सांगितलं.

अबसीन म्हणाला की नसीर फोन उचलत नाही. मग जीननं स्वत:चा फोन बाहेर

काढला आणि रे'ला फोन लावला. तोदेखील फोन उचलत नव्हता.

"हे बघा, काही नियम आहेत हे मुळातच आपण समजावून घ्यायला हवं," जीन म्हणाली. जणू माझ्या मांडीवर रे आहे अशा प्रकारे त्यालाच उद्देशून बोलू लागली, "सर्वांत पहिली गोष्ट. हे गेस्ट हाउस नाही. इथं असं जेवणासाठी गैरहजर राहणं चालणार नाही. रात्रीच्या वेळी कोणी इथं बाहेर उगीच फिरत नाही. नसीर घरी परत कसा येणार? तो रस्त्यातच ठार होईल. तो एक कोवळा तरुण आहे!"

आदल्या रात्रीच तालिबानीनं रस्त्यामधून जाणाऱ्या एका नागरिकाला गोळी घातली होती. आमच्या टेबलापाशी आणखी दोन जण बसले होते. एक जण डच होता आणि दुसरा अमेरिकन. दोघंही गप्प बसून ऐकत होते. एकूण टेबलापाशी बसलेल्यांचा मूड खराब झाला होता.

सुरुवातीला मला जेवावंसंच वाटेना; पण मग मी एक-दोन पदार्थ उचलून माझ्या प्लेटमध्ये घेतले. परतलेली चिकनची डिश चांगली दिसत होती. ते पदार्थ उगीच गार करून खाणं योग्य नव्हतं. मी बाजूच्या एकाला पेप्सी द्यायला सांगितलं आणि खायला लागलो. मी मग पुन्हा एकदा अजून नक्की काही ठरलेलं नाही याची खात्री दिली.

आम्हाला नंतर कळलं की रे तिथून आवाराच्या बाहेर गेला नव्हताच. तो बाजूच्या एका इमारतीत एका रेडिओ ऑपरेटरबरोबर जेवायला गेला होता; पण हे कळूनही जीनचा राग कमी झाला नाही. ती म्हणाली की इथं बरेच परदेशी पत्रकार येतात, बोटं नाचवून इथल्या लोकांना आज्ञा सोडतात आणि इतरांची जराही पर्वा न करता त्यांना हवं ते करतात. जीन हे म्हणत होती त्यामागे तिचा मोठाच अनुभव होता. अफगाणिस्तानात येण्याअगोदर तिनं 'द बोस्टन ग्लोब', 'द ख्रिश्चन सायन्स मॉनिटर' आणि 'द मॉस्को टाइम्स' अशा बड्या वृत्तपत्रांमध्ये यशस्वी पत्रकार म्हणून नाव मिळवलं होतं. "हा माणूस उद्धट आहे." राग जरा शमल्यावर जीन म्हणाली. पण ही केवळ पहिली फेरी होती.

दुसऱ्या दिवशी सकाळी ब्रेकफास्ट घेऊन मी परत आलो तर माझ्या खोलीत नसीर आणि फहीम दिसले. रे त्यांच्याशी बोलत होता. मला बघितल्यावर रे ब्रेकफास्टला जाण्यासाठी उठून उभा राहिला. तो तिथून गेल्यावर मी फहीमशी बोलायची संधी साधली. त्यानं कुठल्यातरी एका भुक्कड व्हिडिओ पायलटसाठी आपला जीव धोक्यात टाकू नये, असं त्याला सांगितलं. रे परत आल्यावर मी मला काय वाटतं ते स्पष्टपणानं त्याला सांगून टाकलं.

"माझा तू विश्वासघात करू नकोस." रे मला म्हणाला. मी जणू कोणी गद्दार

असावा असा त्याचा आविर्भाव होता. ''मी हे सगळं नीट जुळवून आणतोय. मला ×××× कसं करायचं ते कळतं!''

''मला त्या तालिबानींच्या व्हिडिओशी काही देणंघेणं नाही.''

''पण तूच तर हे सगळं ठरवलं आहेस.'' रे'नं फटका मारला.

हे तसं खरंच होतं. या बाबतीत रे'चं म्हणणं मला मान्य होतं. ''पण प्रत्येक वेळी मी या लोकांबरोबर काही ठरवलं की तू आणखी निराळंच काहीतरी करायची आज्ञा सोडतोस. ह्या व्हिडिओला माझ्या दृष्टीनं काहीच प्राधान्य नाही.''

''तसं असेल तर आपण वेगवेगळ्या मार्गानं गेलेलं बरं.''

''माझी त्याला हरकत नाही,'' असं म्हणून मी बाहेर पडलो.

मी खोलीत परत आलो तेव्हा रे नसीरला काहीतरी करायला सांगत होता. त्यानं नसीरला राज्यपाल वफाला फोन करून मुलाखत ठरवता येते का ते बघायला सांगितलं. नसीर 'बघतो', असं म्हणून निघून गेला. काही वेळानं दार अगदी किलकिलं उघडलं. बाहेरून नसीर मला खुणावत होता. मी बाहेर आलो आणि त्याच्याबरोबर आणखी एका खोलीत गेलो. तिथं अबसीन आणि जीन माझीच वाट पाहत होते.

''आता मात्र सगळं संपलं,'' जीन म्हणाली, ''नसीर त्याच्या घरी परत जातोय.''

मी नसीरकडे पाहिलं. तो हादरून गेला होता. एवढा की तो थरथर कापत होता. जीननं सांगितलं की रे त्याला जे काही करायला सांगत होता, त्यामुळे तो कमालीचा भेदरून गेला होता.

''मला माफ करा...'' नसीर म्हणाला, ''तुम्ही माझे मित्र आहात.''

''ठीक आहे. मदत केल्याबद्दल आभार.'' मी म्हणालो. तो पुन्हापुन्हा माझी माफी मागत राहिला आणि मी त्याला समजावत राहिलो. ''तू करतो आहेस ते बरोबरच आहे. तुला काय वाटतं ते मी समजू शकतो.'' मी असं म्हणत असलो तरी मी आतून रागानं धुमसत होतो. रे'च्या मूर्खपणामुळे मी माझा दुभाष्या गमावत होतो. माझ्या कामाचा विचका झाला होता.

लंचनंतर जीन आमच्या खोलीत आली. तिच्या हातात फोन होता. फहीमचा आत्ताच फोन आला होता त्यानं त्याचं काम व्यवस्थित केलं असल्याचं सांगितलं. दोन्ही कॅमेरे भरून गेल्याचं फहीमनं सांगितलं. मी रे'कडे बघितलं. फहीमनं माझ्याकडून तर कॅमेरा नेला नव्हता. मी गोंधळात पडलो. रे'नं गडबडीनं काहीतरी स्पष्टीकरण देण्याचा प्रयत्न केला.

काही वेळानंतर फहीम परत आला आणि रे'ला भेटला. त्या दोघांमध्ये नेमकं काय बोलणं झालं ते मला माहीत नाही. पण रे म्हणत होता की व्हिडिओ फिल्म

कोरी होती. त्यामुळे तो फहीमला काहीही द्यायला तयार नव्हता. हे आता हास्यास्पदपणाच्या पलीकडे जात होतं. फहीमला आपण फिल्म नीट घेतली असल्याचं वाटत होतं. आपण तशी खात्रीही करून घेतली आहे, असं तो म्हणाला. त्याला कितीही राग आला असला तरी त्यानं तो रे'समोर कधीच दाखवला नाही. बहुधा त्याला अजूनही रे'कडून काहीतरी मिळवण्याची आशा असावी. म्हणूनच तो दुसरा गालही पुढे करायला तयार होता. त्यानं आम्हाला पी.आर.टी.मध्ये नेण्याचं मान्य केलं. तिथं आम्ही काही जणांच्या मुलाखती घेतल्या.

राज्यपाल असदुल्ला वफा त्या वेळी लष्करगाहच्या बाहेर होता. म्हणून मग आम्ही त्याच्या हाताखाली काम करणाऱ्या उपराज्यपालाची, हाजी पीर मोहम्मद याची भेट घ्यायची, असं ठरवलं. दरम्यान नसीर आणि फहीम यांच्याबरोबर रेचं बोलणं झालं होतं. त्यांच्यात समझोता होऊन आता दोघं त्याच्यासाठी काम करायला तयार होते. रे त्यांना प्रत्येकाला दररोज दहा डॉलर जास्तीचे देणार होता.

आम्ही हाजी पीर मोहम्मदला भेटायला गेलो. इतर कुठेही सर्वसाधारणपणे संभाषणाची सुरुवात हवापाण्याच्या गप्पांनी होते. इथं हेलमंदमध्ये गप्पा नेहमी 'सुरक्षितता' या विषयानं सुरू होतात. त्या दिवशी सुरक्षिततेच्या मुद्द्याची चर्चा फारशी आशादायक नव्हतीच. जणू काही आपण आत्ताच दुसऱ्या कोणाच्यातरी वर्तमानपत्रात डोकावून मथळा वाचला असावा, अशा तऱ्हेने पीर मोहम्मदनं आम्हाला बातमी सांगितली. 'या क्षणी लष्करगाहमध्ये सहा आत्मघाती बॉम्बहल्ला करणारे आले आहेत.'

हा नेमका आकडा ऐकून मी विचारात पडलो. मी तसं विचारलंही. 'आमची गुप्तचर यंत्रणा आहे. काही वेळा त्यांची माहिती अचूक असते.'

झालं. गप्पा पुन्हा हवापाण्यासारख्या सुरक्षितता या मुद्द्याकडे वळल्या.

'इथं अमेरिकन असताना तालिबानी अजिबात नव्हते,' हाजी पीर मोहम्मद सांगत होता, 'पण हा भाग ब्रिटिशांच्या ताब्यात गेल्यापासून ते पुन्हा परत आले आहेत. अमेरिकन जेव्हा आपण एखादा भाग साफ केला असं म्हणतात, तेव्हा ते खरोखरच तो भाग साफ करतात; पण ब्रिटिशांच्या बाबतीत काहीही सांगायचं नाही. जर हेलमंदमध्ये आत्ता अमेरिकन असते तर त्यांनी चांगलं काम केलं असतं. आम्हाला फक्त इथून तालिबानींना बाहेर काढणं अपेक्षित आहे. मग ते तिकडं पाकिस्तानात जावोत की खड्ड्यात, आम्हाला त्याच्याशी काहीही देणंघेणं नाही. हे लोक पाकिस्तानला का थांबवत नाहीत? तालिबानमध्ये जास्तीतजास्त लोक पाकिस्तानी असतात. म्हणजे पंजाबी.'

अफगाणिस्तानवर आक्रमण करून ओसामा बिन लादेनला आश्रय देणाऱ्या सरकारला तिथून हाकलणं हा भाग वेगळा होता. पीर मोहम्मद म्हणत होता त्याप्रमाणे पाकिस्तानवर आक्रमण करणं जवळपास अशक्यच होतं. पण अनेक अफगाण लोकांना तसं व्हावं अशी इच्छा होती. त्यांच्या मते, पाकिस्तानला त्याच्या कृत्यांबद्दल जाब विचारायला हवा होता. हा देश सतत आपल्या अंतर्गत कारभारात ढवळाढवळ करून अस्थैर्य निर्माण करत असताना त्याला धडा का शिकवला जात नाही, असं ते विचारत होते. पाकिस्तानचे अध्यक्ष परवेझ मुशर्रफ यांना सतत तारेवरची कसरत करावी लागत होती. अमेरिकेकडून मदत मिळत राहावी म्हणून त्यांना अमेरिकेच्या दहशतवादविरोधी युद्धात सामील व्हावंच लागत होतं; पण त्याच वेळी पाकिस्तानी लष्कर आणि आय.एस.आय.ला आपल्या बाजूनं ठेवण्याची गरज होती. शिवाय पाकिस्तानकडची अण्वस्त्रं धर्मवेड्या मूलतत्त्ववाद्यांच्या हाती लागू नयेत याची काळजी घेणं भाग होतं. हे सगळं करत असताना पाकिस्तानातल्या मुख्यत: अमेरिकाविरोधी जनतेला आपण अमेरिकेचे पाय चाटत आहोत हे भासू नये, याची काळजी घ्यावी लागत होती. अमेरिका पाकिस्तानवर राजनैतिक मार्गानं फक्त दबाव आणू शकत होती. अनेक जण असं म्हणतात की बुश प्रशासनानं पाकिस्तानवर पुरेसा दबाव आणला नाही. त्यातच मुशर्रफची पाकिस्तानवरची पकड ढिली होत असल्याचं दिसू लागलं. आता अशा वेळी अमेरिकेची काही पर्यायी योजना आहे की नाही, याची चर्चा राजकीय वर्तुळांमध्ये सुरू झाली. आपल्या कारभारात नाक खुपसणारा आपला खुनी शेजारी काहीच शिक्षा न होता सुटतोय हे पाहून अफगाण संतापले होते. मुशर्रफचं डोकं उडवून (खरोखरच बॉम्बरचा वापर करून) त्याच्या बरोबरीनं अल्-कायदाच्या मोकाट सुटलेल्या कुत्र्यांचा खातमा करण्याची ताकद अमेरिकेत आहे अशी भाषा अफगाणिस्तानात बोलली जाऊ लागली.

मला माझ्या मूळ विषयाकडे म्हणजे अफूकडे दुर्लक्ष होतंय असं वाटलं म्हणून मी उपराज्यपालाला तालिबानच्या अमली द्रव्यांच्या व्यापारातल्या सह-भागाबद्दल विचारलं.

'इथं कारखाने वगैरे काही नसल्यानं तरुणांना काहीही कामधंदा नाही. कालवे नष्ट झाले आहेत (मुख्यत: सोव्हिएत आक्रमणाच्या वेळी) त्यामुळे शेतकऱ्यांना अफू पिकवण्याखेरीज काही पर्यायच उरलेला नाही. अफू उत्पादक, अमली द्रव्याचे व्यापारी आणि तालिबान यांच्यामधल्या साटेलोटामुळे परिस्थिती आणखीनच गंभीर बनली आहे. परिस्थिती फार अवघड आहे. तालिबानला असा पाठिंबा असल्यानं ते आता लष्करगाहमध्ये आरामात फिरू लागले आहेत.'

"ब्रिटिशांना जिल्ह्यांमध्ये काय चाललंय याची फिकीर नाही," हाजी पीर मोहम्मद पुढे सांगू लागला, "ते लढतो म्हणतात पण ते काही खरं नाही. आता

अनेक जिल्हे तालिबानच्या कब्जात गेले आहेत. हे ब्रिटिश तिथं जाऊन त्यांच्याशी का लढत नाहीत?'

ब्रिटिश तसं का करत नाहीत याचं कारण मला माहीत होतं. त्यांच्याकडे पुरेसं मनुष्यबळच नव्हतं. आहे त्या तुटपुंज्या लोकांवर अवलंबून त्यांना डेन्मार्कपेक्षा मोठ्या आकाराच्या भूभागावर कायदा आणि सुव्यवस्था राखणं अशक्य होतं. काही जण ब्रिटिशांनी खूप लोकांना ठार केलं, म्हणून तर काही जण ब्रिटिश पुरेसे कठोर होऊन ठार करत नाहीत, असं म्हणून ब्रिटिशांना दोष देत होते.

हाजी पीर मोहम्मद म्हणाला की, 'मुसा कलामध्ये तालिबानची राजवट सौम्य आहे असं जरी म्हटलं जात असलं तरी तो प्रचाराचा भाग आहे. आता त्यांना झुंजायचं असल्यानं ते दाढीची लांबी किती पाहिजे अशा नियमांची कठोर अंमलबजावणी करत नाहीत एवढंच. पण ते आहेत तसेच आहेत.'

आमची पुढची मुलाखत हेलमंदचा पोलीसप्रमुख असलेल्या नबीजान मुल्ला खिल याच्याबरोबर ठरली होती. आम्ही त्याच्या ऑफिसात जाऊन त्याच्यासमोर बसलो. माझ्या लक्षात आलं की माझा दुभाष्या नसीर अजून चकाचक गॉगल्स लावून त्याच्यासमोर उगीचच रुबाब दाखवल्याप्रमाणे बसला होता. मी त्याला गॉगल्स काढण्यासाठी इशारा केला.

मी अगोदर उपराज्यपालाची भेट घेऊन आलो आहे, असं त्याला सांगितलं.

"त्याला तर स्वत:चं नावही लिहिता येत नाही," नबीजान एकदम उसळून म्हणाला, "तो काय तुम्हाला सांगणार?" मग नबीजाननं आता त्याची मतं सांगायला सुरुवात केली.

"आमच्यासमोर तीन प्रकारचे शत्रू आहेत. आमचा मुख्य शत्रू म्हणजे मादक द्रव्यांचा अवैध व्यापार करणारे तस्कर. दुसरा शत्रू तालिबान आणि तिसरा शत्रू बेरोजगारीची समस्या. यातले सर्वांत भयंकर तस्कर आहेत. त्यांचा पाठिंबा नसेल तर तालिबानी लढूच शकणार नाहीत. हे तस्कर काही लोकांच्या हितासाठी तालिबानला मदत करतात, असं मात्र नाही. ते फक्त आपलं अफूचं पीक वाचवण्यासाठी तालिबानचा वापर करून घेतात. अगोदर हेच लोक अफूच्या पिकासाठी सरकारचा वापर करत होते. आता सरहद्दीवरचा चोरटा व्यापार आणि अफू उत्पादनाला संरक्षण पुरवावं यासाठी तालिबानला शस्त्रास्त्रं आणि गाड्या विकत घेऊन देतात. काही जणांना या भागात अशांतताच हवी आहे, कारण इथं जर शांतता आली तर ते मारले जातील किंवा त्यांच्यावर तुरुंगात पडायची वेळ येईल."

तालिबानला लोकांचा पाठिंबा मिळतो हे त्यानं मान्य केलं. पण त्यांचा हा पाठिंबा मनापासून नाही, असा त्याचा युक्तिवाद होता. तो म्हणाला की मुसा कलामधल्या लोकांना सरकारची बाजू घ्यावीशी वाटते; पण ते तालिबानला घाबरतात.

त्यानं संगीन जिल्ह्यामधल्या हेरातयान या गावाचं उदाहरण दिलं. नाटो काफिल्यावर हल्ला केला म्हणून गावकऱ्यांनी तालिबानींना तिथून हुसकावून दिलं होतं. तालिबानमुळे आपल्या गावावर बॉम्बहल्ला होईल अशी भीती वाटल्यानं गावकऱ्यांनी तालिबानमधल्या परदेशी लोकांना पिटाळून लावलं. परदेशी म्हणजे अर्थातच अल्-कायदाचे लोक होते. आपण लढणार नाही या अटीवर त्यांनी स्थानिक तालिबांना राहू दिलं.

"ओसामा बिन लादेननं अफगाणिस्तानची निवड का केली?" असा प्रश्न विचारून नबीजाननंच उत्तर दिलं, "कारण बहुसंख्य अफगाण अशिक्षित आहेत. त्यांना कुणी हे असं करणं म्हणजे इस्लाम, असं सांगितलं की त्यांचा त्याच्यावर विश्वास बसतो."

मी नबीजानला अफू आणि तालिबान यांच्यामधल्या संबंधांवर प्रश्न विचारला. त्याला या विषयातली चांगली माहिती होती असं दिसलं. त्यानं आपली मतं कागदावर एक आकृती काढूनच सांगितली. शेतकऱ्यांना कापसाचं पीक घ्यायला सांगायचं आणि त्यांना योग्य भाव मिळण्याची हमी द्यायची, असं त्याचं म्हणणं होतं. तसं झालं तर लष्करगाहमधल्या जुन्या कापडगिरण्या पुन्हा सुरू होतील आणि पुन्हा पूर्वीसारखे चांगले दिवस येतील, असा त्याचा आशावादी दृष्टिकोन होता. त्याची हीच नव्हे तर अफू निर्मूलनाबद्दलची मतं सगळ्यांना पटतीलच अशी मात्र नव्हती.

"आमची तीन माणसं अफू निर्मूलनाच्या मोहिमेत ठार झाली," नबीजान म्हणाला, "अफूचं निर्मूलन हा काही उपाय नाही. त्यामुळे फक्त चोरांचा आणि निर्मूलन करणाऱ्या काही जणांचा तेवढा फायदा होतो. काबूलमधले पोलीस यात कोट्यधीश झाले आहेत. निर्मूलन झालं की नाही हे पाहणारे अनेक इन्स्पेक्टरही लाच खातात. त्यामुळे एकूण परिणाम शून्य होतो."

अमेरिकेनं अमली द्रव्यविरोधातल्या मोहिमेवर ८०० दशलक्ष अमेरिकन डॉलर खर्च केले असल्याबद्दल तो हसला; पण हवेतून औषध फवारणी करून अफू नष्ट करण्याबद्दल तो प्रतिकूल नव्हता.

"काय हरकत आहे? मी शंभर वेळा सांगितलं की आपण काहीतरी करायला हवं."

पण असं केल्यानं लोक चिडून तालिबानकडे झुकतात याकडे मी त्याचं लक्ष वेधलं.

"वाळवंटाच्या काही भागांत वस्ती नाही. पण अशा ठिकाणी लोक विहीर खणतात आणि अफू लावतात. गर्मशेर या ठिकाणी असं घडलं आहे. हे पहा, अफू पिकते त्या भागाचे दोन प्रकार आहेत. एक सरकारच्या ताब्यात असणारा आणि दुसरा तालिबानच्या ताब्यातला. तालिबानच्या भागात अफू पिकणं थांबवता येत

नाही, कारण लोक तिथं तालिबानींना पाचारण करतात.''

मग तो त्याच्या आघाडीच्या विषयाकडे पुन्हा वळला, ''मी म्हणतो की शेतकऱ्यांना कापूस पिकवायला सांगायचं. तसं त्यांनी केलं नाही तर हवेतून औषध फवारणी करून अफू नष्ट करू, असा दम द्यायचा.''

रे'नं त्याला विचारलं की आम्हाला नदअली भागात जाण्यासाठी काही संरक्षणाची व्यवस्था करायला तो मदत करू शकेल का, कारण तिथं अफूचा व्यापार चालतो असं आम्ही ऐकलं आहे. नबीजाननं नकार दिला आणि वर आम्हाला शहर न सोडण्याबद्दल बजावलं.

''पूर्वी अनेक परदेशी नागरिक इथं उत्साहानं येत होते. रस्त्यात अनेक परदेशी पोरी फिरताना दिसायच्या,'' एक जण मला सांगत होता. हा एक अफूची कापणी करणारा कामगार होता. ''आता मात्र इथं देव आला तर तोदेखील ढसाढसा रडेल.'' मी अशा तऱ्हेचं बोलणं अगोदर ऐकलं होतं; पण मला ते फारच मवाळ प्रवृत्तीचं वाटलं. उलट आता इथं अफगाणिस्तानात देव आला तर भिंतीवर डोकं आपटून घेण्याखेरीज काही करू शकणार नाही, असं मला वाटू लागलं होतं.

फहीमनं सी.ए.डी.जी.च्या आवारात अफू कापणीकामगारांपैकी एकाला बोलावलं होतं. त्याचं नाव करीम. हा तिशी-पस्तीशीचा माणूस धष्टपुष्ट असला तरी मला त्याची तब्येत ठीक वाटली नाही. त्यानं तीस दिवस अफू-कापणीचं काम केलं होतं आणि आता तो त्याच्या पक्तिका प्रांतामधल्या घरी परत निघाला होता.

''माझ्याजवळ औषधं वगैरे आहेत. मी इंजेक्शनही घेतलं आहे, पण मला बरं वाटत नाही,'' करीम म्हणाला.

मी त्याला 'काय होतंय,' असं विचारलं. त्यानं त्याचा शर्ट उचलून दाखवला. त्याच्या अंगावर बरेच गोळे आले होते. त्यानं या आजाराचं काहीतरी नाव सांगितलं, पण नसीरला त्याचं भाषांतर करता आलं नाही.

''मला ऑपरेशन करण्यासाठी २५ हजार अफगाणींची गरज आहे,'' करीम म्हणाला, ''मी राहतो त्या भागात दरमहा फारतर ३ हजार मिळवू शकतो. मी इथं जमतील तितकी कामं करून रक्कम जमवण्याचा प्रयत्न करतो. पण अफगाणिस्तानात पैसा कमावणं फार अवघड आहे.''

तीस दिवस अफू-कापणीचं काम करून करीमनं २६ हजार अफगाणी जमा केले होते. म्हणजे फक्त ४२० अमेरिकन डॉलर. या एवढ्या कमी पैशासाठी हजारो जण आपला जीव धोक्यात घालून हेलमंद भागात येतात. ''मी माझी कहाणी सांगायला लागलो तर एक महिनासुद्धा पुरायचा नाही,'' करीम म्हणाला, ''आमच्या

घरात खूपच अडचणी आहेत.''

करीमला तीन बायका होत्या आणि पंचवीस जणांची जबाबदारी त्याच्यावर होती. त्यांच्या कुटुंबाचं दुकान असल्यानं त्याच्या भावाला तालिबाननं लढाईवर जाण्यासाठी भाग पाडलं होतं. तो मारला गेला. मग करीमनं त्याच्यावरची जबाबदारी पार पाडली होती. त्यानं त्याच्या भावाच्या विधवेशी लग्न केलं होतं.

करीमनं त्याच्या कुटुंबाचा आकार किती मोठा आहे हे सांगितल्यावर मी मान हलवत हसलो होतो.

करीमनं माझ्याकडे पाहिलं, ''मी माझं दुःख तुम्हाला सांगितलं तर तुम्ही हसणार नाही. उलट तुम्हाला रडू येईल. अफगाण तरुणांचं जीवन फार मुश्कील आहे. तरुणांना नोकरीधंदा काहीही मिळत नाही. मग नाइलाजानं अफू-कापणीचं काम करावं लागतं. पण ते फार कष्टाचं आहे. सकाळी लवकर सुरू झालेलं काम दुपारी दोनपर्यंत चालतं. मग पुन्हा तीन वाजल्यापासून रात्रीपर्यंत चालतं. कडक उन्हात उभं राहून काम करणं फार अवघड असतं. मला एखाद्या कारखान्यात काम मिळालं तर ते मी आनंदानं करीन. पण इथं असे कारखाने किंवा काहीच नाही. मी जे काही कमावतो त्याच्यापेक्षा मला दुप्पट रकमेची गरज आहे, कारण माझ्या कुटुंबाचं पालनपोषण करण्यासाठी मला अनेकांकडून कर्ज घ्यावं लागलं आहे. मी कधी तरुण होतो आणि कधी म्हातारा झालो ते मला आठवतच नाही. मी लहानपणापासून फक्त हालअपेष्टाच भोगल्या आहेत आणि अजून त्या संपलेल्या नाहीत.''

उत्तरेकडून नदअलीपासून दक्षिण दिशेनं पाहत गेल्यास सर्वसामान्यपणे चार कापणीचे हंगाम असतात. पण ह्यावर्षी अफूवर कसलातरी रोग पडल्यानं चिकाचं प्रमाण कमी झालं होतं. त्यामुळे करीमला फक्त दोनच हंगामांत काम मिळू शकलं होतं. त्याला इतरांप्रमाणेच मजुरी अफूच्या चिकामधला वाटा या स्वरूपात मिळाली होती. त्यानं आपल्या वाट्याला आलेली अफू बाजारात लगेचच विकून टाकली होती, पण एकाच वेळी बाजारात खूप प्रमाणात अफूचा चीक आला असल्यानं किंमत घसरली होती. सर्वसाधारणपणे एक *मण* (साडेचार किलो) ओल्या चिकासाठी १५ हजार ते २६ हजार अफगाणी मिळतात. पण जर थांबायची तयारी असेल तर *चिनाक*ला (घट्ट झालेला चीक) ५० हजार अफगाणीही मिळू शकतात.

''काही ठिकाणी तालिबान अफू-कापणी करणाऱ्यांना कर भरायला लावतात. काही डाकू आणि पोलीस लोकांना सरळ ठार करून त्यांच्याजवळचा चीक हडप करतात. आम्ही लोकांनी *तरीयाक*साठी (अफूसाठी वापरला जाणारा सामान्य अफगाण शब्द) प्रचंड कष्ट केलेले असतात. ते आमचं जीवन असतं. आमचे कुटुंबीय आमची वाट पाहत असतात.'' करीमनं सांगितलं.

तो म्हणाला की ही अफू निर्मूलनाची मोहीम म्हणजे गरिबांचं शोषण करण्याचा आणखी एक मार्ग आहे.

"इथं गरीब माणसांना काहीच किंमत नाही. इथं गरिबांची ×××× मारली जाते. ज्याच्याजवळ पैसा आहे, शस्त्रं आहेत किंवा जो तालिब आहे तो मजेत राहतो. करझाई म्हणाला, की तो इथं लष्कर पाठवेल. कुठं आहे ते लष्कर? तो म्हणाला की तो चांगल्या पोलिसांची व्यवस्था करेल. कुठं आहेत ते चांगले पोलीस? त्यानं फक्त चोर-दरोडेखोरांना गोळा केलं आणि इथं हेलमंदमध्ये पाठवून दिलं. त्याचं बोलणं निव्वळ प्रचाराचा भाग होता. ××××"

त्या दिवशी दुपारी रे लिहीत बसला होता. मी बसून कंटाळलो होतो. रेला नसीर आणि फहीमची गरज नसल्यानं मी त्यांना बाहेर जायचं का, असं विचारलं.

"मी तुम्हाला माझ्या वडिलांना भेटायला घेऊन जातो," फहीम म्हणाला.

लष्करगाह शहराविषयी एक महत्त्वाची गोष्ट म्हणजे शहराची रचना. इथले रस्ते व्यवस्थित चौकोनात आखलेले आहेत. हेलमंद भागात प्रकल्पाचं काम सुरू असताना अमेरिकनांचा इथं तळ होता. त्या काळात गेरेश्क या गावाऐवजी लष्करगाह हे प्रांताची राजधानी बनलं.

फहीमच्या वडिलांचं शिंपीकामाचं दुकान होतं. मी त्यांच्या दुकानात फहीमच्या दोन भावांबरोबर तिथल्या कापडाच्या गठ्ठ्यांना टेकून बसलो होतो. आम्ही चहा घेत गप्पा मारल्या. तिथं दुकानात बसून बाहेरची रहदारी बघायला मला मजा वाटत होती. फक्त मध्येच थबकून आज फहीमच्या वडिलांकडे आलेला हा अनोळखी माणूस कोण, या कुतूहलापोटी माझ्याकडे बघताना पाहून मला चमत्कारिक वाटू लागलं. तिथं थोडीफार गर्दी जमा होईल या भीतीनं नसीरनं दोन तरुणांना तिथून घालवून दिलं. इथं प्रत्येकाच्या हालचालीत दरक्षणी तणाव जाणवत होता. इथं कोणी कोणावर विश्वास ठेवत नव्हतं. तसं करून चालणार नव्हतंच. तालिबानी इथं होते आणि सगळीकडे पसरलेले होते. तरीही फहीमच्या वडिलांनी माझ्या मनात डोकावणारी चिंता त्यांच्या गमतीदार बोलण्यानं दूर करायचा प्रयत्न केला.

"मी तुम्हाला दोन उंट आणि काही गोडधोड खायचं बांधून दिलं तर तुम्ही इथून थेट पक्तिकाला पायी जाऊ शकाल."

आम्ही सी.ए.डी.जी.च्या आवारात परत आल्यानंतर बोलता बोलता नसीरनं मुल्ला उमरचा राष्ट्राध्यक्ष म्हणून उल्लेख केला. मी ताबडतोब त्याला म्हणालो, "म्हणजे तुला माजी राष्ट्राध्यक्ष असं म्हणायचं आहे का?"

"अं... त्याचं पत्र घेऊन तुम्ही इथं अफगाणिस्तानात कुठंही सहज प्रवास करू शकता. करझाईचं पत्र घेऊन तसं करायचा प्रयत्न तरी करून बघा."

मी विचार केला. फहीमच्या वडिलांनी मला गमतीत जे काही सुचवलं होतं ते मी खरोखरच करायचं ठरवलं तर मला शिफारसपत्रासाठी कुणाकडे जावं लागेल, हे सांगायची गरज नव्हती.

वदानच्या दवाखान्यात वीस खाटा होत्या. नेहमीप्रमाणेच तिथं एकही खाट रिकामी नव्हती. मला त्याच्या दवाखान्यातून फिरवत असताना डॉ. रोजातउल्ला झिया म्हणाले, की प्रतीक्षारे'च्यायादीवर ७४० नावं होती. त्यामधल्या २४० स्त्रिया होत्या. शिवाय आणखी ३० जणांवर त्यांच्याच घरी उपचार केले जात होते. डॉ. झियांच्या अंदाजानुसार हेलमंद भागात अफूच्या व्यसनाच्या आहारी गेलेले ७० हजार जण असावेत. अफू सहज उपलब्ध असणं, बेरोजगारीमुळे असणारं रिकामपण आणि व्यसनाच्या धोक्यांची माहिती नसणं या सगळ्याचा परिणाम म्हणून व्यसनाचं प्रमाण फार मोठं होतं. बहुतेक जण अफू खात असत किंवा ओढत असत. डॉ. झियांनी सांगितलं की पाच जणं इंजेक्शनं घेत होते. इराणमध्ये काम करत असताना त्यांना ही सवय लागली होती. "बहुतेक खेडेगावांमध्ये व्यसनाधीन माणसं आढळतात," डॉ. झिया सांगत होते, "काही मुळी कापणी करताना झालेल्या जखमांमुळे या व्यसनाच्या आहारी जातात. *नेश्तारचा* वापर करताना बोटांना झालेल्या जखमा त्या चाटतात. बऱ्याचशा बायका चहा किंवा साध्या पाण्यातून अफू घेतात. पुरुष चिलमीत घालून अफू ओढतात."

पण आता अफगाणिस्तानातलं अफूचं व्यसन करायची पद्धत आधुनिक होत चालली आहे. देशभरात पसरलेल्या शुद्धिकरण प्रयोगशाळांमधून तयार होणारी शुद्ध अफू उत्पादनं चिलमीत घालून ओढायचं प्रमाण वाढत चाललं आहे. डॉ. झियांच्या मते, या शुद्धिकरण प्रयोगशाळांचा उगम पाकिस्तानमध्ये झालेला आहे. पाकिस्तानात एके काळी हेरॉईन तयार करायचे कारखाने कायदेशीररीत्या चालवले जात होते. १९८० नंतर तिथं अफूवरबंदी घातली गेल्यानंतर तिथल्या 'व्यापाऱ्यांनी' गुप्त कारखाने उभारायचे असं ठरवलं आणि मग अफगाणिस्तानात असे अनेक अवैध शुद्धिकरण कारखाने सुरू झाले.

मला असं कळलं की तीन तऱ्हेचे ओपिएट इथं तयार होतात. ज्या मॉर्फिनचा भाग मुख्य असतो ती उत्पादनं सर्वांत जास्त प्रमाणात तयार होतात. त्यांना 'पावडर' असं म्हणतात. त्यानंतर महत्त्वाचं उत्पादन म्हणजे 'हेरॉईन.' हे हेरॉईन तपकिरी रंगाचं आणि काहीसं अशुद्ध असतं. यालाच पाश्चिमात्य देशात 'ब्राऊन शुगर' असं म्हणतात. तिसरा प्रकार म्हणजे 'क्रिस्टल.' मला हे नाव ऐकल्यावर प्रथम वाटलं की अफगाणिस्तानात स्फटिक रूपातलं मेथाम्फेटामाईन विकलं जात असावं; पण

मग कळलं की हे प्रत्यक्षात अतिशय शुद्ध स्वरूपातलं हेरॉईन असतं.

उत्पादनाची गुणवत्ता किती आहे त्यानुसार त्याची किंमत ठरते. एक किलो पावडरला ९० हजार अफगाणी (अठराशे डॉलर) तर एक किलो हेरॉईनला १ लाख ते १ लाख ६० हजार अफगाणी (दोन हजार ते बत्तीसशे डॉलर) पडतात. एक किलो क्रिस्टलची किंमत २ लाख अफगाणी म्हणजे चार हजार डॉलर असते, तर सर्वोत्कृष्ट गुणवत्तेच्या हेरॉईनला (याला क्रमांक ४ म्हणतात) अमेरिकेत १ लाख ७० हजार डॉलर एवढी जबरदस्त किंमत मिळते.

''रोजच्या रोज व्यसनाचं प्रमाण वाढतच चाललं आहे,'' डॉ. झिया म्हणाले, ''पावडर ओढण्याचं प्रमाण वाढतंय, कारण ती सहज उपलब्ध आहे.''

पावडरचा वापर व्यसनासाठी करणं हे अफगाणिस्तानसाठी स्वाभाविक होतं, कारण अफगाणिस्तानात यापूर्वी हशीशचा वापर केला जातच होता. आता फक्त त्याजागी पावडर आली इतकाच काय तो फरक.

''काही जण पावडरचा वापर लैंगिक उत्तेजनासाठी वापरतात. म्हणजे मुख्यत: जेव्हा पुरुष समलिंगी संभोग घेतात तेव्हा,'' डॉ. झियांनी सांगितलं, ''इथं ही मुख्य समस्या आहे, कारण अनेक जणांना इथं पुरुष प्रेमपात्रं असतात.''

डॉ. झिया मला आता वॉर्डामध्ये घेऊन गेले. आम्ही मुख्य इमारतीतून आतल्या बाजूला गेलो. कॉरिडॉरच्या दोन्ही बाजूंना अनेक खोल्या होत्या. पहिल्या खोलीत तीन-चार रुग्ण होते. ते गाद्यांवर झोपले होते. गाद्या स्वच्छ होत्या. एक पन्नाशीचा माणूस एवढा अशक्त झालेला होता की त्याला उठून बसवतही नव्हतं. तो कसाबसा इतरांच्या मदतीनं कोपरावर रेलू शकला. सगळी शक्ती एकवटून तो कसातरी माझ्याशी बोलला. हा माणूस म्हणे पायलट होता. तेव्हा त्याला त्याच्या स्वत:बद्दल किती अभिमान वाटत असेल; पण आता तो सापळ्यासारखा होऊन मरणपंथाला लागला होता.

एक रुग्ण बऱ्यापैकी तरतरीत भासत होता. याचीदेखील फक्त हाडं दिसत होती, पण तरीही त्याची विनोदबुद्धी शाबूत होती. सत्तावीस वर्षे वयाचा हा युवक लष्करगाहपासून जवळच असलेल्या मर्जा या भागातला होता. त्याचं नाव अझीझ होतं. तो चौदा वर्षे अफू आणि हेरॉईन ओढत होता. गेली सात वर्षे तर तो हेरॉईनबरोबर क्रिस्टलही वापरत होता.

मर्जामधल्या इतर अनेकांप्रमाणे अझीझचं कुटुंबही अफू फार पूर्वीपासून पिकवत होते. पण मुख्यत: तालिबानच्या पाडावानंतर त्यांनी जोरानं अफू पिकवली होती. अमली पदार्थ सगळीकडेच असल्यानं कुठेही, केव्हाही सहज मिळू शकत होते. अझीझ म्हणाला, ''माझे चुलतभाऊ मला हेरॉईन ओढण्यासाठी आग्रह करत होते. मी पहिल्यांदा सिगारेटमध्ये घालून आणि मग चिलमीत भरून हेरॉईन ओढू लागलो.

मी पहिल्यांदा हेरॉईन वापरलं तेव्हा माझं सगळं शरीर ठणकू लागलं. मी मग काही काळ पुन्हा प्रयत्न केला नाही. नंतर पुन्हा हेरॉईन ओढून पाहिलं आणि मग मला त्याचं व्यसनच लागलं. मी दर आठवड्याला १ हजार अफगाणी खर्च करत होतो. मी कुटुंबप्रमुख असल्यानं मला पैसे काढणं फार अवघड नव्हतं. मी ५०० अफगाणी देऊन पाच ग्रॅम पावडर घेत असे. ती मला तीन दिवस पुरायची. नंतर पैसे मिळवण्यासाठी मी जमेल तिथं चोऱ्या करू लागलो.''

तालिबानी आता पुन्हा आक्रमण सुरू करत आहेत याचा इशारा मिळाल्यामुळेच अझीझ व्यसनमुक्तीसाठी दवाखान्यात दाखल झाला होता. तालिबानी त्याला काहीतरी करतील या भीतीनं अझीझच्या कुटुंबीयांनी त्याला व्यसनमुक्तीसाठी जायला भाग पाडलं होतं. अझीझ म्हणाला, ''सगळे व्यसनी लोक तालिबानींना घाबरतात. कारण जे लोक चोऱ्यामाऱ्या करतात त्यांना ते फासावर लटकवतात. मी जर त्यांच्या हातात सापडलो तर ते मला ठारच करतील, याची मला धास्ती वाटत होती. अफगाण लोक तालिबानींच्या भयानं कधीही व्यसनी माणसांना घरात आश्रय देत नाहीत. अगदी नातेवाईकही व्यसनी माणसाला पाठीशी घालायला कचरतात. हा आमच्या संस्कृतीचा भाग आहे. माझी आई आणि भाऊ म्हणाला की तू हा असाच राहिलास तर तालिबानी तुला ठार मारतील. तेव्हा लष्करगाहला जा आणि तिथं उपचार करून घे.''

मी अझीझला विचारलं की त्याला नोकरीधंदा वगैरे काही होतं का? तो 'हो' म्हणाला, अगदी मागच्या महिन्यापर्यंत तो पोलीस म्हणून नोकरी करत होता.

''मर्जा भागातले बरेचसे पोलीस हे व्यसनी असतात. कारण इतर कोणी ती नोकरी करायला मनापासून तयार नसतात. ते काम फार धोकादायक आहे. व्यसनी माणसांना समाजात दुसरं काहीच स्थान नसतं. म्हणून मग ते पोलिसात भरती होतात.''

व्यसनी माणसं पोलिसात भरती होण्यासाठी इतर आणखीही कारणं असतात. त्यांना पोलीस झाल्यावर खंडणी उकळणं, चोऱ्या आणि अमली पदार्थांचा व्यापार या मार्गांनी पैसे कमावण्याचे अनेक पर्याय उपलब्ध होतात. सामान्य लोकांकडून पैसा उकळणं फारच साधंसोपं असतं. ''पोलीस रस्त्यात सामान्य माणसाला अडवतात. ते त्याला म्हणतात, की मला पैसे दे नाहीतर तुला तुरुंगात टाकतो.'' अझीझनं सांगितलं. काही ठिकाणी पद्धतशीरपणे पैसे उकळले जातात. तो पुढे म्हणाला, ''मर्जामध्ये दर शुक्रवारी बाजार भरतो. तिथं प्रत्येकाकडून ठरावीक रक्कम वसूल केली जाते. मी प्रत्येक दुकानदाराकडून पैसे उकळत असे. ही रक्कम ८० ते ९० अफगाणी असायची. मी दिवसाला ३००० अफगाणी जमा करत असे. त्यामधून मला भरपूर फायदा व्हायचा. मी नुसता त्यांच्यासमोर उभा राहिलो तरी त्यांना मला काय हवं आहे ते कळायचं.''

अझीझ म्हणाला की पैसे उकळण्याचा उद्योग पोलिसात सगळे मिळून करत असत. बाजाराच्या दिवशी जी काही रक्कम (साधारण १० हजार अफगाणी) जमा होई, त्यातला एकतृतीयांश हिस्सा वरिष्ठ पोलीस अधिकाऱ्यांकडे पाठवला जात असे.

"प्रत्येक जिल्ह्यात असे बाजाराचे दिवस ठरलेले असतात. सगळीकडे हेच चालतं. आम्ही काही वेळा लोकांना धमकावून त्यांची मोटारसायकल बळकावत असू. ती आम्ही बाजारात २० हजार अफगाणींना विकून टाकायचो. हा आमचा उद्योग फारच छान होता. त्यात भरपूर पैसा कमावता यायचा. जर कोणी आमच्याविरुद्ध काही बोललं तरी आम्ही त्यांना बदडून काढायचो.

"आम्हाला एखाद्या गाडीत काही अमली पदार्थ आढळले तरी आम्ही त्यांना हात लावत नव्हतो. कारण इथून ते बारामचापर्यंत (हे गाव दक्षिण भागात सरहद्दीवर असून हा अमली पदार्थांच्या उत्पादनासाठी आणि तस्करीसाठी स्वर्ग मानला जातो.) पोलिसांचं तस्करांना संरक्षण असतं. आमचा वरिष्ठ अधिकारी आमच्या संरक्षणात अमली पदार्थ बारामचाला आणि तिथून पाकिस्तानात पाठवत असत."

अझीझ जे काही सांगत होता त्याची मला खात्री करून घ्यायची होती. म्हणून त्यानं स्वत: कधी असं संरक्षण देऊन तस्करांना मदत केली आहे का, असं विचारलं.

"होय. मी स्वत: अनेकदा तसं केलं आहे," अझीझ म्हणाला, "तसं करावंच लागतं. कारण तुमचा वरिष्ठ अधिकारीच तुम्हाला तसं करायची आज्ञा देतो. पोलिसांच्या पिकअप ट्रकमधून अमली द्रव्यांची वाहतूक केली जाते. इराणच्या सरहद्दीपाशी गेलं की पुढचं सगळं इराणी पोलीस बघून घेतात."

अझीझ म्हणाला की इराणच्या सरहद्दीपर्यंत संरक्षण पुरवण्यासाठी जाताना एका खेपेस १० हजार अफगाणी (दोनशे डॉलर) दिले जात. एखाद्या पोलिसाचा महिन्याचा पगार तीन हजार अफगाणी असतो हे पाहता त्याला मिळणारी ही रक्कम उत्तमच म्हणावी लागेल.

अझीझला आता केल्या गोष्टींचा पश्चात्ताप होत होता. "मी सतत देवाकडे प्रार्थना करतोय. मला कृपया माफ कर देवा, मी लोकांना लुबाडत होतो. देवा, आता मी परत असं कधीही करणार नाही."

अझीझच्या आईचं म्हणणं बरोबर होतं. तालिबानी ज्या भागावर कबजा करत असत, तिथं ते आपला अधिकार प्रस्थापित करण्यासाठी चौकशी करून चोर-दरोडेखोरांना आणि व्यसनी लोकांना पकडून भर-रस्त्यात फासावर लटकावत असत. ही त्यांची नेहमीची पद्धत आहे. असं केलं की त्या भागातली गुन्हेगारी एकदम संपुष्टात येत असे. आता व्यसनमुक्तीसाठी डॉ. झियाच्या दवाखान्यातल्या सुरक्षित वातावरणात असताना अझीझला आपला भूतकाळ विसरायचा होता.

ज्या प्रांतात जगातल्या अफूच्या उत्पादनांपैकी निम्मं उत्पादन होतं, त्या

ठिकाणी अमली द्रव्यविरोधी पोलीसदलाच्या मुख्यालयाची इमारत अतिशय गचाळ अशा एका आवारात होती. मी या पोलीसदलाच्या प्रमुख असणाऱ्या कर्नल फाझल अहमद शेरजाद याला भेटायला तिथं गेलो तेव्हा जवळपास कोणीच तिथं नव्हतं.

सुरुवातीला कर्नलच्या दलानं धाडी टाकून काय काय जप्त केलं आहे, हे त्यानं सांगितल्यावर मी त्याला बारामचाबद्दल छेडलं. हे गाव म्हणजे अमली द्रव्यांच्या विरोधी मोहिमेचा कसा फज्जा उडाला आहे, याचं जळजळीत उदाहरण आहे, असं मला सतत वाटत होतं. तिथं काय चालू आहे हे सगळ्यांना उघड उघड माहीत होतं. कर्नल शेरजादच्या उत्तरात हताशपणा पुरेपूर भरला होता.

''तिथं पोलीस नाहीत,'' कर्नल शेरजाद म्हणाला, ''म्हणजे असले तरी निदान त्यांची भूमिका कायद्याचं राज्य आणण्याची नाही. तिथं अफगाण नॅशनल आर्मी नाही. तिथं फक्त तालिबानी आणि पाकिस्तानी व इराणी तस्करांचं राज्य आहे.''

कर्नल शेरजादला दोष देण्यात काही अर्थ नव्हता. फार मोठ्या भूभागावर पसरलेल्या अब्जावधी डॉलरच्या अवैध धंद्याला आळा घालण्यासाठी त्याच्याकडे एकतीस माणसं होती. त्याच्या इमारतीच्या आसपास मी जी गाईगुरं मनसोक्त भटकताना पाहिली, त्यावरून त्याच्या दलाच्या एकूण अवस्थेची कल्पना सहज येत होती. मुळात या सगळ्याबद्दल कोणीच गंभीरपणानं विचार करत होतं, असं दिसत नाही. आता सध्या तरी बारामचा भागावर फौजांनी हल्ला चढवण्याचं ठरवलं आहे खरं; पण त्याचा उद्देश अमली पदार्थांच्या विरोधातल्या मोहिमेला मदत करण्याचा नाही. तिथं ब्रिटिश त्यांची सुरू केलेल्या ऑपरेशन्स अचिलिस या मोहिमेचा भाग म्हणून तिथं गेले आहेत. 'आम्ही बारामचावर हल्ला चढवला त्याचं वर्णन जणू रशियावर आक्रमण केलं तर कसं होईल, असंच करावं लागेल,' नंतर काही काळानं चर्चा करताना एका ब्रिटिश अधिकाऱ्यानं मला सांगितलं, ''आमच्याजवळ शेकडो सैनिक होते. आम्ही त्यांनी (तालिबान) उत्तरेत ठोकून काढत असताना इथली (बारामचा) सरहद्द बंद करायची अशी कल्पना होती; पण हे काम फार किचकट होतं. तिथं पुरेशी माणसं पाठवण्यासाठी भरपूर प्रमाणात हेलिकॉप्टरची गरज होती. तो भाग खरोखरच ताब्यात राखण्यासाठी एक अख्खी बटालियन जमिनीवर उतरवावी लागणार होती. हे काम फार अवघड होतं, कारण अशा प्रकारच्या लष्करी हालचाली करण्यासाठी लागणारं मनुष्यबळ दक्षिण भागात नव्हतं. म्हणजे आम्ही तिथं जमेल ते केलंच. आम्ही काही कारखाने उद्ध्वस्त केले, बऱ्याच जणांना पकडलं आणि जमेल तेवढा आळा घालायचा प्रयत्न केला. हेरॉईन बनवण्याच्या कारखान्यांवर टाकलेल्या धाडींमध्ये आम्हाला तालिबानची दहशतवादी प्रशिक्षणासाठी, विशेषत: बॉम्ब बनवण्यासाठी वापरली जाणारी पुस्तकं आणि त्यांच्या हालचालींबद्दलचे दस्तऐवज मिळाले; पण अमली द्रव्यांच्या विरोधात आय.एस.ए.एफ. काम करत

नाही. अफगाणिस्तानच्या सरकारला सुरक्षित वातावरण निर्माण करून देणं, हा या दलाचा उद्देश आहे. मग सरकारनं काय करायचं किंवा काय नाही, हा त्यांचा प्रश्न आहे.''

अशा तऱ्हेने ब्रिटिशांच्या नेतृत्वाखालच्या फौजा बारामचामधून हलताच तिथला मादक पदार्थांचा व्यापार पुन्हा पूर्ववत सुरू झाला.

''अमली द्रव्यांच्या विरोधात काम करायला (आय.एस.ए.एफ.) आमचं कधीच प्राधान्य नव्हतं आणि असणार नाही. कारण त्यामुळे लढाईचा सगळा आराखडाच बदलून जाईल. सगळ्या सैनिकांना त्याच कामासाठी वापरावं लागेल.'' ब्रिटिश अधिकारी म्हणाला.

''पण कर्नल शेरजादनं मला या धाडींबद्दल काही सांगितलं नाही.''

''कारण त्याचा त्याच्याशी काही संबंधच नव्हता. आम्ही त्याचे ते वीस-पंचवीस, जे काही असतील ते फोफसे पोलीस न वापरण्याचा निर्णय घेतला होता.''

मी काबूलला निघालो तेव्हा मला अनेक ठिकाणी वेडावाकडा प्रवास करत, कॅम्प बॅस्टियन, कंदाहार आणि तारिनकोट असं जावं लागलं. जीन आणि अबसीन माझ्याबरोबर होते. रे'ला लष्करगाहमध्ये आणखी राहायचं होतं, माझं तिथलं काम पूर्ण झालेलं नसूनदेखील मला मात्र तिथं राहावंसं वाटेना. मला झालेल्या कामाबद्दल जराही समाधान नव्हतं. मी लष्करगाहमधून बाहेरही पडलो नाही असं मला वाटत होतं. हेलमंदमधली अफूची विस्तीर्ण प्रदेशात पसरलेली शेतं तिथं आहेत, हे माहीत असूनही मी तिकडं जाऊ शकलो नव्हतो.

आम्ही कंदाहारला थांबलो तेव्हा विमानाचा दक्षिण आफ्रिकन पायलट कोणाशी तरी बोलताना माझ्या कानावर आलं की तारिनकोट इथं विमानात कोणीतरी दोन पत्रकार चढणार होते. मला ते ऐकून उगीचच वैताग आला. हे दोघं म्हणजे न्युयॉर्कचा गाजलेला पत्रकार जोन ली अॅन्डरसन आणि त्याचा छायाचित्रकार अॅरॉन ह्युए असणार याची मला खात्री होती. तसं झालं तर गप्पा मारता मारता मी लष्करगाहमध्ये काय केलं ते मला सांगावं लागणार होतं. मी तिथं फक्त अधूनमधून पलंगाखालून बाहेर रांगत रांगत आलो, इतकंच काय ते माझ्याजवळ सांगण्याजोगं होतं.

मला वाटलं होतं तसंच झालं. तारिनकोट इथं जोन आणि अॅरॉन विमानात चढले. जरा वेळानं आमचं बोलणं सुरू झालं. अफू निर्मूलनाचं काम करणाऱ्या अफगाणिस्तान इरॅडिकेशन फोर्स (ए.ई.एफ.) नावाच्या एका दलाबरोबर ही जोडी दोनचार आठवडे काम करत होती. मी अरॉनला त्यांचं काम कसं झालं ते विचारलं.

''तू ऐकलं नाहीस?''

"काय?"

हे लोक तिकडे अफूच्या शेतांमध्ये असताना काही जणांनी त्यांच्यावर गोळीबार सुरू केला होता. हा गोळीबार चार तास सुरू होता. ॲरॉननं त्याचा लॅपटॉप बाहेर काढून मला फोटो दाखवले. ते फोटो जबरदस्त होते. जरा वेळानं आमचं बोलणं थांबलं. आम्ही आपापल्या विचारांमध्ये गढून गेलो.

हा जोन ली ॲन्डरसन इथं अवघा एक महिना येतो काय आणि त्याला प्रत्यक्ष अफूचं निर्मूलन होताना गोळीबाराचा सामना करावा लागतो काय? मी माझ्या दुर्भाग्याला मनोमन शिव्या दिल्या. मीदेखील लष्करगाहमध्ये बाहेर अफूच्या शेतांकडे जायला हवं होतं. मी फहीम आणि नसीरच्या जिवांची काळजी केली तशी मी न करता धाडस करून बाहेर पडायला हवं होतं की काय? पण केवळ माझ्यासाठी काम करतात म्हणून त्यांची डोकी उडवली गेली असती, तर मी ते ऐकून जीवन कसं काय शांतपणे घालवू शकणार होतो? हे असले उलटेसुलटे विचार माझ्या मनात येत होते. मी जेमतेम काठावर उत्तीर्ण झालो आहे आणि त्याच वेळी जोन ली ॲन्डरसन नेत्रदीपक यश मिळवून उत्तीर्ण झाला आहे, अशी काहीशी माझी भावना झाली होती. माझं हे स्वत:च्या मनाला वेगवेगळं सांगणं खरोखरच अतिशय हास्यास्पद होतं. ते सगळं खरोखरच निव्वळ मूर्खपणाचं होतं इतकंच.

माझी आणि रे'ची पुढचे कित्येक महिने भेट झाली नाही; पण पाकिस्तानातल्या अतिशय अशांत अशा स्वात खोऱ्यामधील परिस्थितीबद्दल लिहिलेले त्याचे एकदोन लेख अधूनमधून माझ्या वाचनात येत होते. त्याचे लेख अगदी नेमके आणि धारदार होते. ते वाचून तो अद्याप मारला गेला नाही, हे कळत होतं.

५

शहर-ए-नौ

एका मित्रानं मला परिस्थितीबद्दलचा अहवाल पाठवला. हा अहवाल ई-मेलनं तिथं काम करणाऱ्या सुरक्षा कर्मचाऱ्यांना त्यांचे मालक पाठवतात. अफगाणिस्तानात काम करणाऱ्या बहुतेक सर्व परदेशी लोकांना दर दोन-चार दिवसांनी असे अहवाल मिळतात.

काबूलमध्ये पोलिसांनी एका कुंटणखान्यावर धाड टाकून नऊ तुर्की नागरिकांना अटक केली; त्यात तीन बायका आणि सहा पुरुषांचा समावेश होता (माझा एक मित्र तिथे होता; पण पाश्चिमात्य माणसांच्या बाबतीत जे घडते तेच घडून त्याला पकडण्यात आले नव्हते.)

काबूलमध्येच चार आत्मघाती बॉम्बहल्ला करणाऱ्यांना अटक करण्यात आली असून कित्येक बंदुका आणि ग्रेनेड जप्त करण्यात आले आहेत.

इंटरकॉन्टिनेन्टल हॉटेलजवळ एका माणसाने ग्रेनेड फेकला आणि चार परदेशी नागरिकांवर गोळीबार केला. हे नागरिक फिरताना ही घटना घडली. टिप्पणी : काबूलमध्ये दिवसा अथवा रात्री कोणताही भाग पूर्णपणे सुरक्षित आहे, असे मानणे किती चूक आहे, हेच यातून दिसून येते.

वार्दक प्रांतात हायवेवर गस्त घालणाऱ्या एका पोलिसानं अचानक स्वैर गोळीबार केला. त्यात त्याचे तीन सहकारी ठार झाले.

लोगार प्रांतात रिमोट कंट्रोलने उडवण्याच्या बॉम्बचा अवेळी स्फोट झाला.

अधिक तपासात असे आणखी दोन बॉम्ब आढळले.

बाम्यान प्रांतात बाजारात अनेक ठिकाणी 'रात्रीची पत्रके' लावण्यात आली. त्यात सरकारी कर्मचाऱ्यांना धमकावले आहे. सर्वसामान्यपणे हे काम तालिबानींचे असल्याचे मानले जाते. पण काही असंतुष्ट, उपद्रवी स्थानिक लोकदेखील असे करू शकतात.

कुंदुझ प्रांतामध्ये गस्तीचे काम करणाऱ्या तीन जर्मन सैनिकांवर एकाने आत्मघाती बॉम्बहल्ला करून त्यांना ठार केले. या बॉम्बहल्ल्यात पाच लहान मुले आणि इतर अनेक जण जखमी झाले.

बाघलाण प्रांतात अफगाण लष्कराच्या एका वाहनताफ्यावर रिमोट कंट्रोलने उडवण्याचा बॉम्ब वापरून हल्ला करण्यात आला. पण तो यशस्वी झाला नाही. या हल्ल्यात कोणी मृत अथवा जखमी झाले नाही.

फर्याब प्रांतामध्ये दैनंदिन गस्त सुरू असताना सुरक्षादलाच्या जवानांना एका गाढवाच्या गाडीत गवतात लपवलेला बॉम्ब आढळला. ज्याने कुणी हा बॉम्ब ठेवला होता त्याने तो उडवण्याआधीच नाठाळ गाढव पळू लागले. बॉम्ब निकामी करणाऱ्या पथकाने गाडीसकट पळणाऱ्या गाढवाला पकडून बॉम्ब निकामी केला.

वर्ल्ड फूड प्रोग्रॅम (डब्ल्यू.एफ.पी.) या संस्थेसाठी अन्नपदार्थ घेऊन जाणाऱ्या एका व्यावसायिक वाहनावर अज्ञात बंदूकधाऱ्यांनी गोळीबार केला; पण जवळच गस्त घालणारे पोलीसपथक तिथे लगेचच पोहोचल्याने तो लुटीपासून वाचला. ही घटना घोर प्रांतात घडली.

फराह प्रांतात आय.एस.ए.एफ. आणि अफगाण नॅशनल आर्मी यांच्या एका वाहनताफ्यावर योजनाबद्ध रीतीने बंडखोरांनी हल्ला चढवला. या हल्ल्यात कोणीही मरण पावले नाही.

हेलमंद प्रांतात संगीन येथे आय.एस.ए.एफ. आणि अफगाण लष्कराने बंडखोरांच्या विरोधात कारवाई सुरू ठेवली आहे. या वेळी बरेच तालिबानी आढळले. किती ते जाहीर करण्यात आले नाही. हवाईमार्गे मदत बोलावण्यात आली. या हल्ल्यात पंचवीस तालिबानी ठार झाले. तथापि, कोणीही नागरिक मरण पावला नाही.

कंदाहार प्रांतात तपासणी नाक्यावर इशारा देऊनही न थांबणाऱ्या एका वाहनावर पोलिसांना गोळीबार करावा लागला. हे वाहन चोरीचे असल्याचे आढळले. दोन जणांना अटक करण्यात आली. त्यातील एक जण गोळीने जखमी झाला आहे.

झाबूल प्रांतात आय.एस.ए.एफ.च्या वाहनांच्या एका ताफ्यावर बॉम्बहल्ला झाला. यात एक जवान जखमी झाला आहे.

पक्तिका प्रांतात एका ओसाड घरात सुरक्षादलांना क्षेपणास्त्रे व मोर्टार बॉम्बचा साठा आढळला. या भागातून गर्देझच्या दिशेने काही आत्मघाती हल्लेखोर निघाले

असल्याची खबर मिळाली आहे.

खुश्त प्रांतात पोलिसांना ग्रेनेडच्या विविध भागांचा वापर करून तयार केलेला एक बॉम्ब आढळला. तो निकामी करण्यात आला. याच प्रांतात संशयित बंडखोरांनी एका अफगाण सैनिकाच्या घरात घुसून त्याला गोळ्या घालून ठार केले. तसेच काही संशयित बंडखोरांनी एका तपासणी नाक्यावर हल्ला चढवला; पण त्यात सुदैवाने कोणी जखमी झाले नाही. खुश्त प्रांतातच पोलिसांना एक क्षेपणास्त्र आढळले. संयुक्त फौजांच्या जवळच असलेल्या तळावर डागण्यासाठी ते सज्ज केलेल्या अवस्थेत होते. ते निकामी करण्यात आले.

ननगरहार प्रांतामध्ये रिमोट कंट्रोल वापरून उडवलेल्या एका बॉम्बमुळे तेथील जिल्हा सी.आय.डी. प्रमुख ठार झाला. त्याचबरोबर त्याचे दोन सहकारीही ठार झाले. जलालाबादमध्ये अशी खबर पोलिसांना मिळाली की शहरात एक व्ही.बी.आय.ई.डी. (कार बॉम्ब) आणण्यात आलेला असून त्याचा वापर भारतीय वकिलातीवर हल्ल्यासाठी केला जाणार आहे.

कुनार प्रांतात प्रांतिक प्रशासनातल्या एका सदस्याच्या घरावर बंडखोरांनी मशीनगन आणि आर.पी.जी. (रॉकेट प्रॉपेल्ड ग्रेनेड) वापरून हल्ला केला; पण त्यात कोणीही मरण पावले नाही. टिप्पणी : हा त्या सदस्याला ठार मारण्याचा प्रयत्न होता.

नूरीस्तान प्रांतामध्ये खबर प्राप्त झाली आहे की काहीतरी खतरनाक कारवाया करण्याच्या उद्देशाने बंडखोरांचा एक गट दाखल झाला असून हमरस्त्यांवर अनेक ठिकाणी बॉम्ब पेरण्याचा त्यांचा उद्देश आहे.

या अहवालांमुळे माझ्या एक लक्षात आले की दक्षिण भागात रक्तरंजित लढाई सुरू आहे. पण उत्तर भाग स्थिर व शांत आहे असं मानणं चूक आहे. उत्तर भागात जरी लोकांना तालिबानशी झुंजावं लागत नसलं तरी तिथे लोकांनाच भक्ष्य करणारं सरकार, आडदांड सैनिक, खुनशी प्रवृत्तीचे बदमाश, पोलीस आणि सर्व प्रकारचे चोर-दरोडेखोर यांचा सामना करावा लागत होता. पहारेकरी, चिलखती गाड्या आणि काटेरी तारा लावलेल्या उंच भिंतींच्या सुरक्षित वातावरणाबाहेर असणारं जग किती धोकादायक आहे, हे निरनिराळ्या अहवालांवरून स्पष्ट कळत होतं; पण अफगाणिस्तानमध्ये काम करणारे अनेक परदेशी नागरिक हे अहवाल नीट वाचण्याचे कष्ट घेत नव्हते.

इतकं सगळं असलं तरी काबूलमधलं रात्रीचं जीवन इतकं रंगीन होतं की त्याच्यापुढे अनेक शहरं माना खाली घालतील. इथं शुक्रवारी सुट्टी असते आणि सहा

दिवस काम चालतं. त्यामुळे गंडामाक लॉज, ला कांटिना व लटमॉस्फिअर अशा ठिकाणी गुरुवारची रात्र धमाल करण्याची असायची. गुरुवारी रात्रीच अनेक घरगुती पार्ट्याही आयोजित केल्या जात असत. काही ठिकाणी बॅन्ड असायचा आणि प्यायला तर भरपूर असायचंच.

काबूलचं हे रात्रीचं जीवन एक प्रकारे मनाला उल्हसित करणारं असंच होतं. हेलमंद भागात जाऊन आल्यावर माझी स्थिती सागरावर खूप काळ घालवून आलेल्या अधाशी खलाश्यासारखी झाली होती. मी इथं आल्यानंतर दिवसा एखाद्या कर्जबाजारी शेतकऱ्याशी बोलणं आणि रात्री उत्तम पदार्थांचा आस्वाद घेत चिकण्या पोरींच्या सहवासात पार्टीमध्ये मौजमजा करणं, असं चाललं होतं.

पुढचे काही आठवडे मी काय करावं या विचारात होतो. पण मला फार वेळ घालवायचा नव्हता. हेलमंदहून परत आल्यानंतर मला दोन गोष्टी करायच्या होत्या. एक म्हणजे मला अफगाण इरॅडिकेशन फोर्स (ए.ई.एफ.) यांच्याबरोबर जाण्यासाठी काहीतरी व्यवस्था करायची होती. अर्थात यात फक्त ॲन्डरसनबद्दल मला वाटणारी असूया मात्र नव्हती. मला वाटलं की अफूची कहाणी कळण्यासाठी हा भाग समजणं फार महत्त्वाचं आहे, कारण हे अमली पदार्थांच्या विरोधी दल जिथं जाईल तिथं जागीच ठप्प होत होतं, असं माझ्या कानावर आलं होतं. दुसरं महत्त्वाचं म्हणजे मला हेलमंदमध्ये जाण्यासाठी ब्रिटिशांच्या सुरक्षादलांमध्ये घुसायचं होतं. हेलमंद भागात खरोखरच काही काम करायचं असेल तर हाच सर्वांत चांगला मार्ग आहे, असं मला खात्रीनं वाटू लागलं होतं. शिवाय तालिबानच्या विरोधात लढणाऱ्यांचे अनुभवही मला थेट ऐकायचे होते.

माझा हेतू साध्य करण्यासाठी मी लष्करगाह पी.आर.टी.मधल्या लेफ्टनंट चार्ली मेयो याच्याशी संपर्क साधला. मी त्याला ई-मेल पाठवली. आय.ई.एफ.बरोबर जाण्याची व्यवस्था करण्यासाठी मी अमली द्रव्यविरोधी मंत्रालयातल्या एका हुमायून नावाच्या माणसाला फोन केला. त्यानं मला मदत करायची तयारी दाखवली; पण त्याला भेटायला जाण्यासाठी मला एक आठवडाभर प्रयत्न करावे लागले. अखेर तो मला भेटला. त्यानं एका अफगाण कमांडरबरोबर मला विमानानं जाता येईल, असं सुचवलं. ए.ई.एफ.चं एक पथक बदखशानला लवकरच जाणार होतं. मला ही कल्पना आवडली. हुमायूननं मला बॅग भरून जय्यत तयारीत राहायला सांगितलं. निरोप मिळताच काही मिनिटांमध्ये विमान पकडावं लागेल, असं हुमायूननं मला सांगितलं. मी कोणत्याही क्षणी निघण्याच्या तयारीत असेन, असं हुमायूनला सांगितलं. मी त्याप्रमाणे तयारी करून वाट पाहत बसलो.

दरम्यान मी काबूलमध्ये काम करणाऱ्या एका स्वयंसेवी संस्थेच्या ऑफिसात गेलो. या संस्थेचं नाव वेल्फेअर असोसिएशन फॉर द डेव्हलपमेंट ऑफ अफगाणिस्तान (डब्ल्यू.ए.डी.ए.एन.) असं होतं. अफगाण लोकांमध्ये अफूच्या वाढत्या व्यसनाबद्दल मला आणखी माहिती हवी होती, त्या भेटीमधून असं साध्य झालं की काही दिवसांनी मी एका डॉक्टरसोबत गर्देझकडे निघालो होतो. हा डॉक्टर तिकडे व्यसनमुक्तीसाठीच्या एका केंद्राकडे जात होता. काहीच दिवसांपूर्वी गर्देझ भागात एक आत्मघाती हल्ला झाला होता आणि अहवालात म्हटलं होतं की अजून बरेच आत्मघाती बॉम्बहल्ला करणारे तयारीत आहेत; पण डॉक्टरनं सांगितलं की काळजी करायचं काही कारण नाही.

ईशान्य दिशेकडे जाणारा रस्ता आता एका खोऱ्यामधून जात होता. झगझगीत हिरव्यागार रंगाची शेतं, तपकिरी रंगाची घरं, उंचउंच झाडं आणि झऱ्यांमधून खळखळत येणारं पाणी या सगळ्यांमुळे तो भाग खूपच सुंदर भासत होता. आम्ही खूप उंचीवर असणाऱ्या एका खिंडीमधून पलीकडे गेल्यावर एक पठार लागलं. समोरून आय.एस.ए.एफ.च्या वाहनांचा एक ताफा येत असल्यानं आम्हाला आमची गाडी बाजूला घ्यावी लागली. मी त्या वेळी अफगाण लोकांबरोबर त्यांच्या गाडीत होतो. बाजूनं चिलखती गाड्या, हमव्ही आणि सशस्त्र सैनिकांनी भरलेल्या वाहनांचा ताफा जातानाची काही मिनिटं माझ्या मनावर तणाव होता. अलीकडच्या काळात अनेक कारबॉम्बमुळे परदेशी दलांवर हल्ले झाले होते. मी श्वास रोखून बसलो होतो. बाजूनं जाणाऱ्या गाड्यांमधल्या लोकांना चिथावणी वाटेल असं काही आमच्या ड्रायव्हरनं करू नये, अशी मी मनोमन प्रार्थना करत होतो.

आम्ही लोगार गावामधून गेलो आणि गर्देझच्या उपनगरामधून बाहेर पडल्यानंतर व्यसनमुक्ती केंद्राच्या दिशेने वळलो. आमचं छान आगतस्वागत झाल्यानंतर मी तिथल्या कर्मचाऱ्यांशी गप्पा मारू लागलो. नंतर त्यांनी मला एका खोलीत नेलं. तिथं फिक्कट निळे सलवार-कमीज घातलेले साधारण वीसएक जण बसले होते. त्या वेळी सामूहिक उपचार चालू होते. मी सर्वस्वी परका असूनदेखील त्यांनी माझं मनापासून स्वागत केलं. ते एक गोल करून बसले होते. त्यांनी सरकून मला त्यांच्यामध्ये बसायला जागा करून दिली. मी सगळ्यांकडे नजर फिरवली. काही जण माझ्याकडे स्नेहानं बघत होते तर काही जणांनी नजर जमिनीकडे वळवली होती. त्या वेळी सगळे जण मिळून कुराणामधील आयता (धार्मिक वचने) म्हणत होते. एक तरुण गायला लाजत होता; पण इतरांनी त्याला गायला भाग पाडून थोडं मोकळं केल्यानंतर मात्र तो एकटक जमिनीकडे बघत म्हणू लागला. एक मध्यम वयाचा माणूस उठून उभा राहिला. त्यानं आपण नाचणार असल्याचं जाहीर केलं. तो मधल्या छोट्या जागेत जडजड पावलं टाकत नाचू लागला. इतरांनी टाळ्या

वाजवत त्याला साथ द्यायला सुरुवात केली. हवेत हात उंचावून नाचताना त्याच्या चेहऱ्यावर खुशी दिसत होती. त्यानंतर एका वयानं मोठ्या असणाऱ्या माणसाला एकदम नाचायची स्फूर्ती आली. एखादी जडशीळ खुर्ची जशी नाचेल तसा तो नाचत होता खरा, पण त्याचा उत्साह दांडगा होता. मग त्यांनी एकमेकांना जसे पैलवान करतात तसं गमतीनं धरलं आणि ह्या उपचाराचं सत्र संपलं.

आता त्यांचं लक्ष माझ्याकडे गेलं. मी माझी ओळख करून दिली. मी अफगाणिस्तानातल्या अफूमुळे निर्माण होणाऱ्या समस्यांची कहाणी जगाला सांगण्याचा प्रयत्न करणार असल्याचं त्यांना सांगितलं. तिथं बसलेल्या बहुतेक सर्वांना माझी कल्पना चांगली वाटली. मी तिथून बाहेर पडण्यासाठी उठलो. मघाशी नाचणारा तो वृद्ध माणूस माझ्याजवळ आला. त्यानं माझे हात हातात घेतले आणि *तश्कूर तश्कूर* असं म्हणाला. तो माझे पुन्हापुन्हा आभार मानत होता.

एका छोट्या खोलीत एक साठ-पासष्ट वर्षे वयाचा अतिशय नीटनेटका माणूस बसला होता. त्याच्याजवळ त्याचा वीस वर्षे वयाचा मुलगा होता. त्याचे आपल्या या मुलाला व्यसनातून बाहेर काढण्यासाठी प्रयत्न चालले असल्याचं स्पष्ट दिसत होतं. त्याचं नाव रामोन होतं.

''मी सुतारकाम करून भरपूर पैसा कमावत होतो,'' रामोन मला सांगू लागला, ''माझा हा मुलगा फार देखणा आणि वागायला-बोलायला अतिशय उत्तम होता. तो माझा फार लाडका होता. पण मीच त्याला लाडानं बिघडवलं.''

रामोनचा मुलगा खरोखरच चांगला दिसत होता. तो अवघा एकच महिना इथं व्यसनमुक्ती केंद्रात होता. मी त्याच्याशी बोललो. आपण पंधरा वर्षे वयापासून हशीश ओढायला सुरुवात केल्याचं त्यानं सांगितलं. मागच्या वर्षीच तो हेरॉईनच्या आहारी गेला होता. तो दररोज ४००-५०० अफगाणी (८-१० डॉलर) हेरॉईनसाठी खर्च करत होता. एक ग्रॅम हेरॉईनला ३०० अफगाणी मोजावे लागत.

''तुमच्याजवळ किती पैसे आहेत याला काहीच महत्त्व नसतं. एकदा का तुम्हाला हेरॉईनचं व्यसन लागलं की तुम्ही पैसे उडवणारच.'' रामोन म्हणाला.

तो हेरॉईनसाठी आपल्या बापाकडून पैसे घेत असे. पण अलीकडच्या काळात रामोनची कमाई कमी झाली होती.

''हा मादक द्रव्यांचा वापर करत असल्याचं मला माहीत होतं,'' रामोन म्हणाला, ''मला त्याच्या हेरॉईनच्या व्यसनाबद्दल दोन-चार जणांनी सांगितलं. मी मग त्याच्या मागावर राहिलो. मला माझ्याजवळ पैसे पुरेसे नाहीत यापेक्षा माझ्या मुलानं हेरॉईनच्या आहारी जावं, याचा मानसिक धक्का जास्त मोठा होता. तो व्यसनी झाला आहे हे समजल्यानंतर मी त्याला पैसे देणं बंद केलं. मग तो पैशासाठी त्याच्या आईकडे गेला. मी इथं व्यसनमुक्ती केंद्रात फी भरून त्याचं नाव दाखल

केलं. आपण हे व्यसन सोडू असं वचन त्यानं मला दिलं; पण ते त्यानं पाळलं नाही. मला त्याचा खूप राग आला. माझी मान शरमेनं खाली गेली होती. आमच्या गावात त्याच्यासारखा दुसरा व्यसनी कोणी नव्हता.''

रामोनचा मुलगा आता व्यसनमुक्ती केंद्रामधून बाहेर पडणार होता. ''मी आता खूपच आनंदात आहे. मी अनेक व्यसनी माणसांना मेलेलं पाहिलं आहे. मला त्यामुळे माझं काय होणार याची फार भीती वाटली. मी आता सर्व प्रकारच्या मादक पदार्थांचा– हशीश, पावडर, अफू, हेरॉईन सगळ्या सगळ्याचा धिक्कार करतो. हे सगळं *हराम* आहे.''

बाप आणि मुलगा आता घरी परत जाणार होते. त्यांची खरी परीक्षा तिथं गेल्यावर सुरू होणार होती.

व्यसनमुक्ती केंद्रामधल्या कर्मचाऱ्यांनी सांगितलं की मी एकाशी जरूर बोलायला हवं. हा माणूस एक सैनिक होता आणि या केंद्रामधून बाहेर पडल्यानंतर वर्षभर तो 'स्वच्छ' राहिला होता. त्याचं नाव रिदी असं होतं.

आम्हाला रिदीला शोधण्यासाठी गर्देझमध्ये बरीच शोधाशोध करावी लागली. गावातून जात असताना जिथं नुकताच आत्मघाती हल्ला झाला होता ती जागा दाखवण्यात आली. आत्मघाती हल्लेखोर गावातल्या मध्यवर्ती भागात एका छपरावर चढून तयारीत बसला होता. तो खालच्या रस्त्यावरून जाणाऱ्या लष्करी काफिल्यावर उडी टाकून मग बॉम्ब उडवून देणार होता. त्यानं उडी मारली खरी; पण त्याचा अंदाज चुकला. लष्करी वाहनं सुरक्षितपणे निघून गेली होती आणि त्याच्या बॉम्बनं काही नागरिकांचा बळी गेला. तो चेचेनी असल्याचं कळलं. याचा अर्थ तो अल्-कायदाचा माणूस होता. तो खरोखरच कुठला होता याची खात्री करून घेण्याचा काहीच मार्ग माझ्याजवळ नव्हता; पण कदाचित आमचा माणूस कधीच असं करणार नाही, असं म्हणून अफगाण पोलिसांनी तो चेचेनी असल्याचं पसरवलं असण्याची शक्यता होती. त्यांचं म्हणणं खरं असणारच नाही, असं मात्र नाही.

'नमुनेदार' आत्मघाती बॉम्बहल्ला करणारा हल्लेखोर कसा असतो, हे मला माहीत आहे. तो तरुण पोरगा असून पाकिस्तानातल्या मदरशामध्ये त्याला भडक धार्मिक शिक्षण मिळालेलं असतं. पाकिस्तानात असं शिक्षण देणाऱ्या अनेक 'शाळा' होत्या. त्यातल्या बऱ्याचशा सौदी अरेबियातून आलेल्या पैशांवर चालवल्या जात असून सुन्नी पंथाच्या वहाबी या अतिशय कडव्या धार्मिक गटाच्या अतिशय कर्मठ शिकवणुकीचा प्रसार तिथं केला जातो. धर्मवेड्यांचा सतत पुरवठा व्हावा म्हणून तालिबान आणि अल्-कायदा ह्या शाळा चालवतात. या शाळांमध्ये शिकणाऱ्यांना कुराण पाठ करणं आणि कुराणातच त्यांच्या दहशतवादी कृत्यांना समर्थन कसं आहे, हेच सतत शिकवलं जातं. ज्या देशात त्यांनी कधी पायही ठेवला नाही त्या

देशावर परदेशी सत्ता कसा जुलूम करत आहेत, हे ऐकवून त्यांना सूड घेण्यासाठी भडकावलं जातं. या जिहादमध्ये जर मरण आलं तर जन्नतमध्ये सुंदर सुंदर कुमारिका त्यांची वाट पाहत असतील, हे त्यांना वारंवार सांगितलं जातं. त्यामुळे अशा जिहादींना अफगाणिस्तानात दररोज रस्तोरस्ती परदेशी सैनिक बलात्कार करत आहेत किंवा लोकांना ठार करत आहेत, अशा दृश्यांची अपेक्षा असते. पण त्याऐवजी अफगाणिस्तानात दैनंदिन जीवन नीट सुरू आहे, हे पाहून त्यामधल्या काही जिहादींना जबरदस्त धक्का बसतो. त्यातले काही जण एवढे गोंधळतात की ते सगळं सोडून शरण यायला तयार होतात.

एकदा का बॉम्बचा स्फोट केला की आत्मघाती बॉम्बहल्ला करणाऱ्यांनी फोन करायचा यासाठी त्यांना एक फोन नंबर दिला जातो, असं माझ्या कानावर आलं होतं. हा फोन केला की त्यांना तिथून सुरक्षित जागी नेलं जाईल असं त्यांना सांगण्यात येतं. हे कसं शक्य आहे, असं कोणालाही वाटेल. कारण माणसं अशिक्षित किंवा निरक्षर असली तरी ती मूर्ख नसतात; पण मुल्ला आणि गावातले वृद्ध त्यांना जे सांगतात त्यावर त्यांचा पक्का विश्वास बसतो. याचं एक अगदी अलीकडचं उदाहरण असं आहे की सगळ्या देशात प्रचंड घबराट पसरली. मोबाईल फोनमधून एक भयंकर विषाणू मुद्दाम पसरवला जात असल्याची अफवा सगळीकडे जोरानं पसरली. जर तुम्ही फोन घेतला तर तुमच्या नाकातून आणि कानातून रक्तस्राव होईल. जर तुम्ही एखादा नंबर लावायचा प्रयत्न केला तर तुम्ही जागीच खलास झालात म्हणून समजा. हे असं सगळीकडे पसरल्यानंतर आरोग्य मंत्रालयाला आणि दळणवळण मंत्रालयाला निवेदन जारी करून हे सगळं खोटं असल्याचं सांगायची वेळ आली. अफगाणिस्तानमध्ये मोबाईल सेवा पुरवणाऱ्या रोशन या सर्वांत मोठ्या कंपनीला त्यांच्या लक्षावधी ग्राहकांना हे सगळं खोटं असल्याचं सांगण्यासाठी लक्षावधी एस.एम.एस. पाठवावे लागले.

आम्ही रिदीचं घर शोधण्यासाठी कच्च्या रस्त्यांनी बरेच फिरलो. मग काही फोन केल्यानंतर तो आम्हाला एका कच्च्या रस्त्यावर आमची वाट बघत उभा असल्याचं आढळलं. रिदीनं लष्करी गणवेश घातला होता. त्याची बेरेट टोपी त्यानं नीट घडी करून एका बाजूला अडकवली होती. तो गाडीत बसला आणि आम्ही पुन्हा व्यसनमुक्ती केंद्राकडे निघालो.

रिदी हा पंचवीस वर्षांचा सडपातळ चणीचा देखणा तरुण होता. बेकार असताना कंटाळा घालवण्याचा उद्योग म्हणून आपण गमतीखातर स्मॅक ओढायला सुरुवात केल्याचं त्यानं सांगितलं. "त्याचं व्यसन लागेल असं मला वाटलं नव्हतं. मला वाटत होतं की हे साधं सिगारेट ओढण्यासारखं असेल. मला वाटेल तेव्हा मी बंद करून टाकेन; पण मग ते शक्य नसल्याचं माझ्या लक्षात आलं." रिदी

म्हणाला की गर्देझमध्ये बाजारात, किराणा दुकानात किंवा कोणाच्या तरी घरी असं कुठंही हेरॉईन मिळू शकतं. ''मी काही वेळा हेरॉईन न घेण्याचा प्रयत्न केला; पण त्याचा प्रचंड त्रास होऊ लागला की मी बाजारात जाऊन सरळ पुन्हा हेरॉईन आणत असे. गर्देझमध्ये अनेक व्यसनाधीन लोक आहेत. मी व्यसनाच्या आहारी गेल्यानं माझ्या घरात खूपच तणाव होता. घरच्या लोकांना माझ्या भवितव्याबद्दल काळजी वाटत होती.''

रिदी लष्करात भरती झाला. त्यानं त्याच्याबरोबर पाच ग्रॅम हेरॉईन नेलं होतं. तो लष्करात जेमतेम पाच महिने काढून तिथून पळून आला. काही महिन्यांनी अधिकाऱ्यांनी येऊन त्याला पकडलं आणि पुन्हा त्याला कंदाहारला नेलं. त्याला शिक्षा म्हणून रात्रीच्या पहाऱ्याचं काम देण्यात आलं. रिदीनं लष्करात दोन वर्षे नोकरी केली. दरम्यान आपण तालिबानविरुद्ध अनेकदा लढल्याचं त्यानं सांगितलं. अफगाण सैनिकांना एकूण कसं वाटतं हे मी त्याला विचारलं.

''आमच्या लष्करातल्या सर्वांना आपण आपल्या अफगाण लोकांना मदत करावी असंच वाटतं. परदेशी लोकांनाही अफगाण लोकांसाठी काहीतरी करावं असं वाटतं; पण अल्-कायदा आणि तालिबान त्यांना अफगाणिस्तानच्या पुनर्बांधणीचं काम करू देत नाहीत. तालिबान सैनिक अतिशय बळकट आणि झुंजार लढवय्ये आहेत. काहींच्या पायात तर बूटदेखील नसतात; पण आम्ही त्यांच्याहूनही कणखर आहोत. लोक आमच्या पाठीशी आहेत, त्यांच्या नाही. ते मागच्या खेपेस इथं आले होते तेव्हा त्यांनी आमच्या माणसांना ठार केलं होतं. ते लोकांना भररस्त्यात फासावर लटकवत असत. जर कोणी प्रार्थना चुकवली तर त्याला जबरदस्त शिक्षा करत असत.''

रिदी अफगाण लष्कराबद्दल जो आशावाद सांगत होता तो खरा ठरावा अशी माझीही इच्छा होती. अफगाण जनता लष्कराच्या पाठीशी आहे हे त्याचं म्हणणं बरोबर असल्याचं माझं मत होतं; पण योग्य प्रशिक्षण घेतलेल्या अफगाण सैनिकांची संख्या पुरेशी नव्हती. स्वत:च्या बळावर देशाचं संरक्षण करण्याची क्षमता अफगाण राष्ट्रीय सैन्यात अजून आलेली नाही, हे मला माहीत होतं. या सैन्याचं बळ ७० हजारांपर्यंत नेण्याचे प्रयत्न चालू होते. हे प्रयत्न योग्य दिशेनं चालू असल्यानं आता सैन्यबळ ५० हजारांपर्यंत पोहोचल्याचं मी ऐकलं होतं; पण रिदीप्रमाणे सैन्यातून पळ काढणाऱ्यांची संख्याही काही कमी नव्हती.

मी मग आणखी एका व्यसनी माणसाशी बोललो. तो काबूलचा होता. त्याचं नाव फैज. तो म्हणाला की काबूलच्या उपनगरांमध्ये आता मोठ्या प्रमाणावर पाकिस्तान आणि इराणमध्ये पळून गेलेले निर्वासित येत असल्यानं व्यसनाची समस्या गंभीर होत चालली आहे. मला तिथं तो आणि त्याच्यासारखे व्यसनी लोक

अमली द्रव्यं कुठून आणि कशी मिळवतात हे पाहण्याची इच्छा आहे, असं मी त्याला म्हणालो. तो त्याला तयार झाला. मी फैजचा नंबर लिहून घेतला आणि त्याचा निरोप घेतला. व्यसनमुक्ती केंद्रामधून मी बाहेर पडत असताना मला सगळे रुग्ण व्यायामासाठी व्हॉलीबॉलच्या मैदानात रांगेनं उभे असलेले दिसले. मला जाताना पाहून तो म्हातारा रुग्ण हसला आणि त्यानं मला कडक सॅल्यूट ठोकला.

मी परत आलो तेव्हा अंधार पडला होता. माझ्याबरोबर राहणाऱ्या सहकाऱ्यांनी पास्ता बनवला होता. मी दोनचार बीअर रिचवून मग वरच्या मजल्यावर असणाऱ्या माझ्या खोलीत आलो. मी टेबलापाशी बसून जॉईंट बनवून झुरके घेत खिडकीतून बाहेर दिसणाऱ्या काबूल शहरामधल्या तुटपुंज्या दिव्यांकडे बघत राहिलो. सगळा दिवस मी अफगाणिस्तानातल्या जीवनाचा जबरदस्त अनुभव घेतला होता. एकाच दिवसात राग, संताप, वेदना, करुणा, आशा-निराशा, प्रेम आणि विनोद हे सगळं अनुभवलं होतं. सुरक्षित जागी बसून अफगाणिस्तानातल्या बाहेरच्या जगाला मी माझ्यापासून प्रत्यक्षात दूर ठेवलं होतं खरं, पण मी पाहिलेल्या अफगाणिस्तानचं चित्र माझ्या मनातून कधीच पुसलं जाणार नव्हतं. कधीच नाही.

''इथं खरोखरच काही चांगलं काम होतं,'' आपलं नाव उघड न करण्याच्या अटीवर ब्रिटिश दूतावासातला एक अधिकारी मला सांगत होता. तो अफगाणिस्तानातल्या दवाखान्यांमधल्या यशाबद्दल बोलत होता. हे बरेचसे दवाखाने कपाटात ठेवायच्या साध्या औषधांवर आणि कुराणाच्या प्रतींवर चालत होते, असं त्याचं म्हणणं होतं. पण मुळात अमली द्रव्यांच्या 'मागणीत घट' व्हावी म्हणून पुरेसे प्रयत्न होत नाहीत, असं तो म्हणाला.

पण मागणीत घट व्हावी म्हणून काहीच केलं जात नव्हतं, असं मात्र नाही. मी लष्करगाह आणि गर्देझमध्ये ज्या काही उपचार केंद्रांना भेट दिली होती, तशा अनेक केंद्रांसाठी ब्रिटिशांनी २ दशलक्ष पौंडांची तरतूद केली होती. पण त्यांनी दरवर्षी अमली द्रव्यांच्या विरोधातल्या मोहिमेसाठी जी ७० दशलक्ष पौंडाची रक्कम पाठवली होती, ती भलतीकडेच कुठंतरी वाया जात होती. सन २००६ पर्यंत दरवर्षी सगळे देणगीदार देश मिळून जे १२-१५ अब्ज डॉलर खर्च करतात, त्यामागे अफगाणिस्तानच्या पुनर्बांधणीची प्रेरणा होती. अमेरिकेनं अफगाण लष्कर उभारणीत पुढाकार घेतला तर जर्मनीनं पोलीसदल निर्माण करण्यासाठी मदत केली. इटालियनांनी न्यायव्यवस्था पुन्हा उभारणीसाठी प्रयत्न केले. सशस्त्र बंडखोर गट आणि इतर सशस्त्र टोळ्यांना त्यांच्या मार्गापासून दूर करून त्यांना पुन्हा मुख्य

प्रवाहात आणण्याची जबाबदारी जपाननं उचलली होती. अमली द्रव्यांच्या व्यापाराशी लढण्याचं काम ब्रिटिशांनी स्वीकारलं होतं. हे असं होण्यामागची 'अग्रणी राष्ट्र' ही संकल्पना नंतर बदलली. अफगाण सरकारनं सगळ्या भागांत मुख्य भूमिका बजावण्याचं ठरवलं; पण पैसा सोडण्याची किल्ली अमेरिका आणि ब्रिटनच्या हातात असल्यानं करझाई सरकारला अमली द्रव्यांच्या विरोधातल्या मोहिमेसाठी त्यांच्याच मर्जीनं काम करणं भाग पडू लागलं.

सन २००६ मध्ये ब्रिटिशांनी अफगाणिस्तानला 'राष्ट्रीय मादक द्रव्य नियंत्रण धोरण' तयार करायला मदत केली. आंतरराष्ट्रीय समुदायाचा पाठिंबा आणि आर्थिक मदत याआधारे करझाई सरकार या धोरणाची अंमलबजावणी करणार, असं ठरलं होतं. साध्या शब्दात सांगायचं तर अफगाणिस्तानच्या अर्थव्यवस्थेनं अफूवर अवलंबून राहणं बंद करणं, हा या धोरणाचा मुख्य भाग होता.

'अफूचं अर्थकारण हा देश आणि या भागाच्या भवितव्यासाठी किती धोकादायक आहे हे पुन्हापुन्हा सांगतोय, असं वाटलं तरी तसं करणं भाग आहे.' अध्यक्ष हमीद करझाई यांचा संदेश आपण धोरणाचा दस्तऐवजाच्या प्रारंभीच वाचू शकतो. 'अफगाणिस्तानची दीर्घकालीन सुरक्षा, प्रगती आणि उत्तम प्रशासकीय व्यवस्था या सगळ्याला अफूचं अर्थकारण हे सर्वांत मोठं आव्हान आहे... अमली द्रव्याच्या व्यापारातून भ्रष्टाचाराचा उगम होतो. त्यातूनच कायद्याचं राज्य न जुमानण्याची प्रवृत्ती निर्माण होते. मादक पदार्थांच्या अवैध उत्पादनात व व्यापारात गुंतलेल्या तस्करांमुळे कर्जबाजारी झालेल्या आमच्या शेतकऱ्यांना दीर्घकालीन प्रगतीची संधीच त्यामुळे नष्ट होते. आमच्या देशाला कित्येक दशके निर्णायकी अवस्थेत नेणाऱ्या लोकांना या अफूच्या व्यापाराचा फायदा होतो. या अफूमुळे आमची मानहानी होते आणि आम्ही काहीही करायला नालायक आहोत, असं जगाला वाटतं.'

हमीद करझाईंनी हे स्वत: लिहिलं होतं की कुणी दुसऱ्यानं लिहून दिलं होतं, हे सांगता येणार नाही; पण अफगाणिस्तानच्या परिस्थितीचं नेमकं वर्णन यात केलेलं आहे.

अफगाणिस्तानातल्या अफूच्या समस्येवर मात करण्यासाठी काय करायचं याच्या चार पायऱ्या अफगाणिस्तानच्या धोरणात नमूद केल्या आहे. पहिली पायरी अमली द्रव्याच्या व्यापाराचं विघटन घडवणं. पुढची पायरी खेडेगावात जगणाऱ्या माणसांना जगण्यासाठी सक्षम करणं. मग अफूची मागणी कमी करणं आणि त्यानंतर राजकीय संस्था बळकट करणं.

या सगळ्या संकल्पना कागदावर खूपच छान वाटतात; पण ते फक्त कागदावरच. जरा या सगळ्यावर नजर टाकली तर वस्तुस्थिती लगेच लक्षात येते. मादक पदार्थांच्या व्यापाराचं विघटन करण्यासाठी हा व्यापार करणाऱ्यांचं जीवन खडतर

करायला हवं. त्यासाठी उत्तम प्रशिक्षण मिळालेलं, मनापासून काम करणाऱ्यांचं पोलीसदल हवं. अस्तित्वात असलेल्या कायद्यांची अंमलबजावणी करण्याचं काम या पोलिसांनी नीट करायला हवं. त्यांनी स्वत: कायदा हातात घ्यायला नको. त्याचबरोबर छोट्या माशांबरोबर मोठ्या माशांना पकडून शिक्षा करू शकणारी न्याययंत्रणा असायला हवी. लाचखोरीच्या बळावर जी तुरुंगाची दारं सहज उघडतात ती पक्की बंद करायला हवीत. प्रत्यक्ष शेतीच्या पातळीवर बोलायचं तर अफू न लावताही आपल्याला जगण्यासाठी पर्यायी पीक घेता येतं, हे शेतकऱ्यांना पटवायला हवं. तसंच मिळणाऱ्या उत्पन्नातून त्यांचं कर्ज फेडण्याची क्षमता त्यांच्यात निर्माण करायला हवी. हे होण्यासाठी पर्यायी पिकं बाजारात वेळेवर जाऊन त्यांची रक्कम शेतकऱ्यांच्या हातात पडायची व्यवस्था करायला हवी.

धोरणात नमूद केलेल्या सर्व पायऱ्यांच्या बाबतीत काय प्रगती झाली, हे पाहण्यासारखं आहे. संस्थांच्या निर्मितीच्या बाबतीत बघायचं तर आता अफगाणिस्तानात लोकशाही सरकार अस्तित्वात आलेलं आहे. ते जरी परिपूर्ण नसलं तरी जे काही झालं आहे तेदेखील कमी लेखता येणार नाही. या सरकारच्या यंत्रणेमध्ये अमली पदार्थांच्या विरोधात काम करणाऱ्या अनेक संस्था तयार करण्यात आल्या आहेत. या कामासाठी सरकारमध्ये एक पूर्ण मंत्रालयच स्थापन करण्यात आलं आहे.

अमली पदार्थांच्या विरोधात काम करताना काय काय अडचणी येतात, याचं सविस्तर वर्णन त्या ब्रिटिश अधिकाऱ्यानं केलं, ‘‘संस्था तयार करणं हे सगळ्यात महत्त्वाचं काम असतं. पण मला अनेकदा असं वाटतं की आम्ही आमच्या देशात काम करणाऱ्या सरकारच्या रचनेची नक्कल इथं लादायचा प्रयत्न करतो. पण आमच्या देशातली ही सरकारी यंत्रणा तरी आता कुठं नीट काम करते. ती जुनी आहे आणि तरीही आम्ही ती इथं यावी असं म्हणतो. मला वाटतं की आम्ही लोकप्रशासन व्यवस्थेचे अवाजवी मानदंड कवटाळून बसलो आहोत.

‘‘मला विशेषत: सी.एन.टी.एफ. म्हणजे काउंटर नार्कोटिक्स ट्रस्ट फंड या संस्थेच्या कारभाराबद्दल जाणून घ्यायचं होतं. या निधीला खूप देश देणग्या देतात. त्यांच्याकडे भरपूर पैसा आहे. या निधीच्या वाटपाचं नियंत्रण संयुक्त राष्ट्रांच्या यू.एन.डी.पी. या यंत्रणेमार्फत केलं जातं. अफगाणिस्तानातली निरनिराळी मंत्रालये अमली पदार्थविरोधी मोहिमेसाठी प्रकल्प सादर करून या निधीमधून रक्कम मिळवू शकतात. मी या संस्थेकडे सध्या कोणकोणते प्रकल्प सुरू आहेत याची माहिती मागवली. असे सहा प्रकल्प सुरू असल्याचं मला कळलं.

‘‘मी या संस्थेकडे प्रकल्प पाठवण्यासाठीचा अर्ज मागितला,’’ तो ब्रिटिश अधिकारी पुढे सांगत होता, ‘‘हा अर्ज इंग्लिशमध्ये होता; पण त्यात काय लिहिलं

आहे ते कळणं अवघड होतं. मला वाटतं की मला चांगलं इंग्लिश लिहिता-वाचता येतं. पण त्यामधली ×××× भाषा अशी काही होती की मला काहीच कळेना. हे ×××× व्यवस्थापन सल्लागार वापरतात ना तसली काहीतरी भाषा होती. थोडक्यात सांगायचं तर, मी हा अर्ज भरू शकणार नाही अशी ही परिस्थिती होती.''

''मला असं वाटतं की अफगाणिस्तानात या अमली पदार्थांच्या मोहिमेच्या बाबतीत किंवा विकासकामांसाठी जे काही आराखडे आणले आहेत ते दुसऱ्या कुठल्यातरी देशांमध्ये वापरलेले असून ते जसेच्या तसे इथं लावले आहेत. इथल्या समस्या जाणून घेऊन हे आराखडे तयार केलेले नसावेत.''

''अगदी बरोबर. आणि म्हणूनच आपण मग हे सगळं नीट का चालत नाही म्हणून विचार करत बसतो.''

''पण अमली पदार्थांच्या विरोधातली मोहीम ही मुख्यत: अफगाण सरकारची आहे ना?''

''मुळात विचार केला तर आहेच. तसं त्यांनी त्यांच्या घटनेतही लिहिलं आहे. म्हणूनच आम्हाला (ब्रिटिशांना) हवाई फवारणी करून अफूचं निर्मूलन करणं पटत नाही. कारण तो उपाय अफगाणी लोकांकडून आलेला नाही.

''सौर क्रांतीच्या वर्धापन दिनाच्या दिवशी सगळं अफगाण हवाईदल आमच्या डोक्यावरून उडत गेलं होतं. म्हणजे सहा एम.आय.९ हेलिकॉप्टर, दोन हिंड विमानं, दोन जेट विमानं आणि एक हवाई वाहतुकीचं विमान. हवाई फवारणी करण्यासाठी लागणारं सक्षम दलच अफगाणिस्तानकडे नाही.''

''म्हणजे आता डिनकॉर्पला आणखी एक लठ्ठ कंत्राट मिळणार तर,'' मी म्हणालो. डिनकॉर्प ही एक लष्करी कंत्राटं घेणारी खासगी अमेरिकन कंपनी असून त्या वेळी निदान तीन अब्ज डॉलरची कंत्राटं या कंपनीला अगोदरच मिळाली होती. कोलंबियात हवाई फवारणी करून कोकाचं पीक नष्ट करण्याचं काम या कंपनीला मिळालं होतं. अफगाणिस्तानात लष्करी तळ उभारणे, अफगाण पोलिसांना प्रशिक्षण देणे आणि अफगाणिस्तानातल्या अफू निर्मूलन योजनेची कार्यवाही करणे, ही कामं करण्याची कंत्राटं या कंपनीनं मिळवली आहेत.

''डिनकॉर्प नसेल तर केमिऑनिक्स असेल,'' तो ब्रिटिश अधिकारी म्हणाला, ''अमेरिका जी मदत करते ती कशी काय खर्च केली जाते हा गहन विषय आहे. केमिऑनिक्सला सगळा खर्च वजा जाऊन एकशेपन्नास टक्के फायदा मिळतो. नफ्याचं हे प्रमाण एवढं जबरदस्त असताना हे लोक हवाई फवारणी करायला जरादेखील कचरत नाहीत याचं काहीच आश्चर्य वाटणार नाही. अर्थात या कंपन्या वरवर बघता विकासासाठीच काम करत असतात हे दिसतं हा भाग वेगळा. याचा अर्थ मदतीसाठी म्हणून जाहीर केलेल्या अमेरिकेच्या निधीमधला हा एवढा अवाढव्य

भाग पुन्हा अमेरिकेलाच जातो.''

जबरदस्त नफा कमावणाऱ्या अनेक अमेरिकन बड्या कंपन्यांमधली केमिऑनिक्स ही फक्त एक कंपनी आहे. या कंपनीचे आणि जगभर विकासकामे करण्यासाठी असणाऱ्या यू.एस.ए.आय.डी. म्हणजे युनायटेड स्टेट्स एजन्सी फॉर इंटरनॅशनल डेव्हलपमेंट या सरकारी संस्थेचे अत्यंत अनिष्ट संबंध आहेत. तो ब्रिटिश अधिकारी सांगत होता ते खरंच होतं. अफगाणिस्तानला दिली जाणारी आंतरराष्ट्रीय मदत निम्मी आणि अमेरिकेची अख्खीच्या अख्खी मदत ही अशी 'बांधलेली' असते. याचा अर्थ असा की जो देश मदत देत असेल त्याच देशाकडे ते ते प्रकल्प सुपुर्द केले जातात. म्हणजेच त्या त्या देशातल्या कंपन्यांनाच त्यांची कंत्राटं मिळतात.

हवाई फवारणी करून अफूचं निर्मूलन करायचं की नाही यावरून ब्रिटन आणि अमेरिका यांच्यातले संबंध कमालीचे दुरावले आहेत. मोठ्या प्रमाणावर हवाई फवारणी करून अफूचा नाश केला पाहिजे असं आय.एन.एल. म्हणजे अमेरिकन सरकारच्या आंतरराष्ट्रीय पातळीवरील अमली पदार्थविरोधी विभागाचं म्हणणं आहे. पण युरोपियन युनियन आणि अफगाण सरकारला आणि अर्थातच ब्रिटिशांना ही कल्पना अतिशय सडकी वाटते. करझाईंनी उघडपणे अनेकदा हवाई फवारणीची कल्पना नाकारली आहे; पण तरीही हा पर्याय उपलब्ध आहे याची सतत चर्चा होतेच. दरखेपेस संयुक्त राष्ट्रांच्या अमली द्रव्यांसंबंधीच्या अहवालात अफगाणिस्तानात अफूचं भरपूर उत्पादन होणार असं नमूद झालं रे झालं की आता अफूचं निर्मूलन वेगानं केलंच पाहिजे अशी तारस्वरात ओरड सुरू होते. सन २००६ मध्ये अफूचं विक्रमी उत्पादन होणार असं जाहीर होताच आता अफूच्या निर्मूलनासाठी निर्णायक घाव घातलाच पाहिजे, असं म्हटलं जाऊ लागलं. जरी प्रत्यक्षात हवाई फवारणी करावी असं कोणी म्हणत असलं तरी अर्थ तोच होता.

अमली पदार्थांच्या व्यापाराच्या नियंत्रणासाठीच्या संयुक्त राष्ट्र संस्थेच्या एका पत्रकार परिषदेत बोलताना आय.एन.एल.चा असिस्टंट सेक्रेटरी थॉमस श्वाईश म्हणाला, ''आपण हा व्यापार कमी करण्यासाठी प्रयत्न केले पाहिजेत हे मान्य आहे, पण निर्मूलन हा सर्वांत सोपा मार्ग आहे, हे सत्य आहे. अफूची शेतं शोधणं सोपं आहे... अफूचं शेत हे खऱ्या अर्थानं समस्येचं मूळ कारण आहे आणि म्हणूनच आपण आक्रमकपणानं अफूचा विनाश केला पाहिजे... आपण जर आक्रमकपणे विनाश करणं पुढे ढकललं तर अमली पदार्थांच्या व्यापाराचं जग आणि बंडखोरी यांच्यातील संबंध आणखी मजबूत होतील... आपण आत्ताच जोरदार दणका दिला पाहिजे.''

हवाई फवारणी करून अफूचं निर्मूलन करता येईल असं कोणाला कसं काय

वाटू शकतं, हेच मला कळत नाही. त्यापेक्षा त्या ठिकाणी सरळ **नापाम** बॉम्ब टाकलेले बरे. माझ्या दृष्टीनं हवाई फवारणी करण्याचा विचार म्हणजे शेतकऱ्यांविरुद्ध पुकारलेलं युद्धच आहे. ज्या सरकारविषयी त्यांच्या मनात अगोदरच अविश्वास आणि कमालीचा तिरस्कार निर्माण झाला आहे, त्यांना सरकारच्या बाजूला वळवण्याचे सर्व मार्ग त्यामुळे बंद होतील, असं मला वाटतं.

जर हवाई फवारणीच्या योजनेला हिरवा कंदील मिळाला तर ते राउंडअप नावाचं रसायन वापरणार आहेत. राउंडअप हे मोन्सान्टो या कंपनीचं सर्वसाधारण स्वरूपाचं झुडूपनाशक आहे. याच्यात मुख्य रासायनिक घटक ग्लायफोसेट हा असतो. हे रसायन वनस्पतींमधील अन्न तयार करण्याचं म्हणजे प्रकाश संश्लेषणाचं काम बंद पाडत असल्यानं सर्व प्रकारच्या वनस्पती मरतात. म्हणजे शेतात गहू, बार्ली किंवा जे काही असेल ते सर्व पीक नष्ट होतं. अफू जिथं पिकवली जाते तिथं सगळीकडे मिश्रपीक पद्धत अवलंबली जाते. त्यामुळे निव्वळ अफू पिकवली जात असणारी शेतं जवळपास नसतात. याचा अर्थ फक्त अफूचा विनाश करणं अशक्य आहे. म्हणजेच हवाई फवारणी करून मादक द्रव्यांचा व्यापार करणाऱ्या बड्या धेंडांवर नाही, तर तुम्ही ज्यांचं जगणंच शेतीवर अवलंबून आहे अशांचा निकाल लावणार हे उघड आहे.

''माझे डॅड घरी ते (राउंडअप) वापरतात,'' तो ब्रिटिश अधिकारी म्हणाला, ''पण ते ×××× रसायन ते पीत नाहीत. इथं मात्र वाहतं पाणीच लोकांना आणि जनावरांना प्यावं लागतं आणि त्यातच हे रसायन असतं. खरी समस्या ही आहे. तालिबानचं चांगलं फावलं. फवारणी केल्यामुळे मरणाच्या दारात पोहोचलेले लोक तालिबान जगापुढे दाखवतात. हवाई फवारणी करणं महत्त्वाचं नाही असं मला म्हणायचं नाही; पण निदान लोकांच्या पिण्याच्या पाण्यात ते रसायन मिसळत आहे याचाही विचार करायला हवा.''

अमेरिकेचं या बाबतीतलं अधिकृत धोरण थेट फवारणी करायचं मात्र नाही. तो त्यांच्या 'पाच स्तंभी योजनेचा' एक भाग आहे. लोकांना माहिती देणे, पर्यायी विकास, अफू निर्मूलन, मादक पदार्थांच्या व्यापाराचे विघटन आणि न्यायप्रक्रियेत सुधारणा करणे हे या धोरणाचे पाच स्तंभ आहेत. हे सगळं ठीक आहे; पण राउंडअप वापरून नुकसान होत नाही हे लोकांपर्यंत कसं पोहोचवणार? त्यासाठी फक्त

नापाम (Napalm) - नापाम हा बॉम्बचा प्रकार असून त्यात गॅसोलीनचा वापर केलेला असतो. या बॉम्बचा स्फोट झाल्यावर मोठ्या प्रमाणात कार्बन मोनॉक्साईड हा अतिशय विषारी वायू तयार होतो. या वायूमुळे माणसे गुदमरून मरतात. कोरिया व व्हिएतनाममधल्या युद्धांमध्ये अमेरिकेने या बॉम्बचा प्रचंड वापर केला. या युद्धातल्या वापरामुळे हा बॉम्ब कुप्रसिद्ध झाला आहे.

रेडिओच वापरता येणार हे उघड आहे, कारण अफू पिकाखालील बहुतेक शेती तालिबानच्या ताब्यामधल्या भागात आहे. तालिबानच्या प्रचारावर मात करून शेतकऱ्यांना आपण काय आणि कशासाठी करतो आहोत हे कसं समजवणार? ते लोक आपल्यावर विश्वास का ठेवतील?

सन २००७ मध्ये अफू उत्पादनातील वाढ आणि दहशतवादी कारवायांना होणारा निधीचा पुरवठा यांच्यातला परस्परसंबंध दाखवण्याचे प्रयत्न सुरू झाले. याच विचारसरणीचा पुढचा भाग असा की म्हणूनच अफूच्या विरोधात लष्करी उपाय योजायला हवेत. अफू पिकवणारे शेतकरी पैशासाठी हावरट असतात, अशा तऱ्हेचे आरोप केले जाऊ लागले. त्याचप्रमाणे अधिकारी आणि प्रसिद्धीमाध्यमं एका सुरात तालिबानला मिळणाऱ्या पैशांचा साठ टक्के वाटा अफू उत्पादनांमधून मिळतो, असं सांगू लागले. हा आकडा कुठून आला कोण जाणे? तो नक्कीच तालिबाननं ठेवलेल्या हिशेबाच्या वह्यांमधून आला नसणार हे उघड आहे. पण या सगळ्याचा अर्थ अगदी स्पष्ट होता. अफू पिकवणाऱ्या शेतकऱ्यांचा माणूस असण्याचा दर्जा काढून टाका. अफू पिकवणारा प्रत्येक जण दहशतवादी आहे. तेव्हा हवाई फवारणी करून त्याच्या पिकाचा नाश करा. आणि मग पुढे काय? ज्या प्रचंड स्रामोठ्या भागावरचं पीक नष्ट केलं आहे तिथं पर्यायी पिकं उगवतील, याची काही ठोस व्यवस्था असायला हवी की नाही? निदान हेलमंद प्रांतात याबद्दल काही योजनाच नाही यावर मी पैज लावायला तयार आहे. माझ्या मते, हवाई फवारणी करणं यात फक्त शत्रूचा प्रदेश बेचिराख करायचा एवढाच काय तो उद्देश आहे.

"हे केलं तर त्याचे फार गंभीर परिणाम होतील असं आमच्यातल्या अनेकांना वाटतं," ए.आर.ई.यू. म्हणजे अफगाणिस्तान रीसर्च ॲण्ड इव्हॅल्यूएशन युनिटच्या नियोजन विभागाचा प्रमुख पॉल फिश्टाईन माझ्याशी काबूलमध्ये गप्पा मारताना म्हणाला, "जे लोक धोरणात्मक निर्णय घेतात त्यांना वस्तुस्थितीची कल्पना असते असं आपल्याला नेहमी वाटत असतं. पण आता अनुभवातून मला ते लक्षात येऊ लागलंय की तसं नसतं. आपल्या निर्णयाचे काय परिणाम होतील याची जाणीवच मुळात त्यांना नसते."

"यामधूनच मग लोकांना हावरट किंवा लोभी ठरवलं जातं."

"होय. काही जण लोभी असतात हे खरं आहे. पण सगळे तसे नसतात. तसं म्हणणं म्हणजे शुद्ध वेडेपणा आहे. पण अफू पिकवणाऱ्यांना लोभी ठरवण्यानं त्यांच्याबद्दलची सहानुभूती नष्ट होते."

"त्यांच्यावर वाईटपणाचा शिक्का बसतो."

"बरोबर. शिवाय ते वाईट लोकांना मदत करतात असाही डाग त्यांच्यावर लागतो. मादक पदार्थांच्या नियंत्रणासंबंधी एक अमेरिकन घोषणा धक्कादायक आहे.

एकतर तुम्ही आमच्याबरोबर असाल. नसाल तर तुम्ही आमचे शत्रू आहात! आम्ही जसं बंडखोरांशी वागतो तसंच अफू पिकवणाऱ्यांच्या बाबतीत वागणार.''

अध्यक्ष हमीद करझाई, यू.एन.ओ.डी.सी. प्रमुख अन्टोनिओ मारिआ कोस्टा आणि इतर अनेकांनी वारंवार हेलमंद भागातले लोभी शेतकरी अफू पिकवून भरपूर गब्बर होतात, असं वारंवार म्हटलं आहे; पण डेव्हिड मान्सफील्ड म्हणतो की अफगाण शेतकऱ्यांचं जगणं ही फार अजब गोष्ट आहे. मी डेव्हिडला जलालाबादमध्ये भेटलो होतो. या संशोधकानं या विषयात केलेलं काम अतिशय महत्त्वाचं आहे. 'गहू लावण्यापेक्षा अफूमुळे आपल्याला जास्त पैसा मिळतो आणि म्हणून मला अफू आवडते' असं जेव्हा शेतकरी म्हणतो तेव्हा यामागे बरंच काही असतं, हे डेव्हिडचं म्हणणं मला पटतं.

''आय.एन.एल.च्या मनोवृत्तीचे लोक हवाई फवारणी करण्यासाठी उतावळे झाले आहेत. ते म्हणतात, आता झालं तेवढं पुरे झालं. कायदा म्हणजे कायदा. आता कणखरपणा दाखवण्याची वेळ आली आहे.''

''पण फक्त आपली ताकद दाखवण्यापलीकडे त्यातून काय साध्य होणार? त्यांना त्याबद्दल काय वाटतं?''

''सगळा मूर्खांचा बाजार नुसता,'' पॉल फिश्टाईन म्हणाला, ''तसं करू नका असं सांगणारे असूनही पुढाऱ्यांनी त्यांना जे करायचं ते चालू ठेवलंच. काही जण म्हणतात की अफू वाईट आहे म्हणून तिचं उच्चाटन केलंच पाहिजे.''

हवाई फवारणीचा आग्रह धरणारे नेहमी कोलंबियाचं उदाहरण देतात. तिथं डिनकॉर्पनं दणकेबाज काम करून तिथला कोकेनचा उद्योग नष्ट केला. 'प्लॅन कोलंबिया' या नावाच्या योजनेसाठी अमेरिकेनं ५.४ अब्ज डॉलर खर्च केले. हवाई फवारणी आणि कोलंबियाच्या लष्करासाठी हा एवढा अवाढव्य निधी खर्ची पडला; पण अमेरिकन सरकारच्या एका विभागाच्याच अहवालानुसार तरीदेखील सन २००० मध्ये पीक घेण्याचं प्रमाण वाढलेलंच होतं. अमेरिकेत जास्त शुद्धतेचं कोकेन पोहोचू लागलं आणि तिथल्या बाजारात कोकेनच्या किमती पुरवठा वाढल्यानं घसरल्या. प्लॅन कोलंबियाचा उद्देश अमेरिकेतील कोकेनचा व्यापार थांबवणं हा होता. हे पाहता या योजनेचा फज्जा उडाला असंच म्हणावं लागेल.

''अफू हा प्रचंड प्रमाणावरील भ्रष्टाचाराचा मूळ स्रोत आहे आणि त्यामुळे राज्याची विलक्षण हानी होते,'' ब्रिटिश अधिकारी मला सांगत होता, ''भ्रष्टाचाराची आकडेवारी सुन्न करणारी आहे. समजा, ननगरहारसारख्या ठिकाणी तुम्ही सरहद्दीवरच्या पोलीस दलाचे प्रमुख आहात तर तुम्ही महिना चार लाख डॉलर कमावू शकता. आणि हे कशासाठी मिळणार तर फक्त डोळे बंद ठेवणं यासाठी. ट्रक दुसऱ्या कुणाचे तरी आणि व्यापार आणखी कुणीतरी करणार. यानं फक्त काही पाहिलं नाही,

असं दाखवायचं बस्स. जर तुम्ही प्रत्यक्ष सरहद्दीवर काम करणारे पोलीस असाल तर तुम्ही फक्त अर्धा तास झोपी जायचं. त्याबद्दल तुम्हाला चार हजार डॉलर मिळतात. ह्या रकमा खरोखरच फार मोठ्या आहेत. आता पोलीस दलांमध्ये सुधारणा करताना पोलिसांचा पगार जो महिना ६० डॉलर एवढा होता तो आता १६० डॉलर करण्यात आला आहे; पण यामुळे काहीच फरक पडणार नाही.''

''या लोकांना पकडायचं असेल तर त्यांच्या अर्थकारणावर नजर ठेवायला हवी. पण आम्ही तसं करत नाही. तसं करण्यासाठी लागणारी यंत्रणाच आमच्याजवळ नाही. मी दुबईला गेलो की प्रत्येक वेळी तिथले भव्य मॉल बघतो... अफूच्या उद्योगामधला पैसा इथं अफगाणिस्तानात राहत नाही. तो देशाबाहेर जातो. तिकडं दुबईत पहा. त्या ज्या प्रचंड इमारती...''

''तिथं अफगाण पैशातून हे सगळं होतं?''

''होय. तुला *हवाला* पद्धत माहीत आहे का?'' त्या ब्रिटिश अधिकाऱ्यानं विचारलं. ''मी ही पद्धत काय ते माहीत करून घेतलं. ही एक परस्परविश्वासावर आधारलेली पैशांच्या देवघेवीची पद्धत आहे. त्याचं असं असतं. एक जण काबूलमध्ये एखाद्या *हवालादा*कडे (हवाला व्यवहारातला मध्यस्थ) जातो आणि त्याला पाच हजार डॉलर देतो. मग तोच माणूस दुबईत तिथल्या *हवालादां*कडे जातो. तो माणूस त्याला तिथं ४९०० डॉलर देतो. जगभर कुठेही अशा प्रकारे कितीही मोठ्या रकमांची देवघेव केली जाते. फक्त *हवालादा*कडच्या वह्या वगळता या सगळ्याची कुठेही नोंद नसते.

''आम्ही एकदा ननगरहार प्रांतामध्ये तीन *हवालादां*कडच्या वह्या जप्त केल्या, कारण हे लोक हवाला पद्धतीनं अमली पदार्थांच्या व्यापारामधला पैसा दुबईला पाठवत असल्याचा संशय होता. तीन दिवसांच्या अवधीत राज्यपालानं आमच्याकडे त्या वह्या परत करून त्या माणसांना सोडून द्यायची मागणी केली. कारण आमच्या या कृतीमुळे आम्ही तिथल्या सर्व बँकांचे व्यवहार तत्काळ बंद पाडले होते. आम्ही तिथली अर्थव्यवस्थाच ठप्प केली होती, कारण या ठिकाणचे तीस टक्के अर्थव्यवहार या तिघांच्या माध्यमातून चालत असत. मग आम्ही त्यांच्या वह्यांच्या प्रती काढल्या आणि त्यांना त्या परत करून सोडून दिलं.

''या सगळ्यामध्ये फार मोठं राजकारण आहे,'' तो ब्रिटिश अधिकारी पुढे सांगत होता, ''मला असं वाटू लागलंय की अफगाणिस्तानात बहुतेकांना खात्री वाटते की आम्ही (नाटो आणि अमेरिका) इथून एक ना एक दिवस ढुंगणाला पाय लावून पळणार. हे कधी ना कधी घडणारच. तिकडं नॉर्दन अलायन्सनं पंजशीर खोऱ्यात भरपूर रणगाडे छान झाकून ठेवले आहेत. ते फक्त आम्ही कधी जातो याची वाट पाहत थांबले आहेत. आम्ही जाणार हे नक्की. पाच वर्षांनी जाऊ. कदाचित दहा

वर्षांनी जाऊ. तसं झालं रे झालं की ते त्यांना जे करायचं ते करणारच. म्हणजे हे अफगाण एकमेकांचे गळे कापत धुडगूस, एकमेकांची लांडगेतोड पुन्हा सुरू करणार. म्हणून ते सध्या शस्त्रास्त्रांचे साठे करत बसले आहेत. आपल्याजवळ त्या वेळेला उपयोगी पडायला भरपूर पैसा हवा म्हणून त्याचीही तरतूद ते करत आहेत. अफूच्या पैशातून निर्माण होणाऱ्या पैशाचा संबंध केवळ गुन्हेगारी जगताशी नाही, त्याचा संबंध राजकारणाशीसुद्धा आहे. हे राजकारण पुढच्या खेपेच्या संधीशी निगडित आहे. आपल्याला पुन्हा एकदा संधी मिळणार आहे याची त्यांना खात्री आहे. त्यासाठी तालिबाननंच आम्हाला हुसकावून लावलं पाहिजे असं काही नाही. अर्थात ते शक्यही नाही म्हणा.

"पण काय होऊ शकेल ते पहा... काबूलची अवस्था बगदादसारखी होईल. म्हणजे या ×××× शहरात जागोजागी बॉम्बस्फोट होतील. स्फोटकांनी भरलेले मोठे ट्रक आमच्या आणि अमेरिकनांच्या अंगावर वारंवार चालून येतील आणि आम्ही त्यात चिरडले जाऊ. आमच्या बिचाऱ्या गुरखा पहारेकऱ्यांच्या रक्तामांसाचा चिखल होईल... मग संयुक्त राष्ट्रांच्या यंत्रणेवर हल्ले होऊन ती उद्ध्वस्त व्हायची वेळ येईल. त्यानंतर इतर सगळे जण इथून बाहेर पडतील... आता अफगाणिस्तानातला विकास ठप्प झालेला असेल आणि मग इथं फक्त लष्कराची भूमिका उरेल; पण हेदेखील फार काळ चालणार नाही... कदाचित आमच्या देशांमधलं राजकारण निराळं वळणं घेईल. मग आम्ही इथून निघून जाऊ... मला वाटतं की बऱ्याच जणांना (अफगाण लोकांना) हे असं घडणार याची खात्री असावी."

शुक्रवारी मेजवानीसाठी आमच्या इथं काही माणसं येणार होती. कसं काय कोण जाणे, पण त्या दिवशी गुंबो नावाची डीश मी बनवीन, असं म्हणालो. मी खूप पूर्वी न्यूझीलंडमध्ये ख्राईस्टचर्च इथं ही डिश एकदा शिकलो होतो. शुक्रवारची सगळी सकाळ मी गुंबो तयार करण्यात खर्च केली. तसं करूनही मी त्यात किती यशस्वी होईल याची मला खात्री वाटत नव्हती. त्या दिवशी आमच्या इथं वीसएक लोक आले होते.

मी त्या दिवशी स्टेलाच्या घरात राहणाऱ्या केट नावाच्या एका मुलीशी गप्पा मारत होतो. छोट्या चणीची असली तरी केट मुसमुसलेली होती. तिला पार्टीला जाणं आवडत असे. हावर्डमधून कायद्याची पदवी घेतलेली केट तशी दिसायला गोड असली तरी कधीकधी उग्र अवतार धारण करत असे.

त्या दिवशी केट मला तिच्या एका मैत्रिणीबद्दल सांगत होती. न्यूझीलंडची असणारी ही तिची मैत्रीण खूप सुंदर होती आणि संयुक्त राष्ट्र संघटनेच्या कार्यालयात

ती घोर इथं मानवाधिकार अधिकारी म्हणून काम करत होती. तिचं नाव एमिली. ती ज्या घोर प्रांतात काम करत होती तिथल्याएवढी गरिबी अफगाणिस्तानात इतरत्र कुठेही पाहायला मिळत नाही.

केट एमिलीबद्दल जसं आणखी सांगू लागली, तसतशी माझ्या मनात तिची एक प्रतिमा तयार होत गेली. जेम्स बॉन्डच्या सिनेमातल्या मादक पोरींप्रमाणे असूनही ती मदर तेरेसांप्रमाणे लोकांचं दुःख दूर करायचा प्रयत्न करत असावी, असं मला वाटू लागलं. माझ्या मनात तिची अशी सेक्सी पोरीची प्रतिमा तयार झाली असली तरी मनात शंका डोकावत होतीच. जेव्हा एखादी मुलगी तिच्या मैत्रिणीची फार स्तुती करू लागते तेव्हा ते बोलणं जरा नीट विचार करूनच मनावर घ्यायचं असतं. शिवाय एमिलीचं लग्न झालंय की नाही हे केटच्या बोलण्यामधून काही कळलं नाही; पण ती त्या दिवशी तिथं आली तेव्हा बघताच क्षणी माझ्या मनात केट जे सांगत होती ते तंतोतंत खरं आहे याची खात्री पटली. एमिली खरोखरच फार चिकणी होती.

दुपारी सगळ्यांनी गुंबोचा मनसोक्त आस्वाद घेतल्यावर सगळे जण निवांत गप्पाटप्पा करत बसले होते. हातात बीअर घेऊन एमिलीला मी फार लघळपणा करतोय असं वाटू न देता तिचा अंदाज घेत होतो. उंच बांधा असणाऱ्या एमिलीचे कपडे अगदी अंगाबरोबर बसणारे होते. तिनं तिच्या डोळ्यासारख्याच रंगाची फिक्कट हिरवी शाल अंगावर घेतल्यानं तिला ती खुलून दिसत होती. मला तिच्याशी बोलायची संधी मिळत नव्हती, कारण ती दुसऱ्या एका मुलीबरोबर बोलत होती. त्यांचं बोलणं आता थांबतंय असं वाटत असतानाच ते पुन्हा सुरू व्हायचं. अखेर मी न राहवून सरळ त्यांच्यात सामील झालो. मी त्यांच्या संभाषणात मध्येच घुसल्यानं काहीतरी समर्थन देणं आवश्यक होतं म्हणून मी तिला ती काय काम करते ते विचारलं.

ती ज्या ठिकाणी काम करत होती तिथं दुसरी कोणीही परदेशी व्यक्ती नव्हती. तिथं एवढी गरिबी होती की उन्हाळ्यात माणसं भुकेनं आणि हिवाळ्यात कडाक्याच्या थंडीनं मरत असतात. मानवाधिकारांच्या संबंधित काम करत असल्याने तिच्यासमोर अवघड प्रसंगात सापडलेली अनेक माणसं येत असत. घरात मारहाण होते म्हणून आश्रय घेणाऱ्या स्त्रिया, स्थलांतरित माणसं, कोणातरी मुलामुलींशी अनैतिक संबंध आहेत म्हणून पोलिसांनी पकडलेली आणि मग कोठड्यांमध्ये इतरांच्या वासनांची शिकार होणारी कोवळी मुलं आणि मुली अशा अनेक समस्या तिला हाताळाव्या लागत होत्या; पण एमिली तिला जे काही करता येईल ते सर्व करून त्यांना मदत करण्याचा प्रयत्न करत होती.

आम्ही काही वेळ गप्पा मारल्या. विषय अर्थातच अफगाणिस्तान हाच होता.

तिनं सांगितलं की ती काबूलमध्ये काहीच दिवस राहून लगेच थायलंडला जाणार होती. बऱ्याच दिवसांपासून वाट पाहत असलेली तिची सुट्टी सुरू होणार होती. आमचं बोलणं सुरू असताना मध्येच ती इतर कोणाशी तरी बोलायचं आहे, असं म्हणून उठून गेली.

त्यानंतर काही दिवसांनी केटनं खास एमिलीसाठी मेजवानी आयोजित केली होती. तिनं तिच्या बॉयफ्रेंडच्या घरी मला बोलावलं होतं. त्या दिवशी रात्रीही मी एमिलीबरोबर जास्तीतजास्त होतो. तिच्याशी बोलताना ती मला अधिकाधिक आवडू लागली.

बोलता बोलता आमचा विषय अफगाण स्त्री-पुरुषांबद्दल आम्हाला काय वाटतं, या दिशेनं सरकला. मला अफगाण पुरुष सर्वसाधारणपणे चांगले वाटतात; पण मी त्यांना त्यांच्या स्त्रियांबरोबर ते कसं वागतात हे पाहिलं नाही, असं म्हणालो. एमिली म्हणाली की तिला असे अफगाण लोक माहीत आहेत की ते आपला मान राखण्यासाठी प्रसंगी आपल्या बहिणीलाही ठार करायला मागेपुढे बघणार नाहीत; पण तरीही त्यांच्यामध्ये पुरुषी अहंकार असतोच, असं मात्र तिचं मत होतं.

अलीकडेच घडलेला एक प्रसंग तिनं सांगितला. एका ठिकाणी परदेशी सैनिकांनी अनेक नागरिकांना ठार केलं अशी खबर आल्यावर ती हेरातला गेली होती. तिथं वयोवृद्ध माणसांशी बोलल्यानंतर तिनं आपल्याला बायकांशी बोलायचं आहे असं सांगितलं. त्यावर ते लोक चकित झाले. बायकांशी कशासाठी बोलायचं? तिला जी काही माहिती हवी होती ती ते देणार होते; पण तिनं आणखी आग्रह धरल्यावर ते तयार झाले. बायकांशी बोलल्यानंतर तिला तिथं बायका आणि मुलांच्या बाबतीत काय घडलं याची परिपूर्ण माहिती मिळाली. गावातल्या वृद्ध पुरुषांनी तिला सांगितलं की अशा प्रकारे समन्वयासाठी आणखी बायका यायला हव्यात. एमिलीनं सांगितलेल्या प्रसंगात दिसलेला बदल अगदी छोटा असला तरी तो चांगला होता. अशा प्रकारचा प्रागतिक बदल वरून दबाव टाकून कधीच साध्य होणार नाही, असं माझं मत झालं.

एमिलीशी बोलताना ती एकटीच असल्याचं कळलं. ती एकटीच थायलंडला जाणार होती. मी तिच्या मोहक हास्यानं तिच्याकडे आकर्षित झालो. मला ती माझ्या अगदी जवळ असावी, असं वाटू लागलं; पण तिच्यावर भाळलेला मी एकटाच नव्हतो. बाजूला बसलेल्या एका अमेरिकन माणसाकडे पाहून त्याची अवस्था माझ्यासारखीच झाली असल्याचं माझ्या लक्षात आलं. मी काही वेळापूर्वी तिला बाहेर येणार का, असं विचारल्याचं त्यानं ऐकलं होतं.

थायलंडला जाण्याअगोदर तिचा काय कार्यक्रम आहे असं मी तिला विचारलं. आपण कामात असल्याचं तिनं सांगितलं. तिनं जांभई दिली आणि आपल्याला

निघायला हवं, असं म्हणाली. जरा वेळानं तिथं आणखी एक मुलगी आली. आपण गाडी मागवल्याचं तिनं सांगताच एमिली उठून उभी राहिली. पाठोपाठ तो अमेरिकनही उठला.

"तू येणार ना?" एमिलीनं मला विचारलं.

"होय." मी पटकन, कदाचित जरुरीपेक्षा जास्त वेगानं उत्तर दिलं.

"अस्सं होय?" अमेरिकन म्हणाला. जणू मी सर्वांत अनपेक्षित माणूस असूनही असं कसं झालं, असा त्याचा स्वर होता.

केट तिथं आली आणि आमच्याजवळ उभी राहिली. मला एमिलीचं व्यवस्थित चुंबन घ्यायचं होतं. पण केट नेमकी आमच्यामध्ये उभी होती. अखेर मी एमिलीच्या गालावर सभ्य रीतीरिवाजांप्रमाणे पुसटसे ओठ टेकवून तिचा निरोप घेतला.

अमेरिकन वकिलातीमधल्या एका वरिष्ठ अधिकाऱ्याला भेटायला मी गेलो होतो. अफगाणिस्तान हे अमली पदार्थांच्या व्यापारावर चालणारं राज्य - 'नार्को स्टेट' आहे, असं मी म्हणालो. ते मान्य करायची त्याची तयारी नव्हती. जर अमली पदार्थांचा व्यापार करणाऱ्या माफिया टोळ्यांचा सरकारवर अंमल असेल तर तसं म्हणावं, पण इथं या देशात तशी परिस्थिती नाही, असं त्याचं म्हणणं होतं. तो उगीचच शब्दच्छल करतोय असं माझं मत झालं.

अफूचं निर्मूलन करणं किती जरुरीचं आहे आणि वीस-पंचवीस टक्के अफू नष्ट करायलाच हवी, असं तो म्हणाला. तसं का करायला पाहिजे याच्यामागचं त्यानं सांगितलेलं विज्ञान माझ्या डोक्यावरून गेलं. "त्यांना (शेतकऱ्यांना) आपल्याला काहीतरी धोका आहे असं वाटलं नाही तर ते अफू पिकवणं सोडणार नाहीत. आता त्यांनी कायद्यांचं पालन करायची वेळ आली आहे."

अफूचं उत्पादन कमी करण्यासाठी ग्रामीण भागात विकास व्हायला हवा, कारखाने आणि इतर सुविधा निर्माण व्हायला हव्यात हे त्यालाही पटत होतं; पण विकास झाला तरी काही जण अफू उत्पादन सोडणार नाहीत हेच तो पुन्हापुन्हा म्हणत होता,

"अमेरिकन लष्कर आणि नाटो या दोघांनाही मादक द्रव्यांचा व्यापार आणि दहशतवाद यांच्यामधल्या वाढत्या संबंधांबद्दल काळजी वाटते. दहशतवादाला पोसण्यासाठी फार मोठ्या प्रमाणावर पैसा मादक द्रव्यांच्या व्यापारातून आलाच पाहिजे असं नाही. हा व्यापार करणाऱ्यांवर कारवाई करायला हवी. मला वाटतं की यासाठी लष्कराचा वापर करायला हवा. तुम्ही कितीही माल पकडला तरी जोवर त्यामागच्या लोकांना तुम्ही खलास करत नाही, तोपर्यंत अफू पिकवणारे त्यांचा

फायदा उठवणार हे नक्की. हे असं जास्त काळ चालू ठेवून चालणार नाही. अफगाणिस्तानच्या दृष्टीनं हा कॅन्सर आहे.''

हवाला पद्धतीनं अफगाणिस्तानातून अफूच्या व्यापारातून निर्माण होणारी संपत्ती दुबईत मोठ्या प्रमाणावर पाठवली जाते याच्याशी तो सहमत होता; पण त्याच्या मते, चीनमध्ये तयार होणारी बाजारपेठ हा जास्त मोठा धोका होता.

''चीनकडे मादक पदार्थ पाठवले जाण्याचं प्रमाण वाढत चाललं आहे. हा पुरवठा वाढला तर बाजारात आणखी मागणी येईल. अमेरिका, युरोप आणि इतरांनीही त्याबद्दल काहीतरी करायला हवं. पण मुळात हा अफगाणिस्ताननं सोडवण्याचा प्रश्न आहे.''

तो अफगाणिस्तान असं म्हणाला तरी त्याला दक्षिण भाग असं म्हणायचं होतं. ''इतर प्रांतामधले लोक पाहत आहेत... हेलमंदच्या शेतकऱ्यांनी अफू पिकवायची आणि आम्ही का नाही, असं ते विचारतात.''

मी त्याला सांगितलं की अमेरिकेची अमली पदार्थ नियंत्रक संस्था डी.ई.ए. ज्यांना प्रशिक्षण देत आहे त्या अफू निर्मूलन करणाऱ्या अफगाण दलांबरोबर मला जायचं आहे. नुकतंच सी.एन.एन. वाहिनीच्या लोकांनी तसं केलं होतं. हा निर्णय घेणं आपल्या हातात नाही, असं त्यानं सांगितलं. पण त्याचबरोबर मी आशा सोडता कामा नये असंही तो म्हणाला.

मी हुमायून नावाच्या एका माणसाच्या मध्यस्थीनं अफगाणी अफू निर्मूलन दलात (ए.ई.एफ.) सामील व्हायचा प्रयत्न करतोय, असं त्याला सांगितलं. त्याला हा हुमायून माहीत नव्हता; पण बदखशान भागात आता जेमतेम एक दिवसाचं काम उरलं असल्याचं त्यानं सांगितलं. ते ऐकताच माझ्या पोटात एकदम गोळा आला. मी इथं काबूलमध्ये चरत बसलो आणि तिकडे अफूचा हंगाम संपला असं वाटून मी चडफडलो. पण बदखशान भागात अजून हंगाम सुरू असल्याचं अमेरिकन अधिकाऱ्यानं सांगितलं.

मी सरळ आरियानाच्या ऑफिसात गेलो आणि विमानाचं बुकिंग केलं. मी मग माझ्या ए.टी.एम. कार्डावरून मला एका दिवसात जास्तीतजास्त जितकी रक्कम (५०० डॉलर आणि १० हजार अफगाणी) काढता येते ती काढली. माझी फ्लाईट तीन दिवसांनी होती. मी मग रोज जास्तीतजास्त रक्कम काढून तीन हजार डॉलर जमा केले. मला ही एवढी रोख रक्कम जवळ बाळगणं गरजेचं होतं, कारण मी बराच काळ काबूलबाहेर असणार होतो.

मी एमिलीला ई-मेल पाठवली. मी मागच्या पार्टीच्या खेपेस तिला राहायचा

आग्रह केला नाही म्हणून मला वाईट वाटत असल्याचं मी कळवलं होतं. तिनं उत्तर दिलं की मी माझ्या कर्तव्यात जी कसूर केली होती त्याची भरपाई करण्यासाठी मला ती परत येईपर्यंत वाट पाहावी लागणार आहे.

पण दुसऱ्या दिवशी रात्री एमिलीकडून ई-मेल आली. त्या दिवशी तिनं तिच्या कोणा मित्रमैत्रिणींना त्यांच्याबरोबर जेवायला जायचं कबूल केलं होतं. पण आता ते शक्य नव्हतं, कारण ती राहत होती त्या ठिकाणी कुंपणाबाहेर स्फोटकांनी भरलेला एक ट्रक उभा असलेला आढळला होता. त्यामुळे त्यांना बराच काळ अडकून पडावं लागलं होतं. पण त्याचबरोबर ती मला भेटू शकेल, असं तिनं कळवलं होतं.

मी तिला गंडामाक लॉजमध्ये भेटलो. पण त्या वेळी वातावरण गंभीर होतं. आमच्यात आणखी एक जण येऊन बसला. ते दोघं बोलू लागल्यावर एमिली हसू लागली. ते पाहून मी जळफळू लागलो. या खेपेसही मी हरलो की काय, असं मला वाटू लागलं. पण जरा वेळानं एमिली पुन्हा माझ्याशी बोलू लागली. आमचं संभाषण चांगल्या दिशेनं जाऊ लागलं होतं. कारण मी माझी सगळी चतुराई पणाला लावली होती. पण अचानक केट तिथं आली आणि त्यांना निघायला पाहिजे, असं म्हणाली. मला एकदम पराभूत झाल्यासारखं वाटलं. मी पुन्हा एकदा रीतीभातीचं पालन केल्याप्रमाणे तिच्या गालावर ओठ टेकवले. तिला तिच्या प्रवासासाठी शुभेच्छा दिल्या.

६

बदखशां

मी बदखशांला का गेलो त्याची बरीच कारणं आहेत. पहिलं कारण म्हणजे अफूची कापणी करतात ते मला पुन्हा एकदा बघायचं होतं. दुसरं कारण म्हणजे मला इश्काशेम या गावाला भेट द्यायची होती. या सरहद्दीवरच्या गावातून उत्तरेकडे ताजिकीस्तानकडे हेरॉईनची मोठ्या प्रमाणात तस्करी केली जाते. तिसरं महत्त्वाचं कारण असं की मला वखान खोऱ्यामधल्या किर्गिझ लोकांमध्ये रस निर्माण झाला होता. या टोळीवाल्यांमध्ये अफूचं व्यसन फार जुन्या काळापासून आहे. व्यसनाची समस्या एवढी मोठी आहे की मी एक कथा ऐकली. कथा अशी की एक जण कित्येक दिवसांची घोड्याची रपेट करून काबूलला पोहोचला. आपल्या लोकांमधल्या अफूच्या व्यसनाबद्दल काहीतरी केलं पाहिजे नाहीतर आपली टोळी एक दिवस नष्ट होईल, असं त्या किर्गिझ माणसानं राष्ट्राध्यक्ष हमीद करझाईंना सांगितलं. राष्ट्राध्यक्षांनी काहीतरी उपाय करण्याचं कबूल केलं.

वखानकडे जाताना साधारण तीनचतुर्थांश अंतरावर किर्गिझ लोक राहतात. हा भाग ईशान्य दिशेनं पाकिस्तान आणि ताजिकीस्तान यांच्यादरम्यान घुसलेला आहे. तिकडं कसं जायचं याची मला अगदी पुसट कल्पना होती. पण मला तिथं जायला मदत करू शकेल अशा एका माणसाचा फोन नंबर मिळाला होता. त्याचं नाव हमीदुल्ला. हमीदुल्ला तो म्हणजे एक जबरदस्त माणूस निघाला.

फैजाबादमध्ये गेल्यावर हमीदुल्लाचं ऑफिस शोधण्यासाठी मला माझा फोन

माझ्याशेजारी टॅक्सीत बसलेल्या एका अफगाण माणसाला द्यावा लागला. मग त्यानं फोन केल्यावर टॅक्सी एका जागी थांबवली. बाहेर पडून त्यानं आणखी एका माणसाशी चर्चा केली. या माणसानं मला कोकचा नदीच्या दिशेनं पसरलेल्या एका उपनगरात नेलं. आम्ही एका घरासमोर थांबलो. हे त्याचं ऑफिस नव्हतं आणि तिथं हमीदुल्ला त्या वेळी नसल्याचं कळलं. मी हमीदुल्लाला फोन केला. त्यानं मला घेण्यासाठी त्याचा ड्रायव्हर पाठवला.

मी हमीदुल्लाबरोबर बसून चहा घेतला आणि मिठाई घेतली. त्यात बराच वेळ गेला. मग हमीदुल्लानं काही फोन केले. काही वेळानं तिथं एक उंच आणि सडपातळ शरीरयष्टीचा एक जण आला. त्याच्या चेहऱ्यावर बऱ्याच सुरकुत्या होत्या आणि दाढी करडी झालेली होती. या माणसानं नाव नकीब असं होतं. तो साठीकडे झुकलेला असावा असा मी अंदाज केला.

मी नकीबशी बोललो. हमीदुल्लानं तो चांगला फिक्सर असल्याचं सांगितलं होतं. मला अमली पदार्थांच्या व्यापाराबद्दल जाणून घेण्यासाठी वखानला जायचं आहे असं मी त्याला सांगितलं. आपण इंग्लिश शिक्षक आहोत आणि आपण उत्तम काम करू अशा अर्थाचं नकीब बोलला. तो एक विश्वासू फिक्सर आहे ही हमीदुल्लानं केलेली शिफारस मी स्वीकारली. मी नकीबला दररोज ३० डॉलर देण्याचं मान्य केलं.

त्यानंतर ड्रायव्हर निवडायचा होता. माझ्यासमोर अमीनुल्ला नावाचा एक जण आला. वयाची तिशी नुकतीच पार केलेल्या या तरुणानं दाढी राखली होती. त्याची दाढी आणि डोक्यावरचे केस काळे कुळकुळीत होते. त्याच्याकडे पाहून हा माणूस चिडखोर स्वभावाचा असावा, असं वाटत होतं. काही वेळा पाहताक्षणीच एखादा माणूस आपल्याला बेभरवशाचा वाटतो, तसं काहीसं त्याच्याकडे पाहून मला वाटलं. त्याला दिवसाला शंभर डॉलर हवे होते. मी पन्नास द्यायला तयार होतो. त्याची गाडी एकदम उत्तम स्थितीत आहे. ती कधीच दगा देणार नाही असं त्यानं अभिमानानं सांगितलं. मुद्दा महत्त्वाचा होता. आम्ही एकदा फैजाबाद सोडलं की मग दोन आठवड्यांनी परतणार होतो. काही थोडे डॉलर वाचवण्याच्या नादात मला एखादी मध्येच दगा देणारी गाडी घेऊन जाणं परवडणारं नव्हतं. मी अमीनुल्लाला सांगितलं की मी इथं तीन-चार आठवडे असणार आहे. तेव्हा त्याला आणखीही काम मिळू शकेल. अखेर तो दिवसाला ६० डॉलरवर यायला तयार झाला. अर्थात पेट्रोलचा खर्च मी वेगळा करायचा होता. हे ठीक होतं. पण मी मनात गणित केलं. जेवणखाण, राहणं आणि हा सगळा खर्च बघता मी बरोबर नेलेल्या तीन हजार डॉलरमधले फारसे उरणार नव्हते.

ड्रायव्हर आणि फिक्सर हे नक्की झाले. ते दोघं निघून गेले. मग एक जण

हमीदुल्लाच्या ऑफिसात आला आणि त्या दोघांच्या गप्पा झाल्या. तो हमीदुल्लाचा चांगला मित्र असावा. त्याच्या बोलण्याकडे पाहून त्या वेळी त्याचं काहीतरी फार महत्त्वाचं काम असावं असं वाटत होतं. हमीदुल्लानं माझी त्याच्याशी ओळख करून दिली. साठी उलटलेल्या त्या माणसाचं नाव जलामील असं होतं. त्याच्याकडे पाहून हा माणूस कोणालाही आवडावा असा असून त्याच्याबद्दल लोकांना हमीदुल्लाप्रमाणेच आदर वाटत असणार, हे लक्षात येत होतं. आणखी काही न सांगता हमीदुल्लानं मला जेवणासाठी बाहेर जाण्यासाठी इशारा केला. आम्ही जलामीलच्या घरी जेवणासाठी जाणार होतो. अर्थातच मला निमंत्रण होतं आणि नाही म्हणायची काहीही सबब चालणार नव्हती.

आम्ही जलामीलच्या घराच्या कुंपणाजवळ जाऊन उभे राहिलो. तो आत जाऊन घरातल्या बायका आमच्यासमोर येऊ नयेत अशी व्यवस्था करून परत येईपर्यंत आम्ही कुंपणापाशीच थांबलो. आम्ही घरापाशी येताच हमीदुल्ला सॅन्डल काढून पटकन आत शिरला. मला बुटाच्या नाड्या सोडायला जरा वेळ लागला. त्यामुळे तो आत कुठं गेला ते मला नीट लक्षात आलं नाही. मी समोर दिसणारा एक पडदा बाजूला सारून आत शिरलो. आत दोन तरुण मुली झोपलेल्या दिसल्या. तिकडे जलामीलची त्याची बायको त्याची खरडपट्टी काढते आहे हे लक्षात आलं. मी काहीतरी भयंकर चूक केलेली आहे कळताच मी ताबडतोब तिथून बाहेर पडलो. मी आता ज्या खोलीत आलो होतो तिथं हमीदुल्ला बसला होता. जलामील तिथं येताच मी त्याची क्षमा मागितली. ''काही काळजी नको. ठीक आहे,'' असं म्हणून तो हसला, ''दुसऱ्या एखाद्या घरात ते ठीक झालं नसतं. असो. मी जेवणासाठी एखाद्या महत्त्वाच्या पाहुण्याला घेऊन येणार आहे हे अगोदर कळवलं नाही म्हणून माझी बायको उखडली आहे.''

जलामील म्हणाला की तो त्याच्या मुलाला बाहेर पाठवून कबाब मागवू शकतो. त्यांनी जे काही जेवण बनवलं असेल ते मला चालेल, असं मी म्हणालो. जरा वेळानं जलामीलचा मुलगा एक घडा, तसराळं व टॉवेल घेऊन आला. आम्ही सगळ्यांनी हात धुतले. मग तो एक खूप मोठं ताट घेऊन आला. त्यात भात, मशरूम, ब्रेड वगैरे गोष्टी होत्या. अन्न फारच रुचकर होतं.

हमीदुल्ला ताजिक वंशाचा होता. जेवण झाल्यानंतर आम्ही बोलू लागलो. तो म्हणाला की त्याला अफगाणिस्तानचं भवितव्य चांगलं दिसत नाही. ''बदखशांचे लोक सरकारवर संतापले आहेत. त्यांना उठाव करायचा आहे. पण सध्या ते तात्पुरते शांत बसून सहन करत आहेत.''

बदखशां ह्या प्रांतात ताजिक वंशाचे लोक बहुसंख्य आहेत. या भागावर तालिबानींचा कधीच कबजा नव्हता. इथल्या लोकांना त्याचा फार अभिमान वाटतो.

ही भावना एवढी प्रबळ झाली की आपण अफगाणिस्तानमधून फुटून बाहेर पडू. उरलेल्या अफगाणिस्तानचं जरी आमच्यावाचून अडत असलं तरी आमचं काहीच अडत नाही, असं त्यांचं म्हणणं होतं. स्वत: पश्तुन असल्यानं हमीद करझाई उत्तर भागात आपल्या लोकांचा भरणा करत आहे, असा तक्रारीचा सूर हमीदुल्लानं लावला. मूळ ताजिक वंशाचा असलेल्या **बुऱ्हाणुद्दीन रब्बानी** यानं जमात-ए-इस्लामी पक्षाची स्थापना केली होती. रब्बानीची प्रचंड ताकद याच बदखशां भागात होती. याच ठिकाणी अहमदशाह मसूद यानं सोव्हिएत फौजांशी झुंज दिली होती. डॉ. नबीजुल्लाचं सरकार उलथून टाकल्यानंतर जेव्हा मुजाहिद्दीन सत्तेवर आल्यानंतर काही काळ रब्बानीनं पंतप्रधान म्हणून काम पाहिलं होतं.

जेवण झाल्यानंतर मला हमीदुल्लानं नदीच्या काठाजवळ असणाऱ्या गेस्ट हाउसमध्ये पोहोचवलं. आम्ही व्हरांड्यात आलो. समोर उभा कडा दिसत होता. कोकचा नदीच्या पाण्याचा खळखळ आवाज मोठा होता; पण एक गाढव जवळच कुठेतरी त्यापेक्षाही मोठ्या आवाजात खिंकाळत होतं. एखाद्या गंजलेल्या करवतीनं प्लॅस्टिक पाईप कापताना जसा आवाज येईल तसं ते ओरडणं होतं. हमीदुल्ला जायला निघाला. उद्या काय करणार आहेस, असं मी त्याला विचारलं. मी सहजच हे विचारलं होतं. दुसऱ्या दिवशी शुक्रवार असल्यानं सुट्टीचा वार होता हे मी विसरलो होतो. त्यानं माझ्याकडे जरा विचित्रपणे पाहिलं; पण लगेच म्हणाला की तो सहलीला जाणार आहे. दुसऱ्या दिवशी त्याची सुट्टी आहे हे तेव्हा माझ्या लक्षात आलं.

''उत्तम,'' मी म्हणालो.

''आम्ही *बुझकाशी* बघायला जाणार आहोत.''

''*बुझकाशी?*''

''होय. तुम्हाला यायला आवडेल का?''

मी विनाकारण त्याला अडचणीत टाकतो आहे, असं मला वाटलं; पण तरीही माझं कुतूहल मला गप्प बसू देईना, ''होय. मजा येईल.''

''उत्तम,'' मी काहीशा निलाजरेपणानं आमंत्रण ओढून घेतलं असल्याचं त्यानं जरादेखील दाखवलं नाही. ''ठीक तर मग. आपण उद्या सकाळी लवकर निघू.''

रात्री जरा उशिरा हमीदुल्ला गेस्ट हाउसवर परत आला. मी उद्या बाहेर जाताना ड्रायव्हर आणि माझा फिक्सर दोघांनाही बरोबर घ्यावं, असं त्यानं सुचवलं. त्याची माणसं शनिवारी उशिरा फैजाबादला परतणार होती तेव्हा मलाही काही घाई करायची गरज नाही, असं तो म्हणाला; पण मला शनिवारी सकाळी एकाला भेटायचं आहे

बुऱ्हाणुद्दीन रब्बानी - २० सप्टेंबर २०११ रोजी एका आत्मघाती हल्ल्यात तालिबाननं काटा काढला

असं मी त्याला सांगितलं. त्यावर 'ते रद्द करून टाका.' असं उत्तर त्यानं दिलं.

"ती जागा इतकी छान आहे की तुम्हाला तिथं आणखी राहावं असं वाटेल."

दुसऱ्या दिवशी सकाळी हमीदुल्लाच्या ऑफिससमोर त्याचे काही मित्र व सहकारी यांच्याबरोबर मी गप्पा मारत बसलो होतो. जरा वेळानं जलामील तिथं आला. गावातून आमच्या सहलीसाठी लागणाऱ्या वस्तू जमवण्यासाठी त्याचे दोन सहकारी मुंडी कापलेल्या कोंबड्याप्रमाणे धावपळ करत असल्याचं त्यानं सांगितलं. अखेर जरा वेळानं सगळे जण जमले. आम्ही सगळे जण मिळून एकूण दहा माणसं होतो. आम्ही दोन गाड्यांमध्ये कोंबून बसलो. जाताजाता बाजारात थांबून आम्ही ब्रेड, मांस, भाज्या आणि सिगारेट खरेदी केल्यावर आम्ही रस्त्याला लागलो.

फैजाबादमधून बाहेर पडल्यानंतर थोड्या वेळानं आम्ही एका उंच दरडीवर थांबलो. तिथून खालची नदी आणि छोटीछोटी शेतं पसरलेली दिसत होती. हमीदुल्लानं ही शेतं भाजीपाला आणि धान्य पिकांची असल्याचं सांगितलं. पण दोन वर्षांपूर्वी इथं फक्त अफू पिकत होती, असं त्यानं सांगितलं.

आम्ही पुन्हा प्रवासाला सुरुवात केल्यानंतर काही तासांनी परत एकदा एका जागी थांबलो. आम्ही सरळ उभी चढण पार करून एका सपाट जागी आलो होतो. समोर गवतानं पसरलेलं प्रचंड मैदान होतं. अशा खूप उंचीवरील गवताळ मैदानाला *ऐलक* असं म्हणतात. या गवताळ मैदानावर मला दूरवर तंबूंचे ठिपके दिसत होते. कुंडुझ, तखार आणि इतर भागांमधले लोक उन्हाळ्यात त्यांची गुरंढोरं व शेळ्यामेंढ्या चरण्यासाठी इथं आणतात. त्या लोकांचे हे तंबू होते.

लवकरच आम्ही *बुझकाशी* मैदानाजवळ आलो. तिथं सगळीकडे तंबू पसरलेले होते आणि अनेक गाड्या उभ्या होत्या. आम्ही मैदानाजवळ साधारण अर्ध्या किलोमीटरवर एका उंच जागेची निवड केली. लोक खाली उतरले. त्यांनी रग वगैरे पसरले. काही जण स्वयंपाकाला लागले. जरा वेळानं जेवण तयार झालं. कुणीतरी व्होडकाची बाटली बाहेर काढली. मग आम्ही जेवणाचा आस्वाद घेतला.

जेवणानंतर आम्ही *बुझकाशी*च्या मैदानाच्या अगदी जवळ गेलो. तिथं एका मोठ्या तंबूत काही महत्त्वाच्या व्यक्ती आणि कॉमेंट्री करणारे बसले होते. तंबूच्या बाहेर शेकडो माणसं दाटीवाटीनं जागा धरून बसलेली दिसली. कॉमेंट्री करणारा काहीतरी बडबडत होता; पण अचानक माझ्या लक्षात आलं की सगळे जण माझ्याकडेच बघत होते. मग माझ्या ध्यानात आलं. तो मला 'मिस्टर क्रॉकर, स्वागत' असं म्हणत होता. मला माझ्या नावाचा हा उच्चार ऐकून मजा वाटली. मी हसलो आणि हात उंचावून '*तश्कूर, तश्कूर*' (धन्यवाद) असं ओरडलो. मी मग

वळून आजूबाजूच्या लोकांकडे पाहून मान लववली. काही जण माझ्याकडे पाहून हसत होते, तर काही जण मात्र कोऱ्या चेहऱ्यांनी बघत होते.

उतार संपत होता त्या ठिकाणी एखादं फुटबॉलचं मैदान मावेल एवढी सपाट जागा होती. तिथं एका जागी साधारण दोनशे घोडेस्वार जमा झालेले दिसले. अचानक त्यांच्यातील एक जण बाहेर पडला. पाठोपाठ खुरांचा जोरदार दणदणाट झाला. प्रचंड धूळ उडाली. काही घोडेस्वार वेगानं आम्ही बसलो होतो तिथून जाऊन रिंगणात शिरले. मला नेमकं काय चाललं आहे ते समजेना. पण नंतर लक्षात आलं. तिथं एक मुंडकं उडवलेलं मेंढीचं धड होतं. गवत वापरून केलेल्या एका वर्तुळात जो कोण तो मांसाचा गोळा उचलून टाकेल त्याला त्याबद्दल गुण मिळणार, असा हा खेळ होता. हा खेळ आता वेगानं सुरू झाला होता. मध्येच घोडेस्वार उतारावरून दौडत चढू लागले की बघ्यांची पांगापांग होत होती. मेंढी जमिनीवर पडली की घोडेस्वार जोरानं घोडे पळवून ती उचलण्यासाठी दौडत होते. या खेळाचं स्वरूप एवढं भयंकर होतं की तिथं लेच्यापेच्या हृदयाचा माणूस नि कमी ताकदीचा घोडा टिकूच शकत नव्हता. खेळ आता एवढा जोषानं खेळला जात होता की घोडे दात विचकत मोठ्या डोळ्यांनी बघत जीव खाऊन दौडत होते.

खेळ संपल्यानंतर ज्या संघानं बाजी मारली होती त्यांच्या तंबूकडे मी गर्दीमधून वाट काढत गेलो. मी दोन घोड्यांच्या मधल्या जागेतून कशीबशी वाट काढत पुढे गेलो आणि चकित झालो. मला वाटत होतं की मी तिथं एकटाच परदेशी असेन. पण मला तिथं एक गोरी बाई उभी असलेली दिसली.

*बुझकाशी*ची ट्रॉफी उंचावणाऱ्या विजेत्यांचे फोटो काढल्यानंतर मी त्या बाईकडे वळलो. मी माझी ओळख करून दिली. नकीब माझ्याशेजारीच उभा होता. त्यानंही तिला अभिवादन केलं. त्यावर तिनं अस्खलित दारी भाषेत उत्तर दिलं. तिचं नाव कत्या होती. तिशीजवळ आलेली कत्या स्विस होती. मध्य आशियामधल्या नृत्यांमध्ये तिला रस असल्यानं ती ताश्कंद (उझ्बेकीस्तान) येथे स्थायिक झाली होती. तिथं ती नृत्याचे कार्यक्रम करायची आणि नृत्य शिकवायचीदेखील. तिनं तिची तीन आठवड्यांची सुट्टी उत्तर अफगाणिस्तानात घालवायचं ठरवलं होतं. ती लिफ्ट मागत प्रवास करत असताना एका पोलीस कमांडरची नजर तिच्यावर पडली. त्यानं तिला आपल्या पंखाखाली घेतलं आणि त्याच्या लोकांना तिचं रक्षण करायला सांगितलं होतं. त्याच्याबरोबरच ती *बुझकाशी* बघायला आली होती. त्या पोलीस कमांडरचा संघच त्या दिवशी जिंकला होता.

आम्ही बोलत असताना आमच्याभोवती छोटा जमाव गोळा व्हायला लागला होता. ते पाहून एका पोलिसानं आम्हाला कत्याच्या तंबूत जाण्याची सूचना केली. मी आत गेलो आणि एका खुर्चीत बसलो. बाजूला एक पी.के.मशीनगन ठेवलेली

होती. गप्पा सुरू झाल्यानंतर कत्यानं आदल्या रात्री एक तंबूर वादक पाहिल्याचं सांगितलं. तंबूर हे एक लांब गळ्याचं वाद्य असतं आणि ते कसं वाजवतात हे पाहायचं आहे का, असं तिनं मला विचारलं. मी गोंधळात पडलो कारण मी हमीदुल्लाबरोबर आलो होतो. मग ती आणि नकीब दारी भाषेत काहीतरी बोलले. आता तिथं आणखी एक जण आला. तो आणि नकीब बहुधा मी जाऊ नये यासाठी युक्तिवाद करत होते. त्याचं असं झालं होतं की आदल्या रात्री कत्यानं ज्या एका कार्यक्रमात तंबूर वादकाला पाहिलं होतं, तो कार्यक्रम *बच्चाबाजीचा* होता. अफगाणिस्तानातला हा विरंगुळ्याचा प्रकार आहे. यात कोवळी पोरं बायकांचा पोशाख करून नाचतात. ह्या नाचामागचा अर्थ वाईट असल्यानं पोलीस कमांडरला तिनं तंबूर वादनाचा कार्यक्रम करू नये, असं वाटत होतं; पण अखेर कत्याचं आग्रहाचं म्हणणं कमांडरला टाळता आलं नाही. तिनं आमच्या गेस्ट हाउसवर यायला त्यानं मान्यता दिली.

आम्ही तिथून आमच्या गेस्ट हाउसवर आलो. रात्र झाल्यावर एका तरुण पोरानं बाईचा पोशाख घातला आणि मग तंबूर वादकाच्या– ते वाद्य वाजवताना– गाण्याच्या तालावर तो बायकांप्रमाणे हालचाली करत नाचू लागला. जरा वेळानं तिथल्या काही जणांनी कत्याला नाचायचा आग्रह केला. पण ती तयार नव्हती. पण मग तंबूर वादकानं तिला बाहेर नेऊन काहीतरी सांगितलं. त्यानंतर ती नाचाचा पोशाख करून परतली आणि जबरदस्त नाचली. आम्ही फोन, कॅमेरा, कॅमकॉर्डर किंवा जे काही हातात होतं त्यानं शूटिंग केलं.

कत्या बेभान होऊन मध्यरात्रीपर्यंत नाचत होती. पण अजून तिथं जमलेल्या लोकांना नाचगाणं थांबवावं वाटत नव्हतं. मी मात्र पलीकडच्या खोलीत गेलो आणि तिथं मिळालेलं ब्लँकेट घेऊन आडवा झालो.

सकाळी नकीब आणि अमीनुल्ला मला घ्यायला आले. मला नाश्ता करण्याच्या वेळी कळलं की कमांडरनं पहाटे पाच वाजता एकाला पाठवून कत्याला बोलावून नेलं होतं.

आम्ही त्या दिवशी सकाळी चादरख नावाच्या एका शेजारच्या जिल्ह्याकडे निघालो होतो. फैजाबादच्या जवळच असलेल्या या भागात मोठ्या प्रमाणात अफू पिकवली जात होती. आम्ही लवकर ज्या रस्त्यानं जाऊ लागलो. त्याच्या दोन्ही बाजूंना अफूची शेतं पसरलेली दिसली. तिथं अनेक माणसं आणि बायका अफूची कापणी करण्यात व्यग्र होत्या.

आम्ही एका छोट्या गावात पोहोचलो. या गावाच्या आजूबाजूलाही अफूची शेतं

होतीच. आम्ही गाडी उभी केली आणि गावातल्या रस्त्यानं निघालो. मला अफूची कापणी करणाऱ्यांशी बोलायचं होतं; पण मी सुज्ञपणानं विचार करून अगोदर तिथल्या वयोवृद्ध माणसांशी बोलायचं असं ठरवलं. हा मार्ग सुरक्षित आणि योग्य होता. कोणी जर अचानक लोकांशी बोलायला लागला किंवा फोटो काढायला लागला तर त्यामुळे संशय निर्माण होतो. मला ते टाळायचं होतं. कारण आदल्या वर्षी दोन परदेशी माणसं अशा तऱ्हेनं बेधडकपणे वागल्यानं ठार झाली होती.

आम्ही तिथल्या एका माणसाशी ओळख करून घेतली. त्याचं नाव मोहम्मद अकील. तो तरुण शिक्षक होता. त्यानं आमच्याबरोबर यायचं मान्य केलं. त्यानं प्रथम मला त्याच्याच शेताकडे नेलं. गावातल्या घरांच्या पलीकडे त्याचं हे दोन *जिरीब* आकाराचं शेत होतं. आपण या ठिकाणी पूर्वी अफू लावत होतो, पण आता आपण गहू पिकवतो, असं त्यानं सांगितलं.

"मला पैशांची गरज असल्यानं मी अफू पिकवत होतो," अकील म्हणाला, "पण अफू पिकवण्यात खूप अडचणी असतात. रोप लहान असताना त्याच्याभोवती खुरपणी करावी लागते. जर घरातच पुरेशी माणसं नसली तर मजुरांना भरपूर पैसे देऊन आणावं लागतं. शिवाय तीन वेळा शेतात खपून तण काढावं लागतं; पण गव्हाच्या बाबतीत एकदा गहू पेरले की झालं."

अकीलचं बोलणं ऐकून मला डेव्हिड मान्सफेल्डनं काय सांगितलं होतं ते आठवलं : अफू पिकवणं सोपं आहे म्हणून ती पिकवली जाते हा गैरसमज मोठ्या प्रमाणात पसरलेला आहे. अफूला पाणी फारसं लागत नाही हे खरं; पण या पिकासाठी मजूर मात्र खूप लागतात. जर तुम्हाला स्वत: जमत नसेल तर मजूर लावून मेहनत करावी लागते. जरी तुमच्या घरची माणसं कामासाठी उपलब्ध असली तरी त्यांच्या श्रमांची किंमत धरावीच लागते. हे सगळं अफगाणी लोकांना समजत नाही, असं मात्र नाही. त्यांना आपल्याला काय हवं ते स्वच्छ दिसतं. त्यांना काम हवं असतं. गव्हाची शेती गव्हाच्या बाजारातल्या किमतीवर अवलंबून असते. पाकिस्तानामधून गव्हाची आयात केली जात असल्यानं गव्हाच्या किमती घसरलेल्या आहेत. पण एकदा पेरून झाल्यावर त्याकडे फारसं लक्ष देण्याची गरज नाही असं कोणतं पीक असेल तर ते गहू आहे, अफू नव्हे. म्हणूनच मोहम्मद अकीलसारखे अनेक शेतकरी जे आवाहनाला प्रतिसाद देऊन अफू पिकवणं थांबवतील.

मोहम्मद अकीलनं सांगितलं की त्याला कृषी मंत्रालयाकडून सुधारित बियाणं मिळालं होतं. त्याला सहा महिन्यांनंतर साधारण दीडशे किलो गहू मिळाला. गव्हाला चांगला भाव (साधारण १७ डॉलर) मिळत असल्याने त्याला अर्ध्या वर्षात साधारण २५०० डॉलर एवढं उत्पन्न मिळू शकलं होतं.

मी एका शेतामध्ये काम करत असणाऱ्या माणसाशी बोललो. तो त्याच्या

अफूच्या बोंडावरून चीक खरवडून काढत होता. त्याचं पीक फारसं चांगलं दिसत नव्हतं. त्याच्या शेताला पाणी मिळण्याचं काहीच साधन नव्हतं. तो केवळ पावसावर अवलंबून होता. शिवाय हे शेत त्याचं स्वत:चं नव्हतं. तो फक्त ते कसत होता. त्याच्या शेतात पिकणारा निम्मा गहू त्याला शेताच्या मालकाला द्यावा लागत होता. आपण जर अफू ओली असताना विकली तर किलोला १६ डॉलर मिळतात; पण तीच जर कोरड्या स्वरूपात विकली तर ४० डॉलर मिळतात, असं त्यानं सांगितलं. पण त्याला तसं करणं शक्य नव्हतं. कारण तो कर्जात बुडालेला होता.

"मला कर्ज देणाऱ्यानं सांगितलं की ओली अफू पाठव, नाहीतर पुन्हा कर्ज मिळणार नाही. माझं मूल आजारी पडलं तेव्हा त्याला डॉक्टरकडे नेण्यासाठी मला कर्ज घ्यावं लागलं. काही वेळा घर उपाशी असलं तरी उसनवारी करावी लागते. कधी घरात कुणाचा मृत्यू झाला तरी पैसे उसने आणावेच लागतात."

अशा तऱ्हेनं लोकांना कर्ज घ्यावंच लागतं आणि ते फेडण्यासाठी अफू पिकवण्याखेरीज काही पर्यायच नसतो. तो जे सांगत होता ते सर्व अफगाणिस्तानच्या बाबतीत खरंच होतं. पश्चिमात्य देशांमध्ये क्रेडिट कार्ड वापरून जो कर्जबाजारीपणा येतो त्याचप्रमाणे हे आहे.

त्या शेतकऱ्यानं त्याचं घर दाखवलं, ते फारच छोटं होतं. त्यात दोन कुटुंब मिळून वीस जण राहतात, असं त्यानं सांगितलं. शेताचा आकार फारच लहान असल्यानं उपजीविकेसाठी गहू लावून भागणार नव्हतं. आणखी एक जण म्हणाला की गव्हाचं बियाणं फार महाग असतं. "अफूचं बी? ते तर सगळ्यांकडे भरपूर असतं!"

आम्ही फैजाबादच्या जुन्या भागात परतलो. तिथं बाजारात एका दुकानात अफू मिळते असं मी ऐकलं होतं; पण नकीब मात्र तसं काही नाही असंच वारंवार सांगू लागला. बहुधा त्याला बाजारात माझ्यासह फिरायचं नसावं. मला त्याच्या म्हणण्यावर विश्वास ठेवावा की नाही ते कळेना. अखेर असं झालं की मी बाजारात गेलोच.

इथला बाजार अफगाणिस्तानातल्या इतर कुठल्याही बाजारासारखाच होता. तीन गाढवं त्यांच्यावर लादलेला भार सहन करत चालली होती. कपडे, अन्नधान्य आणि इतर वस्तू विकणाऱ्या अनेक टपऱ्या तिथं होत्या. तुम्हाला काय हवं ते सगळं बाजारात मिळू शकत होतं. अर्थात अफू सोडून.

मला बाजारात न्हाव्याचं दुकान दिसलं. मला माझ्या वाढलेल्या दाढीचा कंटाळा आला होता. मी दाढी करून घ्यायचं ठरवलं. त्यानं अगोदर कात्रीनं दाढी कापली. काही वेळा केस ओढले जात होते. नंतर त्यानं क्रिम लावून दाढी केली. त्यानं मला केस कापायचे का, असं विचारलं. मी त्याला होकार दिला. त्यानं काम बरं केलं. शेवटी त्यानं शेल्फवरून एक गुलाबी रंगाची बाटली काढली आणि माझ्या

गळ्यापाशी कोलन लावलं. त्यानं ती बाटली टेबलावर ठेवली तेव्हा मी त्यावर काय लिहिलं होतं ते वाचलं. तो स्प्रे बायकांसाठी होता. वाहवा!

'*चंद अस?*' (किती द्यायचे)

'*सद*' (१०० अफगाणी म्हणजे २ डॉलर)

मी नंतर एका डॉक्टरला भेटायला गेलो. माझ्या अंगाला चमत्कारिक गुलाबासारखा गोड वास येत असला तरी त्यानं मात्र तसं दाखवलं नाही. आम्ही गप्पा मारू लागलो. त्यानं सांगितलं की गेल्या तीन वर्षांत त्यांनी साधारण बाराशे व्यसनी लोकांवर मोफत उपचार केले होते. या दरम्यान दवाखान्याकडे सुमारे १ हजार जण अफू आणि हेरॉईनच्या व्यसनातून सुटण्यासाठी आले होते. त्याच्या दवाखान्यात दहा खाटा होत्या. तसेच हा डॉक्टर बाहेर जाऊन पंधरा जणांवर उपचार करू शकत होता. त्याच्या दवाखान्यात उपचार घेणारे प्रामुख्यानं फैजाबादमधले होते; पण काही जण कुंदुझ किंवा तखार या भागांमधूनही आले होते; पण बदखशांच्या सीमेवरील भागातल्या लोकांपर्यंत हे लोक पोहोचू शकत नव्हते. तिथं तर लहान मुलंही व्यसनग्रस्त असतात. पण या दूरवरच्या प्रांतांमधल्या लोकांना फैजाबादला आलं तरच या दवाखान्यातील सुविधेचा लाभ घेता येत होता. गेल्या महिन्यात सत्तर लोक येऊन नाव नोंदवून गेले होते. खाट रिकामी झाली की मग त्यांना उपचार मिळणार होते.

"हेरॉईनच्या व्यसनाचं प्रमाण गेल्या तीन वर्षांत वाढलं आहे. २००४मध्ये आमच्याकडे येणाऱ्या रुग्णांमधील अवघे २% लोक पावडर ओढत असत; पण २००६ मध्ये हे प्रमाण १०% झालं आहे."

डॉक्टरच्या अंदाजानुसार एकट्या बदखशां प्रांतात ६० ते ७० हजार व्यसनग्रस्त लोक होते. हा आकडा खूपच मोठा आहे. डॉक्टरच्या म्हणण्यानुसार उपचार घेणाऱ्यांमधील फक्त १०% ते २०% लोक पुन्हा व्यसनाकडे वळत होते. ही कामगिरी अफगाणिस्तानची एकूण परिस्थिती बघता अविश्वसनीय पण जबरदस्त अशीच मानायला हवी. हा दवाखाना जी.टी.झेड. या नावाच्या एका जर्मन स्वयंसेवी संस्थेतर्फे चालवला जातो. अत्यंत उत्कृष्ट म्हणून या संस्थेचा संपूर्ण अफगाणिस्तानमध्ये नावलौकिक आहे. मी ज्या दवाखान्याला भेट दिली होती त्याला लागणारा निधी ब्रिटिश पुरवत होते.

डॉक्टरनं मला पुरुषांचा वॉर्ड दाखवला. तिथं उत्तम साफसफाई होती. मी गर्देझ आणि लष्करगाहमध्ये जसं पाहिलं होतं तसंच इथं होतं. बाहेरच्या बंदुका, बॉम्ब, भ्रष्टाचार, बेपर्वा प्रशासन आणि हावरेपणाच्या जगात हे एक आशादायक बेट होतं. इथं उदात्त भावना बाळगून निरपेक्षपणे काम करणारी माणसं होती.

मी दवाखान्यातल्या बऱ्याच रुग्णांशी बोललो. त्यात एक २६ वर्षांचा तरुण

होता. आपण तस्करी करत होतो, असं त्यानं सांगितलं. "२००१ मध्ये मी ताजिकीस्तानपर्यंत हेरॉईन नेत होतो. मी इतर तस्करांकडून फैजाबादमध्ये १ लाख डॉलर कर्जाऊ घेतले. मी माझं घर तारण म्हणून ठेवलं होतं. मी मग तखार आणि कुंदुझला जाऊन दहा-बारा लोकांकडून हेरॉईन विकत घेतलं. मी फैजाबादला परतलो आणि इश्काशेमजवळ सरहद्द पार केली. तिथं ताजिकीस्तानमध्ये मी एका माणसाला पंचवीस किलो हेरॉईन विकलं. पण त्या माणसानं मला पैसे मात्र दिले नाही. मी त्याच्याच घरात राहत होतो. त्याचं नाव हराक. तो तालिबान कमांडर होता. त्यामुळे मला त्याच्याकडून पैसे वसूल करता येत नव्हते. एक दिवस माझी दाढ फार दुखू लागली. त्याच्या घरातल्या दोन माणसांनी मला काहीतरी ओढायला दिलं. त्यामुळे दाढदुखी थांबेल असं ते म्हणाले. मी ताजिकिस्तानात अनधिकृत राहत असल्यानं मला एखाद्या डॉक्टरकडे जाऊन चालणार नव्हतं. म्हणून मी ती पावडर घालून धूम्रपान केलं. मग काही दिवसांनी पोलिसांनी तस्करांवर कारवाई सुरू केली. त्या कमांडरनं मला अफगाणिस्तानात निघून जायला सांगितलं."

या माणसाची बायको आणि आठ महिन्याचं बाळ दोघंही व्यसनग्रस्त असल्यानं तीदेखील बायकांच्या वॉर्डात उपचार घेत होती.

"माझी बायको ख्वहानची (Khwahan) आहे. तिथं व्यसनात बुडालेले खूप जण असतात. आमचं लग्न होऊन पाच वर्षं झाली. आम्ही फैजाबादमध्ये राहत होतो. ती आजारी पडली म्हणून तिच्याच म्हणण्यानुसार मी तिला तिच्या आईवडिलांकडे ख्वहानला नेलं. तिथं तिला व्यसन लागलं. ती गरोदर असतानाही हेरॉईन ओढत होती. आम्हाला बाळ झाल्यावर, ती लहानगी सारखी रडायची. म्हणून मग माझ्या बायकोनं तिच्या तोंडावर धूर सोडायला सुरुवात केली."

मी त्याला त्याच्या बायकोची मुलाखत घेता येईल का, असं विचारलं. त्यानं नम्र स्वरात पण ठामपणानं नकार दिला.

मी पाश्चिमात्य देशातून आलेल्या एका अधिकाऱ्याला भेटण्यासाठी फैजाबादमध्ये गेलो. हा अफगाणिस्तानातल्या परिस्थितीचा जाणकार होता. मला त्याच्याकडून बदखशांमध्ये काय चाललंय ते जाणून घ्यायचं होतं. सध्या जुनी आणि नवी पद्धत यांच्यात संघर्ष सुरू होता असं मला हमीदुल्लाच्या बोलण्यातून जाणवलं होतं. हा झगडा बलवानाच्या हाती सत्ता विरुद्ध लोकशाही मार्गानं मिळणारी सत्ता यांच्यातला होता. एखाद्या धडाकेबाज थ्रिलर मालिकेत असावं तसंच सगळं चाललं होतं. फक्त यात एकाच पात्राची कमतरता होती. तालिबान. पण ते पुढच्या भागात अवतरण्याची दाट शक्यता दिसत होतीच.

या सगळ्यामधील मुख्य कहाणी काहीशी अशी आहे. तिकडे काबूलमध्ये राष्ट्राध्यक्ष करझाई आणि माजी राष्ट्राध्यक्ष बुऱ्हाणुद्दीन रब्बानी यांच्यामधून विस्तव जात नव्हता. रब्बानी मूळ ताजिक वंशाचा असून तो बदखशांचा आहे. रब्बानीची ताकद खच्ची करण्यासाठी करझाईंनी तिथं मन्शी माजिद नावाच्या एका पश्तुन माणसाची राज्यपाल म्हणून नेमणूक केली. यामुळे काबूलमधल्या करझाई सरकारचा तत्त्वत: का होईना, पण अंमल बदखशांमध्ये सुरू झाला. पण त्यामुळे आपल्या वंशाला गुलामीत टाकण्याचा डाव असल्याची शंका येऊन तिथले ताजिक वंशीय नागरिक बिथरले. मला हमीदुल्लानं सांगितलं होतं की काबूलमधून जास्तच बळजोरी झाली तर बदखशां प्रांत अफगाणिस्तानातून फुटून निघण्याची भाषा केली जाऊ लागली होती; पण यात करझाईंनी स्वत:चं महत्त्व वाढवलं होतं. तिथल्या जल्माई मुजाद्दीदी या संसद सदस्याला करझाईंनी आपल्या बाजूनं ओढून घेतलं होतं. त्याला काबूलमधून भरपूर पैसा पुरवला जात होता. या पैशाच्या बळावर मुजाहिदीनं दहा जिल्ह्यांमध्ये करझाईनिष्ठ प्रशासक, पोलीसप्रमुख, न्यायाधीश आणि सरकारी वकील यांच्या नेमणुका करून घेतल्या होत्या; पण रब्बानीचाही एक महत्त्वाचा माणूस मोक्याच्या जागी होता. तो म्हणजे त्याचा पुतण्या शन्सऊर रहमान. तो उपराज्यपाल पदावर असल्यानं मन्शी माजिदच्या कामात सतत खोडा घालत असे. रब्बानीचा हा पुतण्या 'अमली पदार्थांचा तस्कर' असल्याचं उघडपणे बोललं जात होतं. शिवाय त्याची आणि बदखशां प्रांतामधला सर्वांत खतरनाक युद्धखोर नेता नझीर मोहम्मद ऊर्फ नझीरमद याची दोस्ती होती.

नझीरमदनं एक हात गमावलेला असून त्याला सध्या तीन बायका होत्या असं कळलं. शिवाय डझनावारी इतर लफडी होतीच. शिवाय त्याला कोवळ्या पोरांचाही छंद होता. बदखशांमधल्या अमली पदार्थांच्या व्यापारावर त्याचं अधिराज्य होतं. जर कोणी त्याला माहिती न देता म्हणजे त्याला पैसे न देता उद्योग करताना सापडला तर तो निम्मा माल जप्त करून उरलेल्या मालावर कर वसूल करत असे. अर्थात सगळाच माल हडप करून एखाद्याला ठार करण्यापेक्षा हे बरंच होतं म्हणा.

शाळकरी पोरांमध्ये जशी दांडगाईच्या जोरावर सत्ता मिळवली जाते, तशी पद्धत त्याला प्रिय होती. ज्याच्याजवळ जास्त शस्त्रं असतील तो राजा, इतकं त्याचं गणित साधं होतं. त्याच्याजवळ भरपूर दारूगोळा, शस्त्रास्त्रं आणि एकनिष्ठ फौज होती. अधूनमधून लोकांना तिथला खरा राजा कोण आहे याची आठवण करून देण्यासाठी तो फैजाबादवर क्षेपणास्त्रं डागत असे. खरं तर आपणच राज्यपाल व्हायला लायक आहोत, असं त्याचं म्हणणं होतं. पण ते पद जरी त्याच्याकडे नसलं तरी प्रांतावर त्याचीच सत्ता चालत होती यात कोणालाही शंका नव्हती.

कायद्याच्या बाजूला प्रांताचा पोलीसप्रमुख जनरल अकानूर किंतुझ होता. त्यानं

फैजाबादमध्ये येऊन घोषणा केली होती की तो चाळीस भ्रष्ट अधिकाऱ्यांना शिक्षा देण्यासाठी आला आहे. पण लवकरच एका रिमोट कंट्रोल बॉम्बच्या स्फोटात त्याच्या वाहनांचा ताफा उडवण्यात आला. *'जनरलसाहेब, फैजाबादमध्ये तुमचं स्वागत!'* काही जणांच्या मते यामागे रब्बानी समर्थक होते; पण हे काम कोणीही केलं असण्याची शक्यता होती. अर्थात त्यामागे कोणीतरी आतला माणूस होता हे नक्की. जनरल किंतुझ वाचला. त्याला जर्मनांनी विमानानं फैजाबादबाहेर उपचारांसाठी हलवलं होतं.

ही परिस्थिती फक्त बदखशांचीच नव्हती. सगळ्या अफगाणिस्तानातच अधिकृत आणि अनधिकृत सत्तांमध्ये रक्तरंजित संघर्ष सुरू होता. "हे इथं मध्ययुगासारखं आहे," माझ्याशी बोलताना पश्चिमात्य अधिकारी म्हणाला, "इथं तुम्हाला जगायचं असेल तर लढावंच लागतं. इथं कसलीही वैचारिक प्रगती झालेली नाही. सगळं काही स्वकेंद्रित असून सामाजिक जबाबदारी किंवा नागरिकत्वाची कर्तव्यं वगैरेचा कसलाही गंधदेखील इथं नाही."

मी त्या अधिकाऱ्याला विचारलं की मी अनेकांशी बोललो, पण एकानंही नझीर मोहम्मदबद्दल चुकूनही वाईट शब्द काढला नाही, असं का? "नझीर मोहम्मदबद्दल लोकांच्या मनात दहशत आहे. इथं कोणी जगायचं किंवा मरायचं हे त्याच्या एका वाक्यावरून ठरू शकतं. त्यानं अगोदर सोव्हिएत फौजांविरुद्ध आणि मग तालिबानशी लढा दिला होता, त्यामुळे काही जण त्याला संरक्षक मानतात; पण तो भ्रम आहे. शिवाय रस्ते, वीज आणि पाणी या गोष्टी काही एखादा युद्धखोर नेता पुरवू शकत नाही."

अमली पदार्थांच्या विरोधी काम करणाऱ्या संयुक्त राष्ट्रांच्या संस्थेच्या दृष्टीनं बदखशां प्रांत योग्य मार्गावर चालला होता. म्हणजे इथलं अफूचं उत्पादन घटत चाललं होतं; पण इथं अफूवर प्रक्रिया करण्यासाठी बरेच कारखाने होते. हा प्रांत सरहद्दीवर असल्यानं उत्तरेकडे तस्करीसाठी सोईचा होता. त्यामुळे बदखशांकडे दक्षिणेकडून हेरॉईन बनवण्यासाठी अफू मोठ्या प्रमाणावर येऊ लागली होती. पैसा कमावण्यासाठी अफू पिकवलीच पाहिजे असं काही नाही हे बाजूच्या कुंदुझ आणि बल्ख या दोन प्रांतांनी दाखवून दिलंच होतं. त्यामुळे आत्यंतिक गरिबी असणाऱ्या या प्रांतात अमली पदार्थांचा व्यापार अलीकडच्या काळात चांगलाच फोफावला होता.

"या प्रांतात समस्या खूप आहेत. चांगले रस्ते आणि वीज जवळपास नाहीच. इथं बाळंतपणात होणाऱ्या मृत्यूचं प्रमाण प्रचंड आहे. सरकार ही जवळपास न चालणारी गोष्ट आहे. कायदा व सुव्यवस्था यांची स्थिती कशी आहे ते जनरल किंतुझच्या उदाहरणावरून कळून येतंच."

मुळातल्या पारंपरिक सत्ता उतरंडीचाच आधार घेऊन लोकशाही राबवली जात होती. लोकांना हळूहळू लोकशाहीचे फायदे कळू लागले होते हे खरं; पण त्यांच्या दृष्टीनं मुळात जे सत्तेवर होते त्यांची सत्ताच बळकट आणि अधिकृत करण्याची ही एक वेगळी पद्धत होती इतकंच. ''निवडणुका जवळ आल्यानं राजकीय नेते, संसद सदस्य आणि प्रांतीय प्रशासनाचे सदस्य हे सगळे आता बंदुकीचं राजकारण तात्पुरतं बाजूला ठेवताना दिसतात; पण हे सगळे भ्रष्ट आहेत. त्यांना फक्त पैसा हवा. सगळे जण आपल्यापुरतं पाहतात. सर्व जणांना घाई झालेली आहे. पद आहे तोवर जेवढं जमेल तेवढं कमावून घ्या. कारण उद्या पद असेल की नाही याची काही खात्री देता येत नाही. त्यांच्या हावरटपणाला काहीच सीमा नाही.''

आपला मुद्दा स्पष्ट करण्यासाठी त्या अधिकाऱ्यानं काही महिन्यांपूर्वी प्रचंड पावसामुळे दरडी कोसळण्याच्या प्रसंगाचं उदाहरण दिलं.

''आमच्या अंदाजानुसार सुमारे २० हजार लोक संकटग्रस्त होते. १४ हजार लोकांना बेघर व्हावं लागलं होतं. उपराष्ट्राध्यक्षाकडून काबूलच्या पोलीस उपप्रमुखाला म्हणजे जुल्मीखान याला दीड लाख डॉलर रोख मिळाले. हा उपराष्ट्राध्यक्ष म्हणजे रब्बानीचा जावई आणि प्रसिद्ध युद्धखोर नेता अहमदशाह मसूदचा भाऊ अहमदझिया मसूद होता. रक्कम मिळाल्यावर जिथं दरडी कोसळल्या होत्या त्या भागाच्या जवळ असणाऱ्या बहारक या जिल्हा मुख्यालयाकडे जुल्मीखान विमानानं रवाना झाला. तिथं जाऊन त्यानं ही रक्कम आपल्या लोकांना वाटली. त्यानं २५ हजार डॉलर स्वत:जवळ ठेवून घेतले होते. या प्रकारामुळे बदखशांचे संसद सदस्य संतप्त झाले होते.''

''मदतीसाठी पाठवलेला निधी त्यानं वैयक्तिक पातळीवर लोकांना बोनस म्हणून वाटला, यासाठी ते चिडले होते का?''

''नाही. कारण त्यांना त्यात काहीच वाटा मिळाला नव्हता म्हणून.''

इथं प्रत्येकालाच सूटकेस भरून पैसे हवे असतात. लोकप्रिय होण्यासाठी पैशांची गरज असते. त्याच्या बळावरच तर पुन्हा निवडून येता येतं. जरी हे ऐकायला विचित्र वाटलं तरी हे असंच आहे. भवितव्य म्हणूनच अंधारं आहे. म्हणूनच बाहेरच्या देशांनी इथं स्थिर सरकार वगैरे निर्माण करायचा प्रयत्न न करता फक्त विकासकामं करून अफगाणिस्तानला त्यांच्या मार्गानं जाऊ द्यावं.

नंतर माझ्या हे लक्षात आलं की मी प्रत्यक्षात नझीर मोहम्मदला भेटलो होतो. *बुझकाशी* खेळाच्या वेळी नकीबनं एका घोडेस्वाराला हाक मारून बोलावलं होतं आणि आमची ओळख करून दिली होती. त्या वेळी त्यानं नाव सांगितलं असलं तरी मला त्या नावाचं काहीच विशेष वाटायचं कारण नव्हतं, मला वाटलं होतं की कोणीतरी एक महत्त्वाचा खेळाडू असावा. म्हणून नकीबनं मला त्याच्याबरोबर

फोटोसाठी उभं केलं असणार, अशी माझी समजूत झाली होती. नझीरमद फोटोसाठी न हसता गर्वानं उभा होता. नकीब त्याच्याशी कसा वागला होता ते मला आठवलं. एका अत्यंत महत्त्वाच्या खेळाडूच्या सान्निध्यात असल्यानं तो भारावून गेला असावा, असं मला वाटलं होतं. पण आता लक्षात आलं की तो नझीरमदच्या ताकदीला दबून तसा अतिशय लाचारीनं वागत होता. त्याच्या जागी मी असतो तरी कदाचित या माणसानं आपल्याला लक्षात ठेवावं असं आपण काही करू नये, याची खबरदारी मीदेखील नक्कीच घेतली असती.

सकाळी सहा वाजता अमीनुल्ला आणि नकीब माझ्या गेस्ट हाउसवर आले. अमीनुल्लानं गाडी अगदी दरवाजासमोर उभी केली म्हणून एका पहारेकऱ्यानं त्याला गाडी पुढे लावायला सांगितलं. त्यावर अमीनुल्लानं त्याला उद्देशून काहीतरी अपशब्द उच्चारले. मग तो पहारेकरी चिडला आणि त्याला ठार मारायची धमकी देत अमीनुल्लाच्या दिशेनं धावला. इतर पहारेकऱ्यांनी त्याला रोखून धरलं. माझं सामान भरल्यावर अमीनुल्लानं गाडी मागे घेतली; पण तो अजूनही तडतडत होता.

आम्ही कोकचा नदी ओलांडली आणि गावाच्या जुन्या भागांत असणाऱ्या बाजारात जाऊन प्रवासासाठी लागणाऱ्या वस्तू खरेदी केल्या. आम्ही ताज्या भाज्या खरेदी केल्या. त्या आम्ही इश्काशेमच्या सरहद्दीवरचा पोलीस कमांडर वहीदखान याला भेट म्हणून नेत होतो. हे गाव सरहद्दीवर खूप लांब अंतरावर होतं. तिथं जायला गाडीनं दोन दिवस लागत असल्यानं ताज्या भाज्या वगैरे मिळणं मुश्कील असायचं.

इश्काशेमला जाण्याचे दोन मार्ग होते. आम्ही *बुझकाशी* बघायला ज्या रस्त्यानं गेलो होतो तोच रस्ता पुढे तिकडे जात होता; पण दुसरा रस्ता जास्त सुंदर आहे, असं हमीदुल्लानं सांगितलं होतं. हा रस्ता खाश या जिल्ह्यामधून जात होता. ह्या भागात फार पूर्वीपासून अफू पिकवली जात असे. तिथं काही दिवसांपूर्वी गोळीबाराची घटना घडली होती; पण तिचा संबंध स्थानिक पातळीवरच्या जमिनीच्या वादाशी होता असं कळलं. म्हणून आम्ही खाशच्या मार्गानं जायचं ठरवलं.

आम्ही सुमारे तासभर सतत पर्वतात वर चढत होतो. मग आम्ही एका गावापाशी थांबलो. अमीनुल्ला म्हणाला की त्याला एका मित्राला भेटायचं आहे. तो एका घरात शिरला आणि दहा मिनिटांनी बाहेर आला. त्यानं गुपचूप नकीबच्या हातात काहीतरी दिलं. मला ते दिसू नये अशी त्याची इच्छा होती. पण मला काय ते पाहण्याची गरज नव्हती. मला वास आला होता. त्यानं ताजा गांजा आणला होता. रस्त्याच्या दोन्ही बाजूंना विविध प्रकारची पिकं दिसत होती. त्यात अफू फार

नसली तरी अनेक ठिकाणी गांजाची चांगली मीटरभर उंच वाढलेली रोपं दिसली.

आम्ही जसजसे जुर्म या जिल्ह्याच्या जवळ जाऊ लागलो तशी अफूची शेती विरळ झाल्याचं दिसलं. आम्ही स्थानिक प्रशासक आणि जिल्हा पोलीसप्रमुखाची भेट घेतली आणि मग शेतांमध्ये जाऊन अफूची कापणी करणाऱ्या काही जणांशी बोललो. त्यांना दिवसाची फक्त एक डॉलर एवढी मजुरी मिळत होती. हेलमंदमध्ये मिळणाऱ्या मजुरीच्या मानानं ती जवळपास नगण्य होती. मी गावात जाऊन इतर काही जणांशी, विशेषत: दुकानदारांशी बोललो. एकुणात धंदा अतिशय कमी प्रमाणात चालत असल्याचं त्यांनी सांगितलं.

रस्त्याच्या दुसऱ्या बाजूला एका तरुण खाटकाचं दुकान होतं. त्यालाही यावर्षी अडचणी जाणवत होत्या. रोख रकमेची कमतरता असल्यानं अनेक जण त्यांच्या घरातल्या वस्तू विकून गुजराण करत होते. लोक त्यांच्याकडची जनावरं काढून टाकत असल्यानं त्याच्याकडे मांस मुबलक प्रमाणात उपलब्ध होतं. पण लोकांजवळ पैसा नसल्यानं त्याला ते उधारीची गळ घालत असत.

''उधारीची पद्धत परस्परविश्वासावर आधारलेली आहे. मी सर्वसामान्यपणे ५ हजार ते १० हजार अफगाणींएवढी उधारी देतो. मला ही उधारी साधारणत: एका आठवड्यात परत मिळते. पण मी एकूण ३५ माणसांना ५० हजार अफगाणी किमतीचं मांस उधार दिलं आहे. हे सगळे लोक इथले जुर्मचेच आहेत. त्यामुळे ते माझी उधारी नक्कीच फेडतील. पण त्यांच्याजवळ जमीन नाही आणि त्यांना कामही नाही. हे लोक खरोखरच फार अडचणीत आहेत.''

आम्ही बहारक गावात मुक्काम केला आणि मग सकाळी उठून इश्काशेमच्या दिशेनं ईशान्येकडे निघालो. आम्ही नदीच्या काठावरून उंच पर्वतांमध्ये जात होतो. तिथलं सगळं जीवन नदीच्या काठावरच चिकटलेलं होतं. नदीच्या दोन्ही बाजूंना गावं आणि शेतं होती. प्राचीन काळापासून मानवी जीवन हे असंच पाण्याच्या अवतीभवती वाढलं आहे.

रस्त्यामध्ये जाताना मला अनेक ठिकाणी कोसळलेल्या दरडी दिसल्या. दगडमातीचे ढिगारे वरून खालच्या दऱ्यांमध्ये घसरले होते. मोजता येणार नाही इतके टन वजनाचे खडक वसाहतींच्या अगदी जवळ पडल्याचे दिसले. पण काही किलोमीटर भागात मात्र दरडींनी प्रचंड विध्वंस केला होता. दरीच्या काठावर असणाऱ्या वसाहती पूर्णपणे नष्ट होऊन गेल्या होत्या. जुल्मीखाननं मदतीची जी रक्कम हडप केली होती ती याच भागातल्या संकटग्रस्तांसाठी म्हणून पाठवलेली होती.

मी अमीनुल्लाला अनेकदा *नस्वर* वापरताना पाहिलं. तो पत्र्याच्या छोट्या

डबीमधून हिरव्या रंगाची पूड हातावर घेत असे आणि मग डोकं किंचित मागे झुकवून तो ती पूड थेट जिभेच्या मागे सोडत असे. मी मागितल्यावर नकीबनं सौम्यपणाने विरोध केला. मला त्रास होईल असं तो म्हणाला तरी मी हात पुढे केलाच. मी त्याच्याप्रमाणेच डबीमधून पूड हातावर घेतली; पण मी ती जिभेच्या मागे न सोडता सरळ तोंडात सोडली. मी लहान असताना एकदा आजोबांच्या पाईपची चुकीची बाजू तोंडात घातली होती. तेव्हा झालं तसंच झालं होतं. चटका एवढा जबरदस्त होता की माझ्या डोळ्यात पाणी आलं. मी बोटानं ती पूड बाहेर काढली आणि बाहेर थुंकून टाकली. तोंड कमीजच्या बाहीला पुसलं आणि मग वळून पाहिलं. अमीनुल्ला मनमुराद हसत होता. जरी मला जोराचा झटका बसला होता तरी तो पार मेंदूला झिणझिण्या आणणारा ठरला होता. मेंदूला एकदम विजेनं झटका द्यावा तसं झालं होतं. मला ते आवडलं आणि मी अंगठा उंचावून तशी खूण केली. पण नंतर मात्र पुन्हा अमीनुल्ला *नस्वर* वापरताना पाहून मी फक्त लांबून आनंद मानायचं ठरवलं.

आम्ही आता पामीर पर्वतराजीकडे जात होतो. सातशे वर्षांपूर्वी तिथून चीनकडे जाताना मार्को पोलोनं या भागाचं वर्णन 'जगाचं छप्पर' असं केलं होतं. पर्वत एवढे उंच होते की ते थेट ग्रहताऱ्यांपर्यंत जाऊन पोहोचले असावेत असं वाटत होतं. त्यांच्याकडे पाहून आपण किती क्षुद्र आहोत याची जाणीव होत होती. वळणावळणावर दिसणारं दृश्य अतिशय भुरळ पाडणारं होतं. खाली सूर्यप्रकाशात झगझगणारी हिरवीगार शेतं आणि खूप उंचावर बर्फानं झाकलेली, ढगांमध्ये हरवलेली शिखरं असं विलक्षण दृश्य पावलोपावली दिसत होतं.

आम्ही इश्काशेमच्या मुख्य रस्त्यावर शिरलो आणि सरहद्दीवरच्या पोलिसांचं ठाणं कुठं आहे, याची चौकशी केली. लोक आमच्याकडे सतत पाहत होते. आम्हाला आत जायची परवानगी मिळाल्यावर आम्ही आवारात शिरून मुख्य इमारतीकडे जाऊ लागलो. तिथं व्हॉलीबॉलचा खेळ सुरू होता. खेळ बघणारा वहीदखान आम्हाला पाहून उठून आला.

सडपातळ बांध्याचा वहीदखान जेमतेम चाळिशीचा असावा असा मी अंदाज केला. मी त्याला आम्ही त्याच्यासाठी भाज्या आणल्याचं सांगितल्यावर त्यानं आभारही न मानता सरळ त्याच्या माणसांना पाठवून अमीनुल्लाला गाडीमधून खोकी उतरवायला मदत करायची आज्ञा फर्मावली. आम्ही बाहेरच ठेवलेल्या एका टेबलापाशी बसलो. चहा घेत आणि मिठाई खात आम्ही बोलू लागलो. मी तिथं कशासाठी आलो आहे ते त्याला सांगितलं. उत्तरेत ताजिकीस्तानकडे हेरॉईनची तस्करी मुख्यत: इश्काशेममधूनच होते. तिथून हे हेरॉईन रशियात पाठवलं जातं. मला त्याच्या पथकांबरोबर जायची इच्छा होती. तो माझं बोलणं ऐकताना मधूनच मान डोलावत होता खरा; पण त्यात जराही उत्साह दिसला नाही. मी घाईनं काहीतरी केलं की काय

असं मला वाटलं; पण अगोदर काहीतरी खोटं बोलून नंतर काहीतरी करण्यासाठी धडपड करायची माझी पद्धत नाही. मला पुढे वखान कॉरिडॉर म्हणून ओळखल्या जाणाऱ्या भागात जाण्यासाठी त्याच्याकडून परवानगी हवी होती. मी याच मार्गानं दोन आठवड्यांनी परतणार आहे आणि मी जे काही करेन ते त्याला कळेलच, असं मी वहीदखानला म्हणालो.

आता रात्र झाली होती. आम्हाला राहण्यासाठी खोली शोधायची गरज होती. वहीदखाननं पुन्हा सकाळी बोलण्यासाठी भेटायचं कबूल केलं.

''त्याला ही कल्पना आवडलेली दिसत नाही,'' गाडीतून जाताना नकीब म्हणाला, अर्थात त्यानं मला हे सांगण्याची आवश्यकता नव्हती. मी बहुधा मूर्खपणा केला होता. या प्रवासासाठी मी दररोज १५० डॉलर खर्च करत होतो. हा सगळा खर्च आणि वेळ वाया जातो की काय या विचारानं मी स्वत:वरच संतापलो होतो.

आम्हाला शोधाशोध केल्यावर अखेर गावाच्या जरा बाहेर एक गेस्टहाउस मिळालं. तिथं कत्याला पाहून मी चकित झालो तर नकीब जाम खूश झाला. मी तिला वहीदखानबद्दल सांगितलं. तिनं हा कमांडर 'त्यांच्यामधलाच' असल्याचं ठामपणानं सांगितलं. तिला इथं इश्काशेममध्ये बहारकच्या पोलीस कमांडरच्या माणसांनी आणलं होतं. प्रवासात सतत पोलिसांनी बढाया मारून सांगितलं होतं की ते नेहमी ताजिकीस्तानात अमली पदार्थांची तस्करी करतात. या कामासाठी ते ४००० डॉलर घेतात. आदल्या रात्री ती एका पार्टीला गेली होती. तिथं नाचगाण्याची धमाल होतीच. पण अनेक जण गर्वानं हेरॉईन ओढत होते. मी आणखी काही पार्ट्या आहेत का असं विचारलं. तसं काही माहीत नसल्याचं तिनं सांगितलं; पण मला तिथं सहज प्रवेश मिळणार नाही, असं तिचं मत पडलं. उलट ती संगीतातच रस दाखवत असल्यानं तिच्याबाबतीत पोलीस निवांत होते. मी मात्र नुकतंच माझ्या तिथं येण्याचं कारण सांगितलं असल्यानं मी अडचणीत सापडलो होतो. आता मला वेगळं कारण सांगणं अशक्य होतं. मी मला फैजाबादमध्ये मिळालेल्या सल्ल्यानुसार थेट वहीदखानला भेटलो होतो आणि आता माझी कोंडी झाली होती.

त्या वेळी तिथं गेस्टहाउसमध्ये अलेक्स डंकन नावाचा इंग्लिश डॉक्टर राहत होता. तो त्याच्या कुटुंबासमवेत सामानसुमान नेण्यासाठी इश्काशेमला आला होता. तो ज्या किपकुट गावात स्थायिक झाला होता ते गाव इश्काशेमपासून आठ तासांच्या गाडीप्रवासाच्या अंतरावर होतं. तो दुसऱ्या दिवशी सकाळी परतणार होता.

दुसऱ्या दिवशी सकाळी तो जायला निघाला तेव्हा मी त्याला निरोप द्यायला बाहेर आलो. मी तिथंच काही दिवस राहून मग पुढे नदीच्या खोऱ्यात जायचं म्हणतोय हे मी अलेक्सच्या कानावर घातलं. पण त्यानं मला किपकुटला यायचं आमंत्रण दिलं. दिवसा उशिरा नदीवरच्या पुलांवर, बर्फ वितळल्यानं पाणी वाढतं

म्हणून सकाळी खूप लवकर निघण्याचा सल्ला त्यानं दिला. त्याच्याशी बोलणं झाल्यावर मी काहीसा नर्व्हस होऊन ठरल्याप्रमाणे वहीदखानला भेटायला निघालो.

त्या दिवशी वहीदखान परीटघडीचा कडक गणवेश घालून आला होता. कदाचित मी त्याचा फोटो काढेन, असं त्याला वाटलं असावं. त्यानं मला एका टेबलापाशी नेलं. टेबलावर ताजं लोणी, साय, जॅम, गरमगरम नान आणि चहा असा सरंजाम मांडला होता. नाश्ता झाल्यानंतर आम्ही त्याच्या ऑफिसात गेलो. तिथं त्यानं मला त्याच्या कामाची कल्पना दिली.

''मला १३०० किलोमीटर सरहद्दीवर गस्त घालण्यासाठी फक्त २८० माणसं उपलब्ध आहेत.'' तो नकाशावर बदखशांची उत्तर सीमारेषा असणाऱ्या अमू दर्या नदीच्या रेषेवरून बोट फिरवत सांगू लागला. पूर्वी ऑक्सस म्हणून ओळखली जाणारी ही नदी मध्य आशियातली सर्वांत लांब नदी आहे. ती अफगाणिस्तानच्या उत्तरेकडून वाहत येऊन अरब समुद्राला मिळते. नकाशावर काही त्रिकोण काढले होते आणि त्यांना क्रमांक दिले होते. ही तिथली पोलिसांची मुख्य ठाणी आणि तपासणी नाकी होती. एकूण बेचाळीस नाक्यांपैकी बावीस नाकी चालू होती. माणसांची व साधनांची कमतरता असल्यानं चार नाकी नुकतीच बंद करावी लागली होती. ताजिकीस्तान आणि अफगाणिस्तानला जोडणाऱ्या अगदी चिंचोळ्या भागामधून मादक द्रव्यांची तस्करी अजिबात होत नाही, असा त्याचा दावा होता; पण त्याची गरज मुळात होतीच कुठे, असं मी मनाशी म्हणालो. तपासणी नाक्यावरून राजरोस वाहतूक करणं हे एखाद्या फुटबॉलच्या गोलपोस्टमध्ये गोटी मारण्यापेक्षाही जास्त सोपं होतं. बहुसंख्य तस्कर सरळ नदी ओलांडतात असं वहीदखान म्हणाला. मला ते नंतर पटलं. कारण पर्वतांमधला बर्फ वितळणं थांबलं की नदीचं पाणी लगेच कमी होतं.

वहीदखानच्या ताब्यात बारा जिल्हे होते, ''माझ्या बाराही जिल्ह्यांत अफूचं उत्पादन होत नाही आणि हेरॉईन बनवण्याचे कारखानेही नाहीत. पण जुर्म, बहारक आणि इतर जिल्ह्यांमधल्या पोलिसांनी त्यांची जबाबदारी पार पाडायला हवी. हेरॉईनचे कारखाने तिथं आहेत.

दरवाजावर टकटक आवाज झाला. अलेक्स आत आला. त्याला माझ्याशी काहीतरी महत्त्वाचं तातडीनं बोलायचं होतं. त्याची एक गाडी बिघडली होती. मी त्या बाबतीत काही मदत करू शकतो का हे पाहायला तो आला होता. तो, त्याची बायको, दोन मुलं, एक आया, एक नर्स आणि एक मुक्त पत्रकारिता करणारा कॅनेडियन पत्रकार एवढे सगळे जण मिळून आता त्यांच्याकडे अगोदरच सामानानं ठसाठस भरलेला एक पिकअप ट्रक उरला होता. मी अर्थातच मदत करायचं कबूल केलं. नदीत पाणी वाढत असल्यानं घाई करायची गरज असल्याचं तो पुन्हा

म्हणाला. मी मग वहीदखानला आमच्यासाठी वखान कॉरिडॉरमध्ये शिरायला लागणारी परवानगी देण्याची विनंती केली. वहीदखाननं टेबलापाशी बसून सुंदर अक्षरात परवानगीचं पत्र तयार केलं.

मी त्याचे आभार मानले. तो आम्हाला निरोप देण्यासाठी बाहेर आला. आमची ही भेट तणावविरहित पार पडली होती. त्यात खूपच औपचारिकपणा होता. मला तो उत्तम वाटला. पण मी त्याच्या गस्तिपथकांबरोबर जाऊ शकणार नाही हे त्याच्याकडे पाहून माझ्या लक्षात आलं. कदाचित मला तिथं बघण्याजोगं काहीच नसावं. पण मी बघू नये असंही तिथं असण्याची शक्यता होती. काहीही असो. आता मी तिथं रेंगाळण्यानं काहीच साध्य होणार नव्हतं. माझ्या अपेक्षेपेक्षा खूपच लवकर मी अफगाणिस्तानच्या दुर्गम भागात शिरणार होतो.

७

वखान

अमीनुल्ला वगळता गाडीतलं वातावरण हलकंफुलकं होतं. गाडीत आता आणखी दोन माणसं आली होती. शिवाय आणखी काही सामानही भरल्यानं वजन वाढलं होतं. वखान कॉरिडॉरकडे जाणारा रस्ता खराब आहे. त्यातच काही ठिकाणी वाहत्या नद्या ओलांडाव्या लागतील हे कळल्यानंतर त्याची काळजी वाढली होती. कदाचित आपण आपल्या घरापासून जास्त दूर चाललो आहोत याचाही परिणाम त्याच्यावर झाला असावा. आम्ही अलेक्सचं काही सामान भरल्यानंतर तो पुढे जाऊ लागला. मी अलेक्सच्या मागे राहायला सांगितल्यानंतर त्यानं नाखुशीनंच तसं केलं. अमीनुल्ला आता बऱ्याच वेळा *नस्वर* तोंडात टाकत होता. त्यानं *बच्चाबाजी*च्या गाण्यांची टेप मोठ्या आवाजात लावली होती. ती तो पुन्हापुन्हा ऐकत होता. नकीब मात्र मागच्या सीटवर बसून आरामात अलेक्सचा मदतनीस आणि आया यांच्याशी गप्पा मारत होता.

आम्ही जात होतो त्या रस्त्याला समांतर असा रस्ता पंज नदीच्या पलीकडच्या काठाजवळून जात होता. तो चांगला डांबरी असून त्याच्या बाजूनं टेलिग्राफचे जुने खांबही उभे होते. हा भाग ताजिकीस्तानमधला होता. एके काळी हे राज्य सोव्हिएत महासंघाचा भाग असतानाच्या आधुनिकतेचे ते अवशेष होते. ''रात्री नदीच्या एका बाजूला उजेड असतो आणि एका बाजूला अंधार,'' नकीब म्हणाला, ''आम्ही अफगाण लोक अंधारात जगतो.''

किपकुटमधल्या अलेक्सच्या घरी पोहोचायला जवळजवळ नऊ तास लागले. एका जागी आम्हाला सरहद्दीवरच्या पोलीसदलानं अडवलं. त्यांनी आम्हाला पुढे जाऊ दिलं नाही. आमच्याजवळ असलेला वहीदखानच्या पत्राचाही काही उपयोग झाला नाही. अखेर त्यांना आमचं म्हणणं पटलं; पण त्यांच्याकडे दिलेलं वहीदखानचं पत्र पुन्हा परत मिळवण्यात बराच वेळ खर्च झाला.

आम्ही काही ठिकाणी काहीच अडचण न येता नद्या ओलांडल्या. मग आम्ही एका वेगानं वाहणाऱ्या प्रवाहापाशी आलो. अलेक्स वगळता इतर सर्व जण तो वेग पाहून गप्पच झाले. अलेक्सनं मात्र जराही न बिचकता त्याचा पिकअप ट्रक सरळ पाण्यात घुसवला. आपल्यापाठोपाठ अमीनुल्ला तसंच करेल अशी त्याची अपेक्षा होती; पण समोर अलेक्सचा ट्रक पाण्यात बुडताना पाहून अमीनुल्ला गांगरला. पाणी ट्रकच्या चाकांच्या जवळपास वरपर्यंत आलं होतं. ट्रक जवळजवळ कलंडणार होता. पण मग लगेच तो धडपडत बाहेर पडला आणि पलीकडच्या कोरड्या भागात पोहोचला.

यापेक्षा कुठं कमी पाणी आहे का हे पाहण्यासाठी जाणं शक्य नव्हतं. आम्ही पाणी कमी होण्याची वाट बघत जवळपास एक तास थांबलो; पण तशी चिन्हं दिसेनात. उलट उन्हाचा जोर वाढत असल्यानं पर्वतात बर्फ वितळून जास्तच पाणी येत होतं. सुदैवानं काही अमेरिकन विरुद्ध दिशेनं आले. अमीनुल्लाला धीर देऊन बऱ्याच वेळानं राजी केल्यानंतर त्यानी आमची गाडी ओढून पलीकडच्या किनाऱ्यावर पोहोचवली.

आम्ही ज्या पूर्णपणे वैराण खोऱ्यामधून जात होतो ते खोरं हळूहळू अरुंद होत गेलं. आजूबाजूंना विशाल पर्वतरांगा होत्या. इथं हिंदुकुश, पामीर आणि काराकोरम या पर्वतांच्या प्रचंड भिंती उभ्या असलेल्या दिसत होत्या. आमच्या डाव्या बाजूला ताजिकीस्तान, उजव्या बाजूला पाकिस्तान होता आणि सरळ पुढे २५० किलोमीटर अंतरावर चीनची सरहद्द होती. या भागातून जाणाऱ्या व्यापारी मार्गावरून किती मोठा व्यापार भरभराटीला आला होता, याची मला आठवण झाली.

सुमारे दोन हजार वर्षांपूर्वी अस्तित्वात आलेल्या या व्यापारी मार्गानं किंवा 'रेशीम मार्ग' म्हणून विख्यात प्राचीन रस्त्यानं व्यापाऱ्यांच्या मालाचे काफिले, अनेक स्थलांतरित लोक आणि त्यांची जनावरे गेली असणार. या मार्गामुळेच पूर्व आणि पश्चिम मध्य आशियाचे भाग एकमेकांना जोडले गेले आहेत. आम्ही अनेक खिंडी पार करून पुढे जात होतो. आम्ही ज्या रस्त्यानं जात होतो ती रेशीम मार्गाची एक शाखा असून याच मार्गानं सातव्या शतकात मध्य आशियातल्या बौद्ध धर्माचा अभ्यास करण्यासाठी चिनी प्रवासी युआन च्वांग आला होता. याच मार्गानं चीनच्या पश्चिम भागातले मुस्लीम हज यात्रेसाठी जात असत.

वखान कॉरिडॉर ओलांडून पलीकडे जाणारा पहिला युरोपीय म्हणजे मार्को पोलो. विख्यात मंगोल सम्राट चंगीझखानचा नातू कुब्लाईखान याच्या दरबारात हजर होण्यासाठी मार्को पोलो, त्याचे वडील आणि काका असे तिघे जण याच रस्त्याने गेले होते. मार्कोनं व्हेनिस सोडलं ते सन १२७१ मध्ये. त्या वेळी तो सतरा वर्षांचा होता. त्यांना चीनला पोहोचायला तीन वर्षे लागली. मार्को वीस वर्षांनी घरी परतला. वास्को द गामानं पूर्वेकडे जायचा नवा सागरी मार्ग शोधून काढेपर्यंत हा रस्ता शेकडो वर्षं दळणवळणासाठी आणि व्यापारासाठी वापरला जात होता.

अफगाणिस्तानचा नकाशा बघितला तर वखानचा हा भाग वेगळा वाटतो. तो एखाद्या पाचरीसारखा इतर प्रदेशांमध्ये घुसल्याप्रमाणे दिसतो. ब्रिटन आणि रशिया यांच्यात १८९५ मध्ये झालेल्या करारामुळे तो अफगाणिस्तानच्या मालकीचा झाला आहे. १९ व्या शतकात रशिया सतत दक्षिणेकडे विस्तार करतोय हे ब्रिटन पाहत होते. रशियाचा हेतू पर्शिया (इराण) आणि भारत यांच्यावर आक्रमण करण्याचा असावा, असं ब्रिटिशांना वाटत होतं. प्रत्यक्षात रशियाचा तसा हेतू होता की नाही हे सांगता येणार नाही; पण ब्रिटिश मात्र तसं समजून तयारीत होते. या सगळ्यामुळे ब्रिटन आणि रशिया या दोन साम्राज्यांच्या दरम्यान डाव-प्रतिडाव, हेरगिरी आणि दबावतंत्र हे सुरू राहिलं. अफगाणिस्तान केंद्रस्थानी असलेल्या या राजकारणाला 'बिग गेम' असं म्हणतात. रशियावर सतत अविश्वास असल्यानं ब्रिटननं दोन वेळा आपल्याला अनुकूल राजवटी अफगाणिस्तानात आणायचा प्रयत्न केला; पण दोन्ही वेळा त्यांना यश आलं नाही. अखेर दोन्ही साम्राज्यांमध्ये तह होऊन अफगाणिस्तानचा नकाशा निश्चित झाला. हा देश म्हणजे दोघांच्या दृष्टीनं एक 'बफर झोन' होता. याच तहामुळे वखान कॉरिडॉर हा अवघ्या काही किलोमीटर रुंदीचा भाग अफगाण राजा अब्दुर रहमानखान याच्या ताब्यात देण्यात आला.

आम्ही जसजसे आणखी पुढे जाऊ लागलो तसतसा वखानचा भाग मला जास्तच वेगळा वाटू लागला. इथं हेलमंदमधलं युद्ध, तिकडे काबूलमध्ये जाणवणारी भीती किंवा अफगाणिस्तानातली अशांतता याचा जराही मागमूस नव्हता. आम्हाला जाताना पाहून लोक आनंदानं हात हलवत होते. बायकादेखील सरळ आमच्याकडे पाहून प्रसन्नपणानं हसत होत्या. ते पाहून खूप बरं वाटलं. हे लोक म्हणजे वखानमधले मूळचे रहिवासी वाखी या जमातीचे होते. तसेच इथं इस्माईली शिया या तुलनेनं उदारमतवादी मुस्लीम पंथाचे लोक राहतात. या लोकांची त्यांचा पुढारी प्रिन्स करीम आगाखान याच्यावर विलक्षण श्रद्धा आहे. आम्हाला रस्त्यानं जाताना 'आगाखान डेव्हलपमेंट नेटवर्क' अशा अनेक पाट्या दिसल्या. हे प्रकल्प प्रिन्स

आगाखानच्या वतीने चालवले जातात. जगातल्या चौथ्या क्रमांकाच्या गरीब देशामधल्या सर्वांत गरीब भागामधून आपण जात आहोत याची जाणीव या पाट्यांमुळे होत होती. आम्ही ज्या छोट्या वस्त्यांच्या जवळून जात होतो तिथले निम्मे लोक अफू किंवा हेरॉईनच्या व्यसनात बुडालेले आहेत, हा विचार मनात आला की मन हलकंफुलकं राहूच शकत नव्हतं.

मी केलेल्या मदतीची परतफेड म्हणून किपकुटला गेल्यावर अलेक्सनं मला पीठ, तांदूळ, चहा, साखर, कांदे आणि काही इतर वस्तू भेट म्हणून दिल्या. त्यानं नकीबला एक उत्तम जाकीट, बूट आणि एक स्लिपिंग बॅग दिली. दुसऱ्या दिवशी दुपारी सरोवराच्या काठावर असणाऱ्या सरहद गावात पोहोचलो. समोर सगळीकडे दिसणारे खडे पर्वत पाहून इथं रस्ता संपला आहे याची खात्री पटली. आता यापुढचा प्रवास आम्हाला वाहनाखेरीज करावा लागणार होता.

अलेक्सनं मला तोशीबोई नावाच्या एका माणसाची गाठ घ्यायला सांगितलं होतं. या माणसाचं गावात वजन होतं. त्याची मदत घे, असं मला अलेक्सनं सांगितलं होतं. त्याचं नाव आणि अलेक्सनं केलेली शिफारस यावरून हा माणूस जबरदस्त आणि धमाल असणार अशी माझी अपेक्षा झाली. बोई हा नावामधला भाग या माणसाला तिथं चांगला मान आहे, हे दाखवत होता. हा माणूस एकुणात उमद्या स्वभावाचा असावा असंच मी धरून चाललो होतो; पण प्रत्यक्षात नेमकं उलटंच निघालं.

आम्ही गेस्टहाउसमध्ये शेगडीमुळे उबदार झालेल्या खोलीत बसलो होतो. तीन जण बाजूला उशांवर निवांत रेलून बसले होते. मी माझं काम काय आहे ते सांगितलं; पण तोशीबोई मात्र माझ्याकडे 'काय हा वेडपटपणा' अशा अर्थानं पाहत असावा. मी मला छोटा पामीर या नावानं ओळखल्या जाणाऱ्या भागात असणाऱ्या किर्गिझ लोकांच्या बोझाई गुंबज या गावाकडे जायचं आहे, असं सांगितलं. त्यानं 'आपल्याला कळलं' एवढाच प्रतिसाद दिला. मी घोडे मिळतील का असं विचारलं. तर तो होय म्हणाला. माझ्याजवळ थोडं पीठ आहे. तेव्हा त्याचा ब्रेड करून मिळेल का या माझ्या प्रश्नावर त्यानं एका माणसाला पीठ देऊन पिटाळलं. अर्ध्या तासानं मी त्याला म्हणालो की मला एक मेंढी बरोबर घ्यावीशी वाटते. त्यावर त्यानं होकार दिला. मी, नकीब आणि अमीनुल्ला हमाममध्ये अंघोळीसाठी गेलो. आम्ही परत आलो तेव्हा मेंढी आणल्याचं तोशीबोईनं सांगितलं.

बाहेर एक जण मेंढीला धरून उभा होता. बहुधा ही संपूर्ण अफगाणिस्तानमधली सर्वांत मरतुकडी मेंढी असावी. तिच्या अंगावर कुठंही मांसाचा लवलेश नव्हता. अमीनुल्लानं तिला उचलून पाहिलं. त्याच्या कपाळावर आठ्या दिसल्या. मेंढीवाला मेंढीची किंमत ३५०० अफगाणी (७० डॉलर) सांगत होता. अमीनुल्लानं २५००

अफगाणी देऊ केले. त्या माणसानं नकार दिला. मी मग अमीनुल्लाला आणखी घासाघीस न करण्याची सूचना केली. सौदा फिसकटला होता. मला वाटत होतं की आणखीही मेंढ्या मिळतील; पण तसं नसल्याचं नंतर समजलं. बहुतेक सर्व मेंढ्या उंचीवरच्या कुरणांकडे गेल्या होत्या.

इकडे आत तोशीबोईची फुणफुण सुरू झाली, ''तुम्ही ती मेंढी घ्यायला हवी होती.'' त्याचं म्हणणं एका दृष्टीनं बरोबरच होतं. आम्हाला एक आठवडा प्रवास करायचा होता. या दरम्यान पर्यायी व्यवस्था व्हायची काहीच शक्यता नव्हती.

''ठीक आहे. तीन हजार द्या.'' तोशीबोई म्हणाला.

मी ते मान्य केलं. त्यानं डोळे फिरवले. आता त्या माणसाला उद्या पुन्हा बोलावण्यासाठी त्याला आणखी कोणालातरी पाठवावं लागणार, म्हणून त्यानं कुरकुर केली. मग माझ्याकडे तंबू किंवा रेडिओ नाही म्हणून तो भुणभुण करायला लागला. पर्यटनाच्या नवीन नियमांनुसार या दोन्ही वस्तू लागत होत्या म्हणे; पण फैजाबाद किंवा किपकुटमध्ये कोणीच त्याबद्दल काहीच बोललं नव्हतं. आम्ही जाणार होतो त्या मार्गावर काही निवारे आहेत असं मला सांगण्यात आलं होतं. अमीनुल्ला त्यावर काहीतरी म्हणाला. तो नक्कीच काहीतरी खवचटपणे बोलला असावा.

आधीच तिथं वातावरण गढूळ झालं होतं. त्यात आणखी भर पडली. मी तोशीबोईला सांगितलं की मी अमीनुल्लाला सरहद गावातच ठेवून जाणार आहे. आदल्या रात्री मी अमीनुल्लाला तो येणार का, असं विचारलं होतं. मी पैसे दिले तर तो यायला तयार होता. मी त्याला केवळ माझ्यासोबत येण्यासाठी तीस डॉलर देईल, असं म्हणालो; पण मी त्याला मुळात जे साठ डॉलर दररोज देत होतो त्याच्याव्यतिरिक्त त्याला आणखी रोज तीस डॉलर हवे होते. मी त्यावर त्याला सरहदमध्येच आराम कर, असं सांगितलं. आदल्या रात्रीचं हे संभाषण तोशीबोईला कळलं होतं की नाही हे मला माहीत नाही; पण अमीनुल्लाला तिथंच ठेवून जाण्याचा माझा निर्णय त्याला आवडला नव्हता.

''ड्रायव्हरला घेऊन जा.'' तोशीबोई मला आवाहन करत म्हणाला. जणू मी कोणीतरी हृदयशून्य माणूस आहे, असा त्याचा स्वर होता. पण मी त्याच्याकडे बिलकूल लक्ष दिलं नाही.

दोन पोलीस आमच्याकडे आले. मी तिथं कशासाठी आलो आहे हे त्यांनी विचारलं. मी त्यांना वहीदखाननं दिलेलं पत्र दाखवलं. ते घेऊन ते निघून गेले. पण आता मी काही इथून लवकर बाहेर पडू शकणार नाही, असं मला वाटलं.

सकाळी मेंढीला घेऊन तिचा मालक आला. मी मालकाला पैसे देत असताना

मेंढी गवत चघळत बसली होती. मग एका पोरानं तिला जरा दूर नेलं आणि गुडघे दाबून तिच्यावर बसला. त्यानं तिचे चारी पाय धरून ठेवल्यावर दुसऱ्या पोरानं तिचा गळा छोट्या सुरीनं चिरला. काही वेळानं तिची धडपड थांबली. मग मेंढी शिजवण्यात आली. आम्हाला नाश्त्यासाठी मांसांचे काही उत्तम भाग आणून देण्यात आले. पायाचे तुकडे वगळता इतर भाग एका पोत्यात भरून ते एका घोड्यावर लादण्यात आले. न विचारताच आधी अमीनुल्लानं पायाचे भाग काढून घेतले होते.

आम्ही सकाळी उशिरा घोड्यावर स्वार होऊन निघालो. आमच्याबरोबर रशीद आणि कासीम हे दोन वाटाडे होते. अमीनुल्ला आम्हाला जाताना बघत उभा होता. त्याच्याशेजारी तोशीबोई होता. त्यांच्यात काय बोलणं झालं ते मला माहीत नाही. मला त्याची पर्वाही नाही. पण त्या वेळी निघताना मला मी मार्को पोलो असण्यापेक्षा मी डॉन क्विझोट असल्याप्रमाणे वाटत होतं.

मी बोझाईकडे निघालो आहे खरा, पण तिथं गेल्यावर काय होईल हे मला माहीत नव्हतं. किर्गिझ लोक माझ्याशी कसं वागतील, याची काहीच कल्पना नव्हती. काही आठवड्यांपूर्वी मी नॅशनल जिओग्राफिकसाठी काम करणाऱ्या एका छायाचित्रकाराशी बोललो होतो. वखान भागात जाताना बदखशांनी मदतनीस नेऊ नये, असा सल्ला त्यानं दिला होता. वखान भागातल्या लोकांकडे बदखशांनी लोक दुर्लक्ष करतात आणि त्यांना त्रासही देतात अशी त्यांची भावना होती. या भागात अफू आणि हेरॉईनचं जे व्यसन वाढत चाललं होतं तोदेखील त्यांच्या वंशाचा नाश करण्याच्या डावपेचांचा भाग आहे, असंही मानलं जात होतं. याचा अर्थ असा की वखानी लोक बदखशांनी मदतनिसावर विश्वास ठेवणार नव्हते. पण असं असूनही मी नकीबला बाजूला ठेवून दुसरा मदतनीस घ्यायचा विचारही केला नाही.

तीन दिवस जायला व तीन दिवस परत यायला लागणार आहेत. तेव्हा मी सामान घोड्यावर लादून पायी जाणार आहे, अशी माझी समजूत होती. पण मला घोड्यावर स्वार व्हावं लागलं. मला घोड्यावर बसायचा फार कमी अनुभव होता. मला घोड्याचा काही भरवसा वाटेना. म्हणून मी एका खिंडीपाशी खाली उतरून चालू लागलो. आम्ही ही जी पहिली खिंड पार केली ती ४६०० मीटर उंचीवर होती. इतर जण आमच्याजवळ येऊन पोहोचल्यानंतर माझा घोडा सांभाळणारा रशीद म्हणाला की मी पुन्हा घोड्यावर बसावं. मी बसलो, पण माझी घोड्यावर बसण्याची पद्धत घोड्याला पसंत पडली नसावी. त्यामुळे पहिली खडी चढण लागताच आम्ही दोघेही कलंडलो. मी उतरणारच होतो; पण तेवढ्यात रशीद पुढे झाला आणि त्यानं लगाम धरला. मी नकीबकडे पाहिलं. तो आरामात घोड्यावर बसलेला दिसला.

आम्ही आता उतरू लागलो होतो. मी पलीकडच्या पर्वताकडे नजर टाकली.

खड्या चढणीवर मला एक रेषा दिसली. हे बहुधा या भागात आढळणाऱ्या ‘मार्को पोलो शिप’ या मेंढीच्या विशिष्ट प्रजातीच्या खुणा होत्या.

जरा वेळानं आम्ही दरी ओलांडून पुन्हा चढणीवर आलो. नकीब माझ्या वरच्या बाजूला होता. त्याची घोडी जोरजोरात खूर घासत वर चढत होती. एका ठिकाणी घोडी एकदम वर चढत असताना नकीब खाली पडला. मी कसाबसा पाय रोवून उभा राहिलो आणि नकीबला खाली दरीत पडण्यापासून वाचवलं. आम्ही दोघंही घसरून खाली जाण्याचा संभव होता. आम्ही ती चढण पूर्ण चढून वर पोहोचलो तेव्हा परत जाण्याचा माझा निश्चय झाला होता; पण समोरचं दृश्य पाहून मी चकित झालो. सगळीकडे, दूरपर्यंत नजर जाईल तिथपर्यंत पांढऱ्याशुभ्र शिखरांचा जणू समुद्रच पसरलेला दिसला.

मी पुन्हा घोड्यावर बसलो. पण मनोमन हादरून गेलो होतो. ही तर फक्त सुरुवात होती. मी खाली खूप खोलात असणाऱ्या वखान नदीकडे नजर टाकली. पलीकडचे उंच पर्वतही मला दिसले. त्या दृश्याकडे बघताना मला मी आता प्रचंड मोठ्या कड्यावरून खाली कोसळण्याच्या अगदी बेतात आहे, असं काहीतरी वाटलं. मी प्रयत्नपूर्वक माझ्या समोरच्या वाटेकडे पाहत होतो. त्यामुळे माझ्या मनातले विचार तात्पुरते दूर झाले; पण पुन्हा माझ्या मनात भयंकर चित्र रेखाटलं जाऊ लागलं. मी घोड्यासकट खाली गडगडत गेलोय. पाय गुडघ्यात मोडलेल्या आणि डोकं छातीवर टेकलेल्या अवस्थेत मी नदीच्या बर्फासारख्या पाण्यात गटांगळ्या घेत शेवटचा श्वास घेतोय, असं दृश्य माझ्या मनात वारंवार दिसत होतं.

‘चांगला विचार कर. चांगला विचार कर.’ मी माझ्या मनाला बजावलं.

पहिल्या मुक्कामासाठी घोडा उभा करण्याचा माझा आनंद फारच अल्प काळ टिकला. तिथं कसलाही निवारा नव्हता. थंडी सतत वाढत होती आणि आभाळ एवढं भरून आलं होतं की कोणत्याही क्षणी पाऊस कोसळेल असं वाटत होतं.

नकीबचं तोंड वाकडं झालं होतं. “आपण तंबू आणायला हवे होते.”

आम्ही आता पावसात भिजून मग जागीच गोठून जाण्याचा धोका मला स्पष्ट दिसत होता. पण आम्ही आमच्या वाटाड्यांचा कित्ता गिरवला. एका ओढ्याच्या बाजूला जरा मोठ्या झुडपाजवळ आम्ही जागा निवडली. आमच्या वाटाड्यांजवळ एकच ब्लँकेट होतं. ऊब राखण्यासाठी आम्ही दोघं एकत्रच झोपतो. तुम्हीही तसं करा, असं ते म्हणाले. आम्ही मेंढीच्या मांसाचं आणि भाताचं जेवण केलं आणि मग झोपायला गेलो. नकीबनं एकावर एक दोन टोप्या घातल्या. त्याचा *पटु* (ब्लँकेट) गुंडाळला आणि तो त्याच्या स्लिपिंग बॅगमध्ये एखाद्या किड्यासारखा शिरला. मी त्याच्या स्लिपिंग बॅगची चेन लावून घेतली आणि मग माझ्या स्लिपींग बॅगमध्ये शिरलो. आता प्रकाश खूपच मंदावला होता. विरळ ढगांमधून तुरळक ताऱ्यांचं

दर्शन होत होतं. आपण पावसापासून वाचलो असा विचार करत मी झोपी गेलो.

"मिस्टर ग्रेगॉर, मिस्टर ग्रेगॉर!" नकीबनं माझ्या अगदी कानाजवळ मारलेल्या हाकांनी मी जागा झालो. माझ्या तोंडावर पाऊस पडत होता. मी नकीबला स्लिपिंग बॅगा भिजू नयेत म्हणून त्या गुंडाळायला सांगितलं. मी फोन काढून वेळ बघितली. रात्रीचे नऊ वाजून चाळीस मिनिटं झाली होती. अजून सगळी रात्र बाकी होती; पण पंधरा मिनिटांनी पाऊस उघडला. आता जरी पाऊस नसला तरी भिजल्यामुळे मला फारच थंडी वाजू लागली. असं असलं तरी अशा ठिकाणी उघड्यावर झोपण्याची मला मजाही वाटत होती.

दुसऱ्या दिवशी आम्ही अकरा तास खोगिरावरच होतो. या दरम्यान माझा घोडा हाकण्याचा आत्मविश्वास हळूहळू वाढत गेला. आता रशीदच्या मदतीशिवाय मी जाऊ शकत होतो; पण आदल्या दिवशीपेक्षा वाटेचे काही भाग फारच आव्हानात्मक होते. त्यामुळे मला वाटेकडेच लक्ष द्यावं लागत होतं. अनेकदा वाट अक्षरश: केसाएवढी अरुंद आहे की काय असं वाटून प्रचंड भीती वाटायची. प्रत्येक वेळी हा असा भाग शेवटचाच असावा, असं वाटायचं. अधूनमधून घोड्यांना विश्रांती मिळावी म्हणून आम्ही पायी चढत होतो. त्यामुळे त्या दिवशी रात्रीच्या मुक्कामासाठी दगडांनी बनवलेल्या एका छोट्या खोपटापाशी थांबलो तेव्हा सगळेच दमून गेलो होतो.

मी सरहद गावात बोझाई गुंबज या किर्गिझ लोकांच्या वस्तीकडे जायला किती दिवस लागतील असं विचारलं, तेव्हा लोकांनी तीन दिवस असं उत्तर दिलं होतं. पण हे अंतर किती किलोमीटर आहे, असं विचारलं तर ते कोणालाच सांगता आलं नाही. तेव्हा माझ्या लक्षात आलं की इथं मेट्रीक पद्धतीनं काय किंवा ब्रिटिश पद्धतीनं काय, अंतर मोजणं पूर्णपणे निरर्थक आहे. एखाद्यानं पन्नास-साठ किलोमीटर सांगण्यापेक्षा तीन दिवसांच्या अंतरावर, असं सांगितलं तर ते सहज समजत होतं. तिथं पायी जायचं, मग ते पाय तुमचे असोत की प्राण्याचे, तुम्हाला तीन दिवस लागणार, असा त्याचा अर्थ होता. हे असं इथले लोक २००० वर्षांपूर्वीही म्हणाले असणार. मी माहिती काढली. या प्रवासाला लागणारा सर्वांत कमी वेळ एक दिवस असा होता. अर्थात असा प्रवास करणारे 'अनधिकृत' कारणांसाठीच तो करत असत.

तिसऱ्या दिवशी सकाळी आम्हाला समोरून येणारे तीन जण भेटले. हे अफूचा व्यापार करत होते. ते गप्पा मारायला थांबले खरे, पण फार कमी वेळ. त्यांना घाई होती. प्रत्येकाजवळ चार किलो अफूचं बोचकं होतं. ते ती घेऊन बोझाईला गेले होते;

पण तिथं त्यांचा माल फारसा खपला नाही म्हणून ते परत निघाले होते. ते त्याच दिवशी रात्री सरहदला पोहोचणार होते. जो प्रवास आम्ही तीन दिवस करत होतो, तो कोणी एका दिवसात करू शकतो, हा विचार विलक्षण होता; पण ते शक्य होतं. कारण हा धंद्याचा भाग होता. तिघांनी संभाषण आवरतं घेतलं आणि ते भराभरा निघून गेले.

दुपारी उशिरा आम्ही एक अतिशय खडतर भाग ओलांडल्यानंतर समोर सौम्य उतार दिसला. अचानक भणाणणाऱ्या वाऱ्यानं तोंडावर थंडगार हबका बसला. माझी घोडी किंचित लंगडत असल्यानं आमची प्रगती खूपच मंदावली. आमचे वाटाडे एका तरुण मेंढपाळाशी बोलण्यासाठी थांबले. त्यांना कळलं की बोझाई अजून तीन तासांच्या अंतरावर होतं. त्या मेंढपाळानं मला त्याच्या घरी राहण्याचं आमंत्रण दिलं. मलाही घाईनं बोझाई गाठावं असं वाटत नव्हतं. कारण मुळात किर्गिझ लोकांमध्ये एखादाच दिवस काढावा, असा बेत मी आखला होता. आता अंधारही पडू लागला असल्यानं मी बोझाईला जाणं पुढच्या दिवसावर ढकललं.

आम्ही त्या मेंढपाळाच्या घरात गेलो. तिथं त्याच्या तीन भावांनी आमचं मनापासून स्वागत केलं. सर्वांत मोठा भाऊ वीस-पंचवीस वयाचा होता. त्यानं आम्हाला एका छोट्या खोलीत नेलं. तिथं शेगडी असल्यानं छान उबदार वाटत होतं. मोठा भाऊ आमच्याशी बोलू लागला, तर मधल्या भावानं चहापाणी आणि जेवणाची जबाबदारी घेतली.

त्यांच्या घराच्या मातीच्या भिंती तशा मोकळ्या होत्या. फक्त तिथं दोनतीन बंदुका आणि रशियन दुर्बीण टांगलेली दिसली. मोठ्या भावाच्या बोलण्यामधून कळलं की इथं ते त्यांच्या मेंढ्या चारून पुष्ट करण्यासाठी आणि शिकारीसाठी येत असत. त्यांचे कपडे, स्वेटर, जाकिटं आणि बूट हे सगळं बघून हे कुटुंब चांगलं मालदार असणार, हे सहज समजत होतं. हे तिघं तिथं असले तरी ते एकूण सात भाऊ होते. ते बहारक जिल्ह्यात राहत असून ते वखानमध्ये दरवर्षी येत असत.

मोठ्या भावानं रेडिओ सुरू करून कोणतंतरी रशियन स्टेशन लावलं. त्याच्यावरचं संगीत त्याच्या आवडीचं होतं. तो हसला आणि मला म्हणाला, "तुमचं जीवन आमच्या जीवनापेक्षा चांगलं नाही." हा भाग खरोखरच फार सुंदर आहे आणि या पोरांचं जीवन अतिशय छान आहे, हे मी नाकबूल करूच शकत नव्हतो. पण त्याच्या या बोलण्यानं मी आत्तापर्यंत केलेला प्रवास, माझे बरेवाईट अनुभव, मला प्रिय गोष्टी असं सगळं आठवलं. मी जे काही पाहिलं किंवा केलं त्याची त्याला काहीच कल्पनाही येऊ शकत नव्हती. खरं सांगायचं तर तो ज्या प्रकारे त्याच्या जीवनाकडे समाधानानं बघत होता, तसं मी बघू शकत नव्हतो. मी अफगाणिस्तानात

पाहिलेला सर्वांत सुखी आणि मोकळा-ढाकळा माणूस म्हणून मला आजही तो चांगला लक्षात आहे.

मला आणि नकीबला झोपायला जागा मिळावी म्हणून आम्हाला घरी आणणारा मेंढपाळ आणि सर्वांत धाकटा भाऊ हे दोघं बाहेर झोपले. पाऊस लागू नये म्हणून त्यांनी तोंडावर वॉटरप्रूफ आवरणं घेतली होती. त्या रात्री दोन इंच जाडीचा बर्फाचा थर जमला होता. सकाळी मी उठून बाहेर आलो, तेव्हा उगवत्या सूर्याच्या दिशेनं मेंढपाळ मेंढ्यांना डोंगरांत घेऊन जाताना दिसला. आमची निघण्याची तयारी झाली. मी निरोप घेण्यासाठी गेलो. मोठ्या भावानं पैसे घ्यायचं साफ नाकारलं. हा त्यांनी केलेला पाहुणचार होता, व्यवहार नव्हे, असं त्याचं म्हणणं असावं. त्यानं एखाद्या अफगाण बांधवाचं केलं असतं तसंच स्वागत माझंही केलं होतं.

बोझाई ही काही गोलाकार तंबूसारख्या आकाराच्या काही खोपट्यांची आणि अगदी मोजक्या घरांची फार छोटी वस्ती होती. वस्तीच्या पलीकडे पूर्वेला एक विशाल पठार पसरलं होतं. त्याच्यापेक्षा जरा कमी आकाराचं आणखी एक पठार ईशान्य दिशेला खूप दूरवर गेल्याचं मला दिसलं. दोन्ही पठारांच्या बाजूला उंचउंच पर्वतांच्या रांगा होत्या. मार्को पोलोनं इथल्या कुरणांबद्दल लिहिलं आहे, 'इथलं कुरण एवढं छान आहे की एखादं हडकुळं जनावर इथं एका आठवड्यात गलेलठ्ठ होईल.'

खरोखरच हा भाग एकेकाळी किर्गिझ लोकांचं उन्हाळी निवासस्थान होता. बोल्शेविकांनी त्यांच्यावर साम्यवाद लादायचा प्रयत्न केला तेव्हा किर्गिझ लोकांनी केलेल्या बंडानंतर झालेल्या दडपशाहीत सुमारे ३० हजार किर्गिझांना विस्थापित व्हावं लागलं. मुळात उत्तरेकडे राहणारे हे किर्गिझ लोक प्रामुख्यानं चीनमध्ये शिरले. पण काही हजार जण इथं पामीर पर्वतात आले. काही काळ त्यांना हिवाळ्यात सोव्हिएत भागात तात्पुरता प्रवेश दिला जाई. पण एक दिवस अचानक सरहद्द बंद करून टाकण्यात आली. माओच्या चीननं १९६४ मध्ये चीनमध्ये शिरण्याचा मार्ग बंद करून टाकला. अशा प्रकारे किर्गिझ लोक पामीरच्या पठारावर अडकून पडले. आता हिवाळ्यात खालच्या प्रदेशात जायला जागाच नसल्यानं त्यांना भयंकर थंडी असणाऱ्या हिवाळ्यात जगणंच भाग पडलं. हे जीवन कोणत्याही अर्थानं सुसह्य नाही. युआन च्वांगनं इथल्या हिवाळ्याचं वर्णन केलं आहे. तिथं दिवसरात्र बर्फ पडतो आणि वारा वेड्यासारखा असतो, असं युआन च्वांग म्हणतो.

सन १९७८ मध्ये जेव्हा सौर राज्यक्रांती होऊन अफगाणी साम्यवादी पक्षानं सत्ता काबीज केली तेव्हा रहमान गुलखान या किर्गिझ नेत्यानं आपल्या सुमारे बाराशे

अनुयायांसह पाकिस्तानात आसरा घेतला. त्यानं त्याच्या लोकांना स्थायिक होण्यासाठी जगभरातल्या अनेक देशांना आवाहन केलं. तुर्कस्तानने त्यांना आसरा दिला. १९८३ मध्ये सरकारनं स्थानिक कुर्द लोकांचा रोष असतानाही या किर्गिझ लोकांना पूर्व भागात जमीन दिली. तिथं त्यांची चांगली भरभराट झाली. तेव्हा देश न सोडणारे लोक आता चांगलाच पश्चात्ताप करत होते. उपजीविकेचा त्यांचा जुना मार्ग म्हणजे व्यापाऱ्यांना सेवा पुरवणं आणि त्यांच्याकडून कर वसूल करणं, हा शिल्लक राहिला नव्हता. या संपूर्ण जमातीत अफूचं व्यसन पसरलेलं होतं. इतकं की सगळी जमातच नष्ट होण्याच्या उंबरठ्यावर उभी होती.

किर्गिझ लोकांमधल्या अफूच्या व्यसनाचं स्वरूप जाणून घेण्यासाठी मला काही जणांशी बोलायचं होतं. मी त्यासाठी एका वयोवृद्ध माणसाला गाठलं. मला तिथं कळलं की मला परवानगीसाठी हाजी उस्मान नावाच्या एकाशी बोलायला हवं. त्यानं हाजी उस्मान 'तिथं राहतो' असं सांगून एका उंच पर्वताकडे बोट दाखवलं.

मी तिकडे निघालो. पर्वताच्या मधली दरी मला पूर्णपणे रिकामी वाटली. आम्ही जागोजागी असणाऱ्या स्वच्छ पाण्यानं भरलेल्या तळ्यांमधून वाट काढत जात होतो. सगळीकडे हिरवंगार गवत पसरलेलं होतं. आम्ही एका जागी नदीमधून वाट काढली. मांडीपर्यंत पाणी चढूनही माझी घोडी त्यातून व्यवस्थित बाहेर पडली. जवळजवळ तीन तासांच्या वाटचालीनंतर आम्ही तीन खोपटं होती तिथं जाऊन पोहोचलो. सुदैवानं हाजी उस्मान तिथंच होता.

हाजी उस्मान साधारण पन्नाशीचा असून त्याचं व्यक्तिमत्त्व सौम्य आणि प्रसन्न होतं. त्यानं आम्हाला चहासाठी आत नेलं. तो त्यांच्या *शूराचा* म्हणजे जमातीच्या परिषदेचा उपप्रमुख होता. त्यानं अफूच्या व्यसनाबद्दल बोलायला आनंदानं संमती दिली. मला खूपच आनंद झाला. मग चहा ओतण्याचा समारंभ झाल्यावर आम्ही चहा घेतला. आपण कधीच अफू ओढली नाही असं त्यानं बोलता बोलता सांगितलं. ''मी आत्तापर्यंत माझ्या आयुष्यात एकच सिगारेट ओढली आहे.''

गप्पांच्या ओघात कळलं की हमीद करझाईंकडे विनंती करण्यासाठी जो किर्गिझ माणूस काबूलला गेला होता तो हा उस्मानच असावा किंवा त्याच्याबरोबर तरी गेलेला असावा.

''आम्ही काबूलला गेलो; पण तिथं करझाईंची भेट मिळण्यासाठी आम्हाला दोन महिने थांबावं लागलं. आम्ही आमच्या लोकांच्या शिक्षणाची समस्या आणि व्यसनाच्या संकटाबद्दल एक निवेदन तयार केलं. आम्ही त्याला सांगितलं की तुम्ही लोक मदत करणार नसाल तर आमच्या मुलांच्या भवितव्यासाठी आम्हाला इतर देशांकडे जावं लागेल. मग करझाईनं आमच्या अर्जावर सही केली. आपण रस्ता बांधू. रस्ता बांधून झाल्यावर शाळा आणि दवाखाने बांधू, असं करझाईनं सांगितलं.

पण काहीच झालं नाही.''

हाजी उस्मान म्हणाला की त्याच्या जमातीची तीनशे घरं होती. सगळे जण पठारावर विखरून राहत होते. तो स्वत: या जागी गेले तीन आठवडे होता. त्याच्याजवळ पन्नास याक होते. त्यांना चरण्यासाठी साधारण दर महिन्यानं तो जागा बदलत असे. हिवाळ्यात तो साधारण पन्नास इतर कुटुंबांना पठारावर एका जागी गोळा करून राहत असे. हिवाळ्यामधली गोठवणारी थंडी पाहता एकाजागी राहताना आयुष्य अत्यंत कंटाळवाणं होत असणार. अशा वेळी अफूमुळे थोडाफार विरंगुळा मिळत असणार.

''मी लहान असताना अफूची समस्या फारशी गंभीर नव्हती. मुजाहिद्दिनांनी बदखशां प्रांत ताब्यात घेतल्यानंतर अफूचं प्रमाण वाढलं. फैजाबादहून व्यापारी इथं अफू आणू लागले. आता अर्ध्यापेक्षा जास्त जण अफूच्या व्यसनात बुडाले आहेत. एकाचं पाहून दुसरा व्यसनी होतो. अनेक जण आपण आजारी पडलो, पण औषध नाही म्हणून अफूकडे वळलो, असं सांगतात. आता वर्षभर तस्कर इथं अफू आणतात. अफूसाठी स्त्री-पुरुष दोघंही जवळजवळ घरातलं सगळं विकायला तयार असतात. आम्ही आमची जनावरंही त्यापायी गमावतो आहोत. आत्ताच काही केलं नाही तर आमचे सगळे लोक एक-दोन वर्षांतच व्यसनग्रस्त होतील इतकी ही समस्या गंभीर झालेली आहे.

''व्यसन करणारा माणूस आमच्या *शूरामध्ये* उपस्थित राहू शकत नाही. हे लोक इस्लामी रीतीरिवाज पाळत नाहीत. त्यांचे त्यांच्या कुटुंबाशी संबंध बिघडतात. काही वेळा याबद्दल *शूरामध्ये* चर्चा होते. पण फारसा फरक मात्र पडत नाही. व्यसनी माणसं आमच्या विनवण्या किंवा आज्ञा यांच्याकडे साफ दुर्लक्ष करतात. आम्ही अनेकदा आमच्या इथल्या लहान मुलांच्या मृत्यूबद्दल चर्चा करतो. आमच्या इथं बाळंतपणात खूप स्त्रिया आणि नवजात बालकं मृत्युमुखी पडतात.''

नवजात बालकांच्या मृत्यूचं प्रमाण इथं वखानमध्ये जगात सर्वाधिक आहे. डॉ. अलेक्सनं सांगितलं होतं की कुपोषण ही इथली मुख्य समस्या आहे. सर्वांत गंभीर आजार मुडदूस आहे. कटीभागाची योग्य वाढ न झाल्याने बाळंतपणाच्या वेळी गंभीर समस्या उद्भवतात. अनेकदा प्रचंड रक्तस्राव आणि जंतुसंसर्गामुळे ते प्राणघातक ठरू शकतं. त्यानं सांगितलेल्या आकड्यानुसार पामीरमध्ये बावन्न टक्के बालके पाच वर्षांच्या आत मरतात.

किर्गिझ लोक अफूचा वापर आणि गैरवापर यांच्यामधली धोकादायक सीमारेषा ओलांडत होते. अफू हे जमातीच्या दृष्टीनं सर्व आजारांवर औषध होतं. बायका डोकेदुखीसाठी किंवा बाळंतपण सुसह्य करण्यासाठी अफू वापरत. मुलांना गप्प करण्यासाठी त्यांच्या तोंडावर अफूचा धूर सोडला जाई. हे मागासलेपणाचं वाटेल

खरं, पण युरोपीय आणि अमेरिकन लोक हेच करत असण्याला फार काळ लोटलेला नाही.

गेली कित्येक शतके अफूच्या गुणधर्मांचा वापर केला जात आहे. म्हणूनच अफू 'अमरपणासाठीचे खडे', *तरीयाक* (सर्वगुणकारी) आणि हेरॉईन (मूळ जर्मन शब्दाचा अर्थ : वीरत्व) अशा अनेक नावांनी प्रसिद्ध आहे. थेबेस या प्राचीन इजिप्तमधल्या शहरातले वैद्य नैसर्गिक साधनांचा औषध म्हणून वापर करण्यासाठी विख्यात होते. इसवी सनपूर्व १५०० मध्ये त्यांनी अफू वापरून करायच्या औषधोपचारांची मोठी यादी तयार केली होती. हजारो औषधांमध्ये अफू वापरली जात होती. होमरच्या ओडिसी या जगविख्यात महाकाव्यात ट्रोजन युद्धात मरण पावलेल्यांचं दुःख करणाऱ्यांना ते कमी करण्यासाठी हेलन वाईनमध्ये अफू मिसळते. अनेक औषधांमध्ये अफू मिसळण्याचा प्रघात होता. वेदना कमी करण्यासाठी, मन शांत करण्यासाठी, झोप लागण्यासाठी, लहान मुलांना गप्प करण्यासाठी आणि इतर अनेक गोष्टींसाठी अफू सर्रासपणे वापरली जात होती. इतकंच नाही तर बायर या कंपनीनं युरोप आणि अमेरिकेत कंपनीच्या 'हेरॉईन' या नवीन जादुई औषधाची 'लहान मुलांसाठी खोकल्यावरचं सुरक्षित औषध' अशी जाहिरात केली होती. हे औषध बाजारात मुक्तपणानं विकलं जात होतं.

अफूच्या व्यसनाची समस्या खऱ्या अर्थानं १९००-१९१० या दरम्यान लक्षात आली. त्यातूनच अमेरिकेत १९१४ मध्ये हॅरीसन नार्कोटिक ॲक्ट या नावाचा कायदा संमत झाला. अद्याप बाजारात मुक्त उपलब्ध असलेल्या हेरोईन या औषधावर बंधने आणली गेली. पण या औषधाचा वापर करताना अमेरिकेत डॉक्टरांना काय करावं ते नेमकं कळेना. मार्टिन बूथ त्याच्या 'ओपियम : अ हिस्टरी' या पुस्तकात म्हणतो :

> सर्वोच्च न्यायालयाने १९१९मध्ये हेरॉईनचा औषध म्हणून वापर करण्याचे डॉक्टरांचे स्वातंत्र्य मान्य केले; पण त्यानंतर २५ हजार डॉक्टरांना पुढच्या पंचवीस वर्षांत हेरॉईन लिहून दिल्याबद्दल खटल्यांना तोंड द्यावं लागलं. या निर्णयामुळे 'डोप डॉक्टर' म्हणून कुप्रसिद्ध डॉक्टरांची संख्या वाढली. हे डॉक्टर अफू किंवा ओपिएटची औषधे पैसा कमावण्यासाठी लिहून देत असत. अशा व्यसनी लोकांना याखेरीज दुसरा पर्याय अंडरवर्ल्डमधून अफू मिळवणे हा होता. याचा परिणाम म्हणून गुन्हेगारी जगताशी संबंध ठेवायला नकोत म्हणून अनेक मध्यमवर्गीय गोऱ्या बायकांनी अफू घेणं बंद केलं.

अफूचा औषध म्हणून वापर करताना किर्गिझ लोकदेखील अफूच्या वाईट परिणामांच्या जाळ्यात सापडत होते.

"मला माझ्या भावाबद्दल फार काळजी वाटते," हाजी उस्मान म्हणाला. "त्यानं व्यसनापायी जवळजवळ घरातलं सर्वकाही विकून टाकलं आहे."

मी हाजी उस्मानला त्याचा हा भाऊ, जॉन बोई कुठं राहतो ते विचारलं. त्यानं नदीच्या पलीकडच्या बाजूला बोट दाखवलं. तिथं काही किलोमीटर अंतरावर त्याचं घर होतं. आम्ही तिकडं गेलो.

आम्ही त्याच्या घराजवळ जात असताना छोट्या याकचा एक कळप आमच्या दिशेनं येताना दिसला. याकची ही पिल्लं मनसोक्त हुंदडत होती. आम्हाला प्रामुख्यानं लाल रंगाचे कपडे घातलेल्या बायका दिसल्या. त्यांनी त्यांचं विणण्याचं काम जरासं थांबवून आमच्याकडे पाहिलं. जॉन बोई आमचं स्वागत करण्यासाठी घोड्यावरून पुढे आला. त्यानं किटलीच्या आकाराची एक मोठी टोपी घातली होती. मी त्याला ती छान असल्याचं म्हणालो.

"तिला *तमाक* म्हणतात. चिनी आहे." जॉन बोई म्हणाला.

जॉन बोई हाजी उस्मानपेक्षा पाच वर्षांनी लहान होता. त्याच्या अफूच्या व्यसनाबद्दल बोलायला तो सहज राजी झाला.

"मी गेली २० वर्षे अफू घेतो आहे." आम्ही त्याच्या घरात बसल्यानंतर जॉन बोई म्हणाला, "मी दररोज दोनदा अफू ओढतो. कधीकधी मला एका दिवसाला एक *तुली* अफू लागते."

तुली हे अफू मोजायचं स्थानिक प्रमाण होतं. त्यासाठी तो ४००-५०० अफगाणी (८-१० डॉलर) देत असे. मी *तुली* म्हणजे किती ते विचारलं. एक *तुली* म्हणजे एके-४७ रायफलच्या एका गोळीचं वजन होतं. ही गोळी साधारण दहा ग्रॅम वजनाची असते. मला दहा ग्रॅम अफूला ५०० अफगाणी ही किंमत जास्त वाटली. मग जॉननं सांगितलं की एक *तुली* म्हणजे अंदाजे वीस ग्रॅम. मला नंतर इतरांशी बोलताना कळलं की एक *तुलीचं* वजन तीस ग्रॅमपर्यंतही असू शकतं. याचा अर्थ जॉन बोई एका दिवसाला जबरदस्त अफू ओढत होता. इथं मेंढी हे व्यवहारातलं चलन होतं. हिवाळ्यात अफू विकणाऱ्यांना भाव असायचा. तेव्हा जॉन बोई फक्त तीन *तुली*साठी एक मेंढी देत असे. इतरांशी बोलताना कळलं की जॉन बोई अफूसाठी दुप्पट किंमत मोजत होता.

एक जण आत आला. तो जॉनचा काका होता.

"तोदेखील अफूचं व्यसन करतो." जॉन म्हणाला. जॉनच्या या काकानं कप गरम केले. त्यात चहा ओतला आणि आमच्यासमोर कप ठेवून तो माझ्याशेजारी बसला.

"तोसुद्धा अफू विकतो," जॉननं सांगितलं. पण अफू विकणारे मुख्यत:

बदखशांमधले रहिवासी असत. ''मी जरी कुठंही असलो तरी ते मला बरोब्बर शोधून अफू आणून देतात. मी अफिमी आहे म्हणून मला आनंद वाटत नाही; पण मी जर अफू ओढली नाही तर मी आजारी पडतो. एखादा तस्कर अफू विकायला आला की माझ्याकडे त्याला द्यायला काही नसेल तर तो माझ्याकडे तुच्छतेनं बघतो. मला ते अजिबात आवडत नाही... सरकार इथं येत नाही. इथं डॉक्टर नाहीत. *तरीयाक* हाच आमचा डॉक्टर.''

आम्ही परत येताना वाऱ्याचा जोर वाढला. बर्फ पडायला लागल्यानं मी अगदी हाडापर्यंत गारठून गेलो. तोंडावर बर्फ लागल्यामुळे गालांची आगआग होत होती. आणि हा इथला उन्हाळा होता! मी जर इथं जॉन बोईबरोबर हिवाळ्यात राहिलो तर कदाचित मीदेखील त्याच्यासारखाच होईन, असा विचार माझ्या मनात आला.

बोझाईला परत आल्यावर आम्ही एका घरात शेगडीपाशी घोळका करून बसलो. एक जण शेगडीत याकचं सुकलेलं शेण टाकत होता. खाद्यतेलाच्या रिकाम्या डब्यांपासून चिमणी बनवलेली असल्यानं अर्धाच धूर बाहेर जात होता. आत साठलेल्या धुरामुळे डोळे चुरचुरू लागले आणि गुदमरल्यासारखं होऊ लागलं. म्हणून मी थोडी स्वच्छ हवा मिळण्यासाठी बाहेर आलो.

कुरणांमधून सगळे याक परत आणून त्यांना ओळीनं बांधून ठेवलं होतं. बायका आता दूध काढणार होत्या. मी बाहेर बघत असताना मला पाठीमागून हाक ऐकू आली. आम्ही ज्या घरात होतो त्याचा मालक मुराद बोई होता. मी त्याच्याशी ओळख करून घेतली.

''अनेक जण इथं आमच्यावर स्टोरी लिहिण्यासाठी येतात. पण पुढे काहीच होत नाही.''

''तुम्हाला माझ्या लिहिण्यामुळे एखादा दवाखाना मिळेल किंवा काबूलमधले लोक लगेच काहीतरी करतील, अशा प्रकारचं कोणतंही आश्वासन मी देऊ शकत नाही,'' मी त्याला सांगितलं. त्यानं माझ्याकडे फक्त बघितलं. 'मग नुसता खाऊन फुगलेल्या तुझ्यासारख्याचा उपयोग काय?' असा त्याच्या नजरेचा अर्थ होता. खरं सांगायचं तर मला त्याच्याशी बोलताना खरोखरच मी निरुपयोगी आहे, असं वाटलं.

मी पुन्हा मुराद बोईच्या घरात उबदार वातावरणात बसलो. तिथं एक जण आला. बोझाईचा सर्वांत जुना अफिमी हमीदुल्ला घरी परत आल्याचं त्यानं सांगितलं. डॉ. अलेक्सनं मला या माणसाबद्दल अगोदर सांगितलं होतं. या माणसाच्या व्यसनाच्या बऱ्याच गोष्टी मी ऐकल्या होत्या. मी त्याला हमीदुल्ला

बोलायला तयार आहे का हे विचारायला सांगितलं. जरा वेळानं तो माणूस परतला. हमीदुल्लानं होकार दिला म्हणून तो आता अफू ओढण्याच्याच तयारीत असल्याचं सांगितलं. त्याचं बोलणं असंबद्ध व्हायच्या अगोदर मी तिथं गेलेलं बरं, असंही त्यानं सुचवलं.

मी बूट घालून बाहेर पडलो आणि हमीदुल्लाच्या घरी गेलो. त्याचं घर वस्तीतलं मुख्य घर होतं. आत खूपच अंधार होता. एका कोपरावर टेकून हमीदुल्ला सगळी तयारी करून निवांत रेलून बसला होता. मी त्याच्यासमोर बसल्यानंतर त्यानं अफूची एक गोळी मेणबत्तीवर धरून जराशी मऊ केली. बोटांना झळ लागू नये म्हणून त्यानं बोटांवर छोट्या कापडी पिशव्या घातल्या होत्या.

''मी फैजाबाद पोलिसात कॅप्टनच्या पदावर होतो. त्याच्या अगोदर मी एक चांगला होतकरू विद्यार्थी होतो,'' हमीदुल्ला सांगू लागला, ''मी इथं पामीरला आलो तेव्हा मला व्यसन जडलं नव्हतं. माझा मुलगा तीन वर्षांपूर्वी मरण पावला. मी त्यानंतर जास्त प्रमाणात अफू ओढायला लागलो.''

हमीदुल्लानं त्याच्या चिलिमीचा मोठा भाग जाळावर धरला आणि तो दाट धूर ओढू लागला. त्याची एक छोटी मुलगी त्याच्याजवळ आली. हमीदुल्लानं धूर तिच्या डोक्यावर सोडला. त्यावर तिनं वैतागून बापाकडे पाहिलं; पण तिला बापाचा सहवास सोडून जायचं नव्हतं.

''मी खूप सहन केलं आहे. माझा मुलगा मेल्यानंतर मी अफूसाठी सहा महिन्यांत पंचेचाळीस मेंढ्या विकल्या.''

हमीदुल्लानं सांगितलं की उन्हाळ्यात एका मेंढीच्या बदल्यात सहा *तुली* अफू मिळते; पण हिवाळ्यात मात्र तीन किंवा चारच *तुली* मिळते. तो एका वेळी दोन-तीन मेंढ्या विकत असे.

''मला एक *तुली* पुरत नाही. तेवढी तर मला एका दिवसाला लागते. इथं अफू विकणारे भरपूर असतात. कधीकधी एकदम दहा जणदेखील येतात. पण काही वेळा कित्येक महिन्यात कोणी दृष्टीस पडत नाही. म्हणून मग मी भरपूर विकत घेऊन साठवून ठेवतो.''

हमीदुल्लाची बायकोही व्यसनी आहे, असं माझ्या कानावर आलं होतं. मी त्याला त्याच्याबद्दल विचारलं. माझ्या प्रश्नाचं भाषांतर होताच अचानक खोलीच्या एका कोपऱ्यातून कोणीतरी बाई रडण्याचा आवाज आला. तिथं इतका अंधार होता की त्याची बायको तिथंच असल्याचं मला कळलंदेखील नव्हतं. मी लगेच माफी मागितली. हमीदुल्ला म्हणाला की त्यानं अफूचं प्रमाण वाढवलं तेव्हाच तिनंही ओढायला सुरुवात केली होती.

''तुम्हाला दोघांना अफू ओढताना पाहून तुमची मुलं व्यसनी होणार नाहीत

का?'' मी विचारलं.

''नाही.'' तो म्हणाला, ''नुसता धूर तोंडात गेल्यानं व्यसन लागत नाही.'' असं त्यानं ठामपणानं सांगितलं.

हेच मला अनेक जणांनी सांगितलं होतं. मुलांनी स्वत: ओढायला सुरुवात केली तर गोष्ट वेगळी; पण किर्गिझ लोकांमध्ये गरोदर असताना व्यसन करणाऱ्या बायका बऱ्याच होत्या. त्यामुळे मुलांमध्येही व्यसनाचं बरंच प्रमाण होतं.

हमीदुल्लाच्या बाबतीत परतीचा मार्गच नव्हता. त्याचा मुलगा मेला तेव्हा त्याच्यापाशी साठ मेंढ्या आणि पंचेचाळीस याक होते. हे पशुधन त्या भागात चांगलं मानलं जातं.

''आता माझ्याजवळ फक्त आठ याक उरले आहेत. ते आणखी एखादं वर्ष पुरतील.''

''मग काय?''

''मग काय? मरण.''

दुसऱ्या दिवशी सकाळी मी सरहद गावाकडे परत निघालो. परतीच्या प्रवासात मी जास्त निवांत झालो होतो. आता मला अवघड वाटेची तेवढी भीती वाटत नव्हती. माझ्यासमोर नद्या, डोंगर, तळी, गवताळ कुरणं, याक, छोट्या झोपड्या, थडगी आणि निसर्गातल्या विविध रूपांची, सुंदर दृश्यं सरकत होती. हवा एकदम स्वच्छ होती; पण माझं हे स्वतंत्र जीवन लवकरच झाकोळून जाणार होतं. काबूलमधली धूळ, तिथली रहदारी, ई-मेल, इंटरनेट, टीव्ही, सुरक्षा यंत्रणा, पोलीस, तालिबान, आत्मघाती बॉम्बहल्ले, बार, पार्ट्या, पार्टीनंतरचा हँगओव्हर आणि सतत सावधगिरी बाळगण्याचं हे विश्व माझ्यावर कोसळणार होतं. वखानहून परतताना मला काहीतरी हरवल्यासारखी चुटपुट लागली होती.

आम्ही परतत असताना आम्हाला विरुद्ध बाजूनं याकवरून बसून येणारी माणसं भेटली. गप्पाटप्पा झाल्या. मध्येच सगळे जण एकदम हसू लागले. मी नकीबला काय झालं, असं विचारलं. ''ते म्हणत आहेत की तुमचा ड्रायव्हर खरोखरच फार उदास झालेला आहे.''

आम्ही तोशीबोईच्या घरापाशी आल्यानंतर आम्हाला पाहून अमीनुल्लाला विलक्षण आनंद झाला. आम्ही किपकुटला जायला निघायच्या अगोदर गेस्टहाउसवर जाऊन थोडी विश्रांती घेतली आणि चहा घेतला. आम्ही निघत असताना तोशीबोई नकीबला काहीतरी म्हणाला. नकीबनं ते मला लगेच भाषांतर करून

सांगितलं. मी तोशीबोईला अमीनुल्लाच्या राहण्याचे पैसे द्यायचे आहेत, असं तो म्हणाला. तो एखाद्या अफगाण माणसाला नाही तर परदेशी माणसाला लागणारा दर म्हणजे दररात्रीला २५ डॉलर सांगत होता. मी नकीब आणि अमीनुल्ला दोघांनाही स्पष्ट सांगितलं होतं की मी त्यांना जी रक्कम देईन त्यातूनच त्यांनी त्यांच्या राहण्याचा खर्च करायचा आहे. तरीही मी इश्कशेममध्ये त्यांच्याही राहण्याचा खर्च केला होता. मी एकही अफगाणी देणार नाही, असं सांगून स्पष्ट नकार दिला. तोशीबोई काहीच बोलला नाही. तो आणि अमीनुल्ला यांच्यात काय बोलणं झालं ते मला माहीत नाही आणि मला त्याची पर्वाही नाही. आम्ही गाडीत बसल्यावर मी नकीबला बिलाचं काय झालं, असं विचारलं. त्यावर अमीनुल्लानं बिल दिलं, असं त्यानं सांगितलं; पण हा खोटेपणा होता. अमीनुल्लानं काहीही रक्कम दिली नव्हती हे नक्की.

आम्ही किपकुटला मुक्कामासाठी थांबलो. अलेक्सच्या घराजवळ असणाऱ्या एका गरम पाण्याच्या झऱ्यात आम्ही जवळजवळ आठवड्यानंतर अंघोळ केली. दुसऱ्या दिवशी आम्ही निघालो आणि परतीच्या प्रवासात पुन्हा नद्या ओलांडू लागलो. ज्या ठिकाणी आम्ही अडकलो होतो त्याच्याजवळ दुसरीकडे नदी ओलांडण्यासाठी चांगली जागा आहे, असं अलेक्सनं सांगितलं होतं; पण अमीनुल्लानं माझं म्हणणं ऐकलं नाही. ज्या जागी आम्हाला अमेरिकनांनी ओढून बाहेर काढलं होतं, तिथंच त्यानं बेधडकपणे गाडी आत घुसवली. पाणी माझ्या बाजूला खिडकीपर्यंत आलं. अमीनुल्लानं वेगानं गाडी बाहेर काढण्याचा प्रयत्न केला; पण चाकं गुळगुळीत गोट्यांवरून फिरत राहिली. मी दुसऱ्या बाजूला उतरलो आणि काही दगड बाजूला करण्याचा प्रयत्न केला. पाणी बर्फासारखं थंडगार होतं आणि जोरही प्रचंड होता. माझा पाय घसरला तर मी प्रवाहात वाहून जाईन, अशी भीती मला वाटू लागली. आता गाडीत पाणी भरू लागलं होतं. ते पाहून मी माझं सामान बाहेर काढून घेतलं. तिथं आम्ही दोन-तीन तास होतो. त्यानंतर अफगाण लोकांनी भरलेला एक पिकअप ट्रक आला. अखेर त्यांनी आमची गाडी ओढून बाहेर काढली.

"मला गाडी इश्काशेममध्ये दाखवावी लागेल," अमीनुल्ला म्हणाला.

"जरूर दाखव; पण बिल माझ्याकडे आणू नकोस."

अफगाण जमातींमधल्या नातेसंबंधाची रचना मोठी गुंतागुंतीची असते. एखादा माणूस त्याच्या भावाच्या विरोधात असतो; पण तो आणि त्याचा भाऊ मिळून शेजाऱ्याशी भांडतात. तसंच तो, त्याचा भाऊ आणि त्याचा शेजारी मिळून बाहेरच्या जगाशी झगडायला उभे ठाकतात. आमच्या या प्रवासात मला या संबंधांची जाणीव

झाली होती. अमीनुल्ला आणि त्यापेक्षा जरा कमी प्रमाणात नकीब, दोघांचेही माझ्याशी संबंध केवळ पैशासाठी होते. मी किपकुटला थांबलो तेव्हा आपल्याला पैसे हवेत, असं दोघांनी मला सांगितलं. त्या गावात खरेदी करण्याजोगं काहीही नसूनही त्यांना त्यांचे पैसे हवे होते. मी त्यांना ते दिलेही असते पण मी तसं केलं नाही. माझ्यावर त्यांच्या विश्वासाची, प्रत्यक्षात अविश्वासाची, आणखी पारख करायचं मी ठरवलं.

इश्काशेममधूनच उत्तरेकडे अफू आणि हेरॉईन मोठ्या प्रमाणात जात असल्यानं तिथं आणखी माहिती मिळाल्याखेरीज मला तिथून निघायचं नव्हतं. वहीदखानकडे पुन्हा जाण्यात काही अर्थ नव्हता. नकीबनं सुचवलं की जिल्हा प्रशासक सईद इम्रानशी बोलायला हरकत नाही. हा माणूस मोकळेपणानं बोलणारा आहे.

सईद इम्रानचं ऑफिस वहीदखानच्या ऑफिसला अगदी लागूनच होतं. त्यानं आम्हाला आत नेलं आणि टेबलापाशी बसला; पण खुर्चीत बसताक्षणीच त्याच्यात परिवर्तन झालं आणि तो एकदम कामात बुडून गेला. मी या इतक्या दूरवरच्या गावातल्या प्रशासकाला एवढं काम कसं काय, या विचारानं चकित झालो; पण त्याचा तो देखावा नव्हता. त्याच्या टेबलावर खरोखरच कामाचा ढीग पडला होता. तो ते काम भराभरा संपवायचा प्रयत्न करत होता.

''काय हवं आहे?'' त्यानं मध्येच माझ्याकडे बघून विचारलं.

मला त्याला त्याच्याशेजारी असणारा पोलीस कमांडर अफूच्या व्यापारात सामील आहे का, असं विचारायचं होतं; पण थेट विचारून काहीही उपयोग होत नाही, हा अनुभव मला वहीदखानच्या बाबतीत आला होता.

''इथून इश्काशेममधून जी हेरॉईनची तस्करी चालते, त्याबद्दल मला जाणून घ्यायचं आहे.''

''या जिल्ह्यात अफू पिकवली जात नाही,'' सईद इम्रान सांगू लागला. ''अफू इथं केशेम, जुर्म आणि फैजाबादहून येते. तस्करांना अफूची तस्करी करण्यासाठी अमू दर्याची १३०० किलोमीटर लांबीची सरहद्द आहे. त्यांच्याजवळ फोन असतात. ते कुठं भेटायचं ते ठरवतात. ते टायरमध्ये अमली पदार्थ भरतात आणि टायर नदीमधून ओढून इकडून तिकडे नेतात.''

बोलताबोलता सईद इम्रान समोरच्या कागदपत्रांवर भराभरा नेमके शेरे मारत होता. त्याची उत्तरंही तशीच अगदी मुद्द्याला धरून होती. या वर्षी अफूवर प्रक्रिया करणाऱ्या प्रयोगशाळा बॉम्ब टाकून उद्ध्वस्त केल्यानं तस्करीच्या प्रमाणात घट झाली होती. वार्दुज, अर्गो आणि दुराईम या जिल्ह्यांमधल्या वीस प्रयोगशाळा

उडवण्यात आल्या आहेत, पण तरीही अजून बऱ्याच शिल्लक आहेत, असं सईद इम्रानन सांगितलं.

"ताजिकीस्तानात आता अफूला चांगली बाजारपेठ उरलेली नाही. आता बदखशांमध्ये अफू कमी प्रमाणात पिकवली जाते. शिवाय ताजिक लोक अफगाणांची फसवणूक करतात. माल घेऊन ते पैसे देत नाहीत."

"पोलीसही या व्यवहारात सामील असतात असं माझ्या कानावर आलं आहे," मी हळूच खडा टाकला.

सईदनं माझ्याकडे जरा वेळ पापणी न लववता पाहिलं, "पोलीस अधिकारी त्यात सामील असतात."

"आणि ते त्यांच्या गाड्यांमधून मादक द्रव्यांची वाहतूक करतात?"

"होय. ते त्यासाठी पोलिसांची वाहनं वापरतात. इतकंच नाही तर पोलीस नसलेलेही पोलिसांच्या गाड्या वापरतात."

सईद इम्रान ज्या वाहनांबद्दल बोलत होता ती नवीकोरी फोर्ड रेंजर वाहनं होती. अमेरिकन सामान्य करदात्यांच्या पैशातून पेंटागॉननं खरेदी करून अफगाण राष्ट्रीय सेना आणि अफगाण पोलिसांना अशी हजारो वाहनं पुरवली होती.

मग मी वहीदखानची यात काय भूमिका आहे ते विचारलं. "समजा, तो स्वत: जरी यात सामील नसला तरी त्याची माणसं मात्र नक्कीच यात आहेत. पोलीस स्वत: अफू पिकवतात. प्रक्रिया करायला प्रयोगशाळांमध्ये त्यांची भागीदारी असते. काही जण स्वत: वाहतुकीत सामील असतात. हा एक खासगी धंदा आहे. ते मिळालेल्या पैशातून जमीनजुमला, घरं, वाहनं, दुकानं वगैरे खरेदी करतात आणि आपल्या पोरांना शिकायला परदेशी पाठवतात. सगळ्या देशात पोलीस यात सामील आहेत."

मी मग नझीर मोहम्मदबद्दल विचारलं. पण विचारताच हा प्रश्न मूर्खपणाचा आहे हे माझ्या लक्षात आलं.

"या देशात यात कोण सामील नाही? लोकांजवळ शस्त्र आहेत, पैसा आहे नि सत्ता आहे, असे लोक यात सामील आहेत. त्यांचं काहीच कोणी करू शकत नाही. अफगाण सरकार आणि परदेशी सत्ता या तालिबान आणि अल्-कायदाशी लढण्यात गुंतल्या आहेत. त्यांच्याजवळ अमली पदार्थांच्या व्यापाराचा नाश करण्यासाठी साधनसामग्री नाही. शिवाय हा व्यापार थांबू नये म्हणून उच्च पदावर असणाऱ्या लोकांचे प्रयत्न चालू असतात."

"इश्काशेममधले लोक आणि पोलीस यांच्यामधले संबंध कसे आहेत?" मी विचारलं.

"लोक शक्यतो पोलिसांपासून लांबच राहायचा प्रयत्न करतात. अनेक पोलीस स्वत:च व्यसनी आहेत. ते लोकांना लुबाडतात. कधीकधी लोकांना ठार मारण्यापर्यंत

त्यांची मजल जाते. वार्दुज, बहारक आणि फैजाबादमध्ये तर जवळजवळ दररात्री एखादा तरी खून पडतोच. पाच दिवसांपूर्वी काबूलमध्ये आत्मघाती बॉम्बहल्ला झाला. त्यात आमचे तीस 'कणखर' पोलीस ठार झाले. त्या आत्मघाती हल्लेखोरानं सरळ पोलीस अधिकाऱ्याच्यासमोर स्फोटकांनी भरलेली बस उभी केली होती. आमचं पोलीसदल हे असं आहे. आमच्या देशात अशा तऱ्हेच्या अनेक कहाण्या आहेत. मी जर त्या सांगायला बसलो तर दोन दिवस पुरणार नाहीत.''

अचानक मला मी काबूलच काय, कंदाहार किंवा लष्करगाहपासूनही फार वेगळ्या जागी नाही, याची जाणीव झाली.

८

कर्त-ए-से

मी अनेक आठवडे फारसं महत्त्वाचं काही न करता जवळपास वाया घालवले. मला प्रत्यक्ष अमली पदार्थांचा व्यापार करणारे आणि त्यांना उघडं पाडणारे अधिकारी यांच्या पातळीपर्यंत जाऊन माहिती काढायची होती. पण मला निरर्थक मुलाखती, पुढे काहीच करता येणार नाही अशी माहिती मिळणं किंवा माझ्यावर विश्वास न ठेवला जाणं, याखेरीज काहीच हाती लागलं नाही. मी दिशाहीन झालो होतो. पुन्हा गाडी रुळावर कशी आणायची ते काही कळत नव्हतं. मी हेलमंदला जाण्यासाठी ब्रिटिश पथकांबरोबर जायची परवानगी मागितली होती. त्या बाबतीत मी फक्त गोलाकार फिरतोय असं वाटत होतं. मी थेट काबूल किंवा लष्करगाह इथं केलेले अर्ज फेटाळण्यात आले होते. मला लंडनमध्ये संरक्षण मंत्रालयाकडे अर्ज करायला सांगण्यात आलं. मी तिथं माझ्या अर्जाचा पाठपुरावा केला तर तिथं मला कळलं की माझा अर्ज प्रसिद्धी खात्याकडे पाठवावा लागणार होता. मी वृत्तपत्रकार नसल्यानं संरक्षण मंत्रालयाला त्या खात्याकडून अहवाल हवा होता. मी या बाबतीत घाई करू नये असा सल्ला मला देण्यात आला. मी तो मानण्याखेरीज काही करूच शकत नव्हतो.

मी एमिलीला काही ई-मेल पाठवल्या. मी बदखशांमध्ये होतो तेव्हा ती सुटी संपवून परतली होती. ती आता घोरमध्ये होती. तिनं बरोबर भरपूर डीव्हीडी आणि ढीगभर पुस्तकं आणली होती. तिनं तिचा आत्मविश्वास वाढवण्यासाठी हे केलं

असलं तरी त्यात गंभीर समस्या होतीच. कामाची पद्धत, कामामधली मूल्यं आणि तिच्या कामाचा नेमका उपयोग याबद्दल तिच्या आत्मविश्वासाला तडा जायची वेळ आली होती. आम्ही एकमेकांना शब्दांनी धीर देत होतो आणि एकमेकांना स्वत:बद्दल जास्त माहिती देत होतो; पण आगच्या या ई-मेलमधल्या पत्रव्यवहारामधला पूर्वीचा जोष कमी झाला होता. मला आमच्या दोघांमधल्या संबंधाची नेमकी स्थिती काय, याची कल्पना येत नव्हती.

आमच्या घरात आता जॅकी नावाची एक ऑस्ट्रेलियन पोरगी राहायला आली. आमची मैत्री झाली. ती पत्रकार असून वर्ल्ड फूड प्रोग्रॅम या कार्यक्रमासाठी तिची प्रवक्ता पदावर नेमणूक झाली होती. ती चटपटीत, सुंदर आणि सडेतोड बोलणारी होती. काही वेळा तिच्या रोखठोक बोलण्याच्या स्वभावामुळे हतबल झाल्यासारखं वाटायचं. एमिली कदाचित काबूलला परत येईल, असं मी तिला सांगितलं. ''ती तिच्या जुन्या बॉयफ्रेंडबरोबर राहते, असं मी ऐकलं.'' जॅकी एकदम म्हणाली. मला एकदम अतिउत्साह दाखवल्याचा पश्चात्ताप झाला. मी काहीही झालं तरी एमिलीशी या विषयावर काही बोलू शकणार नव्हतो.

वातावरणात सगळीकडे तणाव वाढतच होता. वीस कोरियन नागरिकांना तालिबानींनी पळवून नेलं होतं. सर्व परदेशी नागरिकांच्या बाबतीत त्यांनी 'मुक्त हंगाम' जाहीर केला होता. नंतर दोन जर्मन नागरिकांचं अपहरण झालं. त्यातल्या एकाला पुढे ठार करण्यात आलं. भरदिवसा एका खानावळीमधून एका जर्मन बाईला पळवून नेलं गेलं. ती गरोदर होती. तिला पळवून नेणारे संधिसाधू गुन्हेगार होते. त्यांनी तिला खंडणीसाठी पळवलं होतं. पण ती त्यातून वाचली.

हे सगळं चाललेलं पाहून अफगाण सरकारनं असा हुकूम जारी केला की सशस्त्र संरक्षक बरोबर असल्याखेरीज कोणाही परदेशी माणसानं काबूलच्या बाहेर पडता कामा नये. विविध देशांच्या वकिलातींनी त्यांच्या नागरिकांना इशारेवजा सूचना जारी केल्या. पत्रकारांना पळवून नेण्यासाठी तालिबानी मुलाखतीचं आमिष दाखवण्याची शक्यता होती. मी राहत होतो ती जागा आता जणू तुरुंगच भासू लागला होता. दारू ढोसूनही ही अडकल्याची भावना जात नव्हती. आमच्या घरात राहणाऱ्या सगळ्यांच्याच मनावर विलक्षण ताण आला होता. त्यातच आमच्या घरातून दारूच्या डझनभर बाटल्या चोरीला गेल्या. हे काम कोणातरी आतल्या माणसाचंच होतं. आम्ही चौकीदाराला काढून टाकलं. दारूच्या बाटल्या गेल्याचं फारसं काही कोणाला वाटलं नव्हतं; पण आमच्याभोवती वावरणाऱ्या अफगाण लोकांबद्दलच्या विश्वासाला तडा गेला होता.

सगळ्या गोष्टींचा विचका होत होता. मला माझ्या बेतांचा पुन्हा एकदा नीट विचार करावा लागला. सुवर्ण त्रिकोणाकडे जायची माझी कल्पना आता अशक्यप्राय

वाटत होती. त्याचप्रमाणे पाकिस्तान, इराण आणि मध्य आशियात जाऊन अफूच्या व्यापाराचा माग काढायचा बेतही असाच संपल्यात जमा होता. आता मी फक्त अफगाणिस्तानात जे काही करू शकत होतो, ते कामदेखील फार प्रचंड आणि जिकिरीचं होतं. माझी कोंडी झाली होती, त्यामुळे मी काहीच करू शकत नव्हतो. मी काही काळ अफगाणिस्तानातून बाहेर पडायचा विचार केला. मला एकदा सुटी म्हणून गोव्याला जावं, असं वाटलं. पण माझं काम निम्मंदेखील झालं नव्हतं. अनेकदा तर मी घराबाहेर पडू शकतो ही एवढीच काय ती कामगिरी माझ्यासमोर होती.

एकदा दुपारी मी बाहेर पडण्यासाठी कपडे करताना अचानक मी अंगावर सलवार-कमीज हा पोशाख चढवला. मी बाहेर पडताना पहाऱ्यावर उभ्या असणाऱ्या रक्षकांनी स्मित हास्य केलं. त्यांनी मला विचारलं, "*कुचास?*" (कुठे जाणार?)

"कोट-ए-संगी," मी एवढंच म्हणून बाहेर पडलो. आमच्या इथं चोरी झाल्यापासून पहारेकरी आणि आमच्या संबंधात कोरडेपणा आला होता. मी बाहेर पडून चौकापर्यंत आलो. मला बाहेर पडल्यानंतर माझ्या सुरक्षिततेची चिंता वाटू लागली.

मी रस्त्यामधून वाट काढत टॅक्सी कुठे दिसते का ते बघत चाललो होतो. रस्त्यामधून जाताना लोक माझ्याकडे जरादेखील वळून बघत नव्हते. हा माझ्या अंगावरच्या सलवार-कमीजचा परिणाम होता. त्याअगोदर मी ज्या वेळी जीन्स आणि टी-शर्ट असा पोशाख करून जात असे, तेव्हा मात्र लोक माझ्याकडे रोखून बघत असत.

अखेर मला एक रिकामी टॅक्सी दिसली. मी दार उघडलं आणि आत शिरताना ड्रायव्हरला 'सलाम आलेकुम, कोट-ए-संगी,' असं सांगितलं. टॅक्सी मला परिचित असणाऱ्या काबूलच्या भागातून रहदारीतून वाट काढत जाऊ लागली. मला एका जागी एक छोटी पोरगी रस्त्याच्या कडेलाच बसून विधी उरकताना दिसली. तिचे कपडे अतिशय गचाळ होते. बाजूला तिची आई बसून बघत होती. तिनं बुरखा किंचित उचलून कपाळावर टाकला होता. मला ते दृश्य बघून घृणा आली नाही. मला तशा परिस्थितीत राहणाऱ्या लोकांची दया आली.

मी कोट-ए-संगी बाजारापाशी टॅक्सी सोडली आणि तिथल्या मुख्य चौकाकडे चालत गेलो. बाजारात भरपूर गर्दी होती. भाजीपाल्यानं भरलेल्या गाड्यांची ये-जा चालू होती. मी सगळीकडे नजर फिरवून कोणाची माझ्यावर खास नजर आहे का ते पाहिलं; पण तसं काही मला आढळलं नाही.

मी या अगोदरदेखील अमली पदार्थांचं व्यसन करणाऱ्या लोकांच्या शोधासाठी या बाजारात आलो होतो. मला गर्देझमध्ये व्यसनमुक्ती केंद्रात भेटलेल्या फैजनं काबूलमध्ये मला त्याची भेट घेण्यासाठी आमंत्रण दिलं होतं. मी मला दारी

शिकवणाऱ्या तमीमला सांगून फैजशी संपर्क साधला होता. फैजची भेट झाल्यानंतर मी त्याला काय हवं आहे ते सांगितलं. रस्त्यावर राहणाऱ्या व्यसनी लोकांचं आयुष्य कसं असतं ते मला बघायचं होतं. फैज बरोबर काही भाजीपाला आणि मिठाई घेऊन आला होता. त्यानं मला आणि तमीमला एका खाटकाच्या दुकानाच्या मागे एका खोलीत नेलं. अचानक माझ्याभोवती तीन व्यसनी माणसांनी गराडा घातला. ते अतिशय आक्रमकपणानं माझ्याकडून २०० डॉलर मागत होते. तसं केलं तर ते मला अफूचं सेवन ते कसं करतात हे दाखवायला तयार होते. मी नकार दिला. मी कोणताही सिनेमा वगैरे तयार करत नाही, असं त्यांना सांगितलं. तमीम माझी बाजू अत्यंत शांतपणे सांभाळत होता. आता आणखी काही माणसं त्या गराड्यात सामील झाली.

'तू कोण आहेस? तू इथं काय करतोय?'

माझ्यावर प्रश्नांची सरबत्ती झाली. नंतर चहा आणला गेला. एका डिशमध्ये मिठाई समोर आली. मिठाई म्हणजे कसल्यातरी गोड पदार्थाचे चौकोनी तुकडे होते. ती मिठाई चघळून खायची होती.

आता मला ताबडतोब तिथून बाहेर पडायचं होतं. मी तसं तमीमला म्हणालो. पण तमीम म्हणाला की काहीतरी प्रश्न विचारायला हवेत. पण माझ्याजवळ त्या वेळी विचारण्याजोगं काहीच नव्हतं; पण काहीतरी विचारून वेळ काढायची गरज होती. साधारण पंधरा मिनिटं बोलत काढल्यानंतर आपण जाऊ शकू, असं तमीम म्हणाला. इथंच काय किंवा अफगाणिस्तानात कुठंही तुम्ही सभ्यपणे वागण्याची फार गरज असते. मी फैजकडे बघितलं आणि आम्ही अगोदरच जे काही प्रश्न विचारले होते, तेच पुन्हा विचारू लागलो.

एक पोरगा आत आला. त्यानं एक प्रेशर कुकर आणि काही ब्रेड आणले होते. जेवणाची वेळ झाली होती. पुन्हा एकदा व्यसनी लोक माझ्याकडे २०० डॉलर मागू लागले.

"आम्हाला २०० डॉलर दिले तर आम्ही इथं तुमच्यासमोर अफू ओढून दाखवतो. मग तुम्हाला फोटो घेता येतील."

"पण मी जर पैसे दिले आणि तुम्ही अफू ओढून दाखवलीत तर ते कृत्रिम ठरेल."

माझा मुद्दा बहुधा त्यांना पटला असावा. मी वेळ काढण्यासाठी आणखी काही प्रश्न विचारले. काही जणांना आता माझ्याकडून पैसे उकळता येणार नाहीत, याची जाणीव झाली असावी. ते आता आपापसात गप्पा मारू लागले. त्यांचा आवाज एवढा मोठा होता की फैज काय बोलतोय हे ऐकण्यासाठी मला प्रयास करावे लागत होते.

आता मध्यभागी एक चटई टाकण्यात आली. त्याच्यावर ब्रेड ठेवले गेले. मी जेवणासाठी थांबण्याचं निमंत्रण नम्रपणानं नाकारलं. आता आम्ही निघून जायची वेळ आली होती. आम्ही बूट चढवून बाहेर पडलो आणि मुख्य रस्त्यावर आलो. फैजनं माझी माफी मागितली. ते लोक पैशाबद्दल फक्त गंमत करत होते, असं तो म्हणाला. त्यानं मला पुन्हा भेटायची इच्छा व्यक्त केली. मी त्याला 'काही हरकत नाही,' असं म्हणालो. मी तुला फोन करीन, असं सांगून तिथून निघून आलो होतो.

या खेपेस मी मागच्याप्रमाणेच तमीमला बाजारात भेटलो. तिथं त्यानं मला त्याच्या मित्राच्या एका मेडिकल स्टोअरमध्ये नेलं. तिथं गेल्यावर माझं स्वागत तमीमच्या मित्रानं केलं. काउंटरच्या मागच्या बाजूला असलेल्या सोफ्यावर मला बसवलं. त्यानं माझी तमीमचा मेहुणा युसूफशी ओळख करून दिली.

मी सोफ्यावर बसून बाहेरची रहदारी बघत होतो. पांढरे रुमाल बांधलेल्या, काळे कपडे घातलेल्या शाळकरी मुली, बुरखा घातलेल्या बायका आणि गाड्या ओढणारे हमाल हे सगळं मला दिसत होतं. जरा वेळानं तिथं एक तरुण आला. त्याच्या तोंडावर दोन मोठे ताजे ओरखाडे होते. चेहऱ्याचा तो भाग सुजला होता. तो तोंडावर आपटला असावा, असं वाटत होतं. काउंटरपाशी येताना त्याची नजर खाली होती. तो काहीतरी पुटपुटला आणि त्यानं आठ अफगाणी समोर ठेवले. तमीमच्या मित्रानं त्याच्या हातात एक सिरींज आणि निर्जंतुक पाण्याची ॲम्प्यूल ठेवली. त्या तरुण माणसानं वेगानं या गोष्टी खिशात टाकल्या आणि तो निघून गेला.

"इथं माझ्या दुकानात साधारण पंचवीस व्यसनाधीन माणसं येतात... त्यांच्यात पाच बायका आहेत." तमीमच्या दुकानदार मित्रानं सांगितलं.

मी आत्तापर्यंत जे काही बघितलं होतं त्यावरून हेरॉईनचं व्यसन करणं हा फक्त पुरुषांचाच प्रांत आहे, अशी माझी समजूत झाली होती. बायका अफूचं सेवन करतात किंवा ती ओढतात हे मला माहीत होतं; पण आता काळ बदलत होता. बायकाही सिरींज वापरून हेरॉईन घेत होत्या. याचा अर्थ आता सिरींजचा वापर वाढत चालल्याने अफगाणिस्तानात एड्सचा प्रभाव वाढणार होता.

जरा वेळानं आणखी एक व्यसनी माणूस दुकानात आला. त्यानं *पकूल* ही गोल आकाराची टोपी घातली होती. हा गफूर होता. माझा नवीन वाटाड्या. आम्ही चौघं बाजारापासून काही किलोमीटर अंतरावर असलेल्या कर्त-ए-से ला टॅक्सीनं निघालो. गफूर आम्हाला तो आणि त्याचे इतर व्यसनी मित्र व्यसन पुरं करण्यासाठी जातात तिथं घेऊन जाणार होता.

आम्ही उतरून त्याच्याबरोबर आतल्या रस्त्यावर गेलो. नंतर आम्ही लाकूड

साठवलेल्या एका जागेतून पुढे गेलो. अचानक धुळीचं वादळ सुरू झालं. मी मफलर आणायला हवा होता, असं मला वाटलं. मी पाठ फिरवली आणि डोळे बंद करून घेतले. साधारण अर्धा मिनिटानंतर समोरचा धुळीचा ढग विरळ झाला. मला गफूर पुन्हा दिसला. तो डावीकडे वळला. तिथं समोर एक इमारत होती. तिची अवस्था अशी होती की तिला खरंतर उभं राहण्याचा हक्क नव्हता. आजूबाजूच्या इतर इमारतींप्रमाणे ही इमारतही एखाद्या प्रेतासारखी भासत होती. बाहेरच्या भिंती, गिलावा आणि रंग हे यादवी युद्धाच्या काळातल्या तोफांच्या माऱ्यात उद्ध्वस्त झाले होते. गफूर काँक्रीटच्या भिंतीमधल्या एका मोठ्या भोकात शिरला. त्यानंतर लगेचच आम्ही आत शिरलो.

तळमजल्यावर आम्हाला वीस-पंचवीस वर्षांचा एक तरुण दिसला. त्यानं पांढरा मफलर गुंडाळला होता. त्यानं आमच्याकडे चिंताग्रस्त नजरेनं पाहिलं. तो आम्ही पायऱ्या चढत असताना थोडा वेळ आमच्या मागे आला आणि मग मागच्यामागे पसार झाला. दुसऱ्या मजल्यावर तो कुठं झोपतो ती जागा गफूरनं दाखवली. त्यानं एक फाटका, कार्डबोर्डचा मोठा तुकडा झोपण्यासाठी ठेवला होता. अशा दुसऱ्या तुकड्याखाली विटांचे तुकडे घालून त्यानं उशी बनवली होती. त्याच्या या झोपण्याच्या 'खोलीला' भिंतीच नव्हत्या. तिथून दूर अंतरावर असलेल्या टीव्ही मनोऱ्याच्या टेकडीपर्यंत पसरलेल्या धुळीनं भरलेल्या काबूलचं दृश्य दिसत होतं. मी पलीकडच्या खोलीत डोकावून पाहिलं. तीदेखील तशीच होती. फक्त मध्यभागी जमिनीवर वाळून काळपट झालेला विष्ठेचा गोळा पडला होता.

मी गफूरच्या मागोमाग जात होतो. तो एका कॉरिडॉरच्या टोकाला गेला. तिथं काँक्रीटच्या जमिनीवर चार जण पूर्णपणे झिंगलेल्या अवस्थेत पडले होते. आम्ही मग कॉरिडॉरच्या दुसऱ्या बाजूला गेलो. तिथं एक पडदा सोडलेला दिसला. गफूरनं तिथं जाऊन पडदा उचलला. आतमध्ये एक अगदी छोटी अंधारी जागा दिसली. तिथं एक जण मांडी घालून बसलेला दिसला. तो हजारा जमातीचा आहे हे स्पष्ट दिसत होतं. तिथं त्यानं लावलेल्या मेणबत्तीच्या प्रकाशानं त्याचा चेहरा उजळून निघाला होता. मला एकदम माझ्याजवळ कॅमेरा असायला हवा होता, असं वाटलं. पण मी पाकिटाबरोबर कॅमेराही खोलीवरच ठेवून आलो होतो. प्राणिसंग्रहालयात गेल्याप्रमाणे मला व्यसनी माणसांचे फोटो काढायचे नव्हते. शिवाय सार्वजनिक ठिकाणी फोटो काढण्यानं माझ्याकडे लोकांचं लक्ष वेधलं असतं. ते मला नको होतं.

माझ्याबरोबरच्या लोकांनी त्या माणसाशी थोडं बोलल्यानंतर मी आत शिरलो आणि त्याच्याशेजारी बसलो. त्यानं मला त्याचं वय चोवीस असल्याचं सांगितलं. तो बाम्यान प्रांतातला होता. त्याच्या कुटुंबासह तो इराणला गेला असताना त्याला व्यसन जडलं होतं. पाच वर्षांनंतर मायदेशी परतल्यानंतर काबूलमध्ये हेरॉईन सहज

मिळू शकतं म्हणून तो इथं आला होता. तो अतिशय संथपणे क्षीण आवाजात बोलत होता. व्यसनामुळे त्याचे काही शब्द अडखळत येत होते. त्याचं डोकंही अधूनमधून किंचित कलंडत होतं.

त्यानं एक फॉईलचा तुकडा बाहेर काढला. त्याच्यावर छोटासा डागासारखा चिकट लगदा होता. इथं थोड्या वेळापूर्वी हेरॉईनची पावडर होती. त्यानं कार्डबोर्डचा एक तुकडा पेटवला आणि त्याच्यावर ती फॉईल धरली. मग तो फॉईल हलवून पावडरीचा होणारा धूर तोंडात घेऊ लागला. आम्ही बोलत असताना तो अधूनमधून असं करत होता.

त्याला दररोज १०० अफगाणी हेरॉईनच्या व्यसनासाठी खर्च करावे लागत होते. तो शीतपेयांचे टाकून दिलेले कॅन जमा करून ते विकायचा; पण बहुतेक वेळा त्याला जेवणापुरतेही पैसे मिळायचे नाहीत. त्यानं मला प्लॅस्टिकची कोकची बाटली दाखवली. त्यात गढूळ रंगाचा द्रव होता. 'हेच माझं जेवण आहे,' असं तो म्हणाला.

व्यसनी लोकांना व्यसन भागवण्यासाठी अशा जागी यावंच लागतं का, असं मी त्याला विचारलं. कारण मी लोकांना पुलाखाली अंधारात मादक द्रव्यांचं सेवन करताना किंवा इंजेक्शन टोचून घेताना पाहिलं होतं. कदाचित या वर्षी पाण्याची पातळी जास्त असल्यानं आता त्यांना पुलाखाली जाणं शक्य झालं नसावं, अशी माझी समजूत झाली होती. त्या माणसानं सांगितलं की अशाच जागा शोधाव्या लागतात, कारण उघड्यावर सार्वजनिक ठिकाणी कोणी धूम्रपान करताना आढळला तर त्याला लोक दगड मारतात.

त्या इमारतीचा वापर तीस व्यसनी लोक करत असत. शहरात अशा अनेक जागा होत्या. विरोधाभास कसा होता पहा. त्या इमारतीच्या शेजारी असणारी अशीच एक उद्ध्वस्त झालेली इमारत एके काळी रशियन सांस्कृतिक केंद्राची होती; पण इथं कुठंही जागा मात्र फुकट वापरता येत नव्हती. दररोज एक पोलीस येऊन पैसे उकळून जायचा. हे व्यसनी लोक जर धुंदीत पसरले असले किंवा झोपलेले असले तर ते खिसे उलटे करून जे मिळेल ते हडप करत असत. त्यानं कधी उपचार घ्यायचा प्रयत्न केला का, असं मी त्याला विचारलं. त्यानं होकार दिला; पण तो फार काळ व्यसनापासून मुक्त राहू शकला नव्हता.

तो हे बोलत असतानाच मला जिन्यांवरून कोणीतरी वर येत असल्याचा आवाज आला. एक पोलीस वर आला आणि हळूहळू आमच्याजवळ येऊन माझ्याकडे निरखून पाहू लागला. त्यानं बाहेर उभ्या असलेल्या युसूफला एका पाठोपाठ एक प्रश्न विचारायला सुरुवात केली. मी त्याच्याकडे पाहून मान डोलावली आणि पुन्हा त्या व्यसनी माणसाकडे वळून प्रश्न विचारायला सुरुवात केली. त्यानं मला सांगितलं की एक परदेशी बाई येऊन अन्न वाटायची. ती कोण होती किंवा

कुठल्या संस्थेची होती, हे त्याला काहीच नीट सांगता आलं नाही. त्यानं मला काही पैसे आहेत का, म्हणून विचारलं. पण मला तिथं त्याला काही द्यायचं नव्हतं.

आता तिथं दुसरा पोलीस आला. आता तिथून गाशा गुंडाळायची वेळ आली होती. मी त्या व्यसनी माणसाचे आभार मानले आणि उठून उभा राहिलो. त्यानं मला पुन्हा पैसे मागितले. दोन्ही पोलीस माझ्याकडे रोखून पाहत होते. मी तमीमला सांगायला सांगितलं की बाहेर गेल्यानंतर पाहू.

मी त्या छोट्या खोलीमधून बाहेर आल्यानंतर पोलिसांनी मी कोण, तिथं कशासाठी आलोय, वगैरे चौकशी सुरू केली. तमीमनं त्यांना ती माहिती दिली. त्यांनी मग माझं ओळखपत्र मागितलं. मी माझं ओळखपत्र आणि सगळी कागदपत्रं खोलीवर ठेवली असल्याचं त्यांना सांगितलं. हे संभाषण एखादं मिनिट चालू होतं. आम्ही आता जायला मोकळे होतो, असं वाटलं. आम्ही चौघं बाहेर पडायलाही लागलो. आम्हाला त्यांनी जाऊन दिलं याचं मला आश्चर्य वाटत असतानाच पाठीमागून हाक आली. दोघांमधला एक जण हाक मारून आम्हाला थांबवत होता.

तो पोलीस माझ्याजवळ आला. त्यानं सांगितलं की पोलीस स्टेशनवर जायला लागेल. मला नेमकं हेच व्हायला नको होतं. मी पुढे काय करायचं ते तमीम आणि युसूफवर सोपवलं. पोलीस आमच्याबरोबर चालू लागले. युसूफ त्यांच्याशी बोलत होता. दोघांमधला एक जण चांगला, तर दुसरा वाईट वाटत होता. त्यानं मला पुन्हा माझ्याजवळ ओळखपत्र का नाही असं विचारलं. मी लुटलं जायचा धोका असल्यानं जवळ काहीच ठेवलं नाही, असं म्हणालो. युसूफ त्यांच्याशी शांतपणानं बोलत होता. कुठंही आवाज चढवणं नाही, गरम होणं नाही, की भावनेच्या भरात काही वेडंवाकडं बोलणं नाही. मी त्याचं शांत स्वरात युक्तिवाद करण्याचं कसब पाहून मनोमन कौतुक केलं.

''तुमच्याकडे काही रक्कम आहे का?'' तमीमनं माझ्याकडे न बघता अगदी सहजरीत्या बोलण्याच्या स्वरात विचारलं.

''होय. किती हवेत?''

त्यानं खांदे उडवले.

''पाचशे अफगाणी पुरतील?''

तमीमनं मान डोलावली. मी पाचशेची नोट काढून ती तमीमच्या हातात दिली. त्यानं ती घडी करून युसूफच्या हातात ठेवली. युसूफनं हसत त्या 'चांगल्या' पोलिसाचा हात हातात घेऊन नोट त्याच्या हातात खुपसली. त्यानं माझ्याकडे नजर टाकली आणि नोट नाकारली. मला वाटलं की त्याला आणखी हवे असणार. मी 'वाईट' पोलिसाकडे नजर टाकली. तो अजूनही माझ्याकडे रोखून बघत होता.

अचानक युसूफनं त्या 'चांगल्या' पोलिसाचा हात सोडला आणि त्याच्या

खांद्यावर ठेवला. *"बिया! बिया!"* (चला! चला!) असं म्हणून त्यानं त्याला बाजूला घेतलं. त्यानंतर कोपऱ्यावर जरा वेळ अदृश्य होऊन दोघं परतले.

"चला. निघू या." युसूफ म्हणाला.

मी त्या 'वाईट' पोलिसाकडे पाहिलं. त्याच्याकडे पाहून मी हसलो आणि त्याला उद्देशून 'खुदा हाफीज,' म्हणालो. तो काहीच बोलला नाही की त्यानं काही हालचालही केली नाही.

मी गफूरला त्यानं घेतलेल्या त्रासाबद्दल १५० अफगाणी दिले. ते हातात पडताच तो तिथून पसार झाला. आम्ही उरलेले तिघं टॅक्सीत बसलो. मी युसूफच्या खांद्यावर थोपटून त्याचे आभार मानले. तो त्या पोलिसांशी काय बोलत होता हे मी त्याला विचारलं. "मी त्याला सुरुवातीलाच सांगितलं की त्यानं ती नोट घ्यावी. कारण जर आपण पोलीस स्टेशनला गेलो तर आम्ही जे काही देऊ त्यामधला वाटा वरच्या अधिकाऱ्यांना द्यावा लागेल किंवा सगळीच रक्कम ते हडपतील. त्यावर तो म्हणाला की मी असं परदेशी माणसासमोर लाच देऊ करणं अयोग्य आहे. म्हणून तर मी त्याला कोपऱ्यावरून पलीकडे नेलं. तो कुठल्या पोलीस स्टेशनमध्ये काम करतो हे विचारल्यावर मी त्याच्या एका वरिष्ठ अधिकाऱ्याचं नाव सांगितलं. मग तो जरासा कचरला. तेव्हा मी त्याला परत सांगितलं की हे पैसे घ्या आणि दोघं जाऊन भरपेट जेवण करा. तो तयार झाला."

तमीमनं मला नंतर सांगितलं की युसूफ पूर्वी गुप्तचर अधिकारी म्हणून काम करत असे. त्याला तो पोलीस अधिकारी खरेच माहीत होता; पण पोलीस स्टेशनला गेल्यावर काहीही होऊ शकत होतं. त्यांनी आम्हाला एक रात्र कोठडीत टाकून आमच्याकडून भरपूर रक्कम उकळली असती.

तमीम म्हणाला की आम्ही त्या व्यसनी माणसाशी बोलत असताना युसूफ सारखा लवकर संपवण्यासाठी लकडा लावत होता. त्या वेळी त्याला त्याचं कारण कळलं नव्हतं; पण आता ते स्पष्ट झालं होतं. आम्ही जिना चढत असताना जो तरुण तिथून निघून गेला होता त्यानंच या दोघा पोलिसांना बोलावून आणलं होतं. आमच्याकडून जी काही लाच मिळेल त्यात त्याला वाटा मिळायची अपेक्षा होती.

तो दिवस खऱ्या अर्थानं माझ्या आयुष्यातला एक मैलाचा दगड होता, कारण मी आयुष्यात पहिल्यांदाच एखाद्या पोलिसाला लाच चारली होती.

अफगाणी जरी भरपूर प्रमाणात अमली पदार्थांचं सेवन करत असले तरी मोठ्या प्रमाणात हे पदार्थ देशाबाहेरही पाठवले जातात. जगात एकूण जे ओपिएट जप्त होतात, त्यामधले ८०% एकट्या इराणमध्ये होतात. अद्यापही तुर्कस्तानमधून

युरोपकडे खुष्कीच्या मार्गानं अमली पदार्थ पाठवण्याची जुनी पद्धत सुरू असल्याचं ते द्योतक आहे.

अफगाणिस्तानच्या सीमारेषा 'सच्छिद्र' असल्यानं मादक द्रव्यं भरपूर प्रमाणात सगळ्याच दिशांनी सहज बाहेर पडतात. हवाई मार्गाचा विचार करायचा तर कित्येक वर्षे मादक द्रव्यांचे व्यापारी काबूल विमानतळाच्या कार्गो सेवेचा वापर करत होते. '१९८२मध्ये ही समस्या खूपच गंभीर झाली,' बी.बी.सी.साठी काम करणाऱ्या एका अफगाण पत्रकारानं मला सांगितलं, 'दररोज दुबईला जाणाऱ्या फ्लाईट असत. आठवड्यातून दोन वेळा दिल्लीला फ्लाईट जात होत्या. कुनार प्रांतामधून बाहेर निर्यात होणाऱ्या लाकडांमध्ये किंवा गालिच्यांमध्ये दडवून मादक द्रव्यं बाहेर पाठवली जात. दररोज असे दोनशे-तीनशे गालिचे निर्यात केले जात होते.'

त्यानं सांगितलं की तालिबान सत्तेवर आल्यानंतर अल्-कायदानं अफगाणिस्तानची राष्ट्रीय विमान कंपनी आरियानाच्या विमानांचा वापर अमली पदार्थ वाहून नेणाऱ्या खेचरांसारखा करायला सुरुवात केली. तालिबानचा पाडाव झाला तरी काबूल विमानतळावरून ही अमली पदार्थांची वाहतूक निर्विघ्नपणे चालू होती. एका माणसानं याला प्रतिबंध करण्यासाठी पाय रोवून उभं राहीपर्यंत. त्या माणसाचं नाव जनरल अमीनुल्ला अमरखेल.

अठरा महिन्यांच्या अवधीत जनरल अमरखेलनं ६० जणांना अटक केली आणि १०० किलो हेरॉईन जप्त केलं होतं. मग अचानक तो पदच्युतच झाला आणि एका प्रचंड वादाच्या भोवऱ्यात सापडला. जेव्हा तत्कालीन अमेरिकन राष्ट्राध्यक्ष जॉर्ज बुश 'अमेरिकेनं अफगाणिस्तानात लोकशाही रुजवण्यात प्रचंड प्रगती केली' अशी बढाई मारत असतानाच हे जनरल अमरखेलचं प्रकरण घडलं होतं. अमली पदार्थांच्या व्यापाराशी संबंधित माफियांचा केवढा प्रभाव अफगाण सरकारवर आहे, हे त्यातून ढळढळीतपणे समोर आलं. जनरल अमरखेलनी असा आरोप केला की मादक द्रव्यांचा व्यापार करणारे माफिया आणि सरकारी अधिकाऱ्यांनी कट केला होता. अफगाणिस्तानच्या संसदेच्या वरिष्ठ सभागृहाचे (*मेशरानो जिर्गा*) सभापती सिबघतुल्ला मुजाहिदी यांनी जोपर्यंत भ्रष्ट अधिकाऱ्यांना हटवलं जात नाही तोपर्यंत राष्ट्राध्यक्ष हमीद करझाईंशी बोलायलाही नकार दिला होता.

'मी हे काही सुचवलं ते माझ्या वैयक्तिक फायद्यासाठी नसून देशाच्या भल्यासाठीच आहे.' सभापती मुजाहिदीनी जाहीर केलं होतं. 'आपल्या देशाला गंभीर संकटाचा सामना करावा लागत आहे. अशा वेळी लोक मला विचारतील की मी त्या माणसाला (करझाई) पाठिंबा कसा दिला.'

पण कोणाही भ्रष्ट अधिकाऱ्याला पदावरून हटवण्यात आलं नाही. मुजाहिदीही पुन्हा काम पाहू लागले. जनरल अमरखेल मात्र एकटा पडला. ज्या माणसानं त्याला

उडवण्यात पुढाकार घेतला होता त्याचं नाव अब्दुल जाबर साबेत. हा विक्षिप्त स्वभावाचा टकल्या माणूस अफगाणिस्तानचा ॲटर्नी जनरल होता. आपण एका प्रकरणात खोट्या पासपोर्टच्या संबंधात चौकशी करायला सांगितली असताना अमरखेलनं त्यात अडथळे आणले, असा आरोप साबेतनं केला होता. अमरखेलला तुरुंगात टाकायचा त्याचा मानस होता, तर माफियांना अमरखेलला ठार करायचं होतं. अतिशय अडचणीत आल्यानं अमरखेलनं लंडनला पलायन केलं. पण लवकरच मुजाहिदीनं त्याची समजूत घातली. त्याच्यावरचे सगळे आरोप काढून त्याला त्याची नोकरी परत मिळेल, असं आश्वासन अमरखेलला दिल्यानं तो काबूलला परत आला. त्याचं काबूल विमानतळावर चांगलं स्वागत करण्यात आलं. पण लवकरच सगळं थंड झालं. त्याच्याकडे साफ दुर्लक्ष करण्यात आलं. नोकरी परत मिळणं किंवा त्याच्यावरचे आरोप काढून टाकणं आणि साबेतचा रोष कमी व्हावा अशासाठी काही प्रयत्न करणं यामधलं काहीच झालं नाही. अमली पदार्थांच्या तस्करांशी एकाकी लढणाऱ्या या जनरलला अटक होण्याच्या किंवा खून होण्याच्या भीतीनं काबूलमध्ये लपूनछपून दिवस काढायची वेळ आली.

पण सर्वांना मात्र अमरखेल चांगला माणूस आहे, असं वाटत नव्हतं. मी ब्रिटिश दूतावासातल्या अमली पदार्थविरोधी विभागात काम करणाऱ्या एका अधिकाऱ्याशी एकदा बोलत होतो. त्यानं खूप खोलात जाऊन सांगायला नकार दिला; पण त्यानं सांगितलं की अमरखेल हेरॉईनचा व्यापार थांबवत नसून प्रत्यक्षात तो त्याला मदतच करत होता. तो काबूल विमानतळावर ज्या धाडी टाकायचा त्या केवळ कॅमेऱ्यासाठी केलेला देखावा अशाच असत. मला हे खरं की ते खरं हे ठरवण्याएवढी माहिती नव्हती. पण काहीही असलं तरी त्याच्यावर खटला चालवून काय ते एकदाच स्वच्छ करायला काय हरकत होती. जर तो निर्दोष असेल तर करझाई सरकारच्या काळात अफगाणिस्तान किती भयंकर परिस्थितीत आहे हे कळत असूनही आपण तिकडे डोळेझाक करतोय, असा त्याचा अर्थ होतो. जर तो दोषी असेल तर त्याला फासावर द्या. तसं झालं तर अफगाणिस्तानात न्यायाची बूज राखली जाते हे सिद्ध होईल. मला या जनरलच्या प्रकरणात रस वाटू लागला. मला त्याला भेटायची इच्छा झाली.

मी सुरुवातीला माहिती काढण्यासाठी काबूल विमानतळावर गेलो. तिथं मी प्रथम कस्टम विभागाचा प्रमुख अमीर मोहम्मद याची भेट घेतली. कार्गो विमानांमध्ये त्याला किती हेरॉईन सापडतं, असं विचारल्यावर, मागच्या सहा महिन्यांत तीस किलो सापडल्याचं सांगितलं. अफगाणिस्तानात दरवर्षी ६ हजार टन हेरॉईन बनतं याची माहिती असल्यानं हे सापडलेलं हेरॉईन फारच किरकोळ होतं. मी तसं त्या अधिकाऱ्याला विचारलंही. "गेल्या काही वर्षांत बराच फरक पडला आहे. आता

तस्करांना सहज काम करता येणार नाही अशी परिस्थिती आहे. त्यामुळे ते या मार्गाचा वापर करत नाहीत. काबूल विमानतळावरून हेरॉईनची तस्करी करणं आता अशक्य झालं आहे.''

''ठीक आहे.'' मी म्हणालो. ''मी जनरल अमरखेलला भेटू इच्छितो.'' त्यावर अमीर मोहम्मदनं मला एक फोन नंबर दिला. माझ्या दुभाष्यानं त्या दिवशी फोन लावून पाहिला पण तो चालू नव्हता.

मी जनरल अमरखेलच्या जागी नियुक्त झालेल्या ब्रिगेडियर जनरल मोहम्मद जमा अदील याला भेटायला गेलो. चाळिशीचा हा माणूस एवढ्या वरच्या पदासाठी तरुण वाटला. तो इथं विमानतळावर गेले सहा महिने होता. या दरम्यान आपण ऐंशी किलो हेरॉईन पकडल्याचं त्यानं सांगितलं. हे हेरॉईन तीन मुख्य ठिकाणांकडे पाठवलं जातं. ही ठिकाणं म्हणजे दिल्ली, दुबई आणि चीनच्या मुस्लीमबहुल जिनजियांग या प्रांताची राजधानी उर्मकी.

''आम्ही लोकांना पकडण्यासाठी शक्य असेल ते सर्व काही करत आहोत,'' अदील म्हणाला, ''आत्तापर्यंत बावीस जणांना पकडण्यात आलं आहे.''

काबूल विमानतळावरून अजिबातच तस्करी होत नाही, असं मात्र तो सांगत नव्हता. विमानतळावर आता नवीन स्कॅनर बसवण्यात आले होते; पण अदीलला मादक द्रव्यांचा वास घेणारे कुत्रे हवे होते.

''माफियांकडून लाच दिली जाण्याचे किंवा धमकावण्याचे प्रयत्न केले जातात का?'' मी विचारलं.

''मी जनरल झाल्यापासून कधीही कोणाला माझ्यावर दबाव आणू दिला नाही किंवा मला आमिषही दाखवू दिलं नाही. या पदावर असताना मला त्याची गरजही नाही. माझ्या माणसांना काही संशयास्पद आढळलं की त्यांनी ते ताबडतोब मला सांगायचं अशी माझी पद्धत आहे. त्यामुळे इथं जे काही होतं त्याला माझ्या हाताखालचे लोक नाहीत तर मी स्वत: जबाबदार असतो. मी प्रत्येक बाबीत वैयक्तिक लक्ष घालतो.''

अदील मात्र मला जनरल अमरखेलशी संपर्क साधून देण्यात उपयोगी पडला नाही. काही आठवड्यांनी एका अफगाण पत्रकारानं मला अमरखेलचा फोन नंबर दिला. तमीमनं त्याच्याशी संपर्क साधला. त्यानं भेटायचं मान्य केलं.

आम्ही काबूलच्या पश्चिम भागात एका कच्च्या रस्त्यानं आत गेलो. आम्ही तिथं जाताना अगोदर फोन केला. एका मोठ्या जाळी लावलेल्या गेटसमोर एक पोरगा आमच्यासाठी उभा होता. त्यानं आम्हाला आवारात नेलं. आम्हाला पाहून पन्नाशीजवळ आलेला एक दाढी राखलेला माणूस बाहेर आला. त्यानं आमचं स्वागत केलं.

आम्ही आत गेलो. तिथं फर्निचर नव्हतं. फक्त खोलीभर मोठा गालिचा टाकला होता. त्यावर मोठ्या आकाराच्या उशा (*तोषक*) ठेवलेल्या होत्या. आम्ही भिंतीपाशी ठेवलेल्या तोषकांना टेकलो आणि मग थोडी औपचारिक चौकशी झाली. हे अमरखेलचं घर नव्हतं. तो त्याच्या कुटुंबासह त्याच्या फ्लॅटवर राहू शकत नव्हता. या फ्लॅटवर साबेतनं अगोदरच एकदा धाड टाकायला लावली होती. म्हणून तो शहरात नातेवाईक आणि मित्र यांच्या घरी लपून राहिला होता. आमच्या भेटीची त्यानं चांगली तयारी करून ठेवली होती. त्यानं काही फाईल, अल्बम आणि व्हिडीओ टेप काढून ठेवले होते. दोन कॅमेरेही सज्ज होते. त्याची बाजू भक्कमपणे मांडण्याचा त्याचा इरादा स्पष्ट दिसत होता.

एकेकाळी अमरखेलची कायद्याची अंमलबजावणी करणारा कर्तव्यदक्ष अधिकारी म्हणून संपूर्ण देशभर ख्याती होती. अली अहमद जलाली नावाच्या एका हुशार, प्रभावशाली आणि आदरणीय माणसानं अमरखेलला जनरल पदावर बढती दिली होती. एकेकाळी हमीद करझाई सरकारची विश्वसनीयता वाढवण्यात या जलालीचा मोठा वाटा होता. अमेरिकन लष्करी इतिहासाचा अभ्यास केलेला जलाली लष्करी हालचालींच्या नियोजनातला तज्ज्ञ मानला जाई. तालिबानच्या पाडावानंतर तो अमेरिकेतून परतला आणि करझाई सरकारमध्ये २००३ मध्ये अंतर्गत मंत्री म्हणून काम पाहू लागला. हे पद राष्ट्राध्यक्षाच्या खालोखाल महत्त्वाचं होतं. युद्धखोर नेत्यांचा धुमाकूळ सुरू असताना त्यानं सर्व छत्तीस प्रांतांत सरकारची घडी बसवण्यासाठी जिवाचं रान केलं; पण आपल्याला संशोधकाचं शांत जीवन जगायचं आहे असं सांगून जलालीनं २००५ मध्ये राजीनामा दिला. सरकार आणि पोलीस यांना स्वच्छ करण्याच्या त्याच्या प्रयत्नांना झालेल्या प्रचंड अंतर्गत विरोधामुळे त्यानं असं केल्याचं मानलं जातं.

बी.बी.सी.चा पत्रकार शिराजुद्दीन सिद्दीकीनं लिहिलं आहे, 'तीन वर्षांच्या कारकिर्दीत मिस्टर जलाली यांनी भ्रष्टाचाराच्या विरोधात आणि अमली द्रव्यांच्या व्यापाराशी लढणारा मंत्री म्हणून नाव मिळवलं होतं. सरकारपाशी अमली द्रव्यांच्या व्यापारात सामील असणाऱ्यांची यादी असल्याचं आणि आपण ती प्रसिद्ध करणार असल्याचं त्यानं जाहीर केलं होतं.' जलालीला यादी प्रसिद्ध करता आली नाही; पण राजीनामा देण्याच्या सहा महिने अगोदर त्यानं अमरखेलला बढती दिली होती. अमरखेलनं केवळ मि. जलालीच नव्हे, तर शुद्ध चारित्र्याचा म्हणून त्यानं इतर अनेकांना प्रभावित केलं होतं.

"जर्मन आणि अमेरिकनांनी सुधारणा कशा होत आहेत याची तपासणी करण्यासाठी एक परीक्षा घेतली होती. मी त्यात पहिला आलो होतो. जर मी गुन्हेगार असतो तर मला त्यांनी ही एवढी प्रशस्तिपत्रं दिली असती का? सरकारनं मला माझ्या कामाची

प्रशंसा करणारी ही इतकी पत्रं कशासाठी दिली?''

खरं सांगायचं तर मला ही असली प्रशस्तिपत्रं फालतू वाटतात; पण मी ते दाखवलं मात्र नाही. कोणी केस चांगले विंचरले म्हणून किंवा बूट पॉलिश केलं म्हणून हे लोक प्रशस्तिपत्रं देतात असं माझं मत होतं. ''मग मला कामावर ठेवलंत तरी कशाला?'' जणू त्याच्या जुन्या वरिष्ठांशी बोलतोय अशा प्रकारे अमरखेल म्हणाला, ''मी जर गुन्हेगार असेन तर तुम्हीही गुन्हेगार आहात!''

अमरखेलनं आता एक अल्बम उघडला. अगोदरची परिस्थिती आणि त्यानं सुधारणा केल्यानंतरची परिस्थिती अशा प्रकारचे फोटो त्यानं दाखवले. त्यात विमानतळाच्या बाहेरच्या सुरक्षा तटबंदीचा एक फोटो होता. तिथं एवढी मोठी मोकळी फट होती की त्यातून एखादा ट्रक सहज आत जाऊ शकत होता. प्रत्यक्षात तसं घडतही होतं.

''गाड्या सरळ धावपट्टीजवळ उभ्या विमानापाशी जायच्या. अफगाण आणि परदेशी लोक त्यांचं सामान सरळ विमानात भरायचे आणि आपल्या सशस्त्र रक्षकांना घेऊन बाहेर आरामात निघून जायचे.''

केवळ अमली द्रव्यंच नव्हेत तर सांस्कृतिकदृष्ट्या अतिशय समृद्ध असलेल्या अफगाणिस्तानमधून अनेक मौल्यवान पुराणवस्तूंची काबूल विमानतळावरून तस्करी होत असे. अमरखेलनं त्याच्या हाताखाली काम करणाऱ्या चाळीस माणसांच्या मदतीनं याला आळा घालायचा प्रयत्न केला. आरियानाचे कर्मचारी कुराणाची पाचशे वर्षं जुनी प्रत भारतात पाठवताना त्यानं पकडले. त्यानं सामानातून शस्त्रास्त्रांचे सुटे भाग नेणाऱ्या अनेक अमेरिकनांना पकडलं; पण त्याला त्यांना अटक मात्र करता येत नव्हती.

''खासगी सुरक्षा कंपनीचे लोक (अमेरिकन) सगळे नियम धाब्यावर बसवून त्यांना हव्या त्या वस्तू विमानांमधून नेत असत. मी या सगळ्याला आळा घालायचं ठरवलं.''

माहितीचा मूळचा काही साठा नसल्यानं अमरखेल आणि त्याच्या लोकांना अनुभवांमधून शिकतच काम करावं लागलं. सुरुवातीला त्यांना सामानात ठेवलेले अमली पदार्थ सापडले. काही वेळा त्यांना बॅगांमध्ये चोरकप्प्यांमध्ये लपवलेले सापडू लागले. अशा लोकांना अटक होऊ लागल्यावर तस्करांनी पद्धत बदलली. एखादा 'खेचर' म्हणून काम करणारा वाहक साधारण शंभर कॅप्सूल गिळायचा. प्रत्येक कॅप्सूलमध्ये ५० ते १०० ग्रम पावडर भरलेली असायची. अमरखेल आणि त्याच्या लोकांना लवकर अशा लोकांची कामाची नेमकी पद्धत लक्षात आली.

''अशा माणसांचं तोंड कोरडं पडलेलं असतं. त्यांच्या शरीरात प्रवासाच्या कालावधीत कॅप्सूल राहाव्यात म्हणून त्यांना काही प्रमाणात अमली पदार्थ दिलेले असतात. त्यांना प्रचंड तहान लागली तरी ते पाणी पिऊ शकत नाहीत.''

अमरखेलला या अशा वाहकांबद्दल सहानुभूती अजिबात नव्हती. पण ही फक्त

मोठ्या आणि ताकदवान बदमाशांच्या हातातली प्यादी असतात, हे त्याला मान्य होतं. मी या लोकांना पासपोर्ट कसे मिळतात याबद्दल विचारलं.

"ते निराळ्याच नावानं खोटे पासपोर्ट मिळवतात. जर त्यांच्या पाठीशी बडे माफिया नसतील तर त्यांना असं करता तरी येईल का? त्यांना सरकारमधून मदत मिळते म्हणूनच हे शक्य होतं."

बदमाशांनी अमरखेलला लाच देण्याचा प्रयत्न केला होताच.

"मला अप्रत्यक्षपणे काही माणसांना बाहेर जाऊ देण्यासाठी दोन ते पाच हजार डॉलर लाच देऊ करण्यात आली होती. ते म्हणत की काही झालं तरी तू इथं तात्पुरताच आहेस. तेव्हा पैसे घे. आपण चांगले आहोत आणि चांगलं काम करतोय असं तुला दाखवायचं आहे. ते खरंही आहे. पण सरकारला हे पसंत नसतं. ते तुला कधीच मदत करणार नाहीत. ते तुला एक दिवस वाऱ्यावर सोडतील, तेव्हा वेळीच पैसा कमावून तुझं आयुष्य तरी सुधार... मी त्यांना हे असं काही करणार नाही, असं साफ बजावलं."

अमरखेल काहीसा गर्विष्ठ होता; पण गर्विष्ठ असणं हा काही गुन्हा नाही. त्यानं त्याच्या कामाची व्यवस्थित नोंद करून ठेवली होती. त्यानं भरपूर फोटो काढून ठेवले होते. तो माल जप्त केल्यावर किंवा लोकांना अटक केल्यानंतर प्रसिद्धी देत असे. त्याला ते प्रिय होतं. आपण आपलं काम चोख बजावतोय असं त्याला वाटत होतं आणि ते बरोबरही होतं; पण आपण जे काही करतोय त्याला आपल्या पाठीशी उभं राहणारं कोणीतरी ताकदवान आहे अशी त्याची जी समजूत झाली होती, ती मात्र चुकीची होती.

अमरखेलला पदावरून हटवलं गेलं त्या वेळी माध्यमांमध्ये वारंवार एका प्रसंगाचा उल्लेख केला जात असे. दोन बायकांना हेरॉईनसह पकडण्यात आलं. अमरखेलनं त्या वेळच्या चौकशीची चित्रफीत मला दाखवली. एक बाई अमलखेलशी आणि त्याच्या माणसांशी अतिशय उद्धटपणे आणि उघडउघड अपमानास्पद बोलत होती. तिनं त्याला सोडून द्यायला सांगितलं. आपली खूप वजनदार लोकांशी ओळख आहे, तेव्हा मला पकडण्याचा परिणाम चांगला होणार नाही, असं ती बजावत होती. तिच्या कामात खोडा घातला म्हणून तिचा राग अनावर झाला होता. ती म्हणाली तसंच घडलं. दोघी जणी काही दिवसांतच सुटल्या आणि लवकरच अमरखेलची नोकरी गेली.

अमली पदार्थांचा व्यापार करणारा एक जण होता. त्याला अमरखेलला उडवायचं होतं. त्याचं नाव हाजी मैदान. हा काही फार मोठा मासा नव्हता. योगायोगानं त्यांची गाठ पडली म्हणून त्याचं नाव अमरखेलला कळलं. त्याच्याकडे अनेक खबरे होते. एका खबऱ्यानं माहिती दिली की या हाजी मैदाननं दीडशे

माणसांना विमानमार्गे चीनला मादक द्रव्यांची तस्करी करायला तयार केलं आहे. अमरखेलनं हाजी मैदान ज्या पूर्व भागातला होता तिथून चीनला जाणाऱ्या प्रवाशांवर नजर ठेवायला सांगितली. काही संशयास्पद वाटलं तर त्याच्या माणसांकडून कसून चौकशी सुरू केली जाई आणि गरज भासली तर अशा माणसांना थेट अमरखेलपुढे उभं केलं जाई.

"मी एकदा सहा जणांना अटक केली. त्यांचे व्हिसा एकाच हस्ताक्षरात लिहिलेले आणि एकाच दिवशी, एकाच वेळी जारी केलेले होते. सगळे जण उर्माकीला जात होते."

अमरखेलनं मला या अटकेच्या वेळची चित्रफीत लावून दाखवली. त्यात अमरखेल एक दमदार आणि सच्चा अधिकारी दिसला. ती टेप पाहिल्यानंतर तो खरोखरच कर्तव्यदक्ष आहे, याची मला खात्री पटली. जनरल अमरखेल कॉफी टेबलावर एक पाय ठेवून संशयिताची चौकशी करत होता.

"चीनला जाण्याचं कारण?"

"मी एक व्यावसायिक आहे." तो माणूस अतिशय अस्वस्थ दिसला.

"कसला व्यवसाय?"

"ब्लँकेटचा."

"एक ब्लँकेट चीनमध्ये काय किमतीला विकलं जातं? आणि मुळात त्याचा खर्च किती आलेला असतो?"

त्या माणसाला याचं उत्तर देता येत नाही.

"जवळ किती रक्कम आहे?"

"एक हजार डॉलर."

तस्करांना जवळ एक हजार डॉलर नसतील तर चीनमध्ये प्रवेश मिळत नसे.

"पावडर कोणी दिली?"

"माझ्याजवळ पावडर नाही."

"जर तुझ्याजवळ पावडर सापडली नाही तर मी नोकरी सोडून देईन." अमरखेल आता कोळ्याच्या जाळ्यात माशी अडकल्यावर कोळी जसा बघतो तसा बघत होता. "मला जर तुझ्याजवळ पावडर सापडली तर तू सहा वर्षांसाठी तुरुंगात जाशील. माहीत आहे ना?"

"होय."

"मी तुला वैद्यकीय तपासणीसाठी पाठवणार आहे. तू कुठून आला आहेस?"

"मी अफगाणी आहे."

"चूक. तू पाकिस्तानी आहेस. तुला लिहिता-वाचता येतं का?"

"नाही."

"लिहिता-वाचता न येताही तू व्यवसाय कसा करतोस? मी खात्रीनं सांगतो. तुझ्याजवळ पावडर आहे."

"नाही."

आता व्हिडीओमध्ये दिसतं की जनरल अमरखेलचा फोन वाजतो. त्याचा एक माणूस त्याला सांगतो की त्या माणसाला ताबडतोब सोडून द्या हे सांगायला हाजी मैदाननं फोन केला आहे.

"हा हाजी मैदान कोण आहे?"

"मला माहीत नाही."

"मग त्यानं तुझ्या सुटकेसाठी फोन का केला?"

"मला माहीत नाही."

"हे तेल कशासाठी आहे?"

"केसांना लावायला."

"नाही. आणखी कशासाठी तरी आहे ना?"

"नाही. केसांसाठीच आहे."

"ठीक आहे. पण ते तिथल्या 'खालच्यासाठी' आहे. कॅप्सूल नीट बाहेर पडाव्यात म्हणून पिण्यासाठी आहे.

आता अमरखेलनं दवाखान्यातली व्हिडीओ क्लिप दाखवली. तिथं डॉक्टर संशयित इसमाशी बोलत होता. "आमचं काम पोलिसांपेक्षा वेगळं आहे. आम्ही तपासून बघतो, फक्त प्रश्न विचारत नाही. तेव्हा खरं काय ते सांग. तुझ्याजवळ पावडर आहे की नाही?"

"होय." त्या माणसानं कबुली दिली. "माझ्या पोटात १११ कॅप्सूल आहेत."

तीन आठवड्यांनंतर त्या दोघी बायकांना अटक केल्यानंतर अमरखेलची हकालपट्टी झाली त्याच्या दुसऱ्या दिवशी त्याला फोन आला होता. त्यानं फोनवरचं रेकॉर्ड करून ठेवलेलं संभाषण मला ऐकवलं.

"मी हाजी मैदानचा माणूस आहे," फोनवरून पलीकडचा माणूस बोलत होता, "आम्ही तुझी नोकरी घालवली आहेच. आता तुला इशारा देतोय की लवकरच तुला खलास करून टाकू. आम्ही तुला नि तुझ्या कुटुंबाला जगू देणार नाही." त्या माणसानं अमरखेलच्या हाताखालच्या दोन माणसांची नावं घेऊन त्यांनाही ठार मारण्याची धमकी दिली.

त्याला पदावरून हटवण्यात एकट्या हाजी मैदानचा हात होता, असं मात्र अमरखेलला वाटत नाही. "ते सगळे एकत्र आले असणार. मी तिथं (काबूल विमानतळावर) असताना त्यांना त्यांचं काम करता येत नव्हतं; पण आता ते (अदीलचे लोक) मादक द्रव्यांचा शोध घेण्यासाठी तपासणी करत नाहीत. त्यांनी

तशी काही पद्धतच बनवलेली नाही.

"आता हेरातवरून एखादं विमान येतं. ते काबूल विमानतळावर एखादा तास थांबतं. त्याची काहीच तपासणी न होता ते मग दुबईला रवाना होतं. हे असं आहे. मझार आणि हेरातहून अशा तऱ्हेनं मादक द्रव्यं देशाबाहेर सहज पाठवली जातात. अशा विमानतळांवर सुरक्षा तपासणीची फारशी चांगली व्यवस्थाच नाही. आता तर कंदाहारहून दुबईला आठवड्यातून दोनतीन फ्लाईट जातात. कंदाहार हा तर अमली पदार्थांच्या तस्करीचा मुख्य अड्डा आहे. आता सगळं त्यांच्याच (माफिया) हातात आलं आहे."

अमरखेलला पदावरून नेमकं कशासाठी हटवण्यात आलं? ॲटर्नी जनरल साबेतच्या म्हणण्यानुसार त्यानं एका पासपोर्टसंबंधी घोटाळ्याच्या चौकशीत अडथळा आणला होता. समजा, असं असलं तरी त्याला एकदम काढून टाकण्याएवढं हे कारण महत्त्वाचं होतं का? अमरखेलला अशा प्रकारे तडकाफडकी पदच्युत करणारा हा साबेत होता तरी कोण?

साबेत हा एकेकाळी अमेरिकन सिनेटर चार्ली विल्सनचा लाडका इस्लामी नेता असलेला आणि आता 'मोस्ट वॉन्टेड' दहशतवाद्यांच्या यादीत सामील करण्यात आलेल्या गुलबुद्दीन हिकमतयार याचा अतिशय जवळचा सहायक होता. साबेत-अमरखेल वादाला तोंड फुटल्यापासून आर्थर केन्ट या अफगाणिस्तानात काम केलेल्या अत्यंत अनुभवी कॅनेडियन पत्रकारानं या सगळ्याचा मागोवा घेतला आहे. त्याच्या स्कायरिपोर्टर डॉट कॉम या वेबसाईटवर साबेत अफगाणिस्तानातल्या न्यायव्यवस्थेत एवढा वर कसा चढला, याची कहाणी थोडक्यात सांगितली आहे :

> अमेरिकेच्या न्यायविभागातल्या सल्लागारांच्या दबावामुळे साबेतला ते उच्च पद मिळाले आहे. आपण २००१ पासून कॅनेडियन नागरिक असल्याचे साबेत सांगत आहे. त्याने मॉन्ट्रियलमध्ये कल्याण विभागाकडून निधी मिळवला आणि तो २००३ मध्ये रिकाम्या खिशांनी काबूलला परतला. तिथे त्याने अंतर्गत मंत्रालयाच्या अखत्यारीत असणाऱ्या न्यायखात्यात अतिशय कमी पगाराची वकिलाची नोकरी पत्करली आणि हाच माणूस काबूलच्या वजीर अकबरखान या अतिशय महागड्या उपनगरात मोक्याच्या जागांचा घरे बांधण्यासाठी विकास करतो आहे. अगदी अलीकडे म्हणजे या वर्षी (२००७) मार्च महिन्यात ब्रिटिश ॲटर्नी जनरल लॉर्ड गोल्डस्मिथ आणि साबेत एका पत्रकार परिषदेत शेजारी बसले होते. काबूल विमानतळावरच्या अमली पदार्थांच्या तस्करीशी या माणसाचा संबंध असल्याचे बोलले जात असूनही ब्रिटिश ॲटर्नी जनरलने ही संयुक्त

पत्रकार परिषद घेतली होती. ब्रिटिश आणि अमेरिकन गुप्तचर यंत्रणांना अफगाणिस्तानातल्या राजकारणाची गुंतागुंत आणि तिथल्या खतरनाक माणसांची योग्य ओळख करून घेण्यात अपयश आल्याचे हे ठळक उदाहरण आहे. त्यांना तिथल्या संस्कृतीचा नीट अंदाज येत नाही. राजकारणातल्या दुटप्पी खेळाची आणि पडद्यामागच्या निष्ठांची जरादेखील कल्पना नाही. एका वरिष्ठ अमेरिकन अधिकाऱ्याने सांगितले की यातून आम्ही काहीच शिकत नाही. आम्हाला त्याचा कंटाळा येतो. आम्ही ज्याला चांगले इंग्लिश बोलता येते, त्याला गाठतो आणि तोदेखील आम्हाला ऐकायला जे आवडते तेच बोलतो. आणि हा साबेत अस्खलित इंग्लिश बोलतो.

विरोधाभास असा आहे की एम.आय. ६ या ब्रिटिश गुप्तचर संस्थेनं १९८०-९० या दशकाअखेर हिकमतयार आणि त्याचे साथीदार हे विविध अफगाण गटांमधले सर्वांत धोकादायक आणि विघटनकारी घटक आहेत, असं मूल्यमापन केलं होतं.

अमेरिकन लोकांना बऱ्याच उशिरा जाग आली. अखेर १९९२मध्ये साबेतच्या वॉशिंग्टन डी.सी.त परत येऊन पुन्हा व्हॉईस ऑफ अमेरिका (अमेरिकन सरकारनं निधी पुरवलेली संस्था) या रेडिओत नोकरी करण्याच्या प्रयत्नांना खोडा घालण्यात आला; पण मागच्या वर्षी हा त्याला अमेरिकेत प्रवेश न देण्याचा निर्णय बदलण्यात आला. त्यानं त्याच्या कारकिर्दीत आणखी वर चढण्यासाठी अमेरिकन मदतीच्या मोबदल्यात पेंटागॉनच्या ग्वान्टेनेमो इथल्या तुरुंगाबद्दल पाहिजे तसे अहवाल दिले.

अलीकडेच साबेतनं एक नवीनच नाटक केलं होतं. 'टोलो टीव्ही' या टीव्ही चॅनेलनं प्रसारित केलेल्या एका कार्यक्रमामुळे तो संतापला. त्यानं या टीव्ही चॅनेलच्या ऑफिसवर धाडी पडण्याची व्यवस्था केली. मी टोलो टीव्हीवर कार्यक्रम सादर करणारा प्रमुख निर्माता मसूद कियाम याच्याशी बोललो. त्याला अलीकडेच एकदा ॲटर्नी जनरलच्या ऑफिसात बोलावून घेण्यात आलं होतं. तिथं त्याला साबेतनं वर बोट दाखवून, 'माझ्याकडे अजून त्या फाईल आहेत हे लक्षात ठेवा,' अशी वारंवार धमकी दिली होती.

साबेतनं अमरखेल दोषी आहे आणि त्याला ताबडतोब अटक करण्यात यावी, अशी मागणी वारंवार केली होती.

"मला पदावरून हटवलं, पण अटक मात्र केली नाही," अमरखेल म्हणाला,

"का अटक केली नाही? मी लंडनहून परत येतो आहे हे सगळ्यांना माहीत होतं. त्यांनी मला कसलाही पुरावा नसताना पदावरून हाकललं; पण पुरावा नसल्यानं त्यांना अटक करता आली नाही.

"कोणताही देश, मग तो जर्मनी, कॅनडा, अमेरिका किंवा इंग्लंड असा कोणताही असो, जो साबेतला पाठीशी घालेल तो देश माझ्या देशाचं नुकसान करतो आहे. अफगाणिस्तानसाठी ते खरोखरच फार वाईट आहे. तुम्ही जर अशा माणसाला पाठीशी घातलं तर याचा अर्थ तुम्ही दहशतवादाला मदत करता आहात. पाश्चिमात्य देशांमधले लोक दोन प्रकारे मरतात. तस्कर पाश्चिमात्य देशात मादक द्रव्यं पाठवतात आणि तिथं लोकांना व्यसनाधीन बनवतात. या व्यापारातून ते जो पैसा कमावतात, त्यातून ते शस्त्रास्त्रं विकत घेतात आणि या प्रकारे पाश्चिमात्य माणसं मरतात.

"साबेत हा माफियाच आहे. अर्थात माफिया कधी आपण माफिया आहोत असं सांगत नाहीतच म्हणा. अफगाणिस्तान सरकारचं काम नीट का चालत नाही, असं अनेक जण विचारतात; पण हे सगळं असं आहे म्हणून सरकारही असं आहे.

"संयुक्त राष्ट्र संघटना, मानवाधिकाराचं काम करणाऱ्या गटांनी आणि पाश्चिमात्य देशांनी माझ्याबद्दल विचार करावा आणि माझ्यावरचा डाग पुसून टाकावा. 'हे तुमचं सरकार आहे आणि हा तुमचा मामला आहे.' असं अमेरिका आणि इंग्लंडनं म्हणता कामा नये. मी जर दोषी असेल तर मला शिक्षा करा. जर मी दोषी नसेन तर माझी नोकरी मला परत द्या. ज्या परदेशी लोकांचा या अफगाण सरकारमधल्या लोकांवर विश्वास आहे, त्यांना वस्तुस्थिती कळायला हवी. पण मी निराश झालो आहे. मला काय करावं ते कळत नाही."

पण अफगाणिस्तानात महत्त्वाची भूमिका बजावणारा प्रमुख, परदेशी सत्तांना या वस्तुस्थितीची माहिती करून घेण्याबद्दल जराही पर्वा नाही हे कळलं तर त्याला काय वाटेल, असा विचार माझ्या मनात आला.

❦

उन्हाळ्यात शुक्रवारी बहुतेक परदेशी लोक पोहण्याच्या तलावाकडे जात असत. सेरेना, लटमॉस्फिअर आणि संयुक्त राष्ट्रांच्या तलावांमध्ये अफगाण लोकांना प्रवेश नसायचा. अफगाण नागरिकांना दारू प्यायला बंदी असल्यानं जिथं परदेशी लोक दारू पिऊन मौजमजा करण्यासाठी जातात, अशा ठिकाणी अफगाण लोकांना प्रवेश दिला जात नव्हता. मी स्टेला आणि तिच्या मित्रमैत्रिणींसमवेत काही वेळा संयुक्त राष्ट्रांच्या तलावावर जात असे. शुक्रवारी तलावाच्या बाजूला बसून बीअर पिण्यात वेळ मजेत जायचा. तिथं गेल्यावर आपण कुठं आहोत याचा तात्पुरता विसर पडायचा.

एकदा मी दुपारी माझ्या खोलीत बसलो होतो. स्टेला आत आली. ती खूपच

अस्वस्थ दिसत होती. मला वाटलं की आमच्या कोणातरी मित्राचं अपहरण झालं आहे किंवा त्याचा खून झाला आहे, अशी काहीतरी वाईट बातमी ती सांगणार असावी.

"मी आत्ताच बातमी ऐकली. माझा अजून विश्वासच बसत नाही. बेव्हन - तो भयंकर संकटात सापडला आहे. आत्ताच ते घडलंय."

"काय घडलंय?"

"त्याला अटक झाली आहे."

मला हे ऐकताना वाटलं की काबूलमधल्या बारवरच्या एखाद्या धाडीत तो सापडला असावा.

"त्याला काबूल विमानतळावर अटक झाली आहे."

"काय?"

"होय. त्यांना त्याच्या बॅगेत कोकेन सापडलं."

हे आता चमत्कारिक वाटू लागलं होतं. बेव्हनला दारू प्यायला आवडत होतं. तो पिऊन चांगला झिंगायचा हे खरं; पण कोकेन जवळ सापडावं हे जरा जास्तच वाटत होतं.

"तो कधीच मादक द्रव्य घेत नसे," स्टेला म्हणाली, "त्याला तसलं काही अजिबात आवडत नसे."

काबूलमध्ये त्या वेळेस थोड्याफार प्रमाणात कोकेनचा प्रसार होता, हे माझ्या कानावर आलं होतं. काबूलमध्ये कोकेनला फारशी पसंती दिली जात नसे; पण कोकेनचा बेव्हनशी काय संबंध असावा? तो स्वत: मादक द्रव्यांच्या भानगडीत नसावा. पण बऱ्याच जणांना पैशाची चटक असते. बाहेरून कोकेन आणलं तर ते एक वेळ समजू शकतं; पण अफगाणिस्तानामधून कोकेन बाहेर नेण्याचा प्रयत्न करणं हा एवढा मूर्खपणा कोण कसा काय करू शकतो?

खरी गोष्ट बाहेर पडायला बरेच दिवस लागले. बेव्हन अटकेत असताना फक्त त्याच्या कंपनीच्या एकाच माणसाला त्याला भेटू दिलं जात होतं. पोलिसांना विमानतळावर सामानाची क्ष-किरण तपासणी करत असताना काही कॅन आढळले. त्यांनी सामानाची तपासणी केली. त्याच्याजवळ तीन कॅन होते. त्यांनी ते उघडल्यावर आत पांढरी पावडर दिसली. ही कशाची आहे असं विचारल्यावर बेव्हननं ती अन्नात मिसळण्यासाठीची पोषक पावडर आहे, असं सांगितलं. त्यांचा त्यावर विश्वास बसला नाही. म्हणून मग बेव्हननं एक चमचाभर पावडर घेऊन तोंडात टाकली. तो तत्काळ कोसळला. हेरॉईनमुळे तो जवळजवळ मरणारच होता. तो बरा झाल्यानंतर त्याला अटक झाली. सहा किलो हेरॉईनची तस्करी करण्याच्या आरोपाखाली खटला व्हायची वाट पाहत तो तुरुंगात पडला होता.

९

मलालाई

माझं काबूलमध्ये राहणं एक प्रकारे चमत्कारिकच होतं. मी कोणाची नोकरी करत नव्हतो. मी स्वत:च ढोल बडवून मला काही कामं करायची आहेत, असं सांगत होतो. त्याखेरीज माझ्याजवळ काहीच काम नव्हतं. मी दिशाहीन झालो होतो, मी निरर्थकपणे काबूलमध्ये तरंगत वेळ घालवत होतो. अशा माझ्या कंटाळवाण्या दिनक्रमात मी वेळ घालवत असताना मला ब्रिटिश दूतावासात ब्लॅकटाय बॉलडान्सचं निमंत्रण मिळालं. मी तिथं जरा उशिरा जायचं ठरवलं.

एकदा जायचं ठरवल्यानंतर मला सगळा जामानिमा करण्यासाठी खरेदी करणं भाग होतं. बूट, शर्ट, टाय आणि सूट खरेदीसाठी मी निघालो. मी पहिल्यांदाच काबूलच्या मध्यभागात असणाऱ्या सिटी सेंटर मॉलमध्ये जात होतो. तिथं सर्व प्रकारच्या वस्तूंनी भरलेली दुकानं होती. तिथं काही दागदागिन्यांची दुकानं होती. तिथं तुरळक प्रमाणात लोकांची ये-जा सुरू होती. मेटल डिटेक्टरमधून आत जाताच एका वेगळ्याच 'आधुनिक' अफगाणिस्तानच्या चकचकीत जगाचं दर्शन होत होतं. इतर अनेक देशांप्रमाणे अफगाणिस्तानची 'आधुनिक' बनण्याकडे, म्हणजे गरीब आणि श्रीमंत यांच्यामधली दरी प्रचंड रुंदावण्याकडे वाटचाल सुरू असल्याचं तिथं स्पष्ट होत होतं. आतला हा चकचकाट आणि बाहेरचं, लहान मुलं भीक मागत फिरतानाचं जग हे मनात येऊन मला उगीचच मी बेजबाबदार वागतोय असं वाटलं.

मी बाहेर आलो आणि एका छोट्या रेस्टॉरंटमध्ये गेलो. मी माझ्याजवळ असणाऱ्या शॉपिंग बॅग पायाखाली सरकवून ठेवल्या आणि *पिलाक*ची ऑर्डर दिली. ही अफगाणिस्तानमधली जेवणातली मुख्य डिश असते. मटणाच्या रश्श्यात शिजवलेला भात आणि त्यावर मसाला घालून उकडलेले मटणाचे तुकडे याचा मी आस्वाद घेतला. या डिशला दोन डॉलर दिले. मी सगळा भात हातानं खाऊन संपवला. त्या ठिकाणी अफगाणिस्तान खूप शांत आहे की काय, असं वाटलं असतं. इथं स्थानिक माणसं काम करून भरपेट जेवण करू शकत होती; पण अचानक कधीही हिंसाचाराचा उद्रेक व्हायची भीती सर्वांच्याच मनात कायमच घर करून होती.

बॉलडान्सचं नियोजन नीट नसल्यानं तो एक मोठा विनोदच होता. फ्रेंचांनी यायचं नाही, असं ठरवलं होतं; पण त्याचं कोणालाही काही वाटलं नाही. जेवण एखाद्या शाळेच्या कॅन्टीनमधल्या दर्जाचं होतं आणि त्याला उशीरही होत होता; पण कोणीच ते मनावर घेतलं नाही. सर्व जण भरपूर दारू ढोसून हसत-खिदळत मजेनं वेळ घालवत होते. मला तिथलं बिनधास्त वातावरण पाहून रोम जळत असताना फिडल वाजवत बसणाऱ्या निरोची आठवण आली.

उंच बॉम्बप्रूफ कुंपणांच्या बाहेर हिंसाचार वाढत चालला होता. या वर्षी अफूचं विक्रमी उत्पादन होणार होतं आणि भ्रष्टाचार प्रचंड बोकाळला होता. तालिबान अधिक आक्रमक झाले होते. नाटो आणि इतर सहकारी राष्ट्रांमधला विसंवाद वाढत चालला होता. जगातल्या या नवीन आणि 'अभिमानानं मिरवणाऱ्या' लोकशाहीचा आणखी मोठा लचका तोडण्यासाठी मूलतत्त्ववादी सरसावले होते. काही प्रमाणात चांगली कामं आणि उदात्त हेतूनं केलेले प्रयत्न दिसत असले तरी अफगाणिस्तानची निश्चितपणानं स्थिरतेकडे वाटचाल चालू आहे, यावर विश्वास बसणं कठीण होतं. पण मी माझं तिसरं किंवा चौथं ड्रिंक घेऊन माझ्या जागेवर जाऊन बसताना माझ्या मनात यामधलं काही जराही डोकावत नव्हतं.

जेवण झाल्यानंतर मी पूर्वी ओळख असलेल्या एका ब्रिटिश पत्रकाराशी बोलत होतो. तिनं माझी अमेरिकन राजदूत विल्यम वूड यांच्याशी ओळख करून दिली. आम्हाला गप्पा मारायला सोडून ती निघून गेली.

मी माझ्या पुस्तकाबद्दल सांगितलं. त्यावर विल्यम वूड म्हणाले, "हे तुम्ही लिहिलं आहे का?"

"अद्याप नाही. अजून बरंच काम बाकी आहे." मी म्हणालो. यानंतर आपण कधीतरी लंचसाठी भेटू या का, असं मी विचारण्याच्या बेतात असतानाच त्यांना डान्ससाठी हाका मारलेल्या ऐकू आल्या. ब्रिटिश राजदूत अगोदरच तिथं तिडमडणाऱ्या पावलांनी जाताना दिसला. विल्यम वूड तिकडे जाताना मी पाहत राहिलो.

मला अफगाणिस्तानातल्या कठीण राजकीय परिस्थितीत योग्य त्या प्रकारे योग्य त्या ठिकाणी जाण्यासाठी केवळ दुभाष्या पुरेसा ठरत नव्हता. म्हणून मी एका भरपूर फिरलेल्या, अतिशय सफाईदार वागणाऱ्या आणि हजरजबाबी अशा नव्या फिक्सरला माझ्यासाठी काम करायला बोलावलं. त्याचं नाव रफी. त्यानं आणि मी मिळून काही आठवड्यांत काबूलचे सगळे गल्लीबोळ पालथे घातले. अमली पदार्थांशी निगडित माफियांचा अफगाण लोकशाहीवर कसा परिणाम होतो, याबद्दल सांगायला कोणी संसद सदस्य तयार होतात का हे आम्ही पाहत होतो.

एकदा आम्ही अशाच एका मुलाखतीसाठी जात असताना आमच्याजवळ थोडा वेळ होता म्हणून आम्ही एखादं कोल्डड्रिंक घेण्यासाठी एका कोपऱ्यावरच्या दुकानात गेलो. दुकानदार प्रौढ वयाचा होता. कॅन पुरेसे थंड नाहीत म्हणून त्यानं दिलगिरी व्यक्त केली. आदल्या रात्री वीज नसल्यानं असं झाल्याचं त्यानं सांगितलं. मी परदेशी आहे हे कळल्यावर तो दुकानात मागच्या बाजूला गेला आणि कातडी बांधणीची एक पिशवी घेऊन परतला. त्यानं त्यामधून एक फोटो बाहेर काढून माझ्या हातात ठेवला. त्या फोटोत त्याच्या दुकानाची १९९२-१९९६ दरम्यानच्या यादवीत झालेली दुरवस्था दिसत होती. मुजाहिद्दीन गटांच्या मधल्या रणधुमाळीत त्याच्या दुकानावर एक क्षेपणास्त्र आदळलं होतं. त्यात त्याचा मुलगा, पुतण्या आणि पुतणी हे ठार झाले होते. हे क्षेपणास्त्र मसूदच्या फौजांनी डागलं असल्याचं त्यानं सांगितलं.

काही आठवड्यांपूर्वी मी पंजशीरमधल्या मसूदच्या थडग्याला भेट दिली होती. अनेक दृष्टींनी पाहता मसूद हा नायक वाटतो आणि खलनायक या जागेसाठी त्याचा कट्टर प्रतिस्पर्धी हिकमतयार अगदी योग्य वाटतो. मसूद आता अफगाणिस्तानात 'राष्ट्रीय नायक' बनला आहे. अनेक ठिकाणी त्याची पोस्टर, टॅक्सीमधले फोटो, न्हाव्याच्या दुकानातली कॅलेंडरं वगैरे ठिकाणी नायक म्हणून प्रतिमा रंगवलेली दिसते. मी त्याच्या थडग्यापाशी उभा असतानाही मला तो एक महान नायकच वाटत होता. जर अल्-कायदानं त्याची हत्या केली नसती तर त्याचे अफगाण राजकारणावर काय परिणाम झाले असते, असा विचार माझ्या मनात डोकावला होता. पण अर्थातच सर्वांनाच तो आवडत होता, असं मात्र नाही. तो केवळ ताजिक वंशाचा होता हे एवढंच पश्तुन लोकांच्या दृष्टीनं त्याला गद्दार ठरवायला पुरेसं होतं. पश्तुन लोकांना त्याचा विलक्षण तिरस्कार वाटत असे. रफीच्या मते, काबूलचा आपापसातल्या झगड्यासाठी एखाद्या रणभूमीप्रमाणे वापर करून या शहरात धुमाकूळ घालणाऱ्या अनेक युद्धखोर मुजाहिद्दीन नेत्यांमधलाच मसूद एक होता. त्या दिवशी दुकानदारानं जे सांगितलं त्यावरून हेच दिसत होतं.

दुकानात दोन बायका आल्या. त्यांच्यासाठी दुकानदार बिस्किटाचे पुडे बांधून

देऊ लागला. मी त्याच्याकडे पाहिलं. त्याच्या डोळ्यांत पाणी जमा झालं होतं. मी हातातला फोटो त्याच्यासमोर ठेवला. त्यानं आपला एक हात छातीवर ठेवला आणि मला चहासाठी थांबायची विनंती केली. मी अवघडून गेलो. मला काय बोलावं ते कळेना. बहुधा त्याला माझी मनातली सहानुभूती जाणवली असावी.

"आपण निघायला हवं," रफी म्हणाला.

"माफ करा." असं म्हणून मी त्याचे हात हातात घेतले आणि मग तिथून बाहेर पडलो.

आम्ही रस्त्यावर आलो. मी अजूनही बसलेल्या धक्क्यातून सावरलो नव्हतो. अफगाणिस्तानात अनेकांना अशा वैयक्तिक दु:खाला सामोरं जावं लागलं आहे. कित्येक कुटुंबांनी तीन दशकांच्या काळात एकापेक्षा जास्त जणांना गमावलं आहे. यात परदेशी बॉम्बहल्ल्यात मरण पावलेले 'नागरिक' होते. तसंच तालिबानींच्या दृष्टीनं पवित्र लढाईत 'शहीद' झालेले लोक होते; पण मरण पावलेले लोक कोणाचे तरी जिवलग आप्त होतेच. अफगाण लोक हे दु:ख कसं सहन करतात हे मला कळेना. कदाचित ते फक्त जिवंत राहण्याची धडपड करत होते. "मी तुम्हाला असं सगळं सहन केलेले तीस हजारांपेक्षा जास्त लोक दाखवू शकेन; पण रडून काही फायदा नाही हे प्रत्येकाला कळायला हवं," रफी म्हणाला.

सन २००५ मध्ये मानवाधिकारांबाबत काम करणाऱ्या ह्यूमन राईट्स वॉच या संस्थेनं मुजाहिद्दीन गट आणि नजीबुल्लाच्या साम्यवादी सरकारच्या उरलेल्या अवशेषांच्या दरम्यान झालेल्या भीषण यादवीच्या (सन १९९२-९३) काळातील एक अहवाल प्रसिद्ध केला आहे. 'ब्लड स्टेन्ड हॅन्डस' असं या अहवालाचं शीर्षक आहे. मुजाहिद्दीन गटांमधल्या झुंजीत अमेरिका, पाकिस्तान आणि सौदी अरेबिया अफगाणिस्तानात कायद्याचं राज्य येण्यासाठी करत असलेल्या प्रयत्नांना खीळ बसली. एकदा का एकमेकांविरुद्ध लढणाऱ्या फौजा काबूलच्या परिसरात पोहोचताच जणू आकाशच कोसळलं. राजकीय, वांशिक, धार्मिक आणि वैयक्तिक सुडापोटी प्रेरित झालेल्या सर्वांनीच कोणताही सारासार विचार न करता हजारो अफगाण नागरिकांची कत्तल केली. काही वेळा निर्दयी योजना आखून, तर काही वेळा केवळ गमतीपोटी! अतिशय स्वैर मारा करणाऱ्या आणि कुठंही पडणाऱ्या क्षेपणास्त्रांची काबूलवर, विशेषत: कोट-ए-संगी भागावर अक्षरश: बरसात झाली. अगोदरच पळून न गेलेले दुर्दैवी लोक आता घराबाहेर पडायला घाबरू लागले होते. अहवालात त्या वेळी घडलेल्या अत्याचारांची वर्णनं वाचून पोटात ढवळू लागतं.

> एका माणसाची बायको बाळंत व्हायची वेळ आल्यानं मदतीसाठी आपल्या मेव्हणीला आणण्यासाठी एक जण मोटारसायकलवरून जात होता. मेव्हणीला पाठीमागे बसवून परत येताना त्यांना नरकसदृश्य दृश्यं दिसली. रस्त्याच्या कडेला अनेक नागरिकांची किंवा त्याच्याप्रमाणे मोटारसायकलवरून जाणाऱ्यांची फुगून टम्म झालेली प्रेतं विखरून पडली होती. काही ठिकाणी झाडांना बांधून लोकांना गोळ्या घालण्यात आल्या होत्या. ते सगळं पाहून त्या माणसाची मेव्हणी भडभडून ओकली. जरा वेळानं ती सावरल्यावर वेगळ्या मार्गानं ते घरी आले. 'मी घरी आलो तेव्हा आमच्या पहिल्या बाळाचा जन्म झाला होता; पण बाळ जन्मताच मृत झालं होतं. बाहेर एवढी भीषण लढाई सुरू होती की मला त्याचं दफन करण्यासाठी फार कठीण परिश्रम करावे लागले.'

लोकांचं अपहरण, त्यांचा क्रूर छळ, बलात्कार आणि लुटालूट हे रोजचंच झालं होतं. सूडचक्रामुळे परस्परांशी लढणाऱ्या वांशिक गटांमधलं क्रौर्य पराकोटीला पोहोचलं होतं. मी त्याबद्दल एका अधिकाऱ्याशी बोललो. तेव्हा रहीम 'कुंग फू' नावाच्या एका माणसाच्या कृत्यांबद्दल सांगताना त्या अधिकाऱ्याचा गळा दाटून आला होता. हा रहीम अहमदशाह मसूदचा एक कमांडर होता. आता जिथं लटमॉस्फिअर हॉटेल आहे त्या काबूलच्या उपनगरात तैमानी या ठिकाणी हजारा फौजेला पराभूत केलं होतं. आपण हजारा लोकांचे गळे कापले (*पोचागेड*), असं त्यानं सांगितलं होतं.

> 'आम्ही तीनशे-साडेतीनशे लोकांना ठार केलं... मी एका घरात शिरलो. मला तिथं एक अर्भक दिसलं. मी बायोनेटचं टोक त्याच्या तोंडात दिलं. ते अर्भक ते चोखू लागताच मी बायोनेट आत खुपसलं.'

अशा प्रकारची क्रूर कृत्यं दररोज होत होती. अहवालात म्हटलं आहे की, 'क्रौर्य, अत्याचार आणि अमानवीपणाला सुरुवात झाली आणि बघता बघता एखाद्या रोगाप्रमाणे ही विकृती फैलावली. यात मानवतेचा बळी गेला.'

अहवालात असं नमूद केलं आहे की क्रूरपणानं वागलेल्या सर्व युद्धगुन्हेगारांना, मग ते सैनिक असोत की नागरिक– न्यायासनापुढे खेचून त्यांना शासन करायला हवं, असं बहुसंख्य अफगाण जनतेला वाटतं. त्यांना नवीन लोकशाही राज्यव्यवस्था हे करेल, अशी अपेक्षा होती; पण ती फोल ठरली. छाती ठोकून नवीन लोकशाहीचे गोडवे गाण्याच्या नादात ही गोष्ट साफ विसरली गेली की तालिबानला हटवल्यानंतर त्या जागी जे लोक आले ते तितके भयप्रद, बदमाश आणि मनात धडकी भरेल असे

क्रूरकर्मा होते. काबूलमधल्या यादवीच्या काळातल्या अनेक प्रमुख व्यक्ती आता अफगाण राजकारणात मोक्याच्या पदांवर बसून मनमुराद सत्ता उपभोगत आहेत.

यामधल्या काहींची नावं उदाहरणादाखल बघितली तरी ते पुरेसं ठरेल. मसूदच्या जिहादमध्ये त्याच्या खालोखाल सत्ता असणारा मोहम्मद कासीम फहीम हा कमांडर करझाई सरकारचा लष्करी सल्लागार बनला. मसूदचा आणखी एक महत्त्वाचा कमांडर असलेल्या युनूस कानुनी याला तर अफगाण संसदेच्या कनिष्ठ सभागृहाचं सभापतीपद मिळालं. काबूलमधल्या यादवीच्या काळात हजारा फौजांचा उपनेता असलेला अब्दुल करीम खलीली हा तर करझाई सरकारच्या काळात उपराष्ट्राध्यक्ष पदावर विराजमान झाला. अब्दुल रबअल्-रसूल सैय्यफ यानं सुरुवातीच्या काळात ओसामा बिन लादेनला प्रशिक्षण देण्यात पुढाकार घेतला होता. त्यानंच फिलिपानो मूलतत्त्ववाद्यांसह अनेक परदेशी लोकांना अल्-कायदात भरती करून घेतलं होतं. त्याचा दबदबा एवढा मोठा होता की फिलिपानो मूलतत्त्ववादी गटांपैकी एकानं 'अबू सैय्यफ' असं गटाचं नामकरण केलं आहे. असा हा रक्तपिपासू सैफ अफगाण संसदेत बसून कायदा बनवण्यात प्रमुख भूमिका बजावू लागला.

जनरल अब्दुल रशीद दोस्तम हा उझ्बेक वंशांचा युद्धखोर नेता त्याच्या क्रूर कृत्यांबद्दल कुख्यात आहे. हमीद करझाईंनी तर त्याला चक्क चीफ ऑफ स्टाफ या पदावर नेमलं. याखेरीज गुलबुद्दीन हिकमतयार आहेच. जहाल इस्लामी तत्त्वज्ञान बाळगणारा, अल्-कायदाशी शय्यासोबत करणारा आणि गमतीखातर क्षेपणास्त्रांचा मारा करणारा हिकमतयार १९९५ मध्ये काही काळ अफगाणिस्तानचा पंतप्रधान होता. नंतर तो परागंदा होऊन अफगाण राजकारणात विघ्नं आणायचं काम करत बसला होता. पूर्वी पगारी नोकराप्रमाणे वागवणाऱ्या अमेरिकेनं त्याला दहशतवादी म्हणून घोषित केलं असलं तरी त्याचा सध्याच्या राजकारणावर असणारा अल्पसा प्रभावही दुर्लक्षित करण्यासारखा नाही. संसदेच्या कनिष्ठ सभागृहात त्याच्या पक्षाचा मोठा गट म्हणजे २४९ पैकी ३४ जणांचा होता. या पक्षाचे संसद सदस्य पक्षाचा आगलाव्या नेता हिकमतयारपेक्षा मवाळ वाटले तरी ते खरं नाही. हिज्ब-ए-इस्लामी या पक्षाचं इस्लामी मूलतत्त्ववादी धोरण पाहता त्यांच्यावर विश्वास ठेवणं कठीण आहे.

ही जी नावं आहेत ही फक्त हिमनगाच्या टोकासारखी आहेत. अफगाणिस्तानातल्या २००५ साली झालेल्या निवडणुकीनंतर ह्यूमन राईट्स वॉचनं जाहीर केलं होतं की कनिष्ठ सभागृहाच्या साठ टक्के सदस्यांचा मानवाधिकारांच्या उल्लंघनाच्या बाबतीत प्रत्यक्ष किंवा अप्रत्यक्ष संबंध आहे. सप्टेंबर २००५ मधल्या निवडणुका पार पाडण्यात ज्यांचा सहभाग होता त्यांच्यापैकी काही जणांशी मी बोललो. त्यांनी सांगितलं की युद्धखोर नेते पैसा आणि ताकदीचा सर्रास वापर करत होते. खून पडणं हे तर रोजचंच झालं होतं. अनेकदा मतपत्रिका पुन्हा छापाव्या लागत होत्या; कारण

एखादा उमेदवार 'आपल्यातून कायमचा गेलेला' असायचा. अफगाणिस्तानला त्यांच्या तावडीतून मुक्त करण्याऐवजी पाश्चिमात्य सत्तांनी उलट ताकदवान गुन्हेगारांची निर्ढावलेली सत्ता आणखी बळकट करायलाच मदत केली, असं म्हणावं लागेल.

या गुन्हेगारांची ताकद मुख्यत: अफूच्या व्यवहारांमधून वाढली होती. १९८९ मध्ये सोव्हिएत फौजा माघारी गेल्यानंतर प्रत्येक नेत्यानं आपापल्या भागात अफूला प्रोत्साहन दिलं आणि आणखी अफू मिळवण्यासाठी एकमेकांशी लढायला सुरुवात केली. मुजाहिद्दीन गटांना बांधून ठेवायला जिहाद हे कारण पुरेसं होतं, ही कल्पना केव्हाच मृतप्राय झाली होती. त्याचं एक उदाहरण आपल्याला 'पश्तुन कट' या नावानं प्रसिद्ध असणाऱ्या प्रकरणात दिसतं. पूर्वी ज्यांची 'श्रद्धाहीन साम्यवादी' म्हणून निंदा केली होती, त्या डॉ. नजीबुल्लाच्या संरक्षणमंत्री असणाऱ्या शाहनवाज तनाई याच्याशी हिकमतयारनं हातमिळवणी करून सत्ता उलथवण्याचा कट करायला मागेपुढे पाहिलं नाही. हिकमतयार आणि तनाई याच्या एकत्र येण्याबद्दल बार्नेट रूबीननं 'द फ्रॅगमेन्टेशन ऑफ अफगाणिस्तान' या पुस्तकात असं लिहिलं आहे :

> आता जिहाद जरादेखील उरलेला नाही. आता फक्त सत्तेसाठी झगडे सुरू झाले आहेत. आता बहुतेक कमांडर आपापल्या परीने स्वतंत्र होत आहेत. अगदी १९८७ पासून शेती आणि उद्योग यांची प्रगती सुरू झाल्यानं स्थानिक पातळीवर कमांडरना साधनसामग्री सहज मिळत होती. अनेक कमांडरनी या संधीचा फायदा घेऊन भरपूर पैसा मिळवून देणारे नकदी पीक म्हणजे अफूचे उत्पादन करायला सुरुवात केली. कधीच मागणी कमी न होणाऱ्या या पिकामुळे बहुतेक कमांडरना आता बाहेरून काही मिळवण्याची गरज उरली नाही आणि ते जास्तीतजास्त स्वतंत्र होत गेले.

सोव्हिएत फौजा नसल्याने रस्ते आता पुन्हा एकदा स्थानिक पातळीवर नियंत्रणात आले. कमांडर रस्त्यांवरून होणाऱ्या व्यापारावर कर बसवून किंवा चक्क व्यापाऱ्यांवर धाडी टाकून पैसा कमावू लागले. इतर बहुतेक युद्धखोर नेते अफूच्या उत्पादनातून पैसा काढण्यात समाधान मानत असताना हिकमतयार हेरॉईन उत्पादनांकडे वळला. त्यानं पाकिस्तानी माफियांशी संधान बांधून अफूवर प्रक्रिया करण्यासाठी बरेच कारखाने उभारले. हे सगळं करत असताना तो आय.एस.आय.शी संधान बांधून होता आणि सी.आय.ए.कडून भरपूर पैसा उकळत होता. त्यानं हेरॉईनच्या उद्योगातून मिळणारा नफा आपली ताकद वाढवण्यासाठी वापरला आणि स्वत:ची फौज वाढवायला सुरुवात केली.

दक्षिण अफगाणिस्तानमध्ये मुजाहिद्दीन कमांडर मुल्ला नसीम अखुंडजादा याने

अफूच्या लागवडीखालील क्षेत्राचा फार मोठ्या प्रमाणात विस्तार करायला सुरुवात केली. त्यानं कोणी किती पिकवलंच पाहिजे याचा कोटादेखील ठरवून दिला होता म्हणे. जो कोणी तेवढं उत्पादन करणार नाही त्या जमीनमालकाला फरक भरून काढावा लागे. यापायी अनेक जण कर्जबाजारी झाले. ज्यांना हेदेखील करायला जमेना त्यांना यमयातना आणि मृत्यू अशा शिक्षांना सामोरं जावं लागलं. सन १९९० मध्ये अमेरिकेच्या यू.एस.ए.आय.डी. या संस्थेकडून विकासाच्या नावाखाली दोन दशलक्ष डॉलरच्या बदल्यात त्यानं अफू पिकवणं थांबवण्याचं मान्य केलं होतं. काही महिन्यांनंतर तो आणि त्याचे पाच साथीदार पाकिस्तानात गेले असताना गोळीबारात ठार झाले. आपल्या हेरॉईनच्या कारखान्याला मिळणाऱ्या मालात कोणी अडथळा आणलेला बहुधा हिकमतयारला पसंत नव्हता. कदाचित यामागे निव्वळ सुडाची भावना असण्याची शक्यता आहे. दोन वर्षांपूर्वी सोव्हिएत फौजा निघून गेल्यानंतर हिकमतयारनं अखुंडजादाच्या ताब्यातल्या अफूच्या शेतांसाठी हल्ला चढवला होता; पण त्याचा पराभव झाला होता.

नव्या राजकीय व्यवस्थेबद्दल आणि युद्धखोर व अमली पदार्थांच्या व्यापारातील दादा मंडळींच्या विरुद्ध सर्वांत मोठा आवाज एक स्त्रीचा होता. तिचं नाव मलालाई जोया. ती सतत न थकता या लोकांना शिक्षा व्हावी म्हणून प्रयत्न करते आहे. तिचा अफगाण राजकारणातला प्रवेश दणकेबाज होता. अफगाणिस्तानची घटना बनवण्यासाठी तयार केलेल्या परिषदेत २००३ मध्ये तिला बोलायची संधी मिळाली. तरुण वर्गाचं मतदेखील ऐकून घेतलं पाहिजे, असा तिचा आग्रह होता. त्या वेळी ती फक्त पंचवीस वर्षांची होती.

"माझं नाव मलालाई जोया. मी फराह प्रांतातली आहे," तिनं सुरुवात केली, "देशासाठी शहीद झालेल्या सर्वांचं स्मरण करून आणि इथं उपस्थित लोकांच्या परवानगीनं मी बोलणार आहे. मी या सभागृहात हजर असलेल्या माझ्या देशबांधवांवर टीका करणार आहे. या *लोया जिर्गा*मध्ये तुम्ही गुन्हेगारांना येऊ कसं दिलंत? आपल्या देशाच्या दुरवस्थेला जबाबदार असणाऱ्या, युद्धासाठी हपापलेल्या नेत्यांना इथं हजर कसं राहून दिलंत?"

टाळ्यांचा कडकडाट झाला. मलालाई श्वास घेण्यासाठी जरा वेळ थांबली.

"अफगाणिस्तान हे राष्ट्रीय आणि आंतरराष्ट्रीय लढाईचं केंद्र बनलं आहे. ते (युद्धखोर नेते) स्त्रियांवर अत्याचार करतात. त्यांनीच आपल्या देशाची वाट लावली आहे. त्यांच्यावर खटले भरायला हवेत. कदाचित अफगाण जनतेनं त्यांना माफ केलं तरी इतिहास त्यांना कधीच क्षमा करणार नाही."

पुन्हा एकदा टाळ्यांचा कडकडाट झाला; पण आता तिनं ज्यांच्यावर शरसंधान केलं होतं, ते लोक उठून उभे राहिले होते. तिनं गप्प बसावं म्हणून त्यांचा

आरडाओरडा सुरू झाला.

"आपल्या ह्या बहिणीनं सामान्य व्यवहारात वागण्याच्या सभ्यतेची मर्यादा ओलांडली आहे,' सभागृहाचा नेता असणारा मुजाहिदीन यानं जाहीर केलं. 'तिला सभागृहामधून बाहेर काढण्यात येत आहे. तिला परत या सभागृहात प्रवेश मिळणार नाही. तिला बाहेर काढा. सुरक्षारक्षकांनो, तिला बाहेर फेकून द्या!'

पण ज्या युद्धखोर नेत्यांनी गुन्हे केले आहेत, त्यांना शिक्षा करण्याची भाषा वापरणारी ही स्त्री निवडणुका जिंकून पुन्हा संसदेत परतली. तिनं या लोकांच्या विरुद्ध उभं राहण्यासाठी अफगाण जनतेला आणि आंतरराष्ट्रीय समुदायाला आवाहन केलं. अफगाणिस्तानच्या लोकशाहीचं जे गोडगोड चित्र जगासमोर येत आहे त्यावर विश्वास ठेवू नका, असं ती वारंवार सांगत होती. अमेरिकेनं अफगाणिस्तानात तालिबानवर बॉम्बहल्ले करताना ते स्त्रियांना दडपतात, म्हणून आपण तसं करत असल्याचा सूर आळवला होता; पण मलालाईनं त्यांना ठणकावून सांगितलं की अमेरिकेनं ज्या गुंडांना सत्तेवर बसवलं आहे ते सामाजिक जाणिवेच्या बाबतीत तालिबानपेक्षा भयंकर आहेत. मला अनेक अफगाण लोकांनी सांगितलं की तालिबाननं त्यांना योग्य वाटणारा शरिया कायदा याची अंमलबजावणी फार कठोरपणे केली हे खरं; पण त्यांच्या काळात कायदा अस्तित्वात होता हे महत्त्वाचं. तालिबानच्या काळात भ्रष्टाचार नव्हता असं काही नाही; पण निदान लोकांना कायद्याची भीती वाटत होती. त्यांच्यानंतर आलेल्या सत्ताधाऱ्यांच्या काळात कायदा आणि सुव्यवस्था हे शब्द विनोदी झाले होते. सरकारची प्रशासन करताना काही सामाजिक जबाबदारी असते, हे तत्त्व करझाई सरकारच्या काळात पाण्याच्या वाफेप्रमाणं उडून गेलं होतं.

ह्यूमन राईट्स वॉच या संस्थेनं बनवलेल्या अहवालामुळे युद्धखोर नेते दबून गेले नाहीत. २००७ च्या सुरुवातीला त्यांनी एक सार्वत्रिक माफी देणारं, वादाच्या भोवऱ्यात सापडलेलं विधेयक तयार केलं. ज्या कोणी गेल्या पंचवीस वर्षांत युद्धात गुन्हे केले असतील अशा सर्वांना सार्वत्रिक माफी मिळण्याची त्यात व्यवस्था होती.

काबूलच्या मुख्य स्टेडियममध्ये एक विशाल सभा झाली. सभेला २५ हजार जण हजर होते. ही सभा विधेयकाला पाठिंबा देण्यासाठीच होती. 'जो कोणी मुजाहिद्दीनच्या विरोधी असेल तो इस्लामचा शत्रू आहे,' समोरच्या भाड्यानं आणलेल्या गर्दीला उद्देशून अब्दुल रबअल्-रसूल सैय्यफ हा ओसामाचा एकेकाळचा समर्थक गरजला. हे कोण सांगत होता? १९९३ मध्ये निष्पाप शिया नागरिकांचं अफशर इथं हत्याकांड करताना आपल्या माणसांना 'एकालाही सोडू नका, सगळ्यांना ठार करा,' असं सांगणारा हा माणूस करझाईच्या राजकारणात महत्त्वाचा नेता

बनला होता. अशा रक्तपिपासू युद्धखोर नेत्यांना आपल्या बाजूला ठेवण्यासाठी राष्ट्राध्यक्ष करझाईंनी चालवलेल्या लांगूलचालनाचा केवढा भयंकर परिणाम अफगाण राजकारणावर होत होता, हे यातून स्पष्ट होतं. करझाईंनी काबूलचा राज्यपाल आणि सर्वोच्च न्यायालयाचा सरन्यायाधीश या पदांवर सैय्यफच्याच माणसांची नियुक्ती केली होती. सैय्यफचा राजकारणावर असणारा प्रभाव किती मोठा आहे, हे यामधून दिसून येतं.

ही सभा संपल्यानंतर लोकांचा जमाव रस्त्यारस्त्यानं हिंडून घोषणा देऊ लागला, 'मलालाई जोयाला ठार करा!'

संयुक्त राष्ट्र संघटना आणि अनेक पाश्चिमात्य सत्तांचा विरोध असूनही करझाईंनी त्या विधेयकावर सही केली. ज्यांचा बळी पडला आहे त्यांचे नातेवाईक गुन्हेगारांविरुद्ध खटला दाखल करू शकतील, अशी दुरुस्ती राष्ट्राध्यक्ष करझाईंनी केल्यामुळे निदान भविष्यात काहीतरी होण्याची शक्यता मात्र शिल्लक राहिली इतकंच; पण सरकारनं आपण स्वत:हून खटले भरण्याच्या बाबतीत काहीही करणार नसल्याचं जाहीर केल्यानं अफगाण लोक नवजात लोकशाही सरकारवर खवळले. त्यांचा भ्रमनिरास झाला होता. काही जणांच्या मनात सुडाची भावना जागृत झाली.

इकडे मलालाई जोया हिनं सरकारवरची आपली तिखट टीका संसदेत सुरूच ठेवली. तिला भर संसदेतच ठार करण्याच्या आणि बलात्काराच्या धमक्या देण्यात आल्या. तिला ठार मारण्याचे अनेक प्रयत्नही झाले; पण ती कशामुळेही दबली नाही. नंतर एका मुलाखतीत तिनं सांगितलं, "ही संसद तर एखादं प्राणिसंग्रहालय किंवा गोठ्यापेक्षाही भयंकर जागा आहे. मला संसदेचं वर्णन असंच करावंसं वाटतं. इथं गाईगुरं आहेत. गाढवं काहीतरी वाहून नेत आहेत आणि एकनिष्ठ कुत्रे आहेत." अर्थात तिला लवकरच संसदेतून हाकलून दिलं आणि तिला संपूर्ण बेकायदेशीरपणे आपल्या गोठ्यात पुन्हा पाऊल टाकता येणार नाही, याची व्यवस्था केली.

मलालाई जोयाला संसदेतून बाहेर काढण्यामागे झाबूलमधला संसद सदस्य हाजी हमीदुल्ला तोखी हा होता. या मलालाईचा बंदोबस्त कसा करायचा यावर काथ्याकूट चालू असताना तो म्हणाला होता, 'ती नॉर्मल आहे की नाही याबद्दल मला शंका वाटते. तिला एखाद्या डॉक्टरला दाखवायला हवं आणि उपचार झाल्यानंतर तिच्यावर खटला चालवायला हवा.'

अशा या एका युद्धखोर नेत्याला म्हणजे प्रत्यक्ष तोखीलाच भेटायला मी आणि रफी निघालो होतो.

सर्व काही अगदी उत्तम आणि सभ्यतेला धरूनच होतं. मी एका अतिशय गुबगुबीत सोफ्यात बसून छानसा चहाचा कप हातात घेऊन बसलो होतो. एक दणकट बांध्याचा माणूस टेबलापाशी बसला होता. हा पन्नाशीच्या जवळ आला असावा, असं मला वाटलं. मला भेटून त्याला त्याचा सन्मान झाल्यासारखं वाटत होतं; पण मी त्याच्याशी बोलून त्याची मतं जाणून घ्यायला आलो हे नैसर्गिकच आहे, अशी त्याची वागणूक होती. समाजातला दर्जा, अधिकाराची जागा आणि दाढीची लांबी (निदान पश्तुन लोकांमध्ये) या गोष्टींवर आदरभावना अवलंबून असते.

प्रामाणिकपणे सांगायचं तर प्रसिद्धीमाध्यमांमध्ये त्याच्याबद्दल जे काही छापून आलं होतं त्याच्या पलीकडे मला या तोखीची माहिती नव्हती. मला ती फारशी हवी होती असंही नाही. कारण एखाद्या संसद सदस्याला अमली पदार्थांच्या व्यापाराबद्दल काय वाटतं एवढ्यापुरतंच मी त्याच्याशी बोलणार होतो. रफीनं मला त्याची मुलाखत घेतली तर चांगलं, असं सांगितलं होतं.

आम्ही बसल्यानंतर ओळख करून घेत असताना मला रफीचं वागणं बदलल्याचं जाणवलं. एखाद्या अत्यंत ताकदवान माणसापुढे जसं जास्त नम्र व्हावं लागतं, तसा तो वागत होता. पदानुसार उच्च-नीच ही भावना वागताना मनात राखणं, हे नैसर्गिक आहे. काहीही झालं तरी झाबूलसारख्या एका अतिशय महत्त्वाच्या प्रांताचा तोखी एके काळी राज्यपाल होता. रफी याच झाबूल प्रांतामधला होता. रफीच्या तोखीकडे आदरानं बघण्याच्या वृत्तीकडे पाहून मला वाटलं की त्याचा संबंध तोखीच्या लष्करी पार्श्वभूमीशी जास्त असावा. अफगाणिस्तानात मुजाहिदिनांना आदरार्थी वागणूक (निदान त्यांच्या तोंडावर तरी) दिली जाते. रफी म्हणूनच त्याच्याशी नम्रपणानं वागत होता.

मलालाई जोयाच्या टीकेमुळे तोखी चिडण्याचं कारण मला समजायला वेळ लागला नाही. अगदी कोवळ्या वयातच रशियनांशी लढण्यासाठी त्यानं हातात शस्त्रं घेतली होती. नंतरच्या काळात त्यानं तालिबानच्या विरोधात अमेरिकेची साथ दिली. अमेरिकन हेलिकॉप्टरनं झाबूलच्या राज्यपालपदाची सूत्रं हाती घेण्यासाठी तो तिथं गेला होता. ज्या देशात सतत लढाई सुरू आहे तिथं युद्धात लढणाऱ्याला वीरनायक म्हणून सन्मान मिळणं स्वाभाविकच आहे. या माणसानं असंच केलं होतं. त्यानं एका महासत्तेचा (रशिया) पराभव करण्यात आणि नंतर कडव्या धर्मवाद्यांच्या एका टोळीला हुसकून लावण्यात अतिशय महत्त्वाची भूमिका बजावली होती. त्यामुळे असा माणूस आदराला पात्र होणार हे अगदी उघड होतं. स्वतः करझाईंनीही या सर्वांना 'पवित्र योद्धे' असं संबोधून त्यांचा गौरव केला होता.

आम्ही बोलायला सुरुवात केली. सुरुवातीलाच विषयाचा ओघ जिहादकडे वळणं स्वाभाविकच होतं. तोखीनं मसूदच्या बरोबरीनं लढाईत भाग घेतला होता, हे कळल्यानंतर मला आश्चर्य वाटलं. करझाईंप्रमाणेच हा तोखीदेखील एक पश्तुन

होता आणि तरीही तो मसूदसारख्या ताजिक वंशाच्या माणसाच्या साथीनं लढला होता, हे विलक्षण होतं. हे तर काहीच नाही. तोखीनं मसूदची तोंड फाटेपर्यंत स्तुती केली. "मी मसूदला सोडून जाऊ शकलो नाही," तोखीनं सांगितलं. "कारण मला तो उत्तम वाटला. मी त्याच्याबरोबर दीर्घ काळ होतो. तो एक महान मुजाहीद होता. माझा त्याच्यावर पूर्ण विश्वास होता. त्याला या देशाबद्दल विलक्षण प्रेम होतं. तो अफगाणिस्तानच्या स्वातंत्र्यासाठी झुंजत होता. तो जर आज हयात असता तर परिस्थिती ही अशी झाली नसती; पण आता काही लोक सगळा दोष मसूदचाच असल्याचं सांगू लागले आहेत; ते बरोबर नाही. तो उत्तम स्वभावाचा होता. त्याचं शिक्षण झालं होतं. त्याचं चारित्र्य चांगलं होतं आणि एकूणच त्याचं व्यक्तिमत्त्व महान होतं."

तोखी असं मसूदचं भरभरून कौतुक करत असला तरी प्रत्यक्षात १९९२ ते १९९६ मधल्या घटना बघता असं दिसतं की मसूद जरी एक प्रतिभाशाली लष्करी नेता असला, तरी राजकारणात मात्र कच्चा होता. तो आज हयात असता तर करझाईपेक्षा प्रभावीपणे काम करू शकला असता का हे सांगणं अवघड आहे.

अखेर मला संभाषणाचा ओघ मादक द्रव्यांच्या व्यापाराकडे वळवण्यात यश आलं.

"माफियांचा अफगाणिस्तानच्या संसदेवर किती परिणाम होतो?" मी विचारलं.

"मी शंभर टक्के खात्रीनं सांगतो, संसदेमधल्या कोणाचाही अशा माफियांशी काहीही संबंध नाही." तोखीचं हे वाक्य ऐकल्यावर रफीनं मला इथं का आणलं, असा विचार माझ्या मनात आला. काही जणांनी संसदेत निवडून येण्यासाठी प्रत्येक मतासाठी ६०० डॉलर मोजले होते, हे मला माहीत होतं. हा एवढा पैसा या लोकांजवळ आला कुठून? अतिशय महागड्या नव्याकोऱ्या गाड्या आणि चिलखती वाहनं यांच्याकडे येतात कशी? तोखी मला मूर्खात काढत होता हे दिसत होतं.

"माफियाचा प्रभाव म्हणायचा तो फक्त सरकारवर आहे. पोलिसांमध्ये माफिया आहेत. राष्ट्रीय सेना, प्रांतामधलं प्रशासन, राज्यपाल, जिल्ह्यांच्या प्रशासनातले लोक, जिल्हा पोलीसप्रमुख... हे सगळे या मादक द्रव्यांच्या व्यापारात गुंतले आहेत... तालिबानचंच बघा. जिथं कुठं अस्थिरता असेल तिथं त्यांचा जोर वाढतो. हे असं कशामुळे होतं, तर अफूच्या तस्करीमुळे. सरकारनं अफूच्या तस्करीला कसलाही प्रतिबंध केलेला नाही. यात संसद काय करणार? दक्षिण भागात तर बऱ्याच ठिकाणी तालिबानचा अंमल चालतो. तिथं राज्यपाल आणि त्यांच्या हाताखालचे लोक सुरक्षित कुंपणांच्या आड बंदिस्त होऊन राहतात. त्यामुळे माफियांना काहीही करायला रान मोकळं मिळतं."

"मादक द्रव्यांच्या व्यापारात तालिबानची भूमिका कशी आहे?" मी विचारलं.

"तालिबानचं काय? त्यांना फक्त पैसा हवा. मग तो कुठूनही नि कसाही

आलेला असू दे; पण फक्त तालिबानच कशाला? प्रशासन, राज्यपाल, सरकारी अधिकारी, पोलीस आणि सरकारमधले सगळे यात गुंतलेले आहेत. ते सगळे फायदा वाटून घेतात.''

आता तोखीनं अफगाणिस्तानातल्या लोकशाहीला जाताजाता चार फटके मारायचं ठरवलं असावं. सन १९७३ नंतर पहिल्यांदाच झालेल्या आणि भ्रष्टाचारामुळे गाजलेल्या निवडणुकीवर त्यानं तोंडसुख घेतलं. ''हे सरकार आमच्या अपेक्षेच्या नेमकं विरुद्ध काम करतं आहे. आम्ही तीन दशकं लढाईच पाहतो आहोत. ज्या राजवटीत सर्वांना समान हक्क मिळतील अशी राजवटीची आणि शांततामय अफगाणिस्तानची कल्पना आम्ही करत होतो. आमच्या या नवीन सरकारचे आपल्या शेजारी देशांशी सलोख्याचे संबंध असतील, अशी आमची अपेक्षा होती. त्यामुळे आंतरराष्ट्रीय समुदायाला काहीही त्रास होणार नाही आणि...''

मी त्याचं म्हणणं खोडून काढण्याची इच्छा प्रयत्नपूर्वक दडपली. ''...तेव्हा सर्व काही आमच्या अपेक्षेच्या नेमकं उलटं घडलं. सरकार फार भ्रष्ट आहे; पण सरकारच्या बाजूनं उभं राहणंच योग्य आहे. तालिबानपेक्षा ते नक्कीच चांगलं आहे. कदाचित हेदेखील बदलेल, पण तालिबान हे अफगाणिस्तानचे आणि इस्लामचे शत्रू आहेत. मला एक गोष्ट चांगली वाटते. निदान संसदेत आत्ता कोणी बंदुका नाचवत नाही. सगळे एका छत्राखाली आहेत हे एकीचंच लक्षण आहे. आता संसदेत बळाचं प्रदर्शन होत नाही. मतदानाच्या वेळी बंदुकांच्या ऐवजी आता सदस्य हिरवी किंवा लाल कार्डं दाखवतात.''

तोखीनं लोकशाही प्रक्रियेची प्रशंसा करणं हे जरा जास्तच होत होतं. याच तोखीनं २००३ मधल्या नॅशनल कौन्सिलच्या निवडणुकीत प्रचंड दडपशाही केल्याचं ह्यूमन राईट्स वॉचच्या अहवालात स्पष्ट नमूद केलेलं आहे. या झाबूल प्रांताच्या मुख्य निवडणूक केंद्र असणाऱ्या शहरात तोखीचे लोक शहरात फिरून लोकांना कोणाला मत द्यायचं, ते सांगत होते. मतदान केंद्रांच्या समोर तोखीचे शस्त्रसज्ज लोक मतदारांना कोणाला मत द्यायचं त्या उमेदवारांची (सगळे अर्थातच हिज्ब-ए-इस्लामी पक्षाचे होते) यादी दाखवत होते. स्वतंत्र उमेदवारांना उमेदवारी मागे घेण्यासाठी त्यांनी धमकावलं होतं. ज्यांनी तसं करायला नकार दिला. त्यांना मरणाच्या दारी जावं लागलं होतं. त्याच्या माणसांनी खेडोपाडी पत्रकं वाटून अमेरिकनांशी लढायचं आवाहन केलं होतं. जे असं करणार नाहीत, त्यांच्या देशभक्तीबद्दल शंका घेतली होती. असं असूनही काही काळ तरी तो 'अमेरिकेचा लाडका माणूस' होता.

तोखी खरोखरच आता लोकशाहीचा पाठीराखा झाला होता की नाही ते सांगता येणार नाही. तसं खरंच झालं असेल तर एक युद्धपिपासू नेता ते एक राजकीय पुढारी

हा त्याचा प्रवास थक्क करणारा होता आणि अफगाणिस्तानच्या दृष्टीनं ती चांगली बाब होती; पण तसं नसेल तर अफगाणिस्तानात मानवाधिकार, लोकशाही मूल्ये आणि स्त्रियांचे हक्क या फक्त बोलायच्या गोष्टी ठरणार होत्या आणि अफगाणिस्तानच्या दृष्टीनं ते फार भयंकर होतं.

'मी करझाईंना सांगितलं की लोक या सरकारच्या बाबतीत नाखूश आहेत,' काबूलमधला एक संसद सदस्य नजीब काबुली मला सांगत होता. 'पण करझाईंचं कॅबिनेट मुळातच त्यांना (युद्धखोर नेत्यांना) भरपाई मिळवून देण्याच्या तत्त्वावरच आधारलेलं आहे. त्यांचे सल्लागार त्यांना चुकीची दिशा दाखवत आहेत. सल्लागार सांगतात की अमुक याला मंत्री करा आणि मग तो माणूस मंत्री होतो. मग त्या मंत्री पदावर बसलेल्याचा बॉस त्याला म्हणतो की तू माझ्या गटाचा आहेस. माझ्यामुळेच तू मंत्री झाला आहेस. तेव्हा मला आता एक लाख डॉलर दे. मग त्या मंत्र्याला कुठूनतरी एक लाख डॉलरची व्यवस्था करावी लागते. तो मग आपल्या हाताखालच्या लोकांकडून रक्कम गोळा करायच्या मागे लागतो आणि भ्रष्टाचार करू लागतो.

'जुने मुजाहिद्दीन नेते करझाईंवर प्रचंड दबाव आणत आहेत. सैय्यफसारखे लोक, रब्बानी (माजी राष्ट्राध्यक्ष) आणि करझाईंना ज्याला उपराष्ट्राध्यक्ष करावं लागलं तो रब्बानीचा जावई अहमद झिया मसूद हे सगळेच तसं करतात. एके काळी ह्या रब्बानीचा करझाईंना पाठिंबा होता; पण आता तो कडवा विरोधक बनला आहे.'

करझाई सरकारच्या दृष्टीनं सर्वांत नुकसानकारक गोष्ट म्हणजे करझाईंचा सावत्र भाऊ असणाऱ्या **अहमद वली करझाई** याच्यावर केले जाणारे आरोप. हा माणूस अफगाणिस्तानातला मादक द्रव्यांच्या साम्राज्यातला मोठा राजा मानला जातो. त्यानं आपल्या भावाच्या राष्ट्राध्यक्षाच्या निवडणुकीसाठी निधी उभारला होता. 'करझाईचा भाऊ' आणि 'मादक द्रव्यं' हे दोन शब्द एकाच वाक्यात असतात हे कळण्यासाठी तुम्हाला अफगाणिस्तानात फार काळ राहावं लागणार नाही.

कंदाहारच्या प्रांतातली प्रांतिक परिषद ही निवडून आलेल्या सदस्यांची एक संस्था आहे. या परिषदेच्या प्रमुखपदावरून तिथल्या राज्यपालाला विकासकामांच्या बाबतीत सल्ला देणं ही या अहमद वली करझाईची अधिकृत जबाबदारी आहे; पण अनधिकृत पातळीवर हा माणूस इतर कोणत्याही युद्धखोर नेत्यासारखाच आहे. करझाई ज्या जमातीचे आहेत त्या पोपलझाई जमातीचं आणि अलीकोझाई व बरकझाई या जमातीचं नेतृत्व त्यानं केलं होतं. त्याची सत्ता अशी होती की कंदाहारमधले पोलीस खाते, लष्करी अधिकारी आणि बहुसंख्य सरकारी अधिकारी

अहमद वली करझाई - राष्ट्राध्यक्ष हमीद करझाईचा हा सावत्र भाऊ त्याच्याच अंगरक्षकाकडून १२ जुलै २०११ रोजी ठार झाला.

त्याच्या मर्जीवर अवलंबून होते. साहजिकच अहमद वली करझाई त्याला हवं ते करू शकत होता आणि त्याला अमली द्रव्यांचा व्यापार करायचा होता. अर्थातच त्याला अडवणारं कोणीच नव्हतं.

मी अहमद वली करझाईबद्दल अनेक जणांशी बोललो. काही संसद सदस्यांनी नाव गुप्त ठेवण्याच्या अटीवर बरीच माहिती दिली. एका संसद सदस्यानं नाव द्यायला हरकत नाही असं अगोदर सांगितलं खरं, पण नंतर फोन करून मला तसं न करण्याची विनंती केली.

''हा अहमद वली करझाई अफगाणिस्तानातल्या अमली पदार्थांच्या व्यापाराचा बादशहा आहे असं म्हणता येईल का?'' मी संसद सदस्य क्रमांक ३ला विचारलं.

''मला तसंच काही सांगता येणार नाही. पण मी अनेकदा तसं ऐकलं आहे. जे आहे ते आहे. आपण ते थोडंच बदलू शकतो. जे खरं आहे ते खरंच आहे. मला ते मान्य आहे.''

''पण अहमद वली करझाईला असा अमली पदार्थांच्या व्यापाराचा बादशहा नाही असं म्हणणारं कोणी आहेत का?'' मी संसद सदस्य क्रमांक ४ ला विचारलं.

''नाही. त्याच्याबद्दल लोकांच्या मनात जराही शंका नाही. सरकारमध्ये उच्च वर्तुळालाही तो मादक द्रव्यांच्या व्यापारातलं बडं धेंड असल्याचं बोललं जातं. तो कंदाहारच्या प्रांतिक परिषदेचा प्रमुख आहे. तो राष्ट्राध्यक्षाचा भाऊ असल्यानं राज्यपालाला सगळ्या बाबतीत त्याचं ऐकण्यावाचून काही पर्यायच उरत नाही.''

ज्या संसद सदस्यानं नंतर फोन करून आपलं नाव उघड करू नये असं मला सांगितलं होतं, त्याचं नाव हाजी हबिबुल्ला जान. माझ्याशी बोलल्यानंतर काही काळानं त्याच्या कंदाहारमधल्या घराच्या समोरच त्याची गोळ्या घालून हत्या करण्यात आली. मी मुलाखत घेतल्यानंतर त्यानं सार्वजनिकरीत्या अहमद वली करझाईचा मादक द्रव्यांच्या व्यापाराशी संबंध असल्याचा आरोप केला होता. अहमद वली करझाईनंच त्याची हत्या करवली असं मात्र मला सुचवायचं नाही. हाजी हबिबुल्ला जानला अनेक शत्रू होते. तालिबानींनं त्याची हत्या केली असण्याची दाट शक्यता आहे.

मी काबूलमधल्या इंटरकॉन्टिनेन्टल हॉटेलच्या जवळ एका ठिकाणी एका जमातीतल्या वृद्धाची भेट घेतली. त्याला आपण 'हाजी बी' असं म्हणू या. तो तिथं दडून राहिला होता, कारण तो माफिया, तालिबानी, भ्रष्टाचार आणि अफूचा व्यापार यांच्याविरोधात प्रखर टीका करत असे. ''मी तालिबानीच्या आणि तस्करांच्या विरोधात होतो,'' हाजी बी म्हणाला, ''आणि जो काही तस्करांना विरोध करेल तो फार मोठ्या संकटाच्या छायेत असतो. तालिबान तस्करांना संरक्षण देतात. म्हणजेच एका वेळी दोन आघाड्यांवर लढावं लागतं.''

तस्करांनी हाजी बी याला ठार मारू अशी धमकी दिली. त्यानंतर दोन महिने तो घरातच लपून राहिला. एक दिवस त्याचा भाऊ त्याला भेटायला आला. दुसऱ्या दिवशी त्याचा भाऊ ठार झाला. नंतर त्याच्या एका मुलाची हत्या झाली. आता त्याच्यासमोर काबूलला पळून जाण्याखेरीज काही पर्यायच उरला नव्हता.

"एक गोष्ट कोणीही कधी विसरता कामा नये," हाजी बी म्हणाला, "दक्षिणेत स्थैर्य असलं तर देशातही स्थैर्य असतं. दक्षिण भागात अस्थिरता; याचा अर्थ संपूर्ण अफगाणिस्तानात अस्थिरता. प्रत्येक क्रांती ही दक्षिणेतूनच सुरू झाली. तिथलेच लोक सरकार टिकवून ठेवू शकतात किंवा पाडतात."

मी दक्षिण अफगाणिस्तानातल्या अनेक नेत्यांशी अहमद वली करझाईबद्दल बोललो. सर्व जण त्याच्यावर चिडलेले होते. हमीद करझाई राष्ट्राध्यक्ष म्हणून अफगाणिस्तानच्या भरभराटीसाठी काम करणार की पदाचा उपयोग केवळ आपल्या भावाला वाचवण्यासाठी करणार, असा त्यांचा मुख्य प्रश्न होता.

अहमद वली करझाईच्या बाबतीत बोलायचं तर दक्षिण भागात कोणीही त्याच्याविरुद्ध उघडपणे काहीच बोलत नाही, असं दिसेल. कारण त्याच्याविरुद्ध बोललेला कोणीही जिवंत राहिलेला नाही. "आम्ही तुमच्याशी काहीही बोलू शकतो; पण तुम्ही अहमद वली किंवा अमेरिकनांसाठी काम करत असलात तर? आम्हाला त्याची खात्री वाटत नाही. म्हणूनच आमच्या दृष्टीनं बोलणं फार धोकादायक आहे. तो फार फार ताकदवान आहे. त्याला कोणीही हात लावू शकत नाही."

मुलाखत संपवून मी आणि रफी गाडीत येऊन बसलो.

"आपण कंदाहारला जायला हवं," रफी म्हणाला.

"होय." मी म्हणालो खरा; पण त्यात जरासाही उत्साह नव्हता. मी कंदाहारला जायला हवं हे मला कळत होतं. पण मला खरोखरच तिकडं जावं असं वाटत नव्हतं. कशासाठी जायचं? कोणीतरी धाडस करून अहमद वली करझाईच्या विरुद्ध बोलायला तयार होईल अशी एक शक्यता होती; पण मुख्य म्हणजे रस्तेबांधणी, मुली शाळेत जाणं अशा देखाव्याच्या आड काही जण अफगाण जनतेची ×××× कशी मारत आहेत, हे दिसण्याची शक्यता मला वाटली; पण त्याच वेळी मला एमिलीला घेऊन स्पेनला जावं आणि बेधुंदपणे मजा करावी, असंही वाटत होतं. अर्थात मला यातलं काही करणं शक्य नव्हतं. मी फक्त मान डोलावली.

"आपण कंदाहारला जायला हवं," मी रफीला म्हणालो आणि दुसऱ्या दिवशीची तिकिटं काढली.

१०

कंदाहार

एमिलीबरोबर स्पेनला जाऊन धमाल करायची, ही गोष्ट होणार नव्हतीच, कारण तो फक्त माझ्या मनाचा खेळ होता. पण ऑनलाईन ती माझी फार जवळची मैत्रीण बनली होती. मी कंदाहारहून निघण्याच्या अगोदर तिनं लिहिलं होतं :

> आमच्या इथं फराह पोलीस स्टेशनमधून एका अकरा वर्षे वयाच्या मुलीची केस पाठवली आहे. तिच्या बापानं मादक द्रव्यांच्या व्यापारात तिचा हमी म्हणून वापर केला होता आणि त्याला रक्कम भरता आली नव्हती, म्हणून मग विक्रेत्यानं तिच्यावर हक्क सांगितला. त्या वेळी ती फक्त सात वर्षांची होती. त्या माणसानं तिला फराहला आणलं. दोन वर्षांनी म्हणजे ती नऊ वर्षांची असताना त्या माणसानं तिच्याशी लग्न लावलं. यानंतर दोन वर्षांनी (दरम्यान तिनं काय भोगलं ते देवालाच माहीत) तिनं पळ काढण्यात यश मिळवलं. ओह गॉड! मी हे लिहितानाही माझ्या डोळ्यात पाणी येतं आहे. त्या सात वर्षे वयाच्या मुलीनं काय काय सहन केलं असेल याची कल्पना तरी करता येईल का?

तिला आता तिच्या घरी परत जाण्याचा पर्याय आहे, असं सांगण्यात येईल. पण तिचा बाप पुन्हा असंच काही करणार नाही, याची खात्री कोण देणार? दुसरा

पर्याय म्हणजे तिला हेरातमध्ये एखाद्या आश्रय देणाऱ्या ठिकाणी जावं लागेल. पण तिथं गेल्यावर तिथून बाहेर पडायचा काहीच मार्ग आज तरी खुला नाही.

तिनं तिच्या ई-मेलमध्ये लिहिलं होतं की ती काबूलला येणार असून मला भेटण्यासाठी उत्सुक आहे. पण पुढच्याच काही वाक्यांमधली बातमी माझ्या दृष्टीनं वाईट पण अटळ अशीच होती. तिनं आणि तिच्या पूर्वीच्या बॉयफ्रेंडनं पुन्हा एकदा एकत्र येण्याचा प्रयोग करून पाहायचं ठरवलं होतं.

कंदाहारमध्ये उतरल्यानंतर मी तिला संदेश पाठवला. 'आम्ही आता आत्मघाती हल्ल्यांचा हायवे पार केला आहे. कंदाहारचा विमानतळ आणि शहराची मुख्य वेस यांच्यामधला हायवेचा भाग आत्मघाती हल्ल्यांसाठी कुप्रसिद्ध आहे. संयुक्त राष्ट्र संघटनेच्या कार्यालयात काम करणाऱ्या तिच्या ओळखीच्या एका माणसाचा फोन नंबर मी विचारला होता. हे सगळं लिहिताना, मी जरी मनोमन अतिशय नाखूश झालो असलो तरी, 'आपण अजूनही चांगले मित्र आहोत', असं काहीतरी तिला दाखवण्याचा माझा हेतू होता.

रफी आणि मी या वेळी कॉन्टिनेन्टल गेस्टहाउसमध्ये राहिलो नाही, कारण ते फक्त परदेशी लोकांसाठीच होतं. आम्ही एका साध्या, कसलीही सुरक्षाव्यवस्था नसलेल्या हॉटेलात उतरलो. आम्ही सरळ बाजारातल्या एका रस्त्यावरून जिना चढून गेलो बस्स. या हॉटेलचं नाव नूरजहान असं होतं.

खोली ताब्यात घेतल्यावर आम्ही लगेच खाली आलो आणि एका रिक्षात बसून निघालो. मी गेल्या खेपेस ओळख झालेल्या नसीम शरीफी याची भेट घेणार होतो. तो कंदाहार कॉफी हाउसचा मालक होता. रिक्षात बसतानाच रफीनं मला न बोलण्याची खूण केली होती. तिथं रिक्षावाल्यांवर विश्वास ठेवणं धोक्याचं होतं. विशेष म्हणजे आम्ही तिथं असताना अवघ्या पंधरा किलोमीटरवर तालिबान आणि आय.एस.ए.एफ. म्हणजे अफगाणिस्तानात सुरक्षाव्यवस्थेला मदत करण्यासाठी आलेल्या आंतरराष्ट्रीय फौजा यांच्यात लढाई सुरू होती. अर्थात रफीला असली तरी मला त्याची काहीच कल्पना नव्हती.

आम्ही कॉफी हाउसमध्ये पोहोचलो तेव्हा कळलं की नसीमला यायला उशीर होणार होता.

"तर मग तुम्ही या कुत्रे धुणाऱ्यासाठी थांबणार आहात की काय?" रफी म्हणाला. पाश्चिमात्य जगात हलकीसलकी कामं करून मायदेशी परत आल्यानंतर मोक्याच्या जागा पटकावणाऱ्या अफगाण लोकांबद्दल इतरांच्या मनात असणारा तिरस्कार रफी बोलून दाखवत होता. रफीला बरं वाटत नव्हतं म्हणून मी त्याला हॉटेलवर परत जायला सांगितलं.

नसीमचं कॉफी हाउस कोणत्याही आधुनिक शहरात सहज खपून गेलं

असतं. आतले बूथ, टेबलखुर्च्या वगैरे सर्व लाकडी होतं आणि ते उत्कृष्ट दर्जाचं होतं. पलीकडच्या कोपऱ्यात शेल्फमध्ये काही मॅगझीन आणि वर्तमानपत्रं ठेवलेली होती. तिथंच काचेच्या टेबलांवर काही कॉम्प्युटर स्क्रीन ठेवलेले दिसले. एक पोरगी तिथं इंटरनेट वापरताना दिसली. कंदाहारसारख्या जुनाट शहरात हे दृश्य पाहून मी चकित झालो. अर्थात कॉफी हाउसमध्ये तसं वाटायचं काही कारण नव्हतं, कारण बाजूच्या एका खोलीत मोठ्या टेबलांवर स्नूकर खेळताना तरुण पोरांचा दंगा ऐकू येत होता.

जरा वेळानं नसीम आला. आम्ही बोलू लागलो. तो शांतपणे आणि विशिष्ट हेतू मनात धरून नेमकं बोलत होता. साधारण तीस वर्षांपूर्वी आपलं कुटुंब इथंच दोन-तीन चौकांपलीकडे राहत असताना आपला जन्म झाल्याचं त्यानं सांगितलं. त्याच्या कुटुंबानं १९९० मध्ये काबूल सोडलं आणि ते लोक अमेरिकेत गेले. काही काळ रेस्टॉरंटमध्ये अंगमेहनत केल्यानंतर त्यानं त्याचं स्वत:चं छोटं रेस्टॉरंट १९९८ मध्ये सुरू केलं. तालिबानचा पाडाव झाल्यानंतर २००२ मध्ये एकदा कंदाहारला आलेला असताना त्याला मायदेशी परतावं अशी इच्छा झाली. मग त्यानं २००३ मध्ये कायमचंच परतण्याचा निर्णय घेतला. परत आल्यावर त्यानं हे 'कॉफी हाउस' आणि 'द रेड माउंटन विकली' नावाचं एक साप्ताहिक वर्तमानपत्र सुरू केलं.

हे वर्तमानपत्र सुरू करण्याचा त्याचा हेतू लोकांना त्यांचे प्रश्न मांडण्याची संधी देणं हा होता. त्याच्या वर्तमानपत्रात भ्रष्टाचार आणि सत्तेचा गैरवापर यांबद्दल छापून येत असे. अलीकडेच अगदी किरकोळ वाहतुकीच्या नियमांचं किरकोळ उल्लंघन केल्याबद्दल कंदाहारच्या महापौरानं नागरिकांना मारहाण केल्याचे फोटो प्रसिद्ध झाले होते. आता नसीमला त्याच्या समाजात एक महत्त्वाचं स्थान प्राप्त झालं होतं. कंदाहार भागाला भेट देणारा प्रत्येक पत्रकार आवर्जून त्याची मुलाखत घेत असे. त्याची कारणंही तशीच होती. जिथं सरळ बोलणं जोखमीचं असतं, अशा ठिकाणीही नसीम त्याचं म्हणणं थेट मांडत असे. अमेरिकेत राहिलेला असल्यानं पाश्चिमात्य वाचकांना त्याचं म्हणणं समजणं फार कठीण जात असे. मुख्य म्हणजे पाठीशी अमली पदार्थांचा व्यापार किंवा भ्रष्टाचार हे काहीही नसूनही त्यानं त्याच्या व्यवसायात मेहनतीच्या बळावर यश मिळवलं होतं.

तालिबानच्या ताब्यात अजूनही कंदाहार शहराचा काही भाग आहे, हे मला माहीत होतं. नसीमनंही ते मान्य केलं. पण त्याचं म्हणणं आणि आता हयात नसलेला कंदाहारचा संसद सदस्य हाजी हबीबुल्ला जान याचं म्हणणं जवळपास सारखंच होतं. नसीमच्या मते, कंदाहारचे पोलीस हीच नागरिकांच्या दृष्टीनं गंभीर समस्या होती. पोलीसच लोकांना लुटणं, त्यांना मारहाण करणं आणि लोकांना

सुपारी घेऊन ठार करणं, अशी सर्व प्रकारची गुन्हेगारी कृत्यं करत होते.

कंदाहार शहरातली कायदा आणि सुव्यवस्थेची स्थिती इतकी खराब झाली होती की आता तथाकथित 'मदतनीस पोलिसांना' (ऑक्झिलरी पोलीस) कामावर ठेवावं असं ठरलं. सगळे जण ही संधी साधून शस्त्रं, पिकअप ट्रक आणि आर.पी.जी. (रॉकेट प्रॉपेल्ड ग्रेनेड) वगैरे मिळवण्यासाठी पुढे सरसावले. देशात सगळीकडे सशस्त्र लोकांना निशस्त्र करण्याची मोहीम चालू असताना इथं मात्र नेमकं उलटं घडत होतं. तालिबानचा जोर वाढत चालला असल्याने नॉर्दन अलायन्स या सगळ्याकडे साशंकपणे पाहू लागणं स्वाभाविक होतं. ऑक्झिलरी पोलीसदल उभारण्याच्या नावाखाली कित्येक पश्तुन युद्धखोर नेत्यांना पाश्चिमात्य देशांच्या सौजन्यानं घातक शस्त्रं मिळाली.

"कंदाहारच्या अवतीभवती पसरलेल्या अनेक छोट्यामोठ्या नेत्यांना त्यामुळे पूर्वीपेक्षाही जास्त बळ मिळालं," नसीम म्हणाला, "त्यांना वाटलं की अफगाण समस्या सोडवण्यासाठीच आपल्याला हे असं करू देत आहेत. नाहीतर आम्हाला आणखी मारक आणि घातक शस्त्रास्त्रं पुरवण्याचा हेतू काय असणार, असा त्यांचा सवाल होता. म्हणजेच तुम्ही कल्पनाही करू शकणार नाही इतके नकारात्मक घटक आता आमच्या इथं कार्यरत आहेत. कोणीही नागरिक त्यांच्यावर भरवसा ठेवू शकत नाही."

सामान्य नागरिकांच्या दृष्टीनं आनंदाचा भाग शोधूनही सापडला नसता. लाच दिल्याखेरीज नॅशनल बँकेत चेक वटणं अशक्य होतं. हे कंदाहारच नाही तर सगळ्या देशातच चालत होतं. अधिकारी वर्ग, अगदी खालच्या दर्जाचे अधिकारीही पैसा जमवून मालमत्ता खरेदी करण्यासाठी दुबई आणि पाकिस्तानात पाठवण्यात गर्क होते. गोष्टी फारच वाईट थराला गेल्या तर बाहेर पडण्यासाठी म्हणून त्यांनी ही तरतूद केली होती.

नसीमच्या मते, हिंसाचार आणि लोभीपणाला केवळ आंतरराष्ट्रीय समुदाय तिथं हजर असल्याने थोडाफार आळा बसत होता. लोकांना धमक्या देणं, मारहाण करणं, लुटणं, व्यावसायिकांना पळवून खंडणी मागणं आणि हत्या करणं हे सगळं घडत होतंच. पण नसीमच्या मते, जर आंतरराष्ट्रीय सुरक्षादलं नसती तर हे रोजच झालं असतं. त्याला स्वत:लाही धोका होताच. म्हणूनच तो स्वत:जवळ शस्त्र बाळगत असे.

पोलिसांचा धंदा एवढा जोरात चाललेला होता की नसीमनं कंदाहार पोलीसप्रमुख या पदासाठी मंत्रालयात २ लाख डॉलर द्यावे लागत असल्याचं सांगितलं. अर्थात ही 'गुंतवणूक' वसूल व्हायला एखादा महिना पुरायचा. या पदाप्रमाणेच झाबूलकडे जाणारा महामार्गदेखील महत्त्वाचा होता. तिथल्या तपासणी नाक्यांवरच्या नेमणुका माल कमावण्यासाठी फार उपयुक्त होत्या. पोलीसच अमली द्रव्यांचा व्यापार करण्यात महत्त्वाची भूमिका बजावतात, हे मी वारंवार ऐकलं आहे, असं मी नसीमला म्हणालो.

''होय. ते खरंच आहे,'' नसीम म्हणाला, ''मादक द्रव्यांची मुख्य वाहतूक पोलिसांच्याच गाड्यांमधून केली जाते. हे सगळ्यांनाच पक्कं माहीत आहे आणि आता हे नवीन ऑक्झिलरी पोलीसदल तयार झाल्यापासून तर त्याच्यात वाढच झाली आहे. हे लोक काहीही, अगदी काहीही करायला तयार असतात. अर्थात प्रत्येक गोष्टीची एक ठरावीक किंमत मोजावी लागते. हे लोक तुम्ही सांगाल तिथून, सांगाल तिथं मादक द्रव्यांची वाहतूक करतात. ते तुम्ही सांगितलं तर म्हणाल त्याच्याशी लढायला तयार असतात. पैशासाठी भररस्त्यात एखाद्याला ठार करा असं सांगितलं तर तेदेखील करतात. अगदी तालिबानींशीही संबंध ठेवतात. त्यांना कशाचीही पर्वा नाही. त्यांना फक्त पैसा मिळण्याशी मतलब. पोलिसांना आंतरराष्ट्रीय समुदायानं अनेक उत्तम व वेगवान वाहनं पुरवली आहेत. त्यांना लागणारं इंधन सरकारी खजिन्यातून मिळतं आणि असं असूनही हे लोक तीच वाहनं वापरून हा धंदा राजरोस करतात. हे सगळं पाहिलं की हसावं की रडावं ते कळेनासं होतं. आपण मग विचार करू लागतो की हे करणारं कोण आहे. माफिया? मी तर स्थानिक सरकारला माफियाच मानतो.

''लोकांना तालिबानच्या काळात झालेले अत्याचार आठवतात,'' नसीम पुढे सांगू लागला ''आणि म्हणूनच लोकांना आता आगीतून निघून फुफाट्यात असं झालंय. तालिबानींनी परत येऊन शिक्षण बंद करणं, बायकांना मारहाण सुरू करणं, लोकांना धमकावणं आणि अगदी अश्मयुगातल्याप्रमाणे कोणत्याही तंत्रज्ञानाशिवाय जगणं भाग पाडणं, हे सगळं व्हायला नको आहे. तालिबाननं सगळ्या देशाचाच तुरुंग करून टाकला होता; पण आता हे सरकारही लोकांसाठी संकट बनू लागलं आहे.''

कंदाहारच्या जनतेच्या दृष्टीनं राज्यपाल पूर्णपणे निरुपयोगी होता. तो एकतर टाळाटाळ करत असावा किंवा त्याची गुन्हेगारी वृत्तीच्या पोलिसांच्या विरोधात उभं राहण्याची ताकदच नसावी. माझा अंदाज असा होता की काहीही वाटत असलं तरी नसीम अहमद वली करझाई याच्या विरोधात काहीही बोलायला तयार होणार नाही. नेमकं तसंच झालं.

मी जायला निघालो त्या अगोदर नसीम म्हणाला की कंदाहार स्टेडिअममध्ये फुटबॉलची स्पर्धा चालू आहे. त्यानं मला त्या बघण्यासाठी बोलावलं.

''तुम्ही येऊन पाहायला हवं आणि लोकांचं कौतुक करायला हवं. प्रत्येक सामन्यासाठी दहा हजारांवर लोक येतात. लोकांना नीट जगायचं आहे. परिस्थिती वाईट असली तरी लोक त्यातल्यात्यात काहीतरी बरं करायचा प्रयत्न करतात.''

मी सामना बघायला आनंदानं येईन, असं सांगितलं.

मी हॉटेलवर परत आलो आणि रफीला बाहेर काढलं. आम्ही वुमेन्स अफेअर्स डिपार्टमेंटकडे चालत गेलो. मला तिथं जायची इच्छा असण्यामागे बरीच कारणं होती. एकतर तिथली मुख्य असणारी शिरा अमाजान हिच्यानंतर जी कोण आली होती तिची मला भेट घ्यायची होती. शिरा अमाजान ही स्त्रीहक्कांच्या संदर्भात चळवळ उभारणारी प्रमुख कार्यकर्ती होती. तिनं उघडपणानं तालिबानी, स्त्रियांना ज्या प्रकारे वागवतात त्यावर जळजळीत टीका केली होती. काही महिन्यांपूर्वी घरामधून बाहेर पडत असतानाच तिची गोळी घालून हत्या करण्यात आली होती. हबीबुल्ला जानच्या हत्येप्रमाणेच हत्येची ही पद्धत अगदी तालिबानींच्या नेहमीच्या प्रकाराची होती. काळे फेटे बांधलेले दोघे जण नि:शस्त्र स्त्रीवर गोळ्या झाडून मोटारसायकलवरून पसार झाले होते. ही पद्धत जरी तालिबानींना साजेशी असली तरी अनेक अफगाण पुरुषांच्या मनात अमाजान काट्यासारखी सलत होती.

अमाजानच्या जागी आलेल्या स्त्रीची भेट घ्यायला जाणं ही माझ्या दृष्टीनं अभूतपूर्व संधी होती. एखाद्या अफगाण स्त्रीशी बोलणं ही सोपी गोष्ट नव्हती. काबूलमध्येही मी एखाद्या स्त्रीजवळ जाऊन, मग तिनं कितीही आधुनिक पोशाख केलेला असला तरी तिच्याशी बोलणं शक्य नव्हतं. तिच्या दृष्टीनं ती अतिशय लाजिरवाणी गोष्ट होती. खेडेगावातली तर गोष्ट सोडाच. ते अशक्यच होतं. म्हणूनच इथं ही संधी मला महत्त्वाची वाटत होती. दक्षिण अफगाणिस्तानातल्या स्त्रियांच्या जीवनात अफूचं स्थान काय आहे, हे मला जाणून घ्यायचं होतं.

आम्ही दुपारी तिथं पोहोचलो. संस्थेची नवीन संचालक रुना तरीन तिथं हजर होती. तिच्यासमोर एक बाई बसली होती. रुना तिच्याकडून कपडे विकत घेत होती. त्यांचा व्यवहार पूर्ण होईपर्यंत आम्ही थांबलो. रुनाच्या खोलीत शिरा अमाजानचा फोटो लावलेला होता. पुढच्या काही मिनिटांमध्येच शिराच्या जागी योग्य व्यक्ती आली असल्याचं मला कळलं.

माझ्या तिथं येण्याचा उद्देश सांगितल्यावर रुना तरीन शांतपणाने आणि आत्मविश्वासाने बोलू लागली. मी तिला या भागात अफूचा स्त्रियांच्या जीवनावर कसा आणि किती परिणाम होतो हे विचारलं. ''ही समस्या फार मोठी आणि गुंतागुंतीची आहे.''

अनेक पुरुष व्यसनाधीन असल्यानं त्यांच्या बायकांना जास्त ताण सोसावा लागत होता. तसंच काही बायकाही व्यसनात गुरफटल्या होत्या. औषधं घेता घेता त्यांच्या आहारी गेल्यानं त्या वेदनाशमनासाठीही अफूचा वापर करू लागल्या होत्या. मागच्या एकाच वर्षात अशा ६०० बायकांची माहिती पुढे आली होती. याच काळात ६० पेक्षा जास्त बायकांनी अफूचा जादा डोस घेऊन जीवन संपवण्याचा

प्रयत्न केला होता. त्यात तीनचार जणी यशस्वीही झाल्या होत्या. स्वत:ला जाळून घेणं ही इथल्या बायकांची आत्महत्येची दुसरी सर्वसामान्य पद्धत होती.

''त्यांना घरात नीट वागवलं जात नाही,'' रुना तरीन म्हणाली, ''इथं लहान वयात लग्नं होत असल्यानं घरात सासू, सासरा आणि दीर हे त्यांना अतिशय वाईट वागणूक देतात. तिला बाजारात जायचं असेल किंवा आपल्या आईवडिलांकडे नुसतं जायचं असेल तरी तिला घरातल्या सगळ्यांकडून परवानगी घ्यावी लागते. शिवाय कधीही कोणत्याही कारणाशिवायच तिला मारझोड होणं, हे तर रोजचंच आहे...''

तिच्याकडे येणाऱ्या किंवा तिच्याकडे पाठवल्या जाणाऱ्या स्त्रियांच्या कल्याणासाठी काम करण्यात तिला रस होता. मादक द्रव्यांच्या व्यसनाची समस्या ही तिच्या दृष्टीनं असणाऱ्या समस्यांमधली फक्त एक होती. मादक द्रव्यांचा कायदा-सुव्यवस्थाच नाही तर समाजावर विलक्षण घातक परिणाम होत होता, हे तिच्या बोलण्यातून स्पष्ट होतइ होतं.

''आम्ही एखाद्या आत्महत्येच्या प्रकाराची चौकशी करतो तेव्हा त्या बाईचा नवरा काय करतो हे विचारतो. बहुतेक वेळा नवरा व्यसनी असल्यानं त्या बाईनं आत्महत्येचा प्रयत्न केलेला आढळतो. आपण आपल्या मुलांचं संगोपन, नवरा व्यसनात बुडाला असल्यानं करू शकत नाही. शिवाय तो आपला गैरवापर करतो असं त्या सांगतात. मग मी त्यांना गैरवापर करतो म्हणजे काय, असं विचारले. आपलं अफूचं व्यसन पूर्ण करण्यासाठी लागणारा पैसा कमावण्यासाठी नवरा आपल्याला वेश्येप्रमाणे काम करायला सांगतो, असं त्यांचं उत्तर असतं. एका बाईनं तर सांगितलं की कधीकधी नवरा एका दिवसात पन्नास जणांना घेऊन येतो. हे मानवीपणात बसतं का?''

काही बायकांना मुलांचं पोट भरण्यासाठी रस्त्यावर भीक मागावी लागते. नवरा व्यसनाधीन झाल्यानं तिला हे करणंच भाग पडतं. आता व्यसनाधीन लोकांची संख्या वाढत चालली आहे. अफूच्या कापणीसाठी माणसं लागतात. तिथं गेल्यावर काम करतानाही अफूचं व्यसन लागतं. शिवाय जीवनात निराशा आणि वैफल्य यामुळे व्यसनाकडे वळणारे लोक आहेतच.

ज्यांनी शिरा अमाजानची हत्या केली ते लोक तिच्यावरही नजर ठेवून असणार याबद्दल तिला काय वाटतं, असा प्रश्न मी रुना तरीनला विचारला.

''एक मुस्लीम म्हणून मला असं वाटतं की ज्या दिवशी माझा जन्म झाला त्याच दिवशी मी देवाकडे कधी परत जाणार याची तारीख अगोदरच लिहिलेली आहे. म्हणून मला मृत्यूची भीती वाटत नाही. तो तर आधीच निश्चित झालेला आहे. पण कोणालातरी मदत करून, काहीतरी काम करून मग मरण आलं तरी काही

हरकत नाही. असं उपयोगी काम करताना मरण आलं तर ती अभिमानाचीच बाब असेल. लोक माझ्या कामासाठी माझी आठवण ठेवतील.''

रुनाच्या मते, अफगाणिस्तानातल्या स्त्रियांच्या हालअपेष्टांचा दोष कुराणाचा नसून स्थानिक संस्कृतीचा आहे. बुरखा घालावा असं कुराणात कुठेही सांगितलेलं नाही. ती म्हणाली की 'जर प्रेषित म्हणाले ते तसंच अमलात आणलं तर बायकांना एकही समस्या शिल्लक राहणार नाही.'

मी रुनाच्या ऑफिसात दोन तास होतो. जरा वेळानं रफी आणि रुना एकमेकांशी बोलताना हसू लागले. मी कारण विचारलं. त्यांची संध्याकाळच्या प्रार्थनेची वेळ चुकली होती. मी माफी मागितली. रुना टेबलाच्या पुढे मला निरोप देण्यासाठी आली. तिनं तिची शाल नीट सावरून घेतली; पण मला वाटलं की ती हात पुढे करते आहे. म्हणून मी तिचा हात हातात घेतला आणि हस्तांदोलन केलं. पण त्याचक्षणी मी काहीतरी भयंकर चूक केली असल्याची मला जाणीव झाली. मला काय करावं ते कळेना. मी पश्तुमध्ये न बोलता दारी भाषेत तिला 'तश्कूर! खुदा हाफीज!' असं म्हणून बाहेर पडलो.

आम्ही ऑफिसातून बाहेर पडताच रफी रागावून म्हणाला, ''तुम्ही असं का केलं?''

मी त्यावर काहीच बोलू शकलो नाही.

''तुम्ही तिच्याशी हस्तांदोलन का केलं?''

''कोण जाणे मला वाटलं की तिनं हात पुढे केला आहे!''

पण रफीला माझं म्हणणं तितकंसं पटलं नाही. अफगाणिस्तानातल्या काही रीतीरिवाजांबद्दल त्यानं मला रोखठोक शब्दात कल्पना दिली. कोणत्याही परिस्थितीत स्त्रियांना स्पर्श होता कामा नये.

दुसऱ्या दिवशी सकाळी मी चहा घेताघेता बाजारात सुरू असलेली धावपळ पाहत होतो. डाळिंबं आणि कांद्यांच्या ढिगांवर बसून येणारी माणसं, बटाटा आणि खरबुजांची वाहतूक आणि हातगाड्यांवरून येणारा भाजीपाला हे सगळं मी बघत बसलो होतो. काही वेळानं हिकमतुल्ला तिथं आला. आता मी जरा अस्वस्थ झालो. कारण त्यानं निरोप दिलेली माणसं आता माझ्या खोलीत येणार होती. हे सगळे जण अहमद वली करझाईंच्या विरुद्ध बोलण्यासाठी तयार झाले होते.

हिकमतुल्लाची आणि माझी ओळख एका माणसामुळे झाली होती. तिशीच्या जवळ अद्याप न आलेल्या या तरुणाला आपण 'हाजी बी' असं म्हणू या. या तरुणाच्या तोंडाची डावी बाजू पक्षाघातानं लुळी झाली होती. त्यामुळे त्याचं तोंड उघडं राहत असे आणि डावा डोळा मिटत असे.

दरवाजावर टकटक झाली. हिकमतनं उठून दार उघडलं. एक म्हातारा माणूस आत आला. त्यानं चंदेरी रंगाच्या प्रार्थनेसाठी वापरायच्या टोपीभोवती आकाशी रंगाचा फेटा गुंडाळला होता. त्याच्यापाठोपाठ एक मध्यमवयीन लठ्ठ माणूस आणि विशीपंचविशीतले दोन तरुण आत आले. ते दोघं पलंगावर बसले. मी आणि रफी जमिनीवर बसलो.

त्या म्हाताऱ्या माणसाला आपण हाजी टी असं म्हणू या. त्याच्याजवळ कॅनेडियन पी.आर.टी.च्या मागच्या बाजूला १२० *जिरीब* जमीन होती. एक दिवस अहमद वली करझाईनं ही जमीन आपल्याला हवी आहे, असं सांगितलं. हाजी टीनं जमीन विकायला नकार दिला. ती जमीन त्याच्या वडिलांनी तीस वर्षांपूर्वी विकत घेतली होती; पण अहमद वली करझाईनं जबरदस्तीनं ताब्यात घेतली. त्यानं जमिनीचे भाग केले आणि ते आपल्या पोपलझाई जमातीच्या लोकांना विकले. अलीझाई जमातीचा असलेल्या हाजी टीनं आपल्या मुलांना बरोबर घेतलं. ते त्यांच्या जमिनीत कुंपणं टाकणाऱ्या लोकांना जाब विचारायला गेले. तिथं सशस्त्र माणसं उभी होती. त्यांच्यात बोलाचाली झाल्यावर त्या सशस्त्र गटाच्या नेत्यानं हाजी टीच्या दोन मुलांवर गोळ्या झाडल्या. एक जण जागीच ठार झाला. दुसरा मुलगा त्याच्याबरोबर मला भेटायला आला होता. त्यानं शर्ट उचलून मला गोळीच्या जखमांच्या खुणा दाखवल्या.

मध्यम वयाचा माणूसही अलीझाई जमातीचा होता. त्याला आपण हाजी एस असं म्हणू या. त्यानं सांगितलं की मैवंदचा पोलीसप्रमुख नादीरशाह नियाझ मोहम्मद यानं त्याच्या भावाला 'चौकशीसाठी' ताब्यात घेतलं होतं. त्याची नेमणूक अहमद वली करझाईनंच केली होती. हाजी एसच्या भावाला बेदम मारहाण झाली. त्याचे डोळे काढले गेले आणि मग त्याचं मुंडकं उडवून एका बुरख्यात लपेटून कॅनॉलमध्ये फेकण्यात आलं. हाजी एसनं राज्यपाल आणि मानवाधिकाराचं काम बघणाऱ्यांकडे तक्रार केली; पण काहीही उपयोग झाला नाही. "आम्ही सर्वांना, सगळ्या जगाला सांगू इच्छितो," हाजी एस म्हणाला, "आमचं म्हणणं ऐकून घ्या! इथं आता कंदाहारमध्ये खासगी फौजा तयार झाल्या आहेत. लोकांची मुंडकी उडवली जातात आणि कोणीही त्याचा जाब विचारू शकत नाही. आम्हाला त्यांच्याकडून (अफगाण लोकशाही) अपेक्षाच नाही. इथं न्याय नाही, कायदा नाही, फक्त लोकांच्या जीवाशी खेळ सुरू आहे."

तिथल्या मध्ययुगीन जुलमी राजवटीची सगळी सूत्रं कोणाच्या हातात आहेत याबद्दल या लोकांना जराही शंका नव्हती. आणि तो म्हणजे अहमद वली करझाई. "तिथं काबूलमध्ये एक राजा आहे आणि इथं कंदाहारमध्ये दुसरा," हिकमत म्हणाला.

“पोलीसप्रमुख येऊन त्याच्या हाताचा मुका घेताना मी पाहिलं आहे,” हाजी टी म्हणाला, “राज्यपालही येतो आणि पहिल्या प्रथम अहमद वलीच्या हाताचा मुका घेतो. तो त्याच्यापुढे डोकं झुकवून उभा राहतो. मी विचारतो की हा प्रेषितांच्या घराण्यातला राजा आहे का? नाही. पण तो फार ताकदवान आहे. काहीही करण्याइतका ताकदवान.”

“आत्ता इथं येताना तुम्हाला काय वाटलं?”

“आम्ही ज्या क्षणी घरातून बाहेर पडलो त्याच क्षणी आम्ही धोक्याच्या छायेत आहोत. आम्ही इथं असं बोलतोय हे त्यांना कळलं तर ते सरळ आम्हाला उडवतील. आम्ही संरक्षण घेतल्याशिवाय कुठेही जाऊ शकत नाही.”

दरवाजावर पुन्हा टकटक झाली. हिकमतनं उठून दार उघडताच दोन माणसं आत आली. हाजी टी नं सरकून नवीन माणसांना बसायला जागा करून दिली.

नवीन आलेल्यांपैकी एकाच्या हातात लाल रंगाची एक वही आणि काही कागद होते. त्याला आपण हाजी ए असं नाव देऊ या. पन्नाशी उलटलेला हा अलीझाई जमातीतला नेता हेलमंदचा होता. त्यानं आपण व्यावसायिक आहोत असं सांगितलं. त्याच्याबरोबर मदत करायला त्याचा मित्र आला होता. हाजी ए नं एका स्वयंसेवी संस्थेला इंधन पुरवण्याचं काम घेतलं होतं. त्यानं त्याचा एक मुलगा आणि दोन पुतण्यांना पन्नास लाख पाकिस्तानी रुपये आणि मोबाईल फोन, फोन कार्ड, घड्याळं वगैरे माल आणण्यासाठी कंदाहारला पाठवलं होतं.

नादीरशाह नियाझ मोहम्मदच्या एका तपासणी नाक्यावर त्यांची गाडी अडवण्यात आली. त्यांच्या गाडीतल्या सगळ्या सामानासकट गाडी ताब्यात घेऊन त्यांनी या लोकांना एकत्र बांधून रस्त्याच्या कडेला फेकून दिलं होतं. हाजी ए तक्रार घेऊन पोलीस, राज्यपाल, अमेरिकन अधिकारी आणि अफगाण लष्कराचा कॉर्प्स कमांडर या सगळ्यांना भेटला; पण त्यामधून काहीच निष्पन्न झालं नाही. नादीरशाहला कोणीही काही करू शकत नाही हे कटू सत्य त्याला कळलं.

“त्याला अटक का होऊ शकत नाही? या सगळ्याची चौकशी व्हायला हवी. कोणीतरी त्याच्यामागे असणार. कोण आहे तो माणूस? नक्कीच अहमद वली असणार.”

हाजी ए आता संतापून बोलत होता. त्याचा आवाज चढला होता; पण त्यानं स्वत:ला सावरलं. “मी अलीझाई जमातीचा नेता आहे. माझ्याजवळ हेलमंदमधले चार जिल्हे आहेत. मी आता सरकारसाठी काम करतोय. पण सरकारला माझं म्हणणं ऐकून घ्यायचं नसेल तर... मला माझ्या माणसांना सरकारविरोधात लढायला सांगावं लागेल. मला शत्रूला सामील व्हावं लागेल.”

“म्हणजे तालिबान का?”

“होय. खरं तर हेलमंदच्या राज्यपालाला त्रास व्हावा, अशी माझी इच्छा नाही.

पण मला तसं करावं लागणार. मला काहीतरी करावंच लागणार. हे बघा, मला तालिबानच्या बरोबर जायचं नाही. पण मला माझा पैसा परत मिळवणं भाग आहे. आणि कोणी माझ्याकडे लक्ष दिलं नाही तर मला तालिबानकडेच जावं लागणार.''

दारावर पुन्हा टकटक आवाज आला. आम्ही आता बसायला जागा व्हावी म्हणून पहिल्या प्रथम लोकांना बाहेर जायला सांगितलं. मला आता परिस्थिती हाताबाहेर जाते की काय म्हणून चिंता वाटू लागली. हे हॉटेल सुरक्षित नव्हतं. हे लोक आत येऊन सरळ माझ्या खोलीचा नंबर विचारून येत होते. बाहेर याची काही चर्चा सुरू तर झाली नव्हती; ना पण तिथं खोलीत बसून काहीच कळायला मार्ग नव्हता. पण आता आलेल्या माणसानंही अहमद वलीविरुद्ध बोलण्यासाठी इथं येताना काही कमी जोखीम पत्करली नव्हती.

नवीन आलेल्या माणसाला आपण हाजी एफ असं म्हणू या. तो खाक्राझ जिल्ह्यातला होता. त्यानं अहमद वलीनं काय केलं ते सांगितलं. अहमद वलीनं अलीझाई जमातीच्या मालकीची दोन लाख *जिरीब* जमीन पाकिस्तानातून परतलेल्या पोपलझाई जमातीच्या निर्वासितांना देऊन टाकली होती.

''हा सगळा खासगी धंदा आहे. इथं सरकार अस्तित्वातच नाही. आम्हाला तालिबानला पाठिंबा द्यावाच लागणार. परदेशी लोकांनी ते आले तेव्हा अफगाणिस्तान सहा महिन्यात जर्मनीसारखा करू असं सांगितलं होतं; पण आता ते सहा वर्षं झाली तरी इथंच आहेत आणि त्यांनी या काळात काय केलं? काहीही नाही.''

हाजी एफ अफू पिकवणारा शेतकरी होता. त्याला अफू सोडून इतर काही पिकवण्याची कल्पनाच पसंत नव्हती. त्याच्या शेतात गहू लावला तर त्याला दोनशे डॉलर मिळाले असते; पण अफूमुळे त्याला तीन हजार डॉलर मिळत होते.

''मग मी काय करावं असं वाटतं?'' हाजी एफ नं विचारलं. ह्या प्रश्नाचं उत्तर द्यायला फारसं डोकं लागत नाहीच असा त्याचा सूर होता.

''तुम्हाला अफूसाठी तालिबानला जकात द्यावी लागते का?'' मी विचारलं.

''आम्ही तालिबानला मदत करण्यासाठी सर्वकाही करतो.''

''मदत करता म्हणजे काय करता?''

''आम्ही त्यांना दहा टक्के वाटा देतो.''

''अजून काही?''

''हं... पण तालिबान लोकांना जबरदस्तीनं त्यांच्यात सामील करून घेत आहेत हे म्हणणं खरं नाही. ते फक्त त्यांचा वाटा घ्यायला येतात, बस्स. आम्ही त्यांच्यात आपणहून सामील होतो. आम्ही आमच्या खुशीनं त्यांना अन्नपाणी देतो.''

''पण ते भरती करायचा प्रयत्न करतात का?''

''कोणी त्यांच्याबरोबर जात असेल तर ते स्वत:हूनच जातात. तरुण त्यांच्यात

भरती होतात, कारण त्यांना सरकारचा तिरस्कार वाटतो.''

''ते लोक कोण असतात पश्तुन की पंजाबी?''

''पश्तुन आणि पंजाबी दोन्ही मिळून. पण लोकांना त्याचं काही वाटत नाही. त्यांना सरकार आवडत नाही इतकंच. इथं कायदा अस्तित्वातच नाही.''

त्या माणसाला तालिबानचं संरक्षण असल्यानं त्याला त्याची अफू नष्ट केली जाईल, याची भीती वाटत नव्हती. पण अफू निर्मूलनाची बाब अशी होती : तुम्ही जर बलदंड असाल तर तुमचं पीक वाचतं. तुम्ही दुबळे असाल तर तुमचं पीक नष्ट केलं जातं.

हाजी एफ म्हणाला की आपण एकदा हमीद करझाईला तोंडावर सुनावलं होतं की त्यानं राजीनामा देऊन माजी राजा झहीरशाह याला पुन्हा राज्य करू द्यावं. झहीरशाहनं १९३३ पासून सलग चाळीस वर्षे अफगाणिस्तानवर राज्य केलं होतं. एकोणिसाव्या वर्षी सत्तेवर आल्यानंतर काही काळ त्याच्या काकांनी राज्य चालवलं होतं; पण नंतर मात्र झहीरशाहनं लोकशाही, मुक्त प्रसारमाध्यमं आणि मुलींना शिक्षण अशा अनेक आधुनिक सुधारणा करण्याचा प्रयत्न केला होता. १९७३ मध्ये इटलीला गेला असताना राजाला हटवून त्याचा चुलतभाऊ मोहम्मद दाऊदखान यानं सत्ता काबीज केली होती.

हाजी एफला झहीरशाहच्या अधिकाराबद्दल बराच विश्वास वाटत होता असं दिसलं. म्हणूनच त्यानं राष्ट्राध्यक्षाला पदावरून हटण्याची सूचना केली होती.

''तालिबान हे पक्ष्यांप्रमाणे आहेत,'' हाजी एफ म्हणाला, ''बागेच्या मालकानं येऊन टाळ्या वाजवताच ते उडून जातील.'' पण हाजी एफला बागेच्या मालकाबद्दल ममत्व वाटत होतं; तो माणूस म्हणजे झहीरशाह– ब्याण्णव वर्षांचा होऊन आजारपणामुळे एक महिन्यापूर्वीच मरण पावला होता. अशा प्रकारे एखाद्या अफगाण नेत्यानं वयोवृद्ध होऊन मरणं ही फार दुर्मीळ गोष्ट होती.

दुसऱ्या दिवशी रात्री हॉटेलमध्ये रफी फोनवर जोरजोरात बोलताना दिसला. तो येरझाऱ्या घालत आणि हसत कोणाशी तरी मोठ्या आवाजात बोलताना मध्येच माझ्याकडे नजर टाकत होता. त्यानं फोन जरासा बाजूला केला आणि हलक्या आवाजात मला म्हणाला, ''माझा एक मित्र आहे. तालिबान कमांडर, त्याला काही विचारायचं आहे का?''

त्यानं अचानक असं विचारल्यामुळे मला एकदम त्या कमांडरला मी काय विचारणार, हे मला कळेना. तरीही मी मान डोलावली. रफीनं फोनचा लाऊडस्पीकर सुरू केला; पण त्याची खरोखरच काही गरज नव्हती. त्या कमांडरचा आवाज एवढा

मोठा होता की मला अगोदरच ऐकू येत होता.

मी त्या कमांडरला विचारलं, "तू कुठं आहेस?"

"झाबूल"

"हाताखाली किती माणसं आहेत?"

त्या कमांडरनं नेमका आकडा सांगितला नाही. आपल्याजवळ एवढी शस्त्रास्त्रं आहेत की अमेरिकनांना त्याच्याशी लढायला कायकाय तयारी करावी लागेल, अशी प्रौढी त्यानं मिरवली.

"मी जर एक तटस्थ पत्रकार या नात्यानं तिकडं आलो तर मला ठार करणार का?"

"नाही. बिलकूल नाही. तुम्ही आलात तरी चालेल. पण हा निर्णय माझा नाही. मला माझ्या वरच्या लोकांकडून संमती घ्यावी लागेल."

मी मग माझा रेकॉर्डर बाहेर काढला.

"तुमच्याबरोबर अल्-कायदाचे कोणी आहेत का?"

"अल्-कायदा, बिन लादेन किंवा तालिबान... आम्ही सगळे एकच आहोत. आमची लढाई इस्लामची आहे. बिन लादेन आणि अल्-कायदा यांची उद्दिष्टं सारखीच आहेत आणि आम्हाला इथून परदेशी फौजांना हुसकून लावायचं आहे."

याचा अर्थ हा कमांडर टी १ प्रकारचा तालिब होता. त्याचा हेतू राष्ट्रासाठी लढणं हा नसून जागतिक पातळीवरील इस्लामचा विजय हा होता. त्याला माझी मतं पटवून देण्याची शक्यताच नव्हती. साहजिकच, मी दुसऱ्या टोकाचं बोलणं सुरू केलं.

"अफगाण- तालिबान अगदी कालपरवापर्यंत असं म्हणत होते की अरबांप्रमाणे आमचा आत्मघाती बॉम्बहल्ल्यांवर विश्वास नाही; पण आता मात्र त्यांचाही दृष्टिकोन तसाच झालेला दिसतो."

"कदाचित आपला आत्मघाती बॉम्बहल्ल्यांवर विश्वास नाही असं तुम्ही ऐकलं असलं तर ते प्रेषितांचे शब्द आणि पवित्र कुराणातल्या आयता न समजणाऱ्या लोकांकडून असणार. पण आम्ही जो धर्माचा अभ्यास केला आहे त्यावरून असं दिसतं की आत्मघाती बॉम्बहल्ल्यांना इस्लामची मान्यता आहे. तसं करणं योग्य आहे, असं प्रेषितांनीच सांगितलं आहे. आमचा त्यांच्यावर विश्वास आहे."

रफीनं मला कोपरानं ढोसून खूण केली. मला त्याचा अर्थ कळला. मी विचारलं, "अशा प्रकारच्या कृतीला मान्यता देणाऱ्या कुराणातल्या कोणत्या आयता आहेत?"

"अनेक ठिकाणी तसं सुचवलेलं आहे," तालिबान कमांडर म्हणाला, "एखादा माणूस एकटाच चरित्रहीन लफंग्यांविरुद्ध लढतो आणि लढतालढता शहीद होतो, हे पाहून देवाला आनंदच होतो. माझ्यावर विश्वास ठेवणारा हा माणूस मृत्यूलादेखील न घाबरणारा शूर आहे हे पाहून देव स्मितहास्यच करत

असणार; पण मला नेमक्या आयता मात्र सांगता येणार नाहीत. पवित्र कुराणात नेमक्या कोणत्या शब्दात आत्मघाती हल्ल्यांना इस्लामची परवानगी आहे, हे मी नंतर सांगू शकतो.''

''अशा हल्ल्यांमध्ये अफगाणी लोक मरत आहेत. निरपराध अफगाण लोकांच्या अशा मरण्याबद्दल काय म्हणता येईल?''

''प्रेषित मुहम्मदांना एकदा प्रश्न विचारला की एखाद्या शहरात शत्रू आहे आणि त्याच शहरात अनेक मुस्लीम आहेत. अशा वेळी मुस्लिमांनी त्या शहरावर हल्ला करणं योग्य आहे का? त्याचं उत्तर होय असंच होतं. जर मरणाऱ्या त्या निरपराध लोकांचा इस्लामवर दृढ विश्वास असेल तर ते शहीदच ठरतील आणि नसेल तर ते नरकात जातील.''

''ही लढाई आणखी किती काळ चालेल? हिवाळा सुरू होईपर्यंत?''

''उन्हाळा आहे की हिवाळा, त्यानं काहीच फरक पडत नाही. काहीही असो, परिस्थिती कशीही असो, आमचा निश्चय पक्का आहे. आमचं ध्येय ठरलेलं आहे. परकीयांना इथून बाहेर काढायचं. आम्हाला मुलं आहेत पण ती मेलेलीच आहेत असं आम्ही गृहीत धरतो. आम्हाला त्याबद्दल काहीही वाटत नाही. आम्ही आमच्या कुटुंबांना सोडलेलं आहे. आम्ही अफगाणिस्तानात शिरलेल्या या बदफैली शत्रूंना इथून हुसकावून देण्यासाठी सगळ्या देशभर मुजाहिदिनांचं रक्त सांडायला तयार आहोत.''

''तुम्ही स्वत:ला कोण मानता, मुजाहिदीन की तालिबानी?''

''तालिबानी आणि मुजाहिदीन, दोन्ही एकच आहेत. तालिब म्हणजे इस्लामचा अभ्यासक; पण या प्रतिकारासाठी, लढाईसाठी जिहादमध्ये वापरला जाणारा मुजाहिदीन हा शब्दच योग्य आहे.''

''मी असं ऐकलं आहे की एखादा भाग ताब्यात आला की तालिबानी हे लोकांना सांगतात : तुम्ही अफू पिकवा. आम्ही तुम्हाला संरक्षण देतो. त्याच्या बदल्यात आम्हाला दहा टक्के द्या. हा व्यवहार असा होतो हे खरं आहे का?''

''नाही. ते खरं नाही. तालिबान फक्त *जकात* घेतात. इतर काही ऐकलं असेल तर तो तालिबानविरोधी प्रचाराचा भाग आहे. लोक आम्हाला सर्व प्रकारची मदत करायला तयार असतात. ते त्यांच्या जवळचं सगळं आम्हाला आपणहून वापरू देतात. आम्हाला आपणहून आर्थिक मदत करतात. फक्त जकात देऊनच लोक तालिबानला मदत करतात, असं नाही. लोक स्वत:हून जिहादमध्ये सहभागी होतात आणि त्यांच्याजवळचं सगळं आम्हाला द्यायला तयार असतात.''

पुन्हा एकदा रफी आणि कमांडर यांच्यात मोठ्या आवाजात बरीच चर्चा झाली. मग रफीनं मला सांगितलं की त्या कमांडरला आता जावं लागणार होतं.

मी आणि कमांडर, दोघांनी एकमेकांचे आभार मानले आणि फोन बंद केला.

पाच मिनिटांनी पुन्हा रफीचा फोन वाजला. तो कमांडरच बोलत होता. त्याला पवित्र कुराणातला नेमका भाग सापडला नव्हता; पण आत्मघाती बॉम्बहल्ल्यांच्या विषयावर त्याला आणखी काहीतरी सांगायचं होतं.

''प्रेषितांच्या काळात एखादा माणूस शत्रूंमधल्या अनेक जणांना ठार करून स्वत: शहीद होत असे. आता आधुनिक तंत्रज्ञानामुळे अंगावर जाकीट (बॉम्बनी भरलेलं) चढवून तुम्ही एकाच वेळी अनेक शत्रूंना ठार मारू शकता. अशा प्रकारे स्वत: शहीद होऊन अनेक बदफैली अश्रद्ध लोकांना ठार केल्याबद्दल देव खूशच होत असणार. असे आत्मघाती हल्ले हे इस्लामला धरूनच आहेत.''

''पण त्याऐवजी हातात बंदूक घेऊन लढणं आणि मृत्यू आला तरी पर्वा न करता लढणं, हे जास्त मानाचं नाही का?''

''आम्ही किती बळकट आहोत हे आम्हाला आमच्या शत्रूंना, जगाला दाखवून द्यायचं आहे. आम्ही स्वत:च्या जीवाचीही पर्वा करत नाही, हा संदेश आम्हाला सगळ्या जगाला द्यायचा आहे. आमच्या बरोबरीनं जगातल्या सगळ्या मुस्लिमांनी जिहादमध्ये सामील व्हावं, यासाठी आम्ही त्यांना उदाहरण घालून देत आहोत. पाहा, या माणसाकडे पाहा. हा माणूस देवासाठी, पवित्र कुराणासाठी स्वत:चा जीव द्यायला तयार झाला. यातून लोकांना फार जोरदार संदेश मिळतो. म्हणूनच आता मरायला तयार असणारे ५०० आत्मघाती हल्ला करणारे मुजाहिदीन झाबूलमध्ये तयार आहेत.''

''पण अशामुळे अनेक जणांना भीती वाटते, विशेषत: अफगाणी लोकांना.''

एवढ्यात नसीमचा फोन आला. तो मला फुटबॉलची मॅच बघण्यासाठी न्यायला निघाला होता. तालिबानी कमांडर अजूनही त्याची पोपटपंची करतच होता. मी नसीमला हॉटेलपाशी आल्यावर पुन्हा फोन कर, असं सांगितलं.

''नाही. मुस्लिमांना अजिबात राग आलेला नाही किंवा त्यांच्या मनात दहशतही नाही. काही निरपराध लोक मरत आहेत हे खरं; पण आपण शहीद आहोत आणि देवाला भेटायला जात आहोत याची त्यांना कल्पना आहे. ज्या लोकांना भीती वाटते ते या अश्रद्ध बदफैली लोकांचे गुलाम आहेत.''

यानंतर आम्ही पुन्हा एकमेकांचा निरोप घेतला.

मला कंदाहारमधून बाहेर पडण्यासाठी विमानाची तिकिटं मिळाली नाहीत. म्हणून मी माझ्याजवळ असलेल्या वेळेचा उपयोग करावा असं ठरवलं. मी कंदाहारमधल्या स्थानिक लोकांचं आयुष्य जाणून घेणार होतो. रफीची कंदाहारमध्ये कोणाशीच ओळख नव्हती. त्यामुळे मला एका स्थानिक माणसाला फिक्सर म्हणून घ्यावं लागलं. त्याचं

नाव सैद. हा तिशी ओलांडलेला माणूस एखाद्या अस्वलासारखा आडदांड होता.

एक दिवस सकाळी सैदनं एका माणसाची भेट ठरवली होती. आम्ही पायी चालणारे, हातगाड्या आणि गाढवं यांच्या गर्दीतून वाट काढत जात होतो. बाजारात एवढी गर्दी होती की गाडी रांगत चालल्याप्रमाणे जात होती. आम्ही एका मोकळ्या जागी गाडी लावली आणि जरा उंचावर असणाऱ्या इमारतीकडे गेलो. या काँक्रीटच्या इमारतीला कसलीही सजावट नव्हती. आम्ही काही दुकानं ओलांडून एका शिंप्याच्या दुकानापाशी आलो.

आत गेल्यावर आमचं स्वागत झालं. चहा आणि थोडी मिठाई समोर ठेवल्यानंतर शिंपी आमच्यासमोर बसला. त्याचं नाव बिसमिल्ला. त्याच्या मनात परदेशी लोकांबद्दल फक्त तिरस्काराशिवाय काहीही नव्हतं. त्यानं सांगितलं की तालिबान आणि अल्-कायदाच्या शोधात अमेरिकेच्या विशेष दलानं त्याच्या घरात घुसून त्याच्या दहा वर्षे वयाच्या चुलतभावाला ठार केलं होतं.''

''ते नक्की अमेरिकन होते की...''

''ब्रिटिश, अमेरिकन, कॅनेडियन... सगळे सारखेच. ते सगळे अमेरिकनच आहेत. सगळे जण मिळूनच काम करतात. ते सरळ काही जणांची नावं ठरवतात. तुम्हाला दहशतवादी माहीत आहेत का? तुम्हाला कोणी तालिबानी माहीत आहेत का? तुम्हाला हा माणूस माहीत आहे का? तुम्हाला तो माणूस माहीत आहे का?...''

बिसमिल्लानं त्याचं शिवणकाम पुढे सुरू केलं. जवळच एका उंच जागी दोन-तीन पोरं बसली होती. बहुधा त्याचीच पोरं असावीत. ती नीट ऐकू यावं म्हणून पुढं सरकली.

''या परदेशी फौजांना काहीही झालं की आम्हाला आनंदच होतो. कुठं एखादा भूसुरुंग पेरलेला असेल तर माहीत असूनही कोणीही अमेरिकनांना त्याची कल्पना देणार नाही. त्यांची वागणूक अफगाण लोकांनी सहन करण्याच्या पलीकडची झाली आहे. त्यामुळे ते लोक मेले तर आम्ही खूशच होतो.''

''अमेरिकन लोकांबद्दलचं हे मत कधी बदलू लागलं? अमेरिकन लोकांबद्दल कधी चांगलं बोललं जात होतं का?''

''प्रामाणिकपणे सांगायचं तर अगदी पहिल्या दिवसापासून मी अमेरिकन लोकांबद्दल नाराज आहे; पण अमेरिकन म्हणत होते तेच सरकार सांगत होतं. आपला उद्देश चांगला आहे, असं सगळीच परदेशी दलं म्हणत होती. आम्हाला वाटलं की ठीक आहे. हे लोक आमच्या देशाची प्रगती व्हावी म्हणून काहीतरी करतील. अफगाणिस्तानची परिस्थिती सुधारण्यासाठी आर्थिक मदत आपण देऊ आणि एकूणच सामाजिक विकास त्यामुळे होईल, असं हे सगळे जण सांगत होते.

लोकांच्या मनात बऱ्याच अपेक्षा होत्या.''

''पहिली दोन वर्षे ठीक चालू होतं; पण मागची तीन वर्षे मात्र परिस्थिती सतत बिघडतच गेली. हे वर्ष तर सर्वांत वाईट आहे. लोकांना हे परदेशी लोक जे काही करतात त्यामुळे त्यांच्याबद्दल कमालीचा तिरस्कार वाटतो. मी तर एखादा परदेशी नुसता पाहिला तरी संतापून माझं डोकंच फिरतं.''

''तुमच्या सरकारबद्दल काय सांगता येईल?''

''त्याबद्दल कोणीच समाधानी नाही. आम्हाला सरकारबद्दल जरादेखील सहानुभूती वाटत नाही. सरकार आमच्यापेक्षा परदेशी लोकांच्याच जवळचं आहे. आमचे पोलीस आमचाच अपमान करतात. आम्हालाच लुटतात. आमची गुप्तचर संस्था एन.डी.एस. (नॅशनल डायरेक्टरेट ऑफ सिक्युरिटी) ही आम्हालाच त्रास देते.''

''या अशा पार्श्वभूमीवर तालिबानबद्दल काय वाटतं?''

''मी अगदी प्रामाणिकपणानं बोलतो आहे. या भागातल्या ऐंशी टक्के लोकांचा तालिबानला पाठिंबा आहे. या इथं नव्वद दुकानदार आहेत. त्यातले अवघे दहा जण सरकारच्या बाजूचे असतील. उरलेले ऐंशी तालिबानचे समर्थक आहेत. कोणत्याही सरकारनं शांतता आणि स्थैर्य राखावं एवढीच सामान्य जनतेची अपेक्षा असते, हे सगळ्याच अफगाणी लोकांना वाटतं. काही दिवसांपूर्वी माझ्या एका नातेवाइकाकडून पोलिसांनी सहा हजार रुपये (७५ डॉलर) काढून घेतले. देशवासीयांना ही अशी अपेक्षा होती का?''

''पण कधीतरी तालिबानला हटवलं गेलं याबद्दल लोकांना अमेरिकन लोकांबद्दल तिरस्कार नव्हता, असं तुम्ही म्हणालात. याचा अर्थ लोकांना तालिबानला हटवण्याबद्दल आनंद झाला होता का?''

''होय. अगदी बरोबर. बहुसंख्य अफगाणी जनतेला तसंच वाटत होतं. भविष्यात अफगाणिस्तानची आर्थिक आणि सामाजिक प्रगती होईल म्हणून लोकांना आशा वाटत होती.''

''तालिबानी पुन्हा एवढ्या जोरानं परततील असं तुम्हाला कधी वाटलं होतं का?''

''तालिबानींनं पुन्हा कधीच येऊ नये असंच मला वाटत होतं. अफगाणिस्तान एवढा बदलला असेल की ते परत येऊच शकणार नाहीत अशी अपेक्षा होती; पण आमच्या या बदमाश शत्रूंचा इथं येण्याचा हेतू स्वार्थी आहे. त्यांच्या स्वार्थासाठीच ते इथं आमच्या देशात तळ ठोकून बसले आहेत. मागच्या पाच वर्षांत आम्ही त्यांना सतत विचारतो आहोत : तुम्ही नागरिकांना ठार का करता आहात? तुम्ही बॉम्बफेक का करता? तुम्ही निरपराध माणसांवर गोळीबार का करता? पण या प्रश्नांची उत्तरं कोणीच देत नाही.''

''माझा माझ्या मुलांना एकच सल्ला आहे. हे परदेशी सैनिक आपले शत्रू

आहेत. देशाच्या स्वातंत्र्यासाठी लढताना मेलात तरी चालेल. एकदा का माझी मुलं, माझं कुटुंब हे ठार झालं की मग काय उरणार... हे असं आहे. समजा, मी तुम्हाला पन्नास हजार डॉलर दिले तर तुम्ही तुमचा एक हात तोडून द्यायला तयार व्हाल का?''

मी आता विषय आत्मघाती हल्लेखोरांकडे वळवला. आदल्या दिवशी तालिबानी कमांडर जे म्हणाला होता तसंच या माणसाला वाटत होतं का, असं विचारलं.

''माझंही तेच मत आहे,'' बिसमिल्ला म्हणाला, ''जर नागरिक ठार झाले तर ते शहीद होतात.''

''मी ऐकलं आहे की इथं कंदाहारमध्ये बॉम्बस्फोट होत असल्यानं लोक यायला घाबरतात. लोकांमध्ये दहशतीची भावना आहे का?''

''नाही. मला तसं वाटत नाही. घराबाहेर कुठंही जा. कुठं सायकलचा स्फोट होतो, कुठं मोटारसायकलचा. काही वेळा माणसाच्या शरीराभोवतीच स्फोट होतो तर काही वेळा गाडीत. तेव्हा घाबरून जाणार तरी कुठे?''

मी बिसमिल्लाला मदतीसाठी येणाऱ्या परदेशी स्वयंसेवकांबद्दल विचारलं. ते तसं काम करतात हे त्यांना चालतं का, असं विचारलं.

त्यानं सांगितलं की हे परदेशी लोक लष्करासाठी हेरगिरी करतात, असं लोकांना वाटतं. त्याला अफगाणिस्तानात एकही परदेशी माणूस असणं चालणारं नव्हतं.

''मी आता फार भावनाविवश होतो आहे. मला पुढे बोलवणार नाही,'' बिसमिल्ला म्हणाला, ''आमचा कोणावरही विश्वास नाही. आता माझा तुमच्यावरचा विश्वास नष्ट झाला आहे आणि तुमचा माझ्यावरचा...''

आता आम्ही तिथून निघून जायची वेळ झाली होती.

आम्ही आता शहराच्या दुसऱ्या भागात गेलो. तिथं एका इमारतीत बरीच ऑफिसेस होती. आम्ही एका बांधकाम व्यवसायाच्या एजंटशी बोलत होतो. तिथं त्याचे पाच मित्र होते. मी त्याला विचारलं, ''या अफगाण सरकारवर काही भरोसा लोकांना वाटतो का?''

''अजिबातच नाही.''

आम्ही बराच वेळ बोलत होतो. पण कोचावर बसलेला एक जण इतका वेळ गप्प होता. अचानक तो बोलू लागला, ''तुम्ही खरोखरच काही लिहिता आहात का?''

''होय. मी लिहितोय.''

त्या माणसानं मान डोलावली, ''माझं नाव... (एच). मी झाबूलहून इथं आलोय. मला भाड्यानं घर हवं आहे. मी माझं डोकं उडू नये म्हणून इकडं पळून आलोय. मला न्यायालयापुढे उभं न करताच कोणीतरी माझं डोकं उडवायचा प्रयत्न करत आहे.''

"तुम्ही झाबूलहून परांगदा झाला आहात का?"

"होय. मी तिथून तालिबानींच्या भीतीनं पळ काढला. त्यांच्याकडे न्याय हा प्रकारच नाही. तिथं न्यायालय वगैरे काही नाही. ते सरळ डोकं उडवतात. मी काहीच गुन्हा केलेला नाही; पण त्यांच्या दृष्टीनं काहीही गुन्हा असू शकतो. मी आता तुमच्याशी बोललो हादेखील त्यांना गुन्हाच वाटेल. उद्या जर वर्तमानपत्रात तसा फोटो प्रसिद्ध झाला तर माझं डोकं उडालंच म्हणून समजा."

"मी समजू शकतो."

"तुम्ही नुसते सरकारमधल्या कोणाला भेटायला गेलात तरी संपलंच. तुमचा शिरच्छेद झालाच म्हणून समजा. हे असं आहे तिथं."

"पण मी काल ज्या तालिबानी कमांडरशी बोललो, तो म्हणत होता की झाबूलच्या लोकांनी तालिबानचं मनापासून स्वागत केलं."

"मी हे सांगतो की मी सरकारचा हेर नाही. लोकांना तालिबान आवडत नाहीत. मी हे जरी सांगत असलो तरी मी सरकारसाठी हेरगिरी करणारा नाही. मी एक साधा कंत्राटदार आहे. मी एका स्वयंसेवी संस्थेला दगडांचा पुरवठा करतो; पण त्यासाठी तालिबानी मला दोषी ठरवतात. त्यांना मला ठार मारायचं आहे."

पण एच ला जे बोलायचं होतं ते काहीतरी वेगळंच होतं. त्यानं एक खोल श्वास घेतला आणि तो बोलू लागला. तो हे बोलून जणू छातीवरचं दडपण दूर करत होता.

"सर्व लोकांना, जगभरातल्या सगळ्यांनाच सारख्याच भावना असतात. सर्वांचं वागणंही सारखंच असतं. तुम्ही आम्हाला प्रशासनाची पद्धत, विकासाचा मार्ग आणि असं सगळं दाखवलंत. आम्हाला ते सर्व आवडलं. तुमच्या देशात जी व्यवस्था तावून सुलाखून बाहेर पडली आहे, तीच तुम्ही आमच्या देशात आणलीत तर अफगाणी लोकांना हवंच आहे. तुमच्याकडे जे सगळं आहे तेच आम्हाला हवं आहे. पण तुम्ही प्रामाणिक नाहीत. प्रामाणिक असतात तर तुम्ही तुमच्या देशात जी प्रणाली व्यवस्थित काम करते आहे तीच इथं आम्हाला दिली असती. आम्ही तीन दशकांच्या लढाईत होरपळून निघालो आहोत. सर्वांनाच आता त्याचा कंटाळा आला आहे. शांत आणि सुरक्षित जीवन आम्हा सगळ्यांनाच हवं आहे आणि ते शक्य आहे. जर प्रामाणिकपणा असेल तर सगळे प्रश्न सोडवता येतात.

"तालिबान हे खूप पानं असणारं झाड आहे; पण त्याला बरीच मुळंही आहेतच की! तुम्ही मुळं कापलीत तर झाड पडेल. पण आम्हाला पक्की खात्री आहे की परदेशी फौजा स्वत: इथं त्यांचा वेळ वाया घालवत नाहीत, तर त्यांचे स्वत:चे काहीतरी वेगळे उद्देश आहेत. ते इथं अल्-कायदा आणि दहशतवादाशी लढायला आल्याचं सांगतात, पण ते खरं नाही. त्यांना खलास करायचं असेल तर त्यांचे आधार काढून घ्यायला हवेत. त्यांची प्रशिक्षण शिबिरं आणि वैद्यकीय उपचारांच्या सोयीसुविधा नष्ट

करायला हव्यात. तसं केलंत की तालिबान संपलेच म्हणून समजा. पण तुम्ही प्रामाणिक नाही. तुम्ही इथं झाबूल किंवा कंदाहारमधल्या तालिबानवर बॉम्ब टाकत राहता. पण हा उपाय नाही. उपाय मुळं कापायचा असायला हवा.''

एक वृद्ध माणूस बोलू लागला, ''रेड आर्मीनं अफगाणिस्तानवर आक्रमण केलं तेव्हा मी त्यांचं स्वागत करणाऱ्यांमधला एक होतो. इथं झाबूलमध्ये त्यांना आम्ही पाठिंबा दिला होता; पण त्यांनी अफगाण लोकांवर जरादेखील विश्वास ठेवला नाही. त्यांनी अफगाण लोकांना आदरानं वागवलं नाही. आपण आपल्याला वाटेल ते अफगाणिस्तानात करू शकू अशी त्यांची कल्पना होती; पण रेड आर्मीला अफगाणिस्तानात पराभव पत्करावा लागला, त्याचं कारण हेच होतं. आता तुम्ही लोक इथं आलात. पण तुम्ही नुसतंच बोलता. तुम्ही अफगाणी लोकांना काय वाटतं याची फिकीर करत नाही. तुम्ही अफगाणी लोकांचं म्हणणं ऐकून घेत नाही... आपण एकमेकांचा आदर करायला हवा. अफगाणी लोकांच्या इच्छा-आकांक्षा काय आहेत ते तुम्ही जाणून घ्यायला हवं. नाहीतर रेड आर्मीप्रमाणेच तुम्हीही पराभूत व्हाल.''

आमची कंदाहारमधली शेवटची भेट अहमद वली करझाईच्या ऑफिसात ठरली होती. अर्थात आम्ही त्यांना अगोदर काही कळवलं नव्हतं किंवा अगोदर वेळही ठरवून घेतली नव्हती. आम्ही तिथं पोहोचलो आणि आम्हाला अफूबद्दल माहिती घ्यायची आहे असं सांगितलं. अहमद वली करझाई ऑफिसात नव्हता. बहुधा तो दुबईला गेला असावा. तो तिथं नाही याचा मला आनंदच झाला. आपला अफूच्या कोणत्याही व्यवहारात हात असल्याचा तो जोरदार इन्कार करत असे आणि आताही तो वेगळं काही सांगेल अशी शक्यता नव्हतीच. मी कंदाहारमध्ये दोन दिवस अडकून पडलो होतो. दरम्यान मला कोणी अटक करून माझी चौकशी करणं आणि माझ्याजवळच्या चित्रणातून कोणकोण बोललं ते ओळखलं जाणं, हे मला परवडणारं नव्हतं म्हणून मी खूपच सावधगिरी बाळगत होतो. माझी ही खबरदारी घेणं योग्यच असल्याचं मला नंतर कळलं. पुढे कित्येक महिन्यांनंतर एक उच्चपदस्थ पाश्चिमात्य मित्रानं सांगितलं की मला अहमद वली करझाईमध्ये असणारा रस योग्य होता, पण तो फार धोकादायक होता. म्हणूनच मी आणि रफी एकदाचे कॅम एअरच्या विमानानं काबूलला निघालो तेव्हा मला फार आनंद झाला.

११

मजार-ए-शरीफ

अफूच्या उत्पादनाच्या विक्रमी आकड्यांकडे पाहून आता माल कमावण्याची संधी जवळ आल्याचं सगळ्यांनाच दिसत होतं; पण त्याच वेळेस लढाईचे ढोलताशे वाजायला सुरुवात झाली होती आणि शत्रू होता अफू. अमली पदार्थांच्या विरोधात एक परिषद झाली. या परिषदेत राष्ट्राध्यक्ष करझाईंनी एकदम मोठी कोलांटी उडी मारली. अफूचं उत्पादन प्रचंड वाढल्याचा सगळा दोष त्यांनी पाश्चिमात्य दलांवर आणि विशेषत: हेलमंदमधल्या ब्रिटिश फौजांना दिला होता. 'जिथं परदेशी फौजा आहेत तिथं अफूचं पीक वाढतं,' असं जाहीर केलं. अफगाणी लोकं हे ऐकून खूश झाले. लोकांना काय आवडतं याची नेमकी कल्पना करझाईंना असावी. राजकारणात हा माणूस वाटला तेवढा कच्चा नाही हेच यातून दिसून येत होतं.

ब्रिटिश राजदूत सर शेरार्ड काऊपर-कोल्सनी तिथल्या तिथं करझाईंचं म्हणणं खोडून काढलं नाही; पण आपलं अगोदर तयार केलेलं भाषण बाजूला ठेवून त्यांनी अफूची समस्या हाताबाहेर गेली असल्याचं आणि अफूचा बंदोबस्त करण्यासाठीची धोरणं साफ फसल्याचं स्पष्ट शब्दात बजावलं. अमेरिकन राजदूत वूड यांनी पूर्वीप्रमाणेच परिस्थिती गंभीर असल्यानं कठोर उपाय योजायला हवेत म्हणजेच हवाई फवारणी करायलाच हवी, असं सांगितलं. अर्थात ते अपेक्षितच होतं. कारण यू.एन.ओ.डी.सी.च्या अहवालात म्हटलं होतं की अफगाणिस्तानात आता विक्रमी

उत्पादन होत आहे. त्याबद्दल लिहिताना संस्थेचा प्रमुख अन्टोनिओ मारिआ कोस्टा यानं 'अफगाणिस्तानातल्या अफू उत्पादनाचा गरिबीशी काहीही संबंध नाही तर परिस्थिती नेमकी उलट आहे', असं लिहिलं होतं. इतकंच नाही तर अफगाण सरकारनं ठरवल्यास आपण हवाई फवारणीसाठी मदत करायला तयार आहोत, असंही हा अधिकारी म्हणाला होता. वरिष्ठ उपाध्यक्ष अहमद झिया मसूद यानंही त्याची टिमकी परिषदेत चांगलीच वाजवून घेतली. हवाई फवारणी या अगोदर झाली तर त्याला हवी होती. पण आता तसं केलं तर लोक फार मोठ्या प्रमाणात तालिबानला सामील होतील, असं त्याचं म्हणणं होतं. त्याच्या मते, हेलमंदमध्ये सगळीकडे काळे फेटे (तालिबानी) दिसू लागले की त्याचं लोण कंदाहार आणि उरुझगान या भागांत पसरायला वेळ लागणार नव्हता. तसं झालं तर उत्तर-दक्षिण, ताजिक-पश्तुन आणि बंडखोर-सरकार यांच्यातली दरी आणखीनच वाढली असती. राष्ट्राध्यक्ष करझाईंनी हवाई फवारणीला जो विरोध केला त्याच्यामागे दक्षिणेतल्या पश्तुन लोकांना आपल्या बाजूनं ठेवण्याची कल्पना होती. कारण २००९ मध्ये होणाऱ्या आगामी निवडणुकांमध्ये हेच लोक उपयोगी पडणार होते. अफगाणिस्तानातल्या राजकारणात 'अफूचा वापर' असा अनेक जण वेगवेगळ्या कारणांसाठी करत असत.

मला हेलमंदच्या मध्यभागातली परिस्थिती जाणून घेण्यासाठी तिथं जायची आवश्यकता होती. तिथल्या लढाऊ ब्रिटिश फौजांमध्ये जागा मिळवण्याची मला अजून आशा होती. पण काम अवघड होतं. एका ब्रिटिश अधिकाऱ्यानं मला त्यासाठी शब्द टाकायचं आश्वासन दिलं होतं. पण त्यातून काहीच निष्पन्न झालं नाही. अफगाण फौजांसाठी ब्रिटिश सैन्य एका अमली पदार्थविरोधी दलाची निर्मिती करत होतं. 'कमांडो ३३३' नावाच्या या दलाला ब्रिटिश प्रशिक्षण देत होते. मी त्यांच्यात सामील होता येईल का, असं विचारलं. या बाबतीत मी विचारलं असता ब्रिटिश अधिकारी प्रसन्नपणानं हसत असला तरी त्यानं स्पष्ट शब्दात ठाम नकार दिला. दुसरा पर्याय म्हणजे अफगाण नॅशनल आर्मीबरोबर हेलमंद भागात जाता येतं का ते पाहणं. त्यासाठी मला काबूलमधल्या कॅम्प एगर्स या प्रशिक्षण तळाच्या माध्यमातूनच जावं लागणार होतं. माझ्याजवळ पत्रकार म्हणून व्हिसा नसल्यानं कदाचित तिथं माझ्याकडे संशयानं बघितलं जाण्याची शक्यता होती. तसं झालं तर माझी थेट देशाबाहेर हकालपट्टी झाली असती आणि मला ते परवडणारं नव्हतं.

मला सगळीकडून जरी नकार मिळत असला तरी नकाराची भिंत अभेद्य मात्र नव्हती. मला एका ब्रिटिश अधिकाऱ्यानं सांगितलं की अफूची लागवड होण्याअगोदर चर्चा करण्यासाठी *शूराची* म्हणजे प्रांतातल्या सर्व जमातप्रमुखांची आणि जमातींमधल्या वजनदार माणसांची एक सभा काही दिवसांतच जलालाबादला होणार होती. मला

कदाचित त्यात रस असेल असं वाटल्यानं त्या ब्रिटिश अधिकाऱ्यानं मला हे सांगितलं होतं. मला यात हेलमंदच्या आघाडीवर जायची संधी नसली तरी काहीतरी करायला मिळणार होतं. मला ही बातमी सांगितल्याबद्दल मी त्या ब्रिटिश अधिकाऱ्याचे आभार मानले.

अमेरिकेनं ननगरहारमध्ये कामाला लागायचं ठरवलं होतं. कारण हा प्रांत अजूनही अफू उत्पादनात आघाडी टिकवून होता. ही धोक्याची घंटा होती. गुल आगा शेरझाई या राज्यपालाच्या मदतीनं अफूची लागवड सुरू व्हायच्या अगोदर चर्चा करण्यासाठी अमेरिकेनंच पुढाकार घेऊन *शूराची* बैठक आयोजित केली होती.

मी रफीला बरोबर घेऊन जलालाबादला गेलो. जाताना काही अडचण आली नाही. काबूल जिल्ह्याच्या सरहद्दीवरच्या तपासणी-नाक्यावर मला अडवून कागदपत्रं वगैरे काहीही मागण्यात आली नाहीत. आम्ही सरळ बैठकीच्या ठिकाणी गेलो.

एका मोठ्या हॉलमध्ये पारंपरिक पोशाख केलेले शेकडो जण बसलेले दिसले. महत्त्वाच्या व्यक्ती त्यांच्या जागी विराजमान झाल्या होत्या. ब्रिटिश आणि अफगाण अधिकारी सूट परिधान करून आले होते. एक उच्चपदस्थ पाश्चिमात्य अधिकारी आला. त्याच्याभोवती माश्या घोंगावल्याप्रमाणे मदतनीस होते. त्यानं परिधान केलेलं निळं जाकीट तिथल्या वातावरणात जरा चमत्कारिक वाटत होतं.

मी तिथल्या एका स्थानिक वार्ताहराला मला काय चाललंय ते समजावून सांगण्याची विनंती केली.

'ननगरहार भागात पोटापाण्याची पर्यायी साधने मिळण्याच्या कार्यक्रमासाठी अमेरिकेनं ८३ दशलक्ष डॉलरची मदत केली आहे. ते शिनवार आणि अचीन भागांत धरणं बांधणार आहेत. त्यामुळे तिथली पाण्याच्या कमतरतेची समस्या कमी होईल. तसंच ते रस्तेही बांधणार आहेत. हे सगळे प्रकल्प मंजूर झाले आहेत. काही तर अगोदरच सुरू झाले आहेत. पहिल्यांदाच अमेरिकेनं इथं जलालाबादमध्ये एक बिगरलष्करी तळ उभारला आहे. ह्या तळाचं काम फक्त कृषिविकासावर देखरेख करणं हेच आहे. हे सगळ्या देशासाठी उदाहरण ठरावं अशी अपेक्षा आहे.'

'सर्वेक्षण पूर्ण झालेलं आहे. रमझानमध्ये बरेच कृषितज्ज्ञ येणार आहेत. ननगरहारची जमीन सुपीक आहे, याची त्यांना कल्पना आहे. ते सर्व प्रकारची सुधारित बियाणी आणणार आहेत. अफूऐवजी इतर काही पिकवावं म्हणून शेतकऱ्यांना उत्तेजन देण्यासाठी फळफळावळ वगैरेची निर्यात करण्याचा विचार आहे. त्यासाठी एक धावपट्टी बनवली जाणार आहे.'

"हे सगळं कधी सुरू झालं?"

"दोन महिन्यांपूर्वी. अमेरिकन राजदूत इथं आला होता. तुमच्यासाठी ८३ दशलक्ष डॉलर आहेत, असं त्यानं सांगितलं."

"फक्त ननगरहारसाठी?"

"फक्त ननगरहारसाठी. तो म्हणाला की तुम्हीच कोणते प्रकल्प हवेत ते ठरवा. मग राज्यपालानं सगळ्या विभागांना प्रस्ताव पाठवायला सांगितलं. हे प्रस्ताव अमेरिकन दूतावासाकडे दोन आठवड्यांपूर्वी पाठवण्यात आले. डी.ए.आय. नावाची एक स्वयंसेवी संस्था याच विषयात काम करत असून १८ हजार लोक ह्या भागात कामाला लागले आहेत. हे सगळं पुरेसं नाही हे खरं, पण निदान काहीतरी होतं आहे."

बैठकीचं काम नेहमीप्रमाणेच सुरू होतं. शेरझाईनं या बैठकीत निव्वळ हजर राहण्यासाठी जमातींच्या वजनदार माणसांना प्रत्येकी ५०० डॉलर दिले असल्याची खात्रीशीर बातमी मला मिळाली होती. मी नंतर एका अधिकाऱ्याला विचारलं की हा निव्वळ खेळ चाललाय असं वाटत नाही का? शेरझाई किंवा अट्टा मोहम्मद नूर यांच्यासारखे राज्यपाल अफूवर कारवाई केल्यासारखं दाखवतील. हातात भरपूर पैसा पडला की तो खिशात घालतील आणि पुन्हा अफूबद्दल हाकाटी करून हात पसरतील.

"या प्रश्नाचं उत्तर अगदी सोपं आहे. ते म्हणजे मला माहीत नाही," तो अधिकारी म्हणाला, "पण यात एक मोठी समस्या आहे. यापूर्वी पाकिस्तान, थायलंड, भारत आणि तुर्कस्तान या देशांमध्ये अफू उत्पादन कमी करण्याचे प्रयत्न झाले आहेत. अफूचं उत्पादन पूर्णपणे बंद व्हायला पंधरा-वीस वर्षे लागतात. पण त्या देशांमध्ये बाह्यशक्ती नव्हत्या किंवा परदेशी लोकांनी त्यांचा देश व्यापल्याची परिस्थिती नव्हती."

रफी आणि मी हॉलमध्ये एका कोपऱ्यात बाजूला उभे राहून तिथं जे काही चालू होतं ते पाहत होतो. शेरझाईनं काय ठरलं आहे ते सांगितलं. आडदांड शरीरयष्टीच्या शेरझाईचा आवाज जड होता. तो अफू उत्पादनाच्या विरोधी जोरदारपणे बोलला. अफूविरहित प्रांत कसा असावा याचं ननगरहार हे उत्तम उदाहरण ठरणार, असं तो म्हणाला. पण मला त्याचं बोलणं पचनी पडत नव्हतं. हाच माणूस तालिबान तिथं येण्याआधी आणि नंतरही कंदाहारचा राज्यपाल होता. त्याच्याच देखरेखीत दक्षिणेत अफू उत्पादनात प्रचंड वाढ झाली होती. हाच गुल आगा शेरझाई तालिबानला पैसा पुरवणाऱ्या हाजी बशीर नूरझाई या अफगाणिस्तानच्या मादक द्रव्यांच्या साम्राज्याच्या राजाचा जवळचा साथीदार होता. त्यानं आपल्याला अफूच्या व्यापारातून दर आठवड्याला १० लाख डॉलर मिळतात, याची जाहीर कबुली दिली होती. याच माणसाच्या कारकिर्दीत, म्हणजे त्याला प्रशासन म्हणायचं असेल तर खून, बलात्कार, अपहरण,

खंडणी उद्योग आणि मादक द्रव्यांचा व्यापार हे सगळं व्यवस्थित चालू होतं.

"अमेरिकन लोकांना तो आवडतो," शेरझाईबरोबर काही काळ वावरलेला एक पत्रकार मला सांगत होता. तो अमेरिकन माणसांशी कसा सौदा करायचा, हे त्यानं पाहिलं होतं.

अमेरिकन लोक शेरझाईला सतत पाठिंबा का देतात याबद्दल मी एका अमेरिकन अधिकाऱ्याला विचारलं होतं. तो म्हणाला होता, '११ सप्टेंबरच्या हल्ल्यानंतर आम्हाला साथीदाराची गरज होती. तो आमचं काम करत असल्यानं आम्ही त्याच्या इतर गोष्टींकडे कानाडोळा केला. शेरझाईनं मिळालेल्या संधीचा अचूक फायदा उठवला. आपलं उचापती करण्याचं कौशल्य वापरून त्यानं दोन्हीकडून हात धुऊन घेतले. तो कसाही असला तरी उत्तम राजकारणी आहे हे नक्की.'

पण *शूरा*मध्ये मात्र सगळं शेरझाईच्या मनासारखं होत नव्हतं. एक करडी दाढी असणारा माणूस उभा राहून रागानं मंचावर बसलेल्या लोकांना उद्देशून ओरडू लागला. त्यानंतर एकदम तिथं गडबड उडाली; पण लगेचच त्याला आणखी गलबला न होता जबरदस्तीनं खाली बसवण्यात आलं.

बैठकीत थोडी विश्रांती घेण्यात आली. या काळात तीन मुख्य जमातींनी स्वतंत्रपणे जमून त्यांच्यामधल्या एकाची निवड करायची होती. हा प्रवक्ता म्हणून मुख्य *शूरा*ला संबोधित करणार होता. मी हॉलमध्ये सगळीकडे फिरून काय बोललं जातंय, याचा कानोसा घेऊ लागलो. चर्चा चांगली चालली होती. अफू पिकवणं बंद करण्याच्या बदल्यात मदत मिळवावी अशा प्रकारच्या मनोवृत्तीला फारसा थारा मिळत नव्हता आणि अफगाण लोकांमधला हा बदल पहिल्यांदाच दिसत होता.

तीन प्रमुख जमातींच्या वजनदार माणसांची चर्चा मी ऐकली खरी, पण प्रत्यक्ष अफू पिकवणारे शेतकरी काय विचार करत आहेत हे जाणून घेण्यासाठी मी पुन्हा घनीखेल आणि रोदातला जायचं ठरवलं. मी तिथल्या एका माणसाची संपर्क साधला आणि या खेपेस मला जिल्हा प्रशासकाला अगोदर भेटायचं नाही, असं सांगितलं.

जलालाबादच्या बाहेर एका तपासणी नाक्यावर साध्या कपड्यातल्या काही जणांनी आमच्या गाडीला गराडा घातला. त्यांना आमच्याकडून काही रक्कम हवी होती. रफीनं आपण पत्रकार असल्याचं सांगून काहीही द्यायला स्पष्ट नकार दिला. एक जण पुढच्या बाजूला तर दोघं दोन्ही खिडक्यांपाशी उभे होते. आमचा ड्रायव्हर रहमान यानं गाडी हळूहळू पुढे दाबत नेली. गाडीपुढचा माणूस हळूहळू मागे सरकत गेला आणि अखेर बाजूला झाला. थोडं पुढे गेल्यावर आम्हाला आणखी काही

पोलीस दिसले; पण त्यांनी अडवलं नाही. ते एका ट्रक ड्रायव्हरकडून रक्कम उकळण्यात गर्क होते.

अर्धा तास प्रवास केल्यावर आम्ही घनीखेल गावातल्या एका वर्कशॉपमध्ये पोहोचलो. तिथं गेल्यावर एकानं जाऊन काही शेतकऱ्यांना तिथं आणलं.

"माझं नाव वहीदुल्ला बर्चा," एक तिशीच्या जवळ आलेला शेतकरी म्हणाला. त्याच्या चेहऱ्यावर आत्मविश्वास दिसत होता. त्याच्याजवळ सत्तर *जिरीब* जमीन होती.

"यावर्षी किती अफू लावली होती?" मी विचारलं.

"वीस *जिरीब.*"

"मागच्या वर्षी किती लावली होती?"

"सत्तर *जिरीब.*"

"यावर्षी कमी का लावली?"

"आम्हाला अफू निर्मूलन करणाऱ्या दलांची भीती वाटली."

वहीदुल्लानं खरं तर चाळीस *जिरीब* जमिनीत लागवड केली होती; पण माझ्या मागच्या भेटीच्या वेळी मला जो अधिकारी भेटला होता त्यानं, म्हणजे मसूदनं वीस *जिरीब* जमिनीतील अफू नष्ट केली होती. वहीदुल्लाचा एक चुलतभाऊ गावाच्या *शूरा*चा प्रमुख होता. असं असूनही त्याची अफू पहिल्यांदाच नष्ट झाली होती. त्यानंतर काही प्रमाणात मदत आल्याचं त्यानं मान्य केलं. पण मदत बरीच उशिरा आली, असं त्याचं म्हणणं होतं.

"आम्हाला खत मिळालं. पण आम्ही ते अफूच्या पिकालाच घातलं. आम्हाला बी (गव्हाचं) मिळालं, पण ते लावायला वेळच उरलेला नव्हता. म्हणून मग आम्ही त्याचं पीठ करून रोटीसाठी वापरलं."

"मग आता तुम्ही काय पिकवणार आहात?"

"आम्ही सरकार काय करतंय याची वाट पाहत बसलो आहोत. अफूऐवजी त्यांनी आम्हाला कारखान्यात वगैरे काही कामधंदा दिला तर ठीक आहे. नाहीतर आम्ही काय करणार? पुन्हा अफूच पिकवणार."

एक म्हातारा तिथं आला. त्याच्याबरोबर एक तरुण माणूस होता. म्हाताऱ्याला माझ्याशी बोलायचं आहे हे दिसत होतं.

"माझं नाव रहम्मद गुल," म्हातारा म्हणाला.

"तुमचं वय किती आहे?"

"ऐंशी. कदाचित त्यापेक्षा जास्त. कोण जाणे?"

"मला जमिनीबद्दल सांगा. तुमच्याकडे किती जमीन आहे?"

"मी शेतकरी आहे. पण माझी जमीन नाही."

त्याच्या म्हणण्याचा अर्थ असा होता की तो जमीन कसत असला तरी ती जमीन दुसऱ्या कोणाच्यातरी मालकीची होती.

"जमिनीत काय पिकवायचं याचा निर्णय कोणाचा असतो? तुमचा की जमिनीच्या मालकाचा?"

"माझा. मला चांगली किंमत कशाची मिळेल हे पाहून मी ठरवतो."

"किती जमीन कसण्यासाठी आहे?"

"सोळा *जिरीब*."

"तुम्ही एकाच वेळी निरनिराळी पिकं घेऊ शकता का?"

"होय. या हंगामासाठी मी आठ *जिरीब* जमिनीत बटाटे आणि आठ *जिरीब* जमिनीत अफू लावायची तयारी केली आहे."

"तुमच्यावर कोणाचं कर्ज आहे का?"

"होय. खरं सांगायचं तर मी या माणसाकडून कर्ज मिळतंय का ते पाहत होतो." त्यानं बरोबर असलेल्या तरुणाकडे बोट दाखवलं.

"ते कसं काय मिळतं?"

"मी सांगतो," असं म्हणून म्हातारा माझ्यासमोर बसला. "लोक कधीच उगीचच कर्ज देत नाहीत. म्हणूनच अफू पिकवावी लागते. अफू लावली आणि तिला पाणी दिलं की लोक म्हणतात 'हे छान झालं. आता याला कर्ज द्यायला हरकत नाही.' मग एखादा तस्कर येतो. मी तुझं पीक दर किलोला १०० डॉलर देऊन आत्ता विकत घेतो, असं तो म्हणतो. ती रक्कम ताबडतोब मिळते; पण मग बाजारात अफूचा भाव प्रत्यक्षात १५० डॉलर किंवा कितीही झाला तरी त्यालाच अफू द्यावी लागते."

"तेव्हा आता तुम्ही कर्ज घ्यायचा विचार करत आहात?"

"होय."

"किती?"

"दोन हजार डॉलर."

"परत कधी करणार?"

"माझं पीक हाताशी आलं की सहा महिन्यांनी."

"असं बऱ्याच वेळा कर्ज घेता का?"

"होय. माझ्या घरात सगळे मिळून आम्ही तेवीस जण आहोत. जर कोणी आजारी पडलं किंवा काही अडचण आली की कर्ज काढावंच लागतं."

"तुम्ही किती वर्षं अफू पिकवता आहात?"

"पन्नास वर्षांपेक्षा जास्त काळ."

"जर या वर्षी तुम्हाला अफूऐवजी इतर काही पिकवायचं असलं तर तुमच्याजवळ

काय पर्याय आहेत?''

''खरं सांगायचं तर काहीही नाहीत. अफू आणि फक्त अफू. ती असेल तरच लोक कर्ज देतात. बटाटे पिकवले तर कोणी कर्ज देत नाही.''

''म्हणजे तुम्ही एका चक्रात अडकल्यासारखे दिसता आहात. तुम्हाला कर्जाऊ पैसा लागतो आणि तो मिळण्यासाठी अफूच पिकवावी लागते. नाहीतर कर्ज मिळत नाही आणि तुम्ही लोक कफल्लकच राहता.''

''होय. माझी अवस्था पाहा.'' त्यानं त्याच्या कपड्यांकडे बोट दाखवलं. त्याच्या अंगावरचा मळका सलवार-कमीज हा पोशाख अनेक जागी विरलेला दिसत होता. ''सगळा हंगाम मी हा वापरतोय.''

''आमच्यामुळे जगभर समस्या निर्माण होतात याची मला कल्पना आहे,'' म्हातारा पुढे बोलू लागला, ''पण आम्ही काय करणार. आमच्याजवळ काही पर्यायच नाहीत. आम्ही फार गरीब आहोत. आम्ही अफू पिकवतो आणि काही किलो जवळ ठेवतो. कोणी आजारी पडलं की अर्धा किलो अफू घेऊन बाजारात जायचं आणि रक्कम मिळवायची. आम्हाला हे असं करावंच लागतं.''

''म्हणजे अफू हे अनधिकृत चलनच आहे म्हणा ना?''

''होय. पण प्रत्यक्ष पैशांपेक्षाही उत्तम.''

''म्हणजे तुम्हाला सगळी अफू ओल्या स्वरूपातच विकून टाकावी लागते. तुम्ही ती वाळवून चांगला भाव मिळेपर्यंत साठवून ठेवू शकत नाही का?''

''मी सांगतोय त्यावर विश्वास ठेवा. मला अफूच्या बदल्यात हजार डॉलर मिळतात. समजा, काही आपत्ती आली किंवा सरकारनं येऊन पीक नष्ट केलं तरी मला कर्जाची फेड करावीच लागणार. त्या वर्षी मला फेड करता आली नाही तर पुढच्या वर्षी दोन हजार डॉलर द्यावे लागणार. कर्जाची रक्कम ही अशी दरवर्षी दुप्पट होत जाते. आणि असं करता करता अखेर आम्ही आमचं घर आणि शेत गमावून बसतो.''

म्हाताऱ्यानं अशा प्रकारे कर्ज देणारे किती वाईट असतात हे सांगितल्यावर त्याच्याबरोबर असलेला जुमा गुल नावाचा एक तरुण बोलू लागला, ''हे पाहा, जे लोक रक्कम कर्जाऊ देतात ते व्यावसायिक असतात. ते कोणाचीही जमीन किंवा घर हडप करत नाहीत. पण या माणसासारखेच लोक रडत-भेकत येतात. 'मी गरीब आहे. माझी माणसं भुकेनं तडफडत आहेत,' असं विनवतात. म्हणून मग आम्ही त्यांना कर्ज देतो.''

''तुम्ही अफूच्या पिकाच्या मधल्या काळात इतर काही पिकं घेता का?''

''होय. सहा महिने अफू आणि मग मका व कापूस. जर आम्ही फक्त गहू आणि मका पिकवला तर त्यानं जेमतेम पोट भरतं; पण मग डॉक्टरसाठी किंवा औषधपाण्यासाठी

हातात काहीच राहत नाही.''

"अफूमुळे या देशात बाहेरून भरपूर पैसा येतो; पण त्याचा वापर अफगाणी लोकांना कामं पुरवण्यासाठी होत नाही, असं दिसतंय.''

"होय. मी समजा हे असं करायला सांगण्यासाठी पोलीसप्रमुख किंवा जिल्हा प्रशासकाकडे गेलो तर मला थोबाडात बसेल. मागच्या वर्षी जिल्हा प्रशासकाकडे (शेरझाई) गव्हाचं बियाणं आणि खत आलं होतं. त्यानं ते वाटलंच नाही. त्यानं ते आपल्याच लोकांना आणि सुरक्षा कर्मचाऱ्यांना देऊन टाकलं.''

"कशासाठी? त्यांच्या अफूला खत देण्यासाठी की काय?''

"नाही. विकून टाकण्यासाठी.''

"कायदा-सुव्यवस्थेचं काय? तालिबानी तुमच्याकडे येतात का?''

"त्यांच्याबद्दल जास्त न बोललेलंच बरं. तालिबानींनी येऊन ठार केलं काय किंवा सरकारनं येऊन आम्हाला मारून टाकलं काय, त्यानं काय फरक पडणार? उलट गरीब माणसांच्या दृष्टीनं हे भयंकर आयुष्य संपलं तर बरंच होईल.''

म्हातारा उठून उभा राहिला आणि दारापाशी गेला.

"परदेशी माणसांबद्दल तुमचं मत काय आहे?'' मी विचारलं.

"आपण समोरासमोर बोलतोय...'' म्हातारा दारापाशी थांबून मागे वळून म्हणाला, "गेल्या सहा महिन्यांत मला परदेशी लोकांकडून काहीही मिळालेलं नाही. आमच्यासाठी, शेतकऱ्यांसाठी म्हणून त्यांनी आणलेला एखादा तरी प्रकल्प दाखवा.''

म्हातारा दरवाजामधून जरासा बाहेर गेला आणि त्यानं बाहेरच्या रस्त्याकडे बोट दाखवलं, "त्यांनी काय दिलं? हा रस्ता? हा रस्ता तर श्रीमंतांच्या गाड्यांसाठी आहे, आमच्यासाठी नाही.''

सगळे जण हसू लागले.

"त्यांच्याजवळ पैसा आहे. ते त्यांना हवे तसे नियम बनवतात. आता इंधन फार महाग झालं आहे आणि भाडंही खूप वाढलं आहे. याचा परिणाम गरिबांवर होतो.''

लोकांचं हसणं बंद झालं.

"यावर्षी तुम्ही आठ *जिरीब* जमिनीत अफू लावायची असं नक्की केलं आहे का?''

"आठ नाही. मी पंधरा *जिरीब* जमिनीत लागवड करणार आहे.''

"तुम्ही तुमचा हा निर्णय पक्का केला आहे का?''

"होय. करावाच लागला,'' म्हातारा परत आत आला. तो ताठ उभा राहून स्वाभिमान राखण्याचा आटोकाट प्रयत्न करत होता. "माझ्यावर आत्ताच भीक मागायची पाळी आली आहे. उद्या रमझानचा पहिला दिवस आहे आणि माझ्या कुटुंबाच्या पोटात घालण्यासाठी माझ्याजवळ अन्नाचा कणही नाही.''

म्हातारा आता पुन्हा बाहेर पडला. तो आता परत येणार नाही हे माझ्या लक्षात आलं. जाताजाता त्यानं हवेत हात उडवले आणि तो जोरानं ओरडला. जणू तो माझ्यासारख्या परदेशी माणसांना, अफगाण सरकारला किंवा सगळ्या जगालाच उद्देशून ओरडून सांगत होता, 'तुम्ही हवं तर माझ्यावर बॉम्ब टाका; पण मी अफू पिकवणं थांबवणार नाही!'

जलालाबाद– तोर्खाम हमरस्त्यावर असणाऱ्या मार्को नावाच्या एका बाजारात आम्ही जेवणासाठी गेलो. याच ठिकाणी अमेरिकन काफिल्यावर हल्ला झाला होता आणि त्यांनी जरुरीपेक्षा जास्त प्रतिक्रिया दिल्याचं प्रकरण घडलं होतं.

मी त्या दिवशी अस्लम नावाच्या एका अफगाणी माणसाशी फोनवर बोललो होतो. आमची काबूलमध्ये ओळख झाली होती. मी ननगरहारमधल्या घटनांबद्दल चर्चा करण्यासाठी त्याला काही वेळा भेटलो होतो. जवळच्या एका गावातला तो एक वजनदार माणूस होता. मी त्याच्याशी अगोदर संपर्क साधला नाही आणि त्याच्या घरी राहायला गेलो नाही म्हणून तो जरासा नाराज झाला होता; पण फार नाही. त्यानं जेवणाच्या वेळी भेटायचं मान्य केलं होतं.

रेस्टॉरंट जुन्या पद्धतीचं होतं. तिथं टेबलखुर्च्या नव्हत्या. फक्त जमिनीवर प्लॅस्टिकच्या चटयांच्या पट्ट्या पसरलेल्या होत्या. भटारखाना खाली होता. तिथून अन्नपदार्थ वर आणून वाढत होते. चटयांना अनेक तेलकट डाग लागलेले दिसत होते. काही जण भिंतींपाशी टेकून वेडेवाकडे पसरून जेवल्यानंतर डुलक्या घेत होते. माश्यादेखील सुस्तावल्याप्रमाणे हळूहळू उडत होत्या.

आम्ही जेवत असताना बाहेरच्या रस्त्यावरून अमेरिकन लष्कराचे काफिले दोन-तीन वेळा धडधडत गेले.

''रस्त्यावरचे हे लष्करी काफिले पाहिले की तुम्हाला काय वाटतं?'' मी अस्लमला विचारलं.

''त्यांच्या गस्त घालण्यामुळे असुरक्षितपणाची भावना वाढते. त्यांनी आमचा देश व्यापला आहे. आम्ही मुस्लीम आहोत. आम्हाला हे लोक आवडत नाहीत, पण आमच्या हातात काहीच सत्ता नाही. अमेरिकनांची मुख्य समस्या अशी आहे की ते विनाकारण नागरिकांवर गोळीबार करतात... काल रात्री तालिबानींनी गुप्त पत्रकं वाटली. त्यात त्यांनी त्यांच्यात सामील व्हायचं आवाहन केलं आहे. जर आम्ही त्यांच्यात सामील झालो तर ते आम्हाला दरमहा २० हजार पाकिस्तानी रुपये (३३० डॉलर) देणार आहेत.''

''गोळीबाराच्या त्या घटनेचा तुमच्या समाजावर काय परिणाम झाला?''

"अशा प्रसंगांमुळे हे लोक मुस्लिमांशी क्रौर्यानं वागत आहेत, असं वाटू लागतं. पण आमचं सरकार दुबळं आणि पूर्णपणे शक्तिहीन आहे. सरकार संपूर्णपणे परदेशी लोकांच्या दबावाखाली आहे. त्यांच्या परवानगीशिवाय सरकार कसलीही हालचाल करू शकत नाही."

जेवण झाल्यानंतर आम्ही रोदातला जायला निघालो. माझ्या अगोदरच्या भेटीच्या वेळी मला गुल नावाच्या एका दुकानदारानं मदत केली होती. तो मला भेटणार होता; पण आम्ही तिथं पोहोचलो तेव्हा गुल अजून यायचा होता. एका दुसऱ्या दुकानदारानं मला त्याच्या दुकानात बसायला बोलावलं. आम्ही गप्पा मारू लागलो. हळूहळू बाहेर काही जण जमा होऊन छोटी गर्दी झाली.

आमच्या गप्पा सुरू होत्या. बरेच जण आता गप्पांमध्ये भाग घेत होते. मी त्यांना पुढच्या वर्षी अफू पिकवणार का आणि त्याबद्दलचा निर्णय *शूरानं* घेतला तर तुम्हाला चालेल का, असं विचारलं.

"*शूराला* आमच्या जीवनाबद्दल काहीही माहिती नाही. आम्ही आमच्या लोकांशी चर्चा करूनच मग काय ते ठरवू."

"मी मागच्या वेळी शेतकऱ्यांशी बोललो होतो. आम्हाला तालिबानकडे ढकलायचं असेल तर तुम्ही अफूचं निर्मूलन करत राहा, असं काही शेतकरी चिडून सरकारला उद्देशून म्हणाले होते. तीच भावना आत्ताही आहे का? तिच्यात काही वाढ झाली आहे का?"

"हे पाहा. तहानलेला आणि भुकेलेला माणूस काहीही करायला तयार असतो." एक जण म्हणाला, "कोणालाच रोजगार नाही. म्हणून सगळे वेडे झाले आहेत. तुम्ही एखाद्या वातानुकूलित खोलीत बसलेल्या माणसाला डिवचलंत तरी तो काही करणार नाही. पण तुम्ही एखाद्या कंगाल माणसाला डिवचून बघा, तो बंदूक उचलून झगडायला उभा राहणारच."

अखेर गुल आला. मी संभाषण आवरतं घेतलं. त्याच्याशी जरा वेळ बोलून मी पुन्हा गाडीकडे आलो. माझ्याभोवती हसत-खिदळत बरीच पोरं रेंगाळत होती. पुरुष माणसं मला हसून जेवणासाठी थांबायचा आग्रह करत होती. मला तिथं कसलाही ताण जाणवत नव्हता, त्यामुळे बरं वाटत होतं. मी जे काही करतोय त्याबद्दल कोणाला तरी चांगलं वाटतंय ही भावना मला सुखावत होती.

आम्ही हायवेला लागलो. तेव्हा गाडीतले सगळे जण हसू लागले. मी कारण विचारलं. गावातले लोक माझ्याबद्दल बोलत होते, असं त्यांनी सांगितलं. ते काय बोलत होते असं मी विचारलं.

रफीचा जलालाबादहून आलेला मित्र अस्वस्थपणानं पाहत होता. कोणी बोलेना. मग अखेर तोच सांगू लागला. पण त्याच्या चेहऱ्यावर 'आम्ही संदेश घेऊन

येणाऱ्याला ठार करत नाही,' असा काहीचा भाव होता.

"ते म्हणत होते... हा माणूस (म्हणजे मी) मूर्ख आहे. रंडीचा पोर! मादरचोद! त्याला काहीही कळत नाही."

आता रहमान आपण सांगणं योग्य आहे असं वाटून बोलू लागला, "त्याच्याकडे पाहा जरा. तो भिकाऱ्यासारखा दिसतो!"

आता सगळे जण आळीपाळीनं सांगू लागले.

"तो अमेरिकन आहे."

"आपल्याला मदत करायचं ढोंग करतोय."

"मी गाढवाची अवलाद आहे."

"बघा. तो कसा आपण अफगाणी असल्याचा आव आणतोय."

"तो इथं दुसऱ्यांदा आलाय."

"त्याला काहीही करता येणार नाही."

"तो मुळातच निरुपयोगी आहे."

"त्याच्यासारखे कितीही जण येवोत. जितके जास्त येतील तितकी जास्त अफू आपण पिकवू."

"आणखी काही?" मी विचारलं. मी जणू विशेष काही नाही, असा आव आणण्याचा प्रयत्न केला.

रफीच्या मित्रानं याचा शेवट केला, "आमच्या देशात एकच वाक्य महत्त्वाचं आहे : आम्ही अफू पिकवणार. बस्स."

"आणखी काही बोलले का?"

"नाही."

मी खिडकीमधून बाहेर पाहिलं. मी काहीही न बोलता गप्प बसणंच योग्य होतं. हे सगळं वैयक्तिक स्वरूपात माझ्याविरुद्ध नव्हतं, याची मला कल्पना होती. स्वत: काहीही करू न शकणाऱ्या 'तज्ज्ञांचा' मी प्रतिनिधी होतो.

अफूची लागवड व्हायच्या आधी जमातींच्या वजनदार माणसांची जी *शूरा* झाली होती, तिथं मला झॅक नावाचा एक अमेरिकन भेटला. तो वरवर बघता अफगाणी भासला. त्यानं छातीपर्यंत येणारी दाढी वाढवली होती आणि खांद्याला बंदूक लटकवलेली होती. जमाती आपापसात चर्चा करण्यासाठी हॉलच्या बाहेर गेल्या तेव्हा तो त्यांच्यात इकडेतिकडे फिरत होता आणि काहीतरी टिपून घेत होता. मी हळूच त्याच्यामागे उभं राहून तो काय लिहितोय ते पाहिलं : 'एकी नाही', 'बहुतेकांना अफू पिकवायची आहे', 'काही वृद्ध माणसं त्याविरोधात बोलण्याचा

प्रयत्न करत आहेत', वगैरे.

माझी आणि रफीची नजरानजर झाली. तो माझ्याजवळ आला.

"हा मादरचोद इथं काय करतोय? हा हेर आहे."

निरनिराळ्या जमातींचे लोक पुन्हा हॉलमध्ये परतू लागताच रफी त्याच्या अगदी पाठीशी राहून तो कोणाशी काय बोलतोय हे ऐकू लागला. मी त्याच्यामागेच होतो. जरा वेळानं मी त्याच्यासमोर जाऊन त्याच्याशी ओळख करून घेतली. बोलता बोलता कळलं की तो सांस्कृतिक खात्यात एक अधिकारी होता. ज्या देशात आपलं सैन्य आहे तिथल्या संस्कृतीचा परिचय करून घेऊन त्यानुसार सैनिकांना प्रशिक्षण देण्यासाठी अमेरिकेनं जे काही नवीन तज्ज्ञ नेमले होते त्यामधलाच तो एक होता. अर्थातच, हेरगिरी करून माहिती जमा करण्याचं काम होतंच. मी आणि झॅक बराच वेळ बोलत होतो. मी त्याला माझ्या प्रकल्पाबद्दल सांगितलं. त्याला जायची घाई होती. त्यानं मला त्याचा फोन नंबर दिला आणि फोन करायला सांगितलं.

मी गेस्टहाउसवर परत येताच झॅकला फोन केला. त्यानं तो लगेच घेतला. त्यानंतर तो बराच वेळ जे काही सांगत होता ते ऐकून मी स्तिमित होऊन गेलो.

"अकरा सप्टेंबरच्या हल्ल्याचा कदाचित अफगाणिस्तानात जे काही घडत होतं, त्याच्याशी संबंध होता म्हणतात. ठीक आहे, पण आता मात्र त्याचा आजच्या अफगाणिस्तानशी काहीही संबंध उरलेला नाही. मी जे म्हणतोय ते कोणाला आवडो न आवडो. पण आज आपण दोन पश्तुन जमातींमधल्या सत्तेच्या खेळात सापडलो आहोत. या दोन जमाती म्हणजे दुराणी आणि गिलझाई. आपण आज दुराणी जमातीच्या लोकांना मदत करतो आहोत. इतिहासात बघितलं तर कित्येक शतकं याच जमातीनं राज्य केल्याचं दिसतं. आपण ज्यांना तालिबानी म्हणतो ते मुख्यत: गिलझाई जमातीचे आहेत.

"जोवर आपण भ्रष्ट सरकारी अधिकाऱ्यांना पाठीशी घालत राहू, तोपर्यंत अफगाणिस्तानात काहीही साध्य करता येणार नाही. आपण ज्या अधिकाऱ्यांबद्दल बोलतोय त्यामधले नव्वद टक्के भ्रष्ट आहेत. त्यांचा अमली पदार्थांच्या व्यापाराशी संबंध आहे. या देशात प्रचंड प्रमाणात शस्त्रास्त्रांची तस्करी केली जाते आणि आपण ती थांबवण्यासाठी काहीही करू शकत नाही. सर्वसामान्य (अफगाणी) लोक या सगळ्याला पार कंटाळले आहेत. बिचाऱ्यांना गेली तीस वर्षे सतत युद्धच बघावं लागलंय. खरं तर आपण त्यांना मदत करायला हवी."

अनेक टोळ्या मिळून दुराणी आणि गिलझाई जमाती बनल्या आहेत. त्यांना *कौम* असं म्हणतात. सर्वसामान्यपणे दुराणी दक्षिण आणि पश्चिम भागात राहतात, तर गिलझाई दक्षिण आणि पूर्व भागात राहतात. दोन्ही जमातींची मातृभूमी ड्युरंड रेषेनं विभागली आहे. त्यामुळे त्यांचा काही भाग पाकिस्तानात गेलेला आहे.

राष्ट्राध्यक्ष करझाई आणि शेरझाई हे दुराणी जमातीचे असले तरी त्यांच्या टोळ्या वेगवेगळ्या आहेत. त्याचप्रमाणे मुल्ला उमर आणि गुलबुद्दीन हिकमतयार हे वेगवेगळ्या गिलझाई टोळ्यांचे आहेत. या गिलझाई टोळ्यांनीच अफगाण-युद्धात ब्रिटिश फौजांचा गंडामाक इथं खातमा केला होता. गेली तीनशे वर्षे एक-दोन अपवाद वगळता मुख्यत: दुराणी जमातीनं अफगाणिस्तानवर राज्य केलं असल्यानं त्यांना आपणच राज्य करणं स्वाभाविक आहे, असं वाटतं. अफगाणिस्तानात जमाती, टोळ्या, नातेवाईक आणि सर्व प्रकारच्या लोकसमूहांमध्ये दीर्घ काळ वैर चालतं, अशी परंपरा आहे. अशा प्रकारच्या जुन्या वैराच्या तडाख्यात पाश्चिमात्य सत्ता अडकल्या असल्याचा झॅकचा मुद्दा मला महत्त्वाचा वाटला. पण त्याचबरोबर त्याचं बोलणं ऐकताना या देशाबद्दल अज्ञान किती आहे हे जाणवलं.

मी आता उत्तरेत बल्ख भागात जाण्याचा विचार केला. या प्रांतामधून अफू नष्ट झाली असल्याचा खूपच गाजावाजा कानावर येत होता. पूर्वी युद्धखोर नेता असणाऱ्या अट्टा मोहम्मद नूर यानं प्रांताला संपूर्ण 'अफूमुक्त' करण्याचं ठरवलं असल्यानं असं घडल्याचं बोललं जात होतं. पण 'अफूमुक्त' म्हणजे 'अमली पदार्थांपासून मुक्त' असा अर्थ मात्र नव्हता. अद्यापही या प्रांताची उत्तरेकडे अमली पदार्थांच्या तस्करीचं केंद्र म्हणून असणारी ख्याती टिकून आहे. याच प्रांताच्या सरहद्दीवरून शस्त्रास्त्रांची आवक होत असे. याखेरीज बल्ख प्रांतात अफूच्या जागी आता गांजाची लागवड केली जात असल्याचं कानावर आलं होतं. बल्ख भागात अल्-कायदानं नवीन केंद्र स्थापन केल्याचं माझ्या एका मित्रानं सांगून मला जाण्यापासून परावृत्त करण्यासाठी इशारा दिला.

या सगळ्यामुळे माझा बल्खला जाण्याचा उत्साह जरा कमी झाला. तरीही मी जायचं नक्की केलं होतं. रफी एका दुसऱ्या पत्रकाराबरोबर पूर्व भागात गेला होता. त्यामुळे मी माझा दुभाष्या म्हणून काम करण्यासाठी काही जणांच्या मुलाखती घेतल्या. मी एका मित्रत्वानं वागणाऱ्या बशीर नावाच्या एका माणसाला कामावर ठेवून घेतलं. जायची वेळ आली तेव्हा तो अझीझ नावाच्या एकाला घेऊन आला.

"हा माणूस कशासाठी हवा आहे?" मी विचारलं.

"कोणी गाडीखाली बॉम्ब लावू नये हे पाहण्यासाठी."

आम्हाला बल्ख प्रांताची राजधानी असलेल्या मजार-ए-शरीफला जायला जवळजवळ अख्खा दिवस लागला. आम्ही बारात नावाच्या हॉटेलच्या सहाव्या

मजल्यावर खोल्या घेतल्या. ज्या मशिदीसाठी या शहाराला नाव दिलेलं आहे ती निळी मशीद तिथून दिसत होती. कबुतरांचे थवे मशिदीपासून उडताना दिसले. या शहरात काही ठिकाणी असणारे निऑनचे दिवे पाहून हे शहर आधुनिक आहे असं वाटलं तरी कडव्या धर्मगुरूंचा (मुल्ला) या शहरावर चांगलाच पगडा होता. त्यांनी काही प्रकारच्या उत्सवांना बंदी घालण्यासाठी राज्यपालावर दबाव आणला होता आणि त्यांचं एवढ्यावरच समाधान होणार नव्हतं.

दुसऱ्या दिवशी माझ्याजवळ भरपूर वेळ होता. मी एखाद्या पर्यटकाप्रमाणे फिरायचं ठरवलं. मी उझ्बेकीस्तानला लागून असणाऱ्या सरहद्दीकडे गेलो. आम्हाला साधारण दीड तास वाळवंटी भागातून प्रवास करावा लागला. मध्य आशियात असणारं महत्त्वाचं उत्पादन म्हणजे खनिज तेल घेऊन येणारे टँकर सतत दुसऱ्या बाजूनं येत होते. ते इतक्या वेगानं येत होते की मी एक टँकर अंगावर येतो की काय असं वाटून हात उंचावून एक शिवी हासडली. बशीर हसला. माझ्या नकळत मी एखाद्या अफगाणी माणसाप्रमाणे हात उंचावले होते.

टँकरचे टँकर भरून खनिज तेल दक्षिणेकडे जात होतं. त्यासाठी तेलवाहिनी टाकण्याची चर्चा दीर्घ काळ चालू होती. तुर्कमेनिस्तानामधून अफगाणिस्तानमार्गे पाकिस्तानपर्यंत ही तेलवाहिनी टाकण्याची कल्पना होती. बिल क्लिंटन राष्ट्राध्यक्ष असताना अमेरिकन कंपनी 'युनोकल' आणि 'ब्रिडास' या कंपनीच्या दरम्यान हे काम मिळवण्यासाठी स्पर्धा सुरू होती. ही तेलवाहिनी १३०० किलोमीटर एवढी लांब असणार होती. हे एवढं मोठं काम मिळवण्यासाठी दोन्ही कंपन्या तालिबानची परवानगी मिळविण्याच्या प्रयत्नात होत्या. डिसेंबर १९९७ मध्ये टेक्सासमध्ये ह्यूस्टन इथं युनोकल कंपनीनं काही वरिष्ठ तालिबानी अधिकाऱ्यांचा पाहुणचार केला होता. पण पुढच्या वर्षीच्या ऑगस्टमध्ये अमेरिकन विमानांनी अफगाणिस्तानात बॉम्बफेक सुरू केली होती. केनिया आणि टान्झानिया इथल्या अमेरिकन दूतावासांवर केलेल्या दहशतवादी हल्ल्यांचा बदला म्हणून ही कारवाई केली होती. साहजिकच युनोकल कंपनीला काम मिळण्याची शक्यता संपुष्टात आली होती.

आम्ही सरहद्दीवरच्या हॅरिटन नावाच्या एका गावाजवळ जात असताना ते गाव इतर गावांप्रमाणेच गचाळ वाटत होतं. पण अचानक मला मी अफगाणिस्तानात नसून मध्य आशियात आहे असं भासलं. त्या गावावर सोव्हिएत-छाप स्पष्ट दिसत होता. घरं एकाला एक चिकटून होती आणि खिडक्यांच्या फुटलेल्या काचांच्या जागी पुठ्ठे लावलेले दिसले. सुरुवातीला त्या ठिकाणी कोणी राहत नसावं असं वाटलं. पण मग काही घरांसमोर दोरीवर वाळत घातलेले कपडे दिसले.

मी अमू दर्या नदीच्या दक्षिण तीरावर उभा होतो. 'मैत्रीपूल' नावानं ओळखला जाणारा पूल माझ्या उजव्या बाजूला होता. मी उभा होतो तिथून मला पलीकडचा

काठ जरासा दिसत होता. एकेकाळी सोव्हिएत महासंघाची फार महत्त्वाची सीमारेषा इथं होती. पलीकडे काही अंतरावर रशियाचा विस्तीर्ण प्रदेश होता. साधारण तीस वर्षांपूर्वी याच 'मैत्री'पुलावरून अखेरचे सोव्हिएत रणगाडे माघारी गेले होते. पुन्हा एकदा एखाद्या परकीय सत्तेनं अफगाणिस्तान व्यापण्याच्या प्रयत्नांची अयशस्वी अखेर झाली होती. त्या वेळी जनरल बोरिस ग्रोमोव पुलावरून पलीकडे जाताना रडला होता असं म्हणतात. कारण जे अशक्य वाटत होतं ते घडलं होतं. बलाढ्य रेड आर्मीला माघारी परतावं लागलं होतं. रेड आर्मीवर पराभूत होऊन माघारी परतण्याची नामुष्की आली होती.

इथं बल्ख भागात येण्याच्या अगोदर मी एका तरुण अफगाण पोलीस अधिकाऱ्याशी बोललो होतो. अफगाणिस्तानातल्या भ्रष्ट व्यवस्थेला बदलू शकतील अशा नव्या पिढीचा तो उत्साही तरुण नुकताच प्रशिक्षण घेऊन बाहेर पडला होता. त्याची आता मजार-ए-शरीफच्या विमानतळावर नेमणूक झाली होती. त्याच्या हाताखाली पोलिसांचं एक छोटं पथक होतं. त्याला तिथं असणाऱ्या सरहद्द पोलीस दलाबरोबर काम करावं लागत होतं. त्याचं पद मोठं असूनही त्याच्याकडे साफ दुर्लक्ष करून त्याला वाईट वागणूक दिली जात होती. तसं करणारे लोक राज्यपाल अट्टा मोहम्मद नूर याचे बगलबच्चे होते. ते त्यांना हव्या त्या— अगदी संशयित माणसांनासुद्धा– विमानप्रवास करता येईल, हे काम अगदी चोखपणे करत होते. पण त्याच वेळी साध्या प्रवाशांना अडवून प्रत्येकाकडून दोनतीन हजार अफगाणी उकळत होते. मजार-ए-शरीफ विमानतळावरून अमली पदार्थांची वाहतूक राजरोसपणे चालू असावी, असं या तरुण पोलीस अधिकाऱ्याला खात्रीनं वाटत होतं. त्याच्या कामात त्याला काबूलमधल्या वरिष्ठ अधिकाऱ्यांकडून जरादेखील मदत मिळत नव्हती.

हा तरुण अधिकारी मजार-ए-शरीफहून दोन-तीन आठवड्यांतच निघून गेला. त्याच्या एका वर्गमित्राचीही तिथं नेमणूक झाली होती. त्याला तर जीव वाचवण्यासाठी पळ काढावा लागला होता. विमानतळावरच्या प्रमुख कमांडरला त्यानं सलाम ठोकला नव्हता. तो कमांडर त्याच्या महागड्या लेक्सस गाडीतून बाहेर पडला होता. 'मी तुझे पाय तोडीन किंवा तुला वाळवंटात नेऊन ठार करीन,' असा दम त्यानं दिला होता. त्याच रात्री तो अधिकारी जीव वाचवण्यासाठी काबूलला पळून आला होता.

माझ्याशी बोलणाऱ्या तरुण अधिकाऱ्याच्या मते, प्रशिक्षणाच्या दरम्यानच लोकांमध्ये अमेरिकाविरोधी भावना चेतवली जात असे.

"काबूलमधल्या पोलीस प्रशिक्षण केंद्रात गुन्हेगार आणि साम्यवादी विचार-सरणीच्या लोकांचा भरणा आहे," तो म्हणाला.

याचा अर्थ शीतयुद्धाच्या काळातले निखारे अजून इथं अफगाणिस्तानात धुमसत होते.

"रशियन संधी मिळताच सूड घेण्याचा प्रयत्न करतात," जुमाखान हमदर्द हा जौझजान प्रांताचा राज्यपाल सांगत होता. हा प्रांत बल्ख प्रांताच्या पश्चिमेला आहे. मी त्याला आदल्या दिवशी भेटलो होतो. त्याचं घर मजार-ए-शरीफमध्ये असल्यानं मला त्याची भेट घेता आली होती. त्याच्याशी बोलताना अधूनमधून मी त्याला त्याच्या मुख्य रोखापासून परावृत्त करू शकत होतो. त्याचा रोख मुख्यत: त्याचे नॉर्दन अलायन्समधले शत्रू, विशेषत: दोस्तम याला जोडे मारणं हा होता. "त्यांना अफगाणिस्तानात नाटो राष्ट्रं आणि अमेरिका नको आहेत. आजही रशिया नॉर्दन अलायन्सला थेट मदत करत आहे. दक्षिणेत तालिबानलादेखील त्यांची प्रत्यक्ष मदत मिळते आहे."

एका नाटो अधिकाऱ्यानं मला सांगितलं की अफगाणिस्तानच्या सरकारमध्ये रशियन हेर धुमाकूळ घालत आहेत, यात जराही शंका नाही.

आम्ही नदीच्या जवळून जात असताना बाजूला पडलेल्या एका गंजलेल्या क्रेनवर बसत अझीझ म्हणाला, "मला आज रात्री थोडा गांजा ओढावासा वाटतो."

"तू आत्ताच का ओढत नाहीस?" मी म्हणालो. माझ्या या बोलण्यावर बशीर नाराज झालेला दिसला, कारण रमझानच्या महिन्यात अझीझचा उपवास असतो; हे माहीत असूनही मी हे असं त्याला सुचवलं होतं.

आम्ही मजार-ए-शरीफकडे परत येताना बशीरची गाडी तापली. आम्ही जरा वेळ थांबून इंजिन गार होऊ दिलं; पण ते मुळातच इतकं गरम झालं होतं की ते काही केल्या सुरू होईना. आता सूर्य हळूहळू अस्ताला जाऊ लागला होता. नदीच्या पाण्यात त्याचं प्रतिबिंब एखाद्या नाण्याप्रमाणे झगझगत होतं. आम्ही रस्त्यात मध्येच अडकून पडलो होतो.

"तुझ्याजवळ पिस्तूल आहे का?" अझीझनं बशीरला विचारलं.

"होय."

"तुला ते वापरता येतं ना?"

"होय."

अझीझ जरी असं म्हणाला तरी रात्र पडून गारठा वाढू लागला तेव्हा तो जरासा घाबरला होता. बशीरनं मजारमधल्या एका माणसाला फोन केला. तो माणूस आपण निघतोच असं म्हणाला होता.

आता तासामागून तास उलटत चालले होते. निरभ्र आकाशात आम्हाला आकाशगंगेचा पट्टा दिसत होता. काही वेळानंतर बाजूच्या एका वस्तीवरचा एक जण हातात कंदील घेऊन आला. त्यानं त्याच्याबरोबर कलिंगडाच्या खारवलेल्या बिया आणल्या होत्या. आता तिघं अफगाणी माणसं कंदिलाभोवती बसून बिया फोडून गर खात गप्पा मारू लागली.

अधूनमधून ट्रक जात होते. पण कोणीही आमच्या मदतीसाठी थांबायला तयार नव्हतं. अखेर आम्हाला एक ट्रॅक्टरवाला भेटला. त्याच्या ट्रॅक्टरला अगोदरच दोन ट्रेलर जोडलेले होते. त्यानं आमची गाडी वीस किलोमीटरवर असणाऱ्या एका चौरस्त्यापर्यंत न्यायची तयारी दाखवली. त्यासाठी त्यानं एक हजार अफगाणींची मागणी केली. आम्ही तारेनं गाडी त्याच्या ट्रॅक्टरला बांधली आणि मुंगीसारख्या गतीनं निघालो.

जरा वेळानं बशीरचा मित्र आला. आम्ही मग त्याच्या गाडीला बशीरची गाडी जोडून निघालो आणि अखेर मजारला पोहोचलो.

१२

तालिब

काबूलमधल्या तौकित तुरुंगाबाहेर पन्नासएक जण जमले होते. एका पहारेकऱ्याला त्यांनी बेशिस्तपणे घोळका करून उभं राहणं आवडलं नाही. तो घाईघाईनं जणू एखादं बंड शमवण्यासाठी चालून जावं तसा त्यांच्याकडे गेला आणि भुंकल्याप्रमाणे हुकूम देत त्यानं सगळ्यांना एक रांग करायला लावली. हे लोक म्हणजे तुरुंगातल्या आरोपींना भेटायला आलेले लोक होते. तुरुंगाच्या गेटबाहेर पायऱ्यांवर काही बुरखा घातलेल्या बायका बसलेल्या होत्या. मी तिथंच स्टेला आणि तिचा अफगाणी मदतनीस मिरवाईस यांच्याबरोबर उभा होतो. भेटायला आलेल्या बहुतेकांच्या हातात प्लॅस्टिकच्या पिशव्या होत्या.त्यात फळं आणि इतर खाद्यपदार्थ होते. आता भेटीची वेळ सुरू होणार होती.

इतरांप्रमाणेच आम्हीही उन्हात उभे राहून बाजूच्या कंपोस्ट खताच्या प्रकल्पातून येणारा गोडसर कुजका वास सहन करत उभे असलो, तरी आम्हाला इतरांप्रमाणे फारसं थांबावं लागणार नव्हतं. आम्ही तुरुंगाच्या प्रमुखाला स्कॉचची बाटली पाठवून आमची व्यवस्था करून घेतली होती.

स्टेलाची बेव्हनला भेटायला जायची ही दुसरी खेप होती. त्याच्यावरच्या अमली पदार्थांच्या तस्करीच्या आरोपाची चौकशी होत असताना काही आठवडे त्याला फक्त त्याचे मोजकेच सहकारी भेटू शकत होते. स्टेला सतत त्याच्याबद्दल चौकशी करत होती. इतर कोणालाही त्याला भेटता येणार नाही हेच उत्तर तिला

मिळत होतं; पण अखेर तिला काहीतरी करून भेटायला जाता आलं. मी तिच्याबरोबर जायचं ठरवलं. बेव्हनच्या सहकाऱ्यांनी त्याला जवळजवळ वाऱ्यावरच सोडून दिलं होतं. असा गंभीर आरोप असलेल्या माणसाबरोबरच्या संबंधांचा त्यांना त्रास व्हायची भीती वाटत होती. एक स्टेलाच काय ती त्याला जमेल तशी मदत करत होती. तिनं त्याला अन्न, कपडे आणि बिछाना मिळवून देण्यासाठी पैसे खर्च केले होते. बेव्हनची आणि माझी फार चांगली मैत्री होती, असं काही नव्हतं; पण तो माझ्याशी चांगला वागत होता म्हणून मी त्याला भेटायला जायचं ठरवलं. रग्बीच्या वर्ल्डकपमध्ये त्याचा आवडता संघ काय कामगिरी करतोय, हे मी त्याला सांगणार होतो.

आम्हाला रांगेत पुढे जाण्यासाठी पहारेकऱ्यांनी सांगितलं तेव्हा काही जण संधी साधून माझ्या आणि स्टेलाच्या मध्ये घुसले. रांगेतून पुढे गेल्यावर एका पहारेकऱ्यानं माझ्या दंडावर हिरव्या शाईनं काहीतरी लिहिलं आणि मग माझी तपासणी झाली. दरवाजापाशी गेल्यावर माझ्या दंडावर शिक्का मारण्यात आला आणि मग आम्ही आत शिरलो.

आत मोठी खोली होती. मध्यभागी जाळी लावलेली होती. स्टेला दुसऱ्या कोपऱ्यात गेली आणि तिनं बेव्हनला आणायला सांगितलं. मी त्या पिंजऱ्यासारख्या दिसणाऱ्या जाळीपाशी उभा राहिलो. सगळीकडून माणसं गर्दी करून आत घुसत होती. बघताबघता तिथं एकच दाटी झाली आणि प्रचंड कोलाहल सुरू झाला. कैदी जाळीच्या दुसऱ्या बाजूला आले होते. ते आपल्या लोकांचे चेहरे बघत होते. सगळे जण आता आपल्या प्रियजनांना पाहता यावं म्हणून धडपडू लागले. कोलाहलात ऐकू जावं म्हणून सगळेच जण ओरडत होते. मी मागे सरकून एका कैद्याच्या नातेवाइकांना जागा करून दिली. लोक आता जाळीमधून बाहेर येणारी बोटं पकडून कैद्याची भेट घेण्याचा प्रयत्न करत होते.

बराच वेळ गेला. पण अद्याप बेव्हनचा पत्ता नव्हता. एका पहारेकरी बाईनं आम्हाला तिथून बाहेर जायला सांगितलं. मिरवाईसनं तिच्या हातात बिस्किटाचा पुडा दिला तेव्हा तिनं आमच्या बाजूच्या माणसांना बाहेर हाकलायला सुरुवात केली. पण जरा वेळानं एका पहारेकऱ्यानं आम्हाला सगळ्यांनाच बाहेर काढायला सुरुवात केली. मी आणि मिरवाईस गर्दीबरोबर बाहेर ढकलले गेलो, स्टेला मात्र जागीच पाय रोवून उभी होती. पण पुन्हा गर्दीतच आम्ही, कसे काय कोण जाणे, पण आत ढकलले गेलो.

बेव्हन पलीकडच्या बाजूला आला होता. पण त्याला आपल्याला भेटायला कोण आलंय ते कळत नव्हतं. स्टेलानं ओरडून ओरडून अखेर त्याचं लक्ष वेधून घेतल्यावर तो जाळीपाशी आला आणि तिच्याशी बोलू लागला. पण त्याला मी दिसलो नाही.

त्याचे केस बारीक कापलेले दिसले. त्याची दाढी करड्या रंगाची झाली होती. त्याचा आवाज कर्कश वाटत होता. एकुणात तो चांगलाच हडकलेला दिसत होता. जरा वेळानं त्याला मी दिसलो. मला बघताच त्याचा चेहरा उजळला. त्याला आश्चर्य वाटलं होतं. जाळीमधून बाहेर आलेल्या त्याच्या बोटाला मी स्पर्श केला. मी त्याला तो कसा आहे ते विचारलं.

''मला इथून बाहेर पडायलाच हवं.'' बेव्हन मान हलवत म्हणाला. त्याला तिथं काय काय चालतं आणि तिथली यंत्रणा किती भ्रष्ट आहे याबद्दल बरंच काही सांगायचं होतं; पण मला तो काय म्हणतोय ते नीट ऐकू येत नव्हतं. स्टेलानं त्याला त्याच्यासाठी काय काय आणलंय ते सगळं सांगितलं. मग स्टेला आणि तो त्याच्या केसबद्दल बोलू लागले. सर्वसाधारणपणे कैद्यांना अवघी काही मिनिटं त्यांच्या प्रियजनांना त्यांच्या मनातल्या भावना सांगायला मिळत असत. पण इथं तसं करायला वेळच नव्हता. स्टेला आणि त्याला त्याच्या केसबद्दल भराभरा बोलून घेणं भाग होतं.

स्टेलानं बेव्हनसाठी ग्रेगरी डेव्हिड रॉबर्ट्स याच्या 'शांताराम' या पुस्तकाची प्रत आणली होती. तिनं तसं करणं कितपत सयुक्तिक होतं हे मला कळत नव्हतं; पण बेव्हनला मात्र पुस्तक आवडलं होतं. बँक लुटणाऱ्या आणि हेरॉईनचा व्यसनी असणाऱ्या माणसाची कहाणी त्याला पसंत पडली होती. आपण पुस्तक एकदा वाचून संपवलं असून ते पुन्हा वाचायला घेतलं असल्याचं बेव्हननं सांगितलं. ''हे तर अगदी माझंच आयुष्य आहे. स्टेला तुझी पुस्तकाची निवड चांगली आहे.''

बेव्हननं अंग खाजवायला सुरुवात केली. रात्री ढेकूण फार चावतात असं त्यानं सांगितलं.

आता वेळ संपत आली होती. पहारेकरी आम्हाला हाकलायला पुढे येताना दिसले.

''तू जाण्यापूर्वी मला तो टी-शर्ट द्यायला विसरू नकोस,'' बेव्हननं मला माझ्या आश्वासनाची आठवण करून दिली. मी त्याला टी-शर्ट त्याचाच आहे हे पुन्हा एकदा सांगितलं. मी मग जाळीच्या एका टोकापाशी गेलो. तिथं पिशव्या आत देण्यासाठी छोटी चौकोनी खिडकी होती. तिथं आम्ही हस्तांदोलन केलं.

''टिकून राहा इथं मित्रा,'' मी एवढंच म्हणू शकलो. मला आणखी काही बोलणं शक्यच वाटत नव्हतं; पण त्यानं माझ्याकडे ज्या कृतज्ञतेनं पाहिलं ते पाहून मी त्याला भेटायला आल्याबद्दल मला समाधान वाटलं.

बेव्हनला भेटून आल्यानंतर काही दिवस उलटल्यावर एका रात्री मी आणि

स्टेला गंडामाक लॉजच्या बारमध्ये बीअर पित बसलो होतो. आम्ही मग महागडी स्कॉचही रिचवली. आम्ही धड उभं राहू शकत नव्हतो एवढे प्यायलो होतो.

आमचं पिणं चालू असतानाच ब्रिटिश दूतावासात काम करणारे काही जण तिथं आले. त्यांच्यामधला एक जण माझ्या परिचयाचा होता. मी त्याच्याशी गप्पा मारू लागलो. मी ब्रिटिश फौजांमध्ये जागा मिळण्याचा विषय काढला. माझ्यापाशी वेळ फार थोडा होता. या बाबतीत वेगानं काही करता येईल का, असं मी त्याला विचारलं.

"तू त्याच्याशी बोलायला हवंस." माझ्या फारसा परिचयाच्या नसलेल्या एका माणसाकडे त्यानं बोट दाखवलं. तो दूतावासाचा प्रसिद्धी अधिकारी होता. त्याला आमच्या टेबलापाशी यायचं आमंत्रण देण्यात आलं. मग मी पाच महिन्यांत ब्रिटिश फौजांमध्ये शिरून त्यांच्याबरोबर हेलमंदला जाण्यासाठी कायकाय प्रयत्न केले आहेत, याची थोडक्यात माहिती दिली. तो ऐकताना मान डोलावत होता. माझं बोलणं संपल्यावर त्यानं सांगितलं की आता फौजांमधल्या पथकांची अदलाबदली होणार आहे. त्यामुळे पुढचे काही महिने माझ्या कामासाठी योग्य ठरणार नाहीत.

"तुम्ही पुन्हा पुढच्या वर्षी येऊ शकाल का?" त्यानं विचारलं. जणू अफगाणिस्तानात येणं म्हणजे शेजारी जाण्याइतकं सोपं असावं, असा त्याचा सूर होता. आता हे सगळं अक्षरश: हास्यास्पद होत चाललं होतं. मी ब्रिटिश अधिकाऱ्यांना मला नेमकं काय करायचं आहे हे सविस्तर समजावून दिलं होतं. जागा रिकामी झाली तर मी केव्हाही जायला तयार असल्याचं त्यांना सांगितलं होतं. काही जणांनी माझ्यासाठी शब्दही टाकला होता. पण मला होय की नाही हे न सांगता पुन्हा पुढच्या वर्षी यायला सांगत होते! मी अविश्वासानं बघत राहिलो.

पार्टी चालू असताना काही दिवसांनंतर मला ब्रिटिश दूतावासात काम करणारा एक जण भेटला. मला आता ब्रिटिश फौजांमध्ये जागा मिळणार का हे विचारण्याचाही तिटकारा वाटत होता. मी त्याला म्हणालो, "तुमच्या लोकांमध्ये जागा मिळवण्यापेक्षा थेट तालिबानशी बोलणं मला जास्त सोपं वाटतं."

माझा एमिलीशी बऱ्याच दिवसांत संपर्क आला नव्हता. तिला माझ्याशी संबंध ठेवण्याची फारशी इच्छा नसावी, असं मला वाटत होतं. मी आपणहून तिला ई-मेल पाठवली नाही. मी उगीच काहीतरी मूर्खासारखं लिहून बसेन, असं मला वाटत होतं. पण अचानक तिची ई-मेल आली. कोणत्यातरी स्थानिक युद्धखोर पुढाऱ्यानं एमिली राहत होती त्या ठिकाणी काही क्षेपणास्त्रं डागली होती. आम्ही घाबरलो असलो तरी सुरक्षित आहोत, असं तिनं लिहिलं होतं. या घटनेनंतर काबूलमधल्या

काही जणांनी एमिली कशी आहे याबद्दल माझ्याकडे चौकशी केली. वाहवा! त्यांनी एमिलीची माहिती मिळवण्यासाठी मला शोधून काढावं, हे फारच चमत्कारिक होतं. मला जी माहिती मिळाली त्यानुसार ती सुरक्षित आहे, असं त्यांना कळवून टाकलं. तिला दोनचार क्षेपणास्त्रांचा मार बसला असला तरी एकुणात ती ठीक आहे, असंही मुद्दाम वाकडेपणानं लिहिलं.

काही दिवसांनी मला एमिलीनं ई-मेल पाठवली. आपलं आणि आपल्या बॉयफ्रेंडचं फाटलं असल्याचं तिनं कळवलं होतं. ती काबूलला येणार होती. स्टेलाच्या घरी, म्हणजे मी राहत होतो तिथं तिला राहता येईल का, असं तिनं स्टेलाला विचारलं होतं. एक विशिष्ट माणूस अद्याप मोकळा आहे का असं तिनं स्टेलाला लिहिलं होतं. मी सुदैवी आहे कारण मी सध्या शांत आहे अशी ई-मेल मी तिला पाठवली. त्यावर ती काही दिवसांत काबूलला येते आहे, असं तिचं उत्तर आलं.

"एक कमांडर काबूलमध्ये आला आहे," बशीर म्हणाला. अचानक एका सकाळी त्याचा फोन आला होता. मला फार आश्चर्य वाटलं, कारण बशीर झोपाळूपणात कोणालाही हार जाणारा नव्हता. मजारमध्ये असताना तर मलाच त्याला झोपेतून उठवावं लागायचं.

"आपण आज त्याला भेटायचं का?"

"कोणाला? कोणत्या कमांडरला?"

"तालिबानी कमांडर. तो हेलमंदहून आला आहे."

मला एकदम ही खबर ऐकून आश्चर्य वाटलं. पण एका आठवड्यापूर्वी बशीरनं आपला हेलमंदमधल्या एका तालिबानी कमांडरशी परिचय असल्याचं सांगितलं होतं. मला त्याची भेट घ्यायला आवडेल, असं मी बशीरला म्हणालो होतो. पण त्यासाठी काही खर्च येईल असं बशीर म्हणाला होता. किती खर्च येईल, असं विचारल्यावर बशीरनं ३०० डॉलर 'योग्य' खर्च आहे असं मला सांगितलं होतं. मला हा खर्च वाजवीपेक्षा जास्त वाटला. पण मग बशीरनं त्याला आणण्यासाठी गाडी लागेल आणि त्याची हॉटेलात व्यवस्था करावी लागेल वगैरे सांगून खर्च कसा वाजवी आहे हे मला पटवून देण्याचा प्रयत्न केला होता. हा कमांडर त्याच्या नातेवाइकांकडे राहू शकणार नाही हे त्याचं म्हणणं मला पटलं होतं. मी त्याला भेटायचं मान्य केलं होतं आणि आता ती वेळ खरोखरच आली होती. तो तालिबानी कमांडर काबूलमध्ये आला होता.

"त्याला मी कुठं आणू?" बशीरनं विचारलं. मी विचारात पडलो. त्याला कुठे

भेटायचं? भलीमोठी दाढी असलेल्या, काळं पागोटं घातलेल्या करड्या व्यक्तिमत्त्वाच्या, हातात एके-४७ घेतलेल्या एका माणसाबरोबर मी काबूलमध्ये फिरतोय, असं दृश्य उगीचच माझ्या मनात तरळून गेलं. त्याला कुठे भेटावं बरं? एखाद्या रेस्टॉरंटमध्ये की सिनेमा थिएटरमध्ये? की टेकडीवर भेटणं योग्य होईल?

"त्याला इथंच आण," मी बशीरला म्हणालो.

"ठीक आहे. मी त्याला तुमच्या घरीच आणतो."

बशीरनं असं म्हणून फोन ठेवल्यानंतर मात्र मला एकदम ही कल्पना फार वाईट आहे हे जाणवलं. तालिबानी कमांडरनं इथं येणं हे घरात राहणाऱ्या माझ्या मित्रांच्या दृष्टीनं योग्य होणार नव्हतं. शिवाय घरात काम करणारे नोकर आणि पहारेकरी यांच्यावर विश्वास ठेवणं शहाणपणाचं ठरलं नसतं. मी लगेच बशीरला फोन लावला.

"आपण तुझ्या घरी भेटायचं का?"

"ते फारच कठीण आहे. माझं लग्न जवळ आल्यानं घरात खूपच गर्दी गडबड आहे."

"त्याला इथं आणणं अशक्यच आहे. मग त्याला कुठं भेटायचं?"

"थांबा जरा. मी माझ्या चुलतभावाशी बोलतो."

जरा वेळानं बशीरचा फोन आला. सर्वकाही ठरलं होतं. साधारण मध्यान्हीला आमची मुलाखत ठरली होती. बशीर वेळेच्या आधी अर्धा तास मला घ्यायला येणार होता.

दुपारी आम्ही काबूलच्या पश्चिम भागात एका पॉलिटेक्निक कॉलेजच्या बाहेरच्या बाजूला गाडी उभी केली.

"तो पाहा." बशीर म्हणाला.

एक दणकट बांध्याचा माणूस गाडीकडे चालत येत होता. त्यानं डोक्यावरून शाल लपेटून घेतली होती. अगदी जवळ जाऊन पाहिल्याखेरीज त्याचा चेहरा दिसला नसता. तो गाडीत मागच्या बाजूला बसला. बशीर आणि तो बोलू लागले. तो कमांडर बोलत होता असं म्हणणं योग्य ठरलं नसतं. जणू आपण एखाद्या मोठ्या सभेला संबोधतो आहोत, असा त्याचा आवाज होता. मी गप्प बसून राहिलो. कानावर हात ठेवायचा मोह मी कसाबसा आवरला.

मी दोन-तीन वेळा मागे वळून त्याच्याकडे पाहिलं. त्याचा वर्ण सावळा होता आणि दाढी अस्ताव्यस्त वाढलेली होती. त्याची नजर माझ्यावरच काय पण एका जागी कशावरच स्थिर होत नव्हती. आपण सापळ्यात तर अडकलो नाही ना, असं काहीतरी त्याला सतत वाटत असावं अशी त्याची नजर भिरभिरत होती.

आम्ही आणखी पश्चिमेकडे जात असताना आम्हाला पोलिसांनी उभारलेला

एक तपासणी नाका दिसला. याच ठिकाणी काही दिवसांपूर्वी आत्मघाती बॉम्बहल्ला झाल्यामुळे ही खबरदारी घेण्यात आली होती. कमांडर आता बशीरला काहीतरी सांगत होता. त्याच्या आवाजानं एखादी वीट फुटली असती एवढा त्याचा आवाज मोठा होता. हे तालिबानी असे जोरजोरात ओरडून का बोलतात? रफीशी फोनवर बोलणारा झाबूलचा तालिबानी कमांडर असो किंवा लष्करगाहमध्ये फहीमशी फोनवर बोलणारा असो. हे सगळे ×××× तालिबानी कमांडर एके-४७ च्या गडगडाटामुळे ठार बहिरे तर झाले नाहीत ना, अशी शंका मला आली.

"तो जरा नर्व्हस झाला आहे." बशीर हसत हसतच म्हणाला. त्यांच्या दोघांमध्ये एवढा विनोद काय झाला ते मला कळलं नाही; पण तो गडगडाटी हसत होता हे खरं.

जिथं आत्मघाती बॉम्बस्फोट झाला होता तिथं बशीर उजवीकडे वळला, तेव्हा कमांडर पुन्हा जोरात हसला. मी नकळत माझ्या डाव्या कानात बोट घातलं.

"तो घाबरला आहे," बशीर विनोदी स्वरातच म्हणाला, "मी आता शत्रूच्या प्रदेशात आहे तेव्हा तुम्ही माझी काळजी घ्यायला हवी, असं त्याचं म्हणणं आहे."

बशीर आणि कमांडर काही वेळ एकमेकांशी बोलत होते. बहुधा मी काय करतो, मला नेमकं काय करायचं आहे वगैरेंबद्दल ते चर्चा करत असावेत. विश्वास ठेवावा असा माणूस असल्याबद्दल बशीर त्याला शपथेवर सांगत असावा. जरा वेळानं बशीर माझ्याशी बोलू लागला. त्यानं मला निमंत्रण दिल्याचं बशीरनं सांगितलं. "हेलमंदला ये म्हणजे मग मी तुला आमचे तळ दाखवतो," तालिबानी कमांडर म्हणाला, "मी तुझ्या सुरक्षिततेची हमी देतो."

मला हे जरा चमत्कारिक वाटलं. आमच्या दोघांमध्ये अद्याप विश्वास निर्माण व्हावा असे संबंध तयार झाले नव्हते. असं असताना त्यानं मला एकदम असं निमंत्रण का द्यावं? मला एकदम आता ही मुलाखत फारशी उपयोगी ठरणार नाही असं वाटून जराशी निराशा भासली. मला तो एकाच वेळी फार उतावळा आणि धोकादायक वाटत होता. मी त्याच्याबरोबर कुठंही जाणार नाही, असं मी मनाशी म्हणालो. पण तो खरोखरच चांगला असेल तर मला हेलमंदला जायची संधी मिळणार होती.

मी बशीरला त्याच्याबरोबर जावं का, असं विचारलं. बशीर त्या बाबतीत फारसा उत्साही दिसला नाही. तो म्हणाला की हा कमांडर काहीही म्हणत असला तरी त्या कमांडरची ताकद मर्यादित होती.

"जर आपण चुकीच्या माणसांच्या हातात सापडलो तर तुम्हाला ठार करण्या-अगोदर मला ठार मारतील."

मला बशीर म्हणतो ते खरं आहे याची कल्पना होती. हेलमंदमध्ये जायची संधी

साधावी असं मला वाटत होतं; पण मी बशीरला माझ्याबरोबर तिकडे जायला भाग पाडणार नव्हतोच. माझ्या चुकीमुळे त्याच्यासारख्या एखाद्या फिक्सरचा जीव मला धोक्यात घालायचा नव्हता. मी बशीरला त्याचा सल्ला मला मान्य आहे, पण आपण याबद्दल नंतर चर्चा करू, असं सांगितलं.

आम्ही बशीरच्या चुलतभावाच्या घरापाशी आलो. त्याचा भाऊ दरवाजापाशी स्वागताला उभा होता. त्यानं आम्हाला आत नेऊन एका खोलीत बसवलं. आम्ही बोलू लागलो.

आपल्या हाताखाली साधारण पाचशे माणसं आहेत, असं त्यानं सांगितलं. बॉम्बहल्ला व्हायचा धोका टाळण्यासाठी ते सतत त्यांच्या जागा बदलतात. आपल्याजवळ असणाऱ्या व्ही-८ लॅन्डक्रूझर गाड्या एवढ्या वेगवान आहेत की अमेरिकनांचे अपाचे हेलिकॉप्टरही आपल्याला पकडू शकत नाहीत, अशी प्रौढी त्यानं मिरवली. तो रात्री इतर कमांडरना भेटत असे. सगळे मिळून पुढच्या योजना ठरवतात, असं त्यानं सांगितलं. ते सगळे जण सेलफोन वापरतात. त्याच्याजवळ त्या वेळी दोन फोन होते. आपण सॅटेलाइट फोन वापरत नाही, कारण जी.पी.एस. वापरून त्यांचा माग काढता येतो, असं तो म्हणाला.

त्याला सर्व जण शुकरा या नावानं ओळखत होते. तो चादरी या जिल्ह्यातला होता. आपण पस्तीस वर्षांचे आहोत असं तो म्हणाला. पण मला तर तो चाळिशी उलटून गेलेला वाटला. तालिबानी प्रथम १९९४ मध्ये कंदाहारमधून आले तेव्हा तो त्यांच्यात सामील झाला होता. त्या वेळी त्याच्यासमोर मुख्यत: 'टोळयामधला संघर्ष' हे कारण होतं. पण नंतर लढण्यासाठीची त्याला वाटणारी कारणं बदलली.

"आमच्यावर (अमेरिकेनं) बॉम्बफेक सुरू केल्यापासून आम्ही आमचा देश आणि आमच्या लोकांचं रक्षण करण्यासाठी झगडतो आहोत."

त्यानं जनरल दोस्तमनं केलेल्या कथित हत्याकांडाचा विषय काढला. त्यानं तालिबानी कैद्यांना ठार मारलं असं बोललं जातं. जे सांगितलं जातं त्यानुसार दोस्तमनं चार हजार कैद्यांना मालवाहतूक करतात त्या कंटेनरमध्ये बंद केलं आणि मजारच्या बाहेर वाळवंटात कंटेनर फेकून दिले होते.

"या बाबतीत संयुक्त राष्ट्र संघटना गप्प का? ही संघटना काबूलमधल्या युद्धखोर पुढाऱ्यांबद्दल काहीच का बोलत नाही? त्यांनी हजारो लोकांची कत्तल केली आहे. पण सरकार, आंतरराष्ट्रीय समुदाय आणि मानवाधिकाराचं काम करणारे सगळे जण गप्प का बसले आहेत? आता तर आंतरराष्ट्रीय समुदाय या युद्धखोर नेत्यांना पाठिंबाच देत आहे. याचं कारण काय? आमच्याकडेही कितीतरी कैदी होते. पण आम्ही तसं केलं नाही. आम्ही फक्त त्यांची शस्त्रं काढून घेतली आणि त्यांना तुरुंगात टाकलं."

'आणि काय केलं? त्यांचा पाहुणचार केला की काय?' असं मी मनाशी म्हणालो; पण उघडपणे मी त्याच्या विधानाला आक्षेप घेतला नाही. १९९८ मध्ये मजार-ए-शरीफ जिंकल्यावर तालिबानींनंही हजारो हजारा लोकांची कत्तल केली होती. मसूदविरुद्ध लढताना त्यांनी शामाली पठारावरच्या वसाहती जाळून टाकण्याचं धोरण अवलंबलं होतं. या सगळ्याचे तपशील मला माहीत नसल्यानं मी त्याच्याशी या मुद्द्यावर वाद घातला नाही.

शुकरा हा अतिशय ताकदवान मानल्या जाणाऱ्या अखुंडजादा या कुटुंबातला होता. बशीरच्या मते, या कुळाला पवित्र स्थान होतं. हेलमंदचा माजी राज्यपाल शेर मोहम्मद अखुंडजादा हादेखील याच कुळातला होता; पण तो तालिबानचा विरोधक म्हणून प्रसिद्ध होता. हे कसं काय?

"झहीरशाह राजाच्या काळात आम्ही भटकी जमात होतो," शुकरा म्हणाला, "राजानं अनेक प्रांतांमधून लोक गोळा केले. हजारा, ताजिक, पश्तुन अशा अनेक जमातींना आणून त्यानं हेलमंद प्रांतात वसवलं. मी मूळचा या हेलमंदमधला आहे असं कोणी सांगत असेल तर ते चुकीचं आहे. कारण इथले सगळेच जण बाहेरून कुठूनतरी आलेले आहेत. आम्हाला इथं राहायची परवानगी मिळाली कारण इथं (अमेरिकेनं बांधलेलं) कजाकी धरण होतं. आम्हाला भरपूर शेतं देण्यात आली आणि आता भटकं जीवन जगायची गरज नाही, असं सांगण्यात आलं. आमचं घराणं मूळचं लाघमान या प्रांतातलं आहे.

शुकराचे वडील त्यांच्या टोळीचे प्रमुख होते. तो नऊ वर्षांचा होता तेव्हा रशियनांनी त्याच्या वडिलांना ठार केलं. त्यानंतर शुकराच्या मोठ्या भावानं वडिलांची जागा घेतली होती.

"आता मी माझ्या टोळीचा प्रमुख आहे. मला माझ्या लोकांचा आणि गावकऱ्यांचा पूर्ण पाठिंबा आहे."

तालिबानींनी हेलमंद प्रांत जिंकला तेव्हा त्यांनी टोळ्यांना लढण्यासाठी माणसं पाठवायला सांगितलं होतं.

"सुरुवातीला त्यांनी पन्नास जणांना पाठवायला सांगितलं. मग पुन्हा पन्नास, असं चालू राहिलं. पहिल्यांदा माझा भाऊ त्यांच्याबरोबर गेला, मग मी. तालिबानींनी काबूल जिंकलं आणि नजीबुल्लाला फासावर लटकवलं तेव्हा मी त्यांच्याबरोबर होतो."

"तेव्हा आणि आत्ता, तालिबानमध्ये काही फरक आहे का?"

"इथं अफगाणिस्तानात थोडीथोडकी नाही, तर पस्तीस राष्ट्रं आहेत. तरीही त्यांना अफगाणिस्तानवर नियंत्रण मिळवता आलेलं नाही. शिवाय ते अफू पिकवण्यापासून लोकांना परावृत्त करू शकत नाहीत. त्या लोकांनी आपल्या फौजा माघारी पाठवून

आपापल्या देशात परत जावं. त्यांना देशाबाहेर घालवणं हेच आमचं उद्दिष्ट आहे. तुम्ही लोक अफूचं उत्पादन बंद करण्यासाठी झगडता आहात; पण आमचं उद्दिष्ट अफगाणिस्तानात सुरक्षित वातावरण निर्माण करणं हे आहे. एकदा का सरकार स्थापन केलं की आम्ही सगळ्या प्रकारच्या गुन्ह्यांवर नियंत्रण आणू. आम्ही भ्रष्टाचार बंद पाडू. सगळं काही आम्ही करू. आम्ही हे नक्की करू शकतो.

''पण मला माहीत आहे त्यानुसार तालिबान सत्तेवर असताना अफूचं उत्पादन तर घटलं नव्हतंच, शिवाय हेरॉईनचा व्यापार होता तसाच सुरू राहिला होता. सगळा देश तालिबानच्या ताब्यात आल्यानं फक्त या व्यापारावर तालिबानचं नियंत्रण आलं इतकंच.

''आम्ही सगळं एका हुकमानं बंद केलं होतं. त्या वेळी अफूचं आणि हेरॉईनचं उत्पादन रब्बानीच्या नियंत्रणाखाली होतं. आमच्या ताब्यात जो प्रदेश होता त्यात हे उत्पादन अगदीच मामुली झालं होतं. जे काही पिकत असे ते सगळं प्रक्रिया करण्यासाठी बदखशां आणि तखार प्रांतांकडे रवाना केलं जात असे.''

''पण माझ्या समजुतीप्रमाणे हे असं नव्हतं,'' मी म्हणालो, ''अफूवर बंदी यायच्या अगोदर आणि नंतरचे उत्पादनाचे आकडे पाहिले, तर अफू भरपूर प्रमाणात पिकवली जातच होती, असं दिसतं. पूर्वी सोव्हिएत फौजांनी अफगाणिस्तान व्यापला होता तेव्हाप्रमाणे उत्पादन वाढतच गेलं होतं. माझा मुद्दा असा आहे की तालिबान राजवटीच्या काळातच हेलमंद, ननगरहार आणि कंदाहार प्रांतांमध्ये अफूचा भरपूर व्यापार चालत होता. तत्कालीन सरकारच्या नियंत्रणाखालीच हा व्यापार सुरू होता.

''आम्ही लोकांना अफू पिकवू नका असा हुकूम दिला, त्या वेळी एका किलोची किंमत ८०० अफगाणी होती; पण पाश्चिमात्य देशात मागणी भरपूर असल्यानं किंमत वाढली.

''ते ठीक आहे. पण तालिबानचा अफू उत्पादनाशी संबंध नव्हता ही कल्पना मान्य करायला मी तयार नाही. आता प्रत्येक जणच 'आम्ही नाही तर ते अफू पिकवत होते', असं सोईस्करपणे म्हणू लागला आहे; पण वस्तुस्थिती अशी आहे की पोलीस, सरकारी अधिकारी, तालिबानी, उत्तरेकडील नेते वगैरे सगळ्यांनीच या व्यवहारात हात धुऊन घेतला आहे आणि अद्याप घेत आहेत. मला कोणाचीही बाजू घ्यायची नाही.''

''मादक द्रव्यांच्या व्यापाराचा मुख्य फायदा अफगाणिस्तान बाहेरच्या माफियांना होतो.''

''ते मला माहीत आहे.''

''इथं अनेक (अफगाण) दलाल आहेत. ते अफगाणिस्तानातून मादक द्रव्यं

बाहेर पाठवतात; पण ते रोख रक्कम आणू शकत नाहीत. मग ते महागड्या गाड्यांची आयात करतात आणि हे खरं आहे की तालिबानी मादक द्रव्यांच्या व्यापारातून भरपूर पैसा कमावतात.''

''नेमकं मला हेच जाणून घ्यायचं आहे. तुमच्या उद्योगात अफूच्या पैशांचा किती वाटा आहे हे मला कळून घ्यायचं आहे.''

तालिबानी कमांडर आता एखाद्या शाळकरी पोराप्रमाणे खिंकाळून हसू लागला.

''या सगळ्या व्यवहारात फक्त तालिबानींचाच सहभाग आहे, असं मात्र नाही. ऐंशी टक्के सरकार यात सामील आहे. राज्यपाल, पोलीसप्रमुख हे सगळे यात सहभागी असतात. कसे मी सांगतो. आता आमचंच उदाहरण पाहा. आमच्या टोळीत ४०० कुटुंबं आहेत. सगळे जण अफू पिकवतात. यात तालिबानी सामील नाहीत. ते आम्हाला संरक्षणही पुरवत नाहीत. पण आम्हाला त्यांना पैसा द्यावा लागतो, हे खरं आहे. ते फक्त *जकात* घेतात. बस्स. आणखी काही नाही. ते शेतकऱ्यांना प्रोत्साहन देत नाहीत किंवा संरक्षणही देत नाहीत. आमच्या प्रत्येक कुटुंबाकडून १ लाख पाकिस्तानी रुपये म्हणजे १२५० डॉलर वर्गणी जमा केली जाते. मग ही चार कोटी रुपयांची रक्कम जिल्हा प्रशासक, जिल्हा पोलीसप्रमुख किंवा वरच्या अधिकाऱ्यांमध्ये वाटली जाते. तेच लोक अफूच्या शेतीला संरक्षण देतात. त्यांना यात भरपूर कमाई होत असल्यानं तेच अफू पिकवण्यासाठी प्रोत्साहन देतात. सगळा व्यवहार हा असा चालतो.''

अफू निर्मूलन हा कसा निव्वळ फार्स असतो याबद्दल शुकरा मला सांगू लागला. ते मुळातच नष्ट केलेली अफूची शेतं पुन्हा कॅमेऱ्यासमोर नष्ट केल्याचं दाखवतात. अफूचं पीक काढल्यानंतर शेताची मशागत करताना उरलेले बुडखे नाहीतरी काढावे लागतातच. शेतकऱ्यांना ते असे आयतेच काढून मिळतात.

शुकरा बशीरला काहीतरी म्हणाला.

''त्याला जायची घाई आहे.'' बशीरनं मला सांगितलं.

''जायची घाई आहे? कुठं जायची?''

त्याला काही लोकांना भेटायला जायचं आहे, असं बशीरनं मला सांगितलं. त्यावर मी अगदी नम्रपणानं पण स्वच्छ शब्दात त्यानं काबूलला येण्यासाठी मी पैसा खर्च केलाय आणि माझं काम अजून झालेलं नाही, असं बशीरनं सांगावं अशी सूचना केली.

बशीरनं मला काय म्हणायचं आहे ते त्याला सांगितलं. त्याला ते पटलं असावं. तो आणखी काही वेळ थांबायला तयार झाला.

''तुमचे लोक कुठून येतात?'' मी विचारलं.

''चीन, इराक, उझबेकीस्तान, सौदी अरेबिया, पाकिस्तान... पण इथं लढणाऱ्यांमध्ये

सर्वोत्तम बाहेरचे म्हणजे *खारिजी* असतात.''

''ते कसं काय?''

''कारण ते अत्यंत कडवे धार्मिक वृत्तीचे असतात. त्यांना इस्लामसाठी आपला जीव गेला तरी त्याची पर्वा नसते.''

''तुमच्यात परदेशी लढाऊ लोकांचं प्रमाण किती आहे?''

''सत्तर टक्के अफगाण आणि तीस टक्के परदेशी; पण हे तीस टक्केच फार उत्तम योद्धे असतात. त्यांच्या संघटनांचा अल्-कायदाशी संबंध असतो. म्हणूनच ते इथं आलेले असतात.''

''पण बशीर म्हणत होता की तालिबानींमध्ये खूप अरब आहेत म्हणून तुम्ही नाराज होऊन सोडून जायचा विचार केला होता. असा का?''

''कारण मला त्यांचा तिरस्कार वाटतो. त्यांचाच नाही तर अमेरिकन, नाटो राष्ट्रांमधले, अरब, अल्-कायदा. जे कोणी अफगाणिस्तानात आक्रमक म्हणून येतील त्या सगळ्यांचाच मला तिटकारा वाटतो. दुसरं कारण असं की हे लोक काबूल आणि इतर अनेक ठिकाणी आत्मघाती बॉम्बहल्ले घडवून आणत आहेत. लोक त्यांच्या घरच्यांच्या पोटात दोन घास जावेत म्हणून कामाच्या शोधात आलेले असतात. त्यांच्या बॉम्बहल्ल्यात असे अनेक निरपराध लोक मारले जातात. उलट आमचं आहे. अफगाण लोक त्यांच्या पाहुण्यांची योग्य काळजी घेतात.''

''तालिबानींमध्ये परदेशी कमांडर आहेत का?''

''त्यांचे तळ आमच्यापेक्षा वेगळे आहेत.''

मी या उत्तराचा होकारार्थी अर्थ घेतला.

''आमचं लक्ष्य एकच असलं तरी आम्ही संयुक्तपणे कारवाई करत नाही. ते आमच्याबरोबर राहतही नाहीत. त्यांचा अफगाणी लोकांवर विश्वास नाही. त्यांच्याजवळ त्यांचा पैसा असतो. त्यातून ते त्यांना हवं ते करतात. ते श्रीमंत आहेत. त्यांच्याजवळ रग्गड पैसा आहे. पण आमच्याजवळ मात्र नाही.''

''तुम्हाला लढायचं आहे. तुमचा जो काही जिहाद किंवा काय असेल ते असो, त्यासाठी तुम्ही लढता हे ठीक आहे; पण त्यात निरपराध माणसं बळी पडतात हे लक्षात घ्यायला हवं.''

''पण अफगाणिस्तानातल्या अशांततेचं मूळ कारण अमेरिकन आणि नाटो फौजा आहेत. ते पहिल्यांदा इथं आले तेव्हा त्यांना नॉर्दन अलायन्सनं चुकीची माहिती पुरवली होती. त्यांनी सरसकट अनेक टोळीप्रमुखांना ठार मारलं. तालिबानच्या विरोधात त्यांना मदत करायची इच्छा असणारेही कित्येक जण मारले गेले. कारण हे लोक अल्-कायदाचे आहेत, असं त्यांना नॉर्दन अलायन्सनं सांगितलं होतं. अमेरिकनांनी त्यांच्यावर विश्वास ठेवला आणि त्यांनीच नागरी वस्त्यांवर बॉम्बफेक

सुरू केली. आता हे कोणी विसरता कामा नये की पश्तुन लोक सूड पुरा होईपर्यंत थांबणार नाहीत. समजा, त्या तिथे माझी बायकामुलं मारली गेली आहेत नि माझं घरदार उद्ध्वस्त झालेलं दिसलं की मी धाय मोकलून रडणारच; पण मग तुम्ही माझे शत्रूच होणार... अनेकदा ३०० तालिबानींना ठार मारलं अशी बातमी येते. ती शुद्ध धूळफेक आहे. ते निरपराध माणसांना मारतात आणि त्यांना तालिबानी म्हणतात. त्यांनी असं केलं नसतं तर इथं अरब किंवा बाहेरच्या लोकांनी यायची गरजच नसती, कारण आम्हीच त्यांना इथं अफगाणिस्तानात येऊ दिलं नसतं.''

मुल्ला उमरनं ओसामा बिन लादेनला अमेरिकेच्या हवाली करण्याबाबत आपण आपल्या पाहुण्याला हवाली करणार नाही, अशी भूमिका घेतली होती. मला त्याची आठवण या कमांडरला करून द्यावी असं वाटलं. एखाद्या पश्तुन माणसाच्या दृष्टीनं ही भूमिका वाखाणण्याजोगीच होती; पण आंतरराष्ट्रीय समुदायाला ती युद्धासाठी चिथावणी ठरणारी वाटली.

''तुम्ही पत्रकार आहात हे ठीक आहे. पण त्यांच्या हातात सापडलात तर तुम्ही ठार होणारच. कारण ते सगळ्याच परदेशी लोकांना शत्रू मानतात. अनेक निरपराध लोक मारले गेले आहेत. या लोकांचे नातेवाईक हत्येचा बदला घेण्याच्या संधीची वाटच पाहत असतात.''

''तुमच्यासारखे आणखी किती कमांडर हेलमंदमध्ये आहेत?''

''दोनशे. कदाचित अडीचशे. आम्ही आमच्या लोकांना लढण्यासाठी पगार देऊ शकत नाही. सगळे जण *जिहाद*मध्ये भाग घेण्यासाठी उत्स्फूर्तपणे येतात. आम्ही त्यांना दारूगोळा नि शस्त्रास्त्रं पुरवतो. त्यांना खाऊपिऊ घालतो. बस्स.''

''तुम्ही जी *तरीयाक* गोळा करता, त्याचं काय करता?''

''*तरीयाक* आणि *जकात* यांमधून मिळणारा पैसा आम्ही उत्तरेतून शस्त्रं खरेदी करण्यासाठी वापरतो. काही वर्षांपूर्वी एका एके-४७ची किंमत आठ हजार रुपये म्हणजे शंभर डॉलर होती. आता त्यासाठी ४० हजार रुपये मोजावे लागतात, कारण त्यांची मागणी प्रचंड वाढली आहे.''

''तुम्ही शस्त्रं कुठून विकत घेता?''

''माफिया इथून ताजिकीस्तानमध्ये मादक द्रव्यांची निर्यात करतात. येताना ते आमच्यासाठी शस्त्रं आणतात. त्यांनी आता अलीकडेच खूप दूर अंतरावरून अगदी छोटं लक्ष्य अचूकपणे टिपू शकणाऱ्या बंदुका आणल्या आहेत. त्या फार महाग आहेत. एका बंदुकीला चार हजार डॉलर पडतात. आम्ही त्या विकत घेऊ शकत नाही, कारण आमच्याजवळ एवढा पैसा नाही; पण अरब श्रीमंत आहेत. ते त्या विकत घेतात.''

''हेरॉईन आणि बंदुका यांचा देवाणघेवाणीचा थेट संबंध आहे का?''

"आम्ही आम्हाला लागणाऱ्या बंदुका कुंदुझ आणि तखार या दोन प्रांतांमधून नॉर्दन अलायन्सच्या कमांडरकडून विकत घेतो. या व्यवहारात हेरॉईनमधून मिळणारा प्रचंड पैसा वापरला जातो."

"तालिबानी नॉर्दन अलायन्सकडून शस्त्रास्त्रं विकत घेतात?"

"उत्तर भागातले स्थानिक कमांडर हा उद्योग करतात. हे असं सहज चालतं. अगदी तालिबानच्या राजवटीतही आम्ही नॉर्दन अलायन्सकडूनच दारूगोळा वगैरे विकत घेत होतो. रशियाकडून नॉर्दन अलायन्स कमांडरना मुक्तहस्तानं दारूगोळा मिळतो. उत्तर भागात नि:शस्त्रकरणाची जी गाजावाजा होणारी मोहीम चालू आहे ती पूर्णपणे फोल ठरणारी आहे. कारण नॉर्दन अलायन्सचे लोक त्यांच्याजवळची भंगारात टाकण्याजोगी शस्त्रं मोहिमेत देऊन टाकतात आणि चांगली शस्त्रं आम्हाला विकतात."

"इराणकडून शस्त्रास्त्रांचा पुरवठा होतो का याबद्दल काय सांगता येईल?"

"मला ते माहीत नाही."

"हेलमंदमधल्या तालिबान कमांडरचं प्रतिनिधित्व तुम्ही किती प्रमाणात करता?"

"हेलमंदमधले सत्तर टक्के कमांडर जवळपास माझ्याप्रमाणेच आहेत. हे पाहा, आम्हाला लढाईचा कंटाळा आला आहे. मला माझं कुटुंब लढाईत नष्ट व्हावं असं वाटेल का? मला अशा प्रकारे लपूनछपून वावरावं लागतंय ते मला आवडत नाही. पण मला माझ्या लोकांच्या रक्षणासाठी लढायलाच हवं... पण आम्ही विभागलो गेलो आहोत. आमच्यात दोन गट आहेत. काही जण आपल्या नातेवाइकांच्या हत्येचा सूड घेण्यासाठी झगडत आहेत, तर काही जण भुकेकंगाल असल्यानं लढत आहेत. त्यांच्यापाशी दुसरं करण्याजोगं काहीच नाही."

"इथं परदेशी लोक अफगाणिस्तानात पुनर्निर्माण करण्यासाठी काय करत आहेत. त्याचप्रमाणे काही जण तालिबानशी लढून अल्-कायदाच्या मागावर आहेत," मी म्हणालो, "जर या दोन्हीमधला फरक ठळकपणे समोर आला तर तुम्ही लोक परदेशी लोकांकडून मदत स्वीकाराल का?"

"होय. ही कल्पना उत्तम आहे," कमांडर म्हणाला, "जर तुम्ही लोकांनी अफगाणिस्तानातल्या सगळ्या परदेशी फौजा माघारी पाठवल्यात (मी असं सुचवलं नव्हतं, तर आम्ही तुमच्या प्रकल्पांना मदत करू. आम्ही आमच्यासाठी लढणाऱ्या सर्व परदेशी माणसांना परत पाठवून देऊ हे नक्की. आम्हाला शांततेनं जगायचं आहे. ही कल्पना खरोखरच चांगली आहे. तिथं समजा एखादी शाळा सुरू झाली तर माझा मुलगा कदाचित इंजिनिअर होईल. सगळ्यांना ही कल्पना पसंत पडेल."

"पण हे तालिबानच्या पूर्वीच्या राजवटीच्या कल्पनेत बसेल असं मला वाटत नाही. तालिबाननं कंदाहार प्रांतात नव्यानं बांधलेल्या शाळा उद्ध्वस्त केल्या आहेत.

मी तालिबानबद्दल जे काही ऐकलं आहे ते निराळं आहे. ते सत्तेवर होते तेव्हा संगीत, टीव्ही वगैरे सगळ्यांवर बंदी होती.''

''काही जण अतिशय जहाल विचारसरणीचे आहेत. ते लोक तसे होते; पण आम्ही मवाळ आहोत. आम्हाला शाळा किंवा हॉस्पिटलं उद्ध्वस्त करण्यात रस नाही. पण अफगाणिस्तानात काही परदेशी दहशतवादी घुसले आहेत. ते अशा शाळा वगैरे उद्ध्वस्त करण्यासाठी चिथावणी देतात.''

''झाबूलमधल्या एका कमांडरनं मला सांगितलं की लोकांना आत्मघाती बॉम्बहल्ला करणारे आवडतात.''

''आमच्यामध्ये बहुतेक जण माझ्यासारखे आहेत. फार थोडे कमांडर अतिशय कडव्या विचारसरणीचे आणि जहाल मताचे आहेत.''

आम्ही दोघं जवळजवळ दोन तास बोलत होतो. तो आता थकल्यासारखा वाटत होता. आपल्याला इतरही कामं करायची आहेत याची त्यानं मला आठवण करून दिली. म्हणून मग आम्ही मुलाखत आटोपती घेऊन गाडीत परतलो.

गाडीमधून परत येताना आम्ही कुंदुझला जाऊन शुकरा ज्या शस्त्रास्त्रांच्या व्यापाऱ्याबद्दल बोलला होता त्याची भेट घ्यावी की नाही, या विषयावर चर्चा केली. त्यानं मला असं आमंत्रण का द्यावं? तो ज्या माणसांबद्दल बोलत होता त्यांनी माझ्यावर विश्वास का ठेवावा? त्यांनी जर मला आणि बशीरला सरळ ठार केलं तर त्यांना कोण अडवणार?

''जर थेट लढाई असेल आणि माझ्या हातात एखादा अमेरिकन सैनिक सापडला तर मी त्याला सोडून देतो,'' कमांडर शुकरा मला सांगू लागला, ''पण माझी अप्रत्यक्षपणे ×××× मारणारा हेर सापडला तर मी त्याला ठार मारतो.''

तो तसं का म्हणाला हे मला माहीत नाही. कदाचित माझ्यासाठी तो इशारा असावा. आपल्याशी दुहेरी खेळ खेळणाऱ्याची आपण काय गत करतो हे त्याला मला सांगायचं असावं. मी विचारांच्या चक्रात अडकलो. बशीरचं लवकरच लग्न होणार होतं. काही गडबड झाली तर? जर बशीरच मनापासून तयार झाला तर मी पुढचा विचार करायचा, असं ठरवलं.

''बशीर, तुला या माणसाबद्दल भरोसा वाटतो का?''

''शंभर टक्के.''

''ठीक आहे. तर मग मला जायला आवडेल.''

बशीरनं मग कमांडरला आम्ही कुंदुझला जायला तयार आहोत, असं सांगितलं. पण शुकरानं माझ्याकडे निर्देश केला आणि तो म्हणाला, ''पण मला त्याच्याबरोबर जायची जराशी भीती वाटते.''

माझ्याबरोबर जाऊन आपण एखाद्या सापळ्यात तर अडकणार नाही ना, ही

त्याला वाटणारी शंका वाजवी होती.

"नाही, काळजी करायचं कारण नाही. हा माणूस हेर नाही," बशीर कमांडरला म्हणाला.

"ठीक आहे, हा माणूस हेर नसेल तर मग काही हरकत नाही. तो माझा मित्रच झाला समजा. तुम्ही म्हणाल तेव्हा आपण कुठंही जाऊ शकू."

तो जरी असं म्हणाला तरी माझ्या मनात त्याच्याबद्दल अजून काही शंका होत्या. माझा त्याच्या शब्दांवर अद्याप पूर्ण विश्वास बसत नव्हता.

"आता तुम्ही माझे मित्र झाले आहात." गाडीतून उतरून जाण्यापूर्वी शुकरा म्हणाला, "तुम्हाला माझ्याकडून कधीही काही मदत लागली तर कळवा. मी येईन."

ईदच्या सणानंतर आपण कुंदुझला जाऊ असं म्हणून मी त्याचा निरोप घेतला.

एके दिवशी सकाळी मला एमिलीकडून ई-मेल आली. ती त्याच दिवशी उशिरा काबूलला पोहोचत होती. ईद सुरू व्हायच्या अगोदर तिला हेरातमधून बाहेर पडायचं होतं. नाहीतर ती तिथं आठवडाभर अडकून पडली असती. माझ्या मनात तिच्याबद्दल आकर्षण आहे हे तिला जाणवलं असावं, असं मला तिच्या ई-मेलमधून वाटू लागलं होतं. तरीही मला कशाचीच खात्री मात्र वाटत नव्हती.

मी एमिली आली तेव्हा गेट उघडलं. पण आम्ही एकमेकांचं चुंबन घेऊन स्वागत केलं नाही. पहारेकऱ्यांच्या समोर असं कधीच करून चालत नाही. नाहीतर पाश्चिमात्य बायका सैल स्वभावाच्या असतात, असं अफगाणी पुरुषांना वाटायला जराही वेळ लागत नाही. मी तिची बॅग घेतली आणि तिला तिच्या खोलीपर्यंत सोडून आलो. मी तिच्याशी गप्पा मारत गेलो असलो तरी हेरात ते काबूल (अवघा दोन तासांचा प्रवास) या दरम्यानच्या प्रवासात तिच्या मनात काही बदल तर झाला नाही ना, याची मला मनोमन धाकधूक वाटत होती.

त्या रात्री अल नावाच्या आमच्या एका सहकाऱ्याच्या वाढदिवसानिमित्त पार्टी झाली. त्याला वीसएक जण हजर होते. एमिली आणि माझ्यात फारसं बोलणं झालं नाही. मी बार्बेक्यूकडे लक्ष देत होतो. ती इतरांशी गप्पा मारत फिरत होती. "आज रात्री तू काही हालचाल करणार का?" माझा मित्र जॅन यानं विचारलं. मी आणि एमिली यांच्यात काहीतरी शिजतं आहे, ही काही काबूलमधल्या आमच्या वर्तुळांमधली फार गुप्त गोष्ट नव्हती.

"पाहू. काय होतंय ते." मी बीअरचा एक घोट घेऊन माझं धैर्य आणखी वाढवण्याचा प्रयत्न केला.

पण त्यानंतर असं झालं की दमलेली असल्यानं एमिलीनं पार्टीमधून लवकर बाहेर पडायचं ठरवलं. ती माझी आत्या असावी अशा प्रकारे मी तिला 'गुडनाईट' म्हणालो आणि ती वरच्या मजल्यावर तिच्या खोलीकडे निघून गेली.

मी पुन्हा एकदा जनरल अमरखेलला भेटायला गेलो. त्याची परिस्थिती अजूनही तशीच होती. कोणीही त्याला मदत करायला तयार नव्हतं. त्याची केस आता मागे पडली होती. त्याचा स्वत:चाच अमली पदार्थांच्या व्यापाराशी संबंध असल्याच्या अफवा पसरल्या होत्या. तरीही मी ज्या कोणा संसद सदस्यांशी बोललो ते खासगीत अमरखेल चांगला असल्याचं सांगत होते. ॲटर्नी जनरल साबेतला काहीही करून अमरखेलला टाचेखाली चिरडून मारायचं होतं.

"साबेतला मला फासावर लटकवायचं आहे," जनरल अमरखेल मला म्हणाला. आम्ही पुन्हा एकदा काबूलच्या बाहेर एका सुरक्षित घरात भेटलो. हे घर संसदेचा सभापती मुजाहिदी याच्या मालकीचं होतं.

माझ्या दृष्टीनं जनरलला फारशी संधी नव्हती. मागच्या भेटीच्या दरम्यान आम्ही जनरलनं देश सोडून जाण्याबद्दल चर्चा केली होती. मी काय करायला हवं असं त्यानं विचारलं होतं. मला अशा प्रकारे राजकीय आश्रय मागताना काय करावं लागतं याची कल्पना नव्हती. मी एमिलीला मेल पाठवून तिचा सल्ला विचारला होता. बऱ्याच देशांमध्ये राजकीय आश्रय मागण्यासाठी अगोदर त्या माणसानं त्याचा मूळ देश सोडलेला असावा लागतो. एमिलीचा सल्ला घेऊन मी त्यानं इस्लामाबादला जावं असं सुचवलं. मी त्याला काही आर्थिक मदत करायची तयारीही दाखवली; पण ते शक्य नसल्याचं त्यानं सांगितलं. आपल्याला सरहद्दीवर तत्काळ ओळखून अटक होईल याची त्याला धास्ती वाटत होती.

"ताजिकीस्तानचं काय?"

"ते तर अशक्यच आहे. माझ्यामुळे तिथलेच माफिया तर खवळले आहेत."

जनरल अमरखेलनं कॅनडात जाता येईल का, असं विचारलं होतं. एका कॅनेडियन पत्रकारानं त्याला मदत करायची तयारीही दर्शवली होती; पण मी त्याला सुचवलं की तिथं त्या जगात जनरलला राहणं अवघड होईल. कुठल्यातरी सरकारी फ्लॅटमध्ये राहून पोटापाण्यासाठी साफसफाईची हलकीसलकी कामं करून जगावं लागण्याचं चित्र मी त्याच्यासमोर उभं केलं.

जनरल अमरखेलच्या एका मित्रानं दुबईत नोकरी मिळवून दिली होती. मला हा पर्याय पसंत पडला. तो त्याच्या घरापासून फार दूर असणार नव्हता. जर साबेत पदावरून हटला किंवा अमरखेलवरचा आरोप गेला, तर त्याला घरी परतणं सोपं

जाणार होतं. पण या पर्यायातही व्हिसा मिळण्याच्या अडचणी होत्या असं जनरलनं सांगितलं. एकुणात जनरल अमरखेलसमोरचे बहुतेक सगळे पर्याय संपल्यात जमा होते.

"मी हा देश सोडून गेलो तर मी गुन्हेगार आहे म्हणून पळालो असं साबेत म्हणेल. मला इथंच राहून हा गुंता सोडवायला हवा. मी बाहेर गेलो तर माझ्या गैरहजेरीत ते मला फाशीची शिक्षा सुनावतील. ज्यानं काबूलवर क्षेपणास्त्रं डागली त्या गुलबुद्दीन हिकमतयारचा हा उजवा हात होता. त्यानं मला फासावर चढवावं?"

संयुक्त राष्ट्र संघटनेसाठी मानवाधिकारांचं काम करणाऱ्या लोकांची मी भेट घेईन, असं आश्वासन देऊन जनरल अमरखेलचा निरोप घेतला.

त्या रात्री एक पार्टी होती. एक मुलगी युरोपला परत जात होती, त्या निमित्तानं ही पार्टी होती. पार्टीच्या अगोदर ड्रिंक्स घेण्यासाठी मी गेलो. तिथं नेहमीची सगळी माणसं हजर होतीच. जेवणानंतर मी सिगारेट ओढण्यासाठी बाहेर गेलो. तिथं ॲमी आणि इतर काही जण होते.

"तू आणि एमिली यांच्यात काही सुरू आहे का?" ॲमीनं विचारलं.

"नाही." मी एवढंच म्हणालो. एमिलीच्या ई-मेलमधून जो अर्थ मी काढला होता त्याबद्दल मी तिला काही सांगणार नव्हतो. कारण आता मला कशाचीही खात्री वाटत नव्हती.

"तुझी इच्छा आहे ना?"

"अर्थातच आहे."

"मी काही करू का?" ॲमीचा आविर्भाव आता शाळेच्या मुख्याध्यापिकेसारखा होता.

"ॲमी... नाही. ठीक आहे." जणू काही सगळं माझ्या हातात असल्याप्रमाणे मी उसन्या अवसानानं म्हणालो.

"तुला खरंच तसं व्हायला हवं आहे ना?"

मी मान डोलावली.

"तर मग तुला ते घडवून आणायला हवं," हे ॲमी एवढ्या मोठ्या आवाजात म्हणाली की बाजूच्या एकानं विचारलं, "काय घडवून आणायला हवं?"

"चीझकेक." ॲमी त्याच्याकडे पाहून हसत म्हणाली. ॲमी जे म्हणाली ते खरंच आहे हे माझ्या लक्षातच आलं नव्हतं. मी फक्त एमिलीकडून अपेक्षा ठेवून बसलो होतो. मी माझ्या बाजूनं काहीच प्रयत्न करत नव्हतो.

सगळे जण आता लटमॉसफिअरमधून निघत होते.

''मला त्या लोकांबरोबर जायला हवं.'' एमिली सायमनच्या गाडीकडे जाणाऱ्या लोकांकडे बोट दाखवत म्हणाली. मी माझा कोट उचलला आणि माझ्या गाडीकडे जाऊ लागलो. तेवढ्यात एमिली माझ्याजवळ आली. तिच्याकडे पाहून तिला बाहेर कुठे फिरायला जायची फारशी इच्छा नसावी, असं मला वाटलं.

''तुला काय करावंसं वाटतं?''

''घरी परतल्यावर आपण आपलं संभाषण पुढे चालू ठेवू.'' एमिली म्हणाली.

''झकास.''

आम्ही दोघं एका गाडीत बसलो. आम्ही घरापाशी उतरल्यावर गाडी निघून गेली.

आम्ही आत गेल्यावर एमिलीनं तिच्यासाठी वाईनचा ग्लास भरून घेतला. ती एका कोचावर बसली. मीदेखील माझ्यासाठी ग्लास भरून घेऊन तिच्यापाशी गेलो. आम्ही गप्पा मारत असताना कॅन्डी तिथं आली. तिला सतत थोपटावं अशी तिची इच्छा होती. मी वैतागलो. आता ती चढून एमिलीच्या मांडीवर मुक्काम ठोकणार अशी धास्ती मला वाटू लागली. मी एमिलीच्या मानेचं हलकेच चुंबन घेतलं. तिला ते आवडलं. मी संधी साधून कॅन्डीला तिथून हटवलं.

नंतर आम्ही वर गेलो आणि आम्ही गच्चीवरील भिंतीवर एकमेकांना बिलगून बसलो. आम्ही वाईनचे घुटके घेत गप्पा मारत होतो. एमिलीनं असं माझ्यासोबत असावं या क्षणाची मी किती काळ वाट पाहत होतो. ती निकट असल्यामुळे मला अतिशय प्रसन्न वाटू लागलं. माझ्या मनाला आलेली मरगळ गेली.

मला मागून कोणीतरी दबक्या आवाजात हसल्याचा आवाज आला. शेजारच्या इमारतीमधून काही पोरं आमच्याकडे बघत होती. बाहेर आता गारठा झोंबू लागला होता. आम्ही तिथून उठून माझ्या खोलीत गेलो.

बशीर एका रात्री एका पोलीस अधिकाऱ्याला घेऊन आला. तो त्या पोलीस अधिकाऱ्याच्या संपर्कात होता. तो माझ्याशी बोलायला तयार होता. पोलिसांमध्ये साम्यवादी विचारसरणीच्या लोकांचा आणि अमली द्रव्यांच्या व्यापारात गुंतलेल्या माफियांचा कसा प्रभाव आहे याबद्दल तो सांगणार होता.

आम्ही स्थिरस्थावर झाल्यावर मी व्होडकाची मोठी बाटली बाहेर काढली. त्या पोलीस अधिकाऱ्याला प्यायला आवडतं, असं बशीरनं सांगितलं होतं. एकदा का पोटात दारू गेली की जीभ सैल व्हायला वेळ लागणार नव्हता; पण हा माणूस पहिल्यापासूनच अतिशय अस्वस्थ दिसत होता. मी सतत त्याचा ग्लास भरलेला राहील याची खबरदारी घेत होतो. दरम्यान आम्ही तिघं बघताबघता तर्र झालो. मी

आमचं संभाषण रेकॉर्ड करत होतो म्हणून बरं, कारण मी एवढा प्यायलो होतो की मला त्याचं बोलणं नीट नंतर आठवत नव्हतं.

आम्ही बोलत असताना तो अधिकारी जास्तच घाबरून जाऊ लागलेला दिसला. अखेर त्यानं बोलणंच बंद केलं. त्यानं माझी माफी मागितली. मी त्याला माफिया आणि साम्यवादी लोकांबद्दल इतके थेट प्रश्न विचारले होते की त्यानं दिलेली उत्तरं जर बाहेर कळली असती तर त्याचं काही खरं नव्हतं, हे त्याला जाणवलं होतं. त्यानं तसं बोलून दाखवलं. मी त्याला 'मी हे समजू शकतो' असं म्हणालो. मी मग मुलाखत थांबवली आणि त्या दोघांना बाहेर जेवायला नेलं. मी त्यांना अत्यंत उत्तम रेस्टॉरंटमध्ये नेलं. तिथं गेल्यावर मोकळ्या हवेत बसल्यावर त्याचा अस्वस्थपणा जरा कमी झाला. उत्तम गार वाऱ्यात मित्र खेळीमेळीच्या गप्पा मारत जेवणाचा आस्वाद घेत असल्याप्रमाणे आम्ही बसलो.

मी घरी परत आलो तेव्हा एमिली अजून जागीच होती. तिनं आदल्या दिवशी तिचं सामान माझ्या खोलीत हलवलं होतं. तिला तसं माझी वाट बघत जागताना पाहून मला आनंद झाला. तिच्याशी दिवसभरात घडलेल्या घटनांची चर्चा करताना खूपच मजा आली.

अचानक माझी खोली म्हणजे माझं प्रिय घर झालं होतं.

१३

कुंदुझ

मला ब्रिटिश दूतावासामधल्या एका माणसाचा फोन आला. संरक्षण मंत्रालयानं मला नेमकं काय करायचं आहे, त्याची विचारणा केली होती. मला अमली द्रव्यविरोधी पथकाबरोबर की फौजेच्या पथकाबरोबर जायचं आहे, असा त्यांचा प्रश्न होता. मला दोन्ही आवडेल, पण माझी फौजेबरोबर जायला जास्त पसंती असेल, असं मी त्याला म्हणालो. आपण लवकरच परत संपर्क साधू, असं त्यानं सांगितलं.

मला एकदम उत्साह वाटू लागला. संरक्षण मंत्रालयाकडून काय उत्तर मिळतं हे कळण्यासाठी मी इतका उतावळा झालो की मी दुपारी त्यांना फोन केला; पण ब्रिटिश दूतावासातल्या माझ्या परिचितानं सांगितलं की बहुधा पंधरा नोव्हेंबरपूर्वी माझ्या अर्जावर निर्णय होणार नाही. मी तर साधारण त्याच सुमारास परत जाणार होतो.

"परत येता येईल का?" माझा परिचित विचारत होता. त्याचा उद्देश मला मदत करणं हाच होता. पण घरी ऑस्ट्रेलियाला जाऊन पुन्हा परत येणं अशक्य होतं. माझ्याजवळची सगळी पुंजी जवळजवळ संपत आली होती. ऑस्ट्रेलियाला जाऊन परत इथं हेलमंदला येण्यासाठी पाच हजार डॉलर मला कोण देणार होतं? मी पुन्हा एकदा माझ्या कामाला विशिष्ट बातमी मिळण्याच्या दृष्टीनं कसं महत्त्व आहे हे सांगून ब्रिटिश दूतावासाला अर्ज केला. माझ्या एका इंग्लिश परिचितानं मला तसं

सुचवलं होतं. मी 'द स्पेक्टेटर' या वर्तमानपत्राला माझी स्टोरी काय असेल हे समजावून सांगणारी ई-मेल पाठवली; पण या कशाचाही फायदा झाला नाही. मला कोणाकडून काहीच कळलं नाही.

बशीरनं दोन तालिबान कमांडरबरोबर मुलाखत ठरवली होती. आम्ही कर्त-ए-से भागात एका रिकाम्या ऑफिसमध्ये भेटायचं ठरलं होतं. ते दोघं उरुझगानहून काबूलला अर्थातच माझ्या पैशानं आले होते. उरुझगान भागांत चारशे जणांचं एक ऑस्ट्रेलियन पथक पुनर्निर्माणाचं काम करत होतं. त्याचप्रमाणे तिथं तीनशे ऑस्ट्रेलियन कमांडोचं एक पथक दहशतवादविरोधी कारवाईत भाग घेत होतं. आपल्या देशाशी थेट लढणाऱ्यांबरोबर बसून चहा घेणं, ही गोष्ट फार सोपी नक्कीच नव्हती.

दोन्ही तालिबान कमांडर चाळिशी उलटलेले होते. दोघंही एकमेकांचे चांगले दोस्त होते हे दिसत होतं. सर्वसाधारणपणे आपल्याला कोणाबद्दलही जेवढी शंका वाटते तेवढीच मला बशीरबद्दल होती; पण का कोण जाणे पहिल्यापासून मला हे दोघं जसं दाखवत आहेत तसे नसावेत असं वाटू लागलं होतं. मी अफगाणिस्तानात आल्यापासून मला माझं अपहरण होईल किंवा गोळी बसेल, कदाचित माझं डोकं उडवलं जाईल वगैरे अनेक प्रकारची भीती वाटत होती. याखेरीज मला मुद्दाम खोटं सांगितलं जात असेल का, किंवा मुद्दाम मला सरळ एखाद्या मार्गानं नेऊन पाहिजे तेवढंच दाखवलं जात असेल का, अशा अनेक शंकाकुशंका भेडसावत असत. कोणीतरी त्यांचे पूर्वग्रह मनात मला तशीच माहिती पुरवत असण्याचीही शक्यता होतीच. पण अफगाणीच काय, पण परदेशी लोकांनीही सांगितलेली माहिती खरी की खोटी हे तपासून पाहण्याचा कोणताच मार्ग माझ्यापाशी नव्हता.

त्या दोन कमांडरमधला एक जण अगदी निवांत वाटणारा आणि मृदू स्वभावाचा भासणारा होता. त्याला आपण कमांडर-अ म्हणू या. आम्ही बसल्यानंतर त्यानं चहा आणि प्लॅस्टिकचे काही कप आणले. त्यानं चहा ओतला आणि मग तो दुसऱ्या कमांडरशी बिस्किटं आणि मिठाईवरून काहीतरी वाद घालू लागला. दुसरा कमांडर, याला आपण कमांडर-ब म्हणू. तो एका आरामखुर्चीत बसून माझ्याकडे एकटक बघत बसला होता.

मी चहाचा एक घुटका घेत असतानाच कमांडर-अ माझ्याजवळ आला. माझ्या खुर्चीच्या हातावर रेलून त्यानं माझ्यासमोर त्याचा मोबाईल फोन धरला. त्यानं मला काही फोटो दाखवले. एका फोटोत मोडतोड झालेल्या चिलखती गाड्या दिसत होत्या. एक फोटो त्याचा स्वत:चा होता. एखाद्या मुल्लाप्रमाणे त्यानं पांढरं पागोटं घातलं होतं. आणखी एका फोटोत हे दोन्ही कमांडर अफूची कापणी करताना दिसत होते.

"हे पीक कोणाचं होतं?" मी विचारलं.

"माझं," कमांडर-ब म्हणाला.

आता कमांडर-अ खुर्चीत बसला आणि आम्ही बोलू लागलो. सुरुवातीला इकडच्या तिकडच्या गप्पा झाल्या.

"उरुझगान प्रांतात अफूचं एवढं उत्पादन कसं काय होतं? मी विचारलं.

"अफूच्या व्यापारामागे सरकारी अधिकारीच आहेत," कमांडर-अ म्हणाला, "हे लोकच तस्करी करतात. या वर्षी एकदा काबूलच्या भागात अमली द्रव्यविरोधी कारवाई सुरू झाली तर सरकारी अधिकारीच त्यांच्यावर चालून गेले."

"मला कल्पना आहे," मी म्हणालो. हा कमांडर ज्या कारवाईबद्दल बोलत होता त्या वेळी सी.एन.एन. वाहिनीसाठी काम करताना पीटर जुव्हेनाल हजर होता.

"आंतरराष्ट्रीय फौजा अफूचं उत्पादन थांबवूच शकत नाहीत. कारण सगळे स्थानिक पुढारी यात गुंतलेले आहेत."

"अमेरिकन किंवा ब्रिटिशांच्या तुलनेत डच लोक तुम्हाला कसे वाटतात?"

"त्यांच्या मनात अफगाणिस्तानात येण्यासाठी काही राजकीय उद्दिष्टं असावीत, असं आम्हाला वाटत नाही." कमांडर-अ म्हणाला. "ते खरोखरच इथं आम्हाला मदत करण्याच्या चांगल्या कामात गुंतले आहेत."

"तरीही त्यांच्यावर तालिबानी हल्ले का करतात?"

"कारण आपल्यासमोर आलेलं पथक हे अमेरिकन, ऑस्ट्रेलियन, जर्मन की डच आहे, हे अनेकांना कळत नाही. मी एकदा एका डच काफिल्याला भूसुरुंग लावून उडवलेलं पाहिलं आहे; पण आम्ही नागरिकांवर गोळीबार करत नाही. उलट कंदाहारमध्ये अमेरिकन फौजांनी अठरा नागरिकांना गोळीबारात ठार मारलं होतं. त्यांनी हे असंच चालू ठेवलं तर अफगाणिस्तानातली लढाई दीर्घ काळ थांबणार नाही. उलट, जर अमेरिकन आणि ब्रिटिश फौजा निघून गेल्या तर उरलेल्या नाटो फौजांवर तालिबानी हल्ले करणार नाहीत."

"पण तालिबान सध्या अफगाणी फौजा आणि पोलिसांवर जसे हल्ले चढवत आहेत ते बघता तुमचं हे म्हणणं मला पटत नाही."

"सध्या इथं जे नाटो देशांचं सैन्य आहे ते अमेरिकेच्या नेतृत्वाखाली काम करत आहे. जोवर अमेरिकेचं नेतृत्व आहे तोवर नाटो फौजा, अफगाण पोलीस, अफगाण सैन्य किंवा आणखी कोणीही असलं तरी त्यांच्यावर हल्ले होणारच."

"अमेरिकेची अफगाणिस्तानातली भूमिका समजणं अवघड नाही," कमांडर-अ पुढे सांगत होता, "त्यांनीच या देशात अशांतता निर्माण केली. इथं अस्थिरता आहे म्हणून आमची गरज आहे हे दाखवण्यासाठीच ते असं करतात. त्यांनी तालिबान, अफू उत्पादक, युद्धखोर पुढारी आणि सरकार हे सगळंच टिकवून ठेवलं आहे. त्यांना खरोखरच तालिबानचा बीमोड करायचा असेल तर त्याला फार वेळ

लागणार नाही; पण अमेरिकन तसं करणार नाहीत. का? कारण त्यांना इराणशी युद्ध सुरू करण्याच्या वेळी अफगाणिस्तानात आपले तळ हवे आहेत. काही काळानं अमेरिकन सांगू लागतील की अमली द्रव्यांचा व्यापार आणि दहशतवाद यामागे इराणचा हात आहे. तेव्हा आता इराणवर आक्रमण करायला हवं.''

''हे असं का वाटतं?''

''कारण अफगाणिस्तानातले अल्-कायदाचे तळ आणि दहशतवादी गटांचे अड्डे सहज दिसणारे आहेत. ते इथं आहेत हे सगळ्यांनाच माहीत आहे. जेव्हा सुरुवातीला अमेरिकेनं अफगाणिस्तानात कारवाई सुरू केली (क्लिंटन प्रशासनाच्या काळात) तेव्हा त्यांना या तळांवर त्यांच्या नौदलाचा वापर करून हल्ले चढवता आले होते. आता तर अमेरिकन फौजा थेट अफगाण भूमीवर आहेत; असं असूनही त्यांना हे अड्डे सापडत नाहीत. हे सगळं हास्यास्पद आहे.''

मी कमांडर-अ याला तालिबानी आणि पाकिस्तानी गुप्तचर यंत्रणा आय.एस.आय. यांच्यामधल्या संबंधांबद्दल प्रश्न विचारला. त्यानं हे संबंध नाहीत असं सांगितलं नाही. हे संबंध फार गुप्त स्वरूपाचे आहेत, असं तो म्हणाला.

''अफगाण तालिबानदेखील आत्मघाती हल्ले करतात का?''

''होय. माझ्याजवळ काही चित्रफिती आहेत. मी त्या देईन. मुल्ला दादुल्ला यांनी आणि पाकिस्तानातल्या काही मुल्लांनी परवानगी (म्हणजे आत्मघाती हल्ला करण्याची) दिली.''

''तुम्हाला त्याबद्दल काय वाटतं?''

''आपण त्याबद्दल चर्चा करू शकत नाही, कारण ते आदेश आमच्या मुल्लांनी दिलेले आहेत. आम्ही त्यांचं ऐकतो. असे आत्मघाती हल्ले करणं योग्य आहे असं ते म्हणतात. तेव्हा तेच बरोबर असणार. ते जी गोष्ट योग्य नाही म्हणतील ती योग्य नाही असंच आम्ही मानतो.''

''पण यात निरपराध लोक बळी पडतात. त्याचं काय?''

''ते लोक शहीद होतात. ते देवाच्या कामासाठी मरण पावलेले असतात. हे कोणीही थांबवू शकत नाही. जोवर आम्हाला मुल्ला उमर यांचा आदेश मिळत नाही तोपर्यंत हे असंच चालू राहणार.''

''जर तुमचा मोठा मुलगा मी आत्मघाती हल्ला करायला जातो असं म्हणाला, तर तुम्हाला काय वाटेल?''

बशीरनं माझ्या प्रश्नाचं भाषांतर करताच दोन्ही कमांडर चिडले. दोघं एकाच वेळी बोलू लागले. बशीरही अस्वस्थ झाला होता. त्यानं मला भाषांतर करून कमांडर-ब ने दिलेलं उत्तर सांगितलं. ''तो म्हणतोय की तो स्वत:च आत्मघाती हल्ला करायला तयार आहे.''

कमांडर-ब आता खुर्चीत पुढे झुकून बोलू लागला. "मी चांगला शिकलेलो आहे. मी डॉक्टर आहे; पण मला ही परिस्थिती इतकी असह्य वाटते की मी स्वत:च आत्मघाती हल्ला करायला तयार झालो आहे. तालिबान ही फार बळकट संघटना आहे. काय करावं, काय करू नये, हे त्यांना चांगलं समजतं."

कमांडर-ब आता एवढा क्षुब्ध झाला होता की त्याला पुढे बोलणं शक्य झालं नाही.

आमचं बोलणं संपल्यावर मी त्या दोघांना घेऊन जेवणासाठी जावं असं सुचवलं; पण सुदैवानं बशीरनं तसं करू नये, असं सांगितलं. निघताना त्या दोघांनी मला तीन चित्रफिती दिल्या आणि पाहून झाल्यानंतर त्या नष्ट करून टाकण्याची सूचना केली.

मी नंतर त्या चित्रफिती पाहण्याचा प्रयत्न केला; पण त्या कुठेच चालल्या नाहीत.

दुसऱ्या दिवशी सकाळी आम्ही कुंदुझला जायला निघालो. मी गाडीजवळ येताच कमांडर शुकरा बाहेर आला आणि मागच्या सीटवर बसला. मी गाडीत बसल्यावर माझी एका माणसाशी ओळख करून देण्यात आली. त्याचं नाव मसूद होतं. तो आमच्याबरोबर गाडीची काळजी घेण्यासाठी आला होता.

काबूल शहरातून बाहेर पडण्याआधी आम्ही नाश्त्यासाठी एका जागी थांबलो. आमच्या खाण्याची ऑर्डर देऊन झाल्यानंतर कमांडर शुकरा मसूदला उद्देशून काहीतरी सांगू लागला.

"तो काय म्हणतोय?" मी बशीरला विचारलं.

"तो मसूदला म्हणतोय की तू आमच्यात सामील हो. आम्हाला तुझी गरज आहे; पण आमचं आयुष्य फार खडतर आहे."

ताजिक वंशाचा मसूद साधारण तिशी उलटलेला तरुण होता. कमांडर शुकराच्या बोलण्याला तो फारसा प्रतिसाद देत नव्हता. कमांडर काय म्हणत होता ते त्यानं नंतर मला सांगितलं, "तो म्हणाला की तू बेकार आहेस. तुला पैशाची गरज आहे. माझ्याबरोबर हेलमंदला चल. तिथं माझ्याबरोबर राहा. तिथं आमच्यात सामील होऊन लढलास तर दरमहा किमान वीस हजार अफगाणी नक्कीच तुला मिळतील."

त्या वेळी त्याच्याशी बोलताना माझ्या लक्षात आलं की कमांडर शुकरानं दिलेल्या प्रस्तावावर मसूद गंभीरपणानं विचार करू लागला आहे.

कुंदुझला पोहोचल्यानंतर आम्ही आरियाना हॉटेलात दोन खोल्या घेतल्या. जेवण झाल्यानंतर आम्ही गंभीर विषयांवर चर्चा करू लागलो. तालिबानचा ताबा

असणाऱ्या मुसाकला किंवा बारामचा या हेलमंदमधला काही जिल्ह्यांमध्ये हेरॉईनचे कारखाने आहेत हे मला माहीत आहे, असं मी कमांडर शुकराला सांगितलं.

"तालिबानींची या बाबतची भूमिका काय आहे? ते यामधले काही कारखाने चालवतात का? ते इतर तस्करांनी चालवलेल्या कारखान्यांना *तरीयाक* पुरवतात का?"

"तालिबानींचे असे काही कारखाने नाहीत. ते हा व्यवसाय करत नाहीत. तालिबानी फक्त लढत आहेत."

"पण सगळे तालिबानी काही लढत नाहीत. मला कंदाहारमध्ये असं सांगण्यात आलं की पोलीस अमली द्रव्यांची वाहतूक करतात. ते ठरावीक अंतरापर्यंत माल पोहोचवतात आणि मग पुढचा भाग तालिबानी सांभाळतात."

"अमली द्रव्यांचा व्यापार करणारे काही जण तालिबानचे समर्थक आहेत. त्यांचे कारखाने सुरक्षित राहावेत आणि एकूण सगळीकडे गोंधळ, गडबड उडावी यासाठी ते तालिबानला पैसा पुरवतात; पण मी यापेक्षा जास्त काही सांगू शकणार नाही."

"याचा अर्थ तालिबानी अशी सेवा पुरवतात, असं म्हणायचं का?"

"होय. या सेवेच्या बदल्यात तालिबानला तस्कर बक्षीस देतात. ते तालिबानी कमांडरना लॅन्डक्रूझरसारख्या गाड्या भेट म्हणून देतात. ते तालिबानींना भरपूर पैसा देतात. पण हेरॉईनचे कारखाने मात्र तालिबानींच्या मालकीचे नाहीत."

"तालिबानकडे असणारा पैसा नेमका कसा आणि कुठून येतो?"

"मला *तरीयाक*मधून फारच थोडी रक्कम तस्करांकडून मिळते. आमचा पैशाचा मुख्य स्रोत हा अरबांकडून येणारा पैसा हा आहे. अरब तालिबान कमांडरना पाकिटात ठेवता येण्याजोगे छोटे हिरे देतात. गरज पडेल तेव्हा हे हिरे विकता येतात."

हिरे आणि अफगाणिस्तानात! मी चकित झालो. माझा कमांडर शुकराच्या सांगण्यावर विश्वास बसला नाही. पण मला नंतर समजलं की अमेरिकेवरच्या हल्ल्यानंतर आपली बँकखाती गोठवली जातील याचा अंदाज अल्-कायदाला होता. त्यांनी त्याच्या कितीतरी अगोदर अब्जावधी डॉलरची रक्कम वापरून जास्त स्थिर चलन म्हणजे हिरे, यात पैसा साठवला होता.

"हिरे?" मी शुकराला विचारलं.

"होय. ते सहज जवळ बाळगता येतात."

"तुम्हाला हिऱ्यांच्या स्वरूपात पगार मिळतो का?"

"नाही. माझ्या वरिष्ठ कमांडरकडे हिरे आहेत. एवढा छोटा हिरा दाखवून मी तुम्हाला यामधून सहा महिने सांभाळू शकतो, असं तो एकदा म्हणाला होता."

"पण हे हिरे कुठं विकता येतात?"

"कुठंही. पण मुख्यत: कंदाहारमध्ये. कंदाहार ही फार मोठी बाजारपेठ आहे. तिथं सगळीकडून व्यापारी आणि विक्रेते येतात. माझा वरिष्ठ कमांडर तिथंच गेला होता. त्याला हिरे मिळाल्यानंतर त्यानं तिथं प्रत्येकी तीस हजार डॉलर किमतीच्या चार लॅन्डक्रूझर गाड्या खरेदी केल्या. या गाड्या अतिशय उत्तम आहेत. त्यांच्या इंजिनांचा आवाज जरादेखील ऐकू येत नाही."

"त्यांना या गाड्या फार आवडतात," बशीर हसत हसत म्हणाला.

दुसऱ्या दिवशी सकाळी शस्त्रांच्या व्यापाऱ्याशी भेट ठरवण्यासाठी इतर जण बाहेर पडले; पण जाण्यापूर्वी मसूदनं पाठीवर लपवलेला एक कोयता बाहेर काढला. "हे जवळ असू दे," मसूद म्हणाला. "आमचे लोक चांगले नाहीत."

परत आल्यानंतर बशीरनं सर्व काही ठरल्याचं सांगितलं. त्याप्रमाणे आम्ही निघालो. कच्च्या धुळीच्या रस्त्यानं थोडं गेल्यानंतर आम्ही मातीच्या एका भिंतीजवळून जाऊन एका छान दिसणाऱ्या घरापाशी आलो. या घराचा मालक दिसायला अतिशय रुबाबदार होता. त्याचं नाव तूफान असं होतं; पण त्याच्याशी बोलू लागताच अर्ध्या मिनिटाच्या आत माझी फसगत झाली आहे, हे माझ्या लक्षात आलं.

"त्याचा शस्त्रांच्या व्यापाराशी काहीही संबंध नाही," बशीर म्हणाला. हे सांगत असताना त्याला फार अवघडल्यासारखं होतंय, हे मला दिसत होतं.

"त्याचा शस्त्रांच्या व्यापाराशी काहीही संबंध नाही!" मी बशीरचंच वाक्य पुन्हा उच्चारलं.

"नाही. तो शस्त्रांचा व्यापारी नाही," बशीर माझी नजर चुकवत म्हणाला.

"नक्की?" मी पुन्हा एकदा खात्री करून घेण्यासाठी म्हणालो. मला हे काय चाललं आहे हे कळेना. इथं कुंदुझला येण्यासाठी मी पैसा खर्च केला होता. माझ्याबरोबर आलेल्या लोकांनी एका तासापूर्वीच सगळं काही जमून आलं असल्याचं सांगितलं होतं. शस्त्रास्त्रांच्या दलालाशी माझी भेट पक्की झाली होती आणि आता तूफानचा त्याच्याशी काहीही संबंध नाही, असं मला सांगण्यात येत होतं. हा काय प्रकार आहे ते मला कळेना.

"तो शस्त्रांच्या व्यापाराबद्दल बोलू शकतो. पण त्याचा त्या व्यवहारांशी काही संबंध नाही," बशीरनं पुन्हा सांगितलं.

"अस्सं."

आमचं संभाषण ऐकताना शुकराच्या चेहऱ्यावर अडेलतट्टूपणाचे आणि तो स्वत:वर खूश असल्याचे भाव दिसत होते. आपण आपल्याला हवं ते केलं आहे आणि आता पुढे काय ते मी पाहून घ्यावं किंवा हवं तर खड्ड्यात जावं, असा

काहीतरी विचार त्याच्या मनात असावा. खरं तर मला हे सगळं थांबवता आलं असतं. एक शिवी हासडून बशीरला हे सगळं बंद करायला सांगायचा मोह मी आवरला. मला माझी पातळी सोडून चालणार नव्हतं.

"बशीर, हे सगळं काय चाललं आहे?"

"मला वाटतं की तो नर्व्हस झाला आहे."

"पण आपण ज्याला भेटायला आलोय तो हाच माणूस आहे ना?"

"होय."

मला तूफानसमोर बशीरशी जास्त वेळ इंग्लिशमध्ये बोलायचं नव्हतं. ते उद्धटपणाचं दिसलं असतं. म्हणून मी तूफानला प्रश्न विचारायला सुरुवात केली. त्याच्याशी बोलताना लक्षात आलं की 'शस्त्रांच्या व्यापाराशी संबंध नसलेल्या' या माणसाला त्या व्यवहारांची फार बारीकसारीक माहिती होती. त्यानं सांगितलेली एकूण कहाणी मी दक्षिण अफगाणिस्तान आणि बदखशां भागांत ऐकलेल्या कहाणीपेक्षा फारशी वेगळी नव्हती.

"इथले युद्धखोर नेते पुन्हा डोकं वर काढणाऱ्या तालिबानशी लढण्यासाठी शस्त्रसज्ज होत आहेत, असं माझ्या कानावर आलं आहे. ते कितपत बरोबर आहे?" मी न राहवून हा प्रश्न विचारलाच.

"ते बरोबर आहे. तालिबानचा मुकाबला करण्यासाठी ते पुन्हा एकदा शस्त्रांची जमवाजमव करत आहेत. पण त्यासाठी ते स्वत:चा पैसा खर्च करत नाहीत. त्यांना दारूगोळा फुकट मिळतो."

"कोणाकडून?"

"ताजिकीस्तान, रशिया... कोणाकडून ते मला नेमकं सांगता येणार नाही. इथल्या युद्धखोर नेत्यांचे पार उझ्बेकीस्तानापर्यंत संबंध आहेत. इथल्या अनेक अधिकाऱ्यांची तिथं घरंदेखील आहेत. त्यांना रशियाकडून भक्कम पाठिंबा मिळतो. दोस्तमनं त्याच्या मुलाचं लग्न उझ्बेकीस्तानच्या अध्यक्षाच्या मुलीशी लावून दिलं आहे. संबंधांचा आणखी पुरावा काय पाहिजे?"

या भागातल्या युद्धखोर नेत्यांचा विषय निघाला म्हणून मी त्याला *बच्चाबाजी*-बद्दल विचारलं.

"इथं उत्तर भागात हे नेहमीचंच आहे," तुफान म्हणाला. "ज्याच्याकडे पोरगा नाही तो कसला कमांडर? प्रत्येकाजवळ तीन-चार पोरं असतातच. हे लोक त्यांना भरबाजारातून पळवून आणतात. पोरांच्या आईबापांना त्यांना सोडवून आणणं शक्य नसतं."

"आणि त्यांचा लैंगिक वापर होतो?"

"होय... लोकांना याचा फार तिरस्कार वाटतो; पण ते काहीही करू शकत

नाहीत. एका माणसानं आपल्या पोराला सोडवण्याचा प्रयत्न केला तर तो ठार झाला. या लोकांजवळ ताकद आहे. ते त्यांना हवे ते करू शकतात.''

मी साधारण दीड तास तूफानशी बोलत होतो. अधूनमधून कमांडर शुकरा घसा खाकरून त्याची नापसंती व्यक्त करत होता. मी इतके प्रश्न विचारतोय हे त्याला आवडत नव्हतं; पण तूफान माझ्याशी व्यवस्थित बोलत असल्यानं मी शुकराकडे साफ दुर्लक्ष करून माझं काम चालू ठेवलं होतं.

मी आता तूफानला शस्त्रांच्या व्यापाराबद्दल काही महत्त्वाचे प्रश्न विचारणार होतो. पण इतक्यात अचानक तूफान उठून उभा राहिला आणि निघून गेला. मी बशीरला त्याबद्दल विचारलं.

''त्याला प्रार्थना करायची आहे.''

''ते ठीक आहे. त्याची प्रार्थना झाल्यानंतर आपण पुन्हा बोलू.''

''नाही. हे एवढंच. त्याला आणखी बोलायचं नाही.''

दुसऱ्या दिवशी मी पंज नदीवरच्या अफगाणिस्तान आणि ताजिकीस्तान यांना जोडणाऱ्या पुलाकडे जायचं ठरवलं. शुकरा म्हणाला की तो मला तिथल्या इमाम साहिब नावाच्या सरहद्दीवरच्या गावाकडे नेऊ शकतो. तिथं शस्त्रांचा व्यापार करणाऱ्या काही जणांची गाठ तो घालून देऊ शकेल, असं त्याचं म्हणणं होतं. मी ते मान्य केलं.

आम्ही निघालो आणि पहिल्यांदा तूफानच्या घरापाशी थांबलो. मी गाडीतच बसून होतो. जरा वेळानं तूफान आला आणि माझ्याकडे पाहून छानसा हसला. मीदेखील त्याच्याकडे पाहून स्मितहास्य केलं. तूफानला माझ्याबरोबर यायचं होतं. ते मला त्याच्याकडे पाहून कळत होतं. मी हसून त्याला गाडीत बसायची खूण केली.

तूफान एकदम आनंदी मूडमध्ये होता. ''लोकहो, आपण तुरुंगाकडे जात नाही म्हणून आपण खूश व्हायला हवं.''

आम्ही लवकरच उत्तरेकडे जाऊ लागलो. आजूबाजूला वाळवंटी प्रदेश दिसत होता. बशीरनं गाडीत कोणतीतरी भारतीय कॅसेट लावली होती. गायिका अधूनमधून किंचाळत आणि विव्हळत होती.

''एखाद्या पोरीला पहिल्यांदा हात लावला की ती अशीच किंचाळते; पण नंतर त्यांना ते आवडायला लागतं.'' तूफान म्हणाला.

आम्ही काही वेळानं शिरखान बंदर नावाच्या सरहद्दीवरच्या एका गावापाशी पोहोचलो. हे गाव म्हणजे अर्धवट पडक्या अवस्थेत असणाऱ्या घरांचा आणि

गुदामांचा एक पुंजका होता. सगळीकडे करड्या रंगाची धूळ पसरलेली होती. आम्ही एका ठिकाणी मोकळ्या जागेत गाडी उभी केली आणि पाय मोकळे करण्यासाठी उतरलो.

आमच्या उजव्या बाजूला ताजिकीस्तानकडे जाणारा ७०० मीटर लांबीचा पूल होता. त्याचे पांढरे कठडे उन्हात चमकत होते. दोन्ही बाजूला काहीही नसलेल्या उघड्याबोडक्या धुळीचं साम्राज्य असलेल्या किनाऱ्यांकडे बघता हा पूल एकदम डोळ्यात भरत होता. तो पूल म्हणजे जगात सध्या खेळल्या जात असलेल्या सत्तेच्या मोठ्या खेळाचं प्रतीक होतं. हा खेळ जगातली अमेरिका, रशिया, चीन, भारत, पाकिस्तान आणि युरोपातली राष्ट्रं, यांखेरीज आखातातले देश ह्या सगळ्या प्रभावी सत्ता खेळत होत्या. या पुलाचं उद्घाटन नुकतंच काही आठवड्यांपूर्वी झालं होतं. या समारंभाला राष्ट्राध्यक्ष हमीद करझाई, ताजिकीस्तानचे अध्यक्ष इमामोली रहमान आणि अमेरिकेचे व्यापारमंत्री कार्लोस गिटारेझ अशी बडी माणसं हजर होती. या समारंभाचं माजी भारतीय राजनैतिक अधिकारी एम.के.भद्रकुमार यांनी 'मध्य आशियातील अतिशय गुंतागुंतीच्या विशाल राजकारणाचं छोटेखानी उदाहरण', असं वर्णन केलं होतं.

या पुलाच्या बांधकामाला आलेला ३.७ कोटी डॉलरचा सगळा खर्च अमेरिकेनं केला असला तरी त्याचा अर्थ प्रत्येक देशानं आपापल्यापरीनं लावला होता. पुलाचा मुख्य उद्देश व्यापाराला चालना देणं हा होता. या पुलाचा आराखडा तयार करताना त्यावरून एका दिवसात एक हजार ट्रक जाऊ शकतील याची काळजी घेण्यात आली होती. याचाच अर्थ असा की गरज भासल्यास अमेरिकेला एका दिवसात एक हजार रणगाडे पलीकडे नेता येतील. कार्लोस गिटारेझ यांनी पुलाचं वर्णन 'अफगाणिस्तानला उरलेल्या सगळ्या जगाशी जोडणारा पक्का पूल', असं केलं होतं. तर 'हा पूल मध्य आशियाला दक्षिण व पूर्व आशियाशी जोडतो आहे.' असं हमीद करझाईंनी जाहीर केलं होतं. रशियाचा या भागातला प्रभाव कमी करण्यासाठी अमेरिकेनं हा एवढा खर्च सोसून पुलाची भेट दिली होती. रशियाचा मित्र असलेल्या चीनला अमेरिकेनं ताजिकीस्तानात रस्तेबांधणीचं काम दिलं. याखेरीज काबूलच्या दक्षिणेला असणाऱ्या अयतक या ठिकाणी तांब्याच्या खनिजाच्या उत्खननाचं तीन अब्ज डॉलरचं कंत्राट चीनला जवळजवळ मिळाल्यात जमा होतं.

आम्ही कुंदुझकडे परत जायला निघाल्यावर मी शुकराला इमाम साहिब गावाबद्दल आणि तो माझी शस्त्रास्त्रांच्या दलालांबरोबर जी भेट घडवणार होता त्याबद्दल विचारलं.

"कमांडर, तुमच्या परिचितांना फोन करून ते हॉटेलवर भेटायला येतील का हे विचारणार का?"

"त्यांना तुम्ही खर्चपाणी देणार का?"

"होय. मी त्यांचा खर्च करीन."

शुकरानं एका माणसाला फोन केला. तो काही मिनिटं फोनवर बोलत होता.

"ते दुपारी तीन वाजता येतील," फोनवरचं बोलणं संपवून शुकरानं मला सांगितलं.

"उत्तम."

माझ्याजवळ काही तास मोकळे होते. बशीर वेळ घालवण्यासाठी आचाऱ्याशी बोलत होता. त्याचीही एक कहाणी होती. अर्थात इथं अफगाणिस्तानात प्रत्येकाचीच काही ना काही कहाणी ही असतेच. मी त्या आचाऱ्याबरोबर त्याच्या गावाला जायचं मान्य केलं. जाताना मी पाहिलं तर फोनला चांगली रेंज येत होती. मी ब्रिटिश दूतावासातल्या प्रसिद्धी अधिकाऱ्याला फोन केला. माझ्या ब्रिटिश सैन्याबरोबर जाण्यासाठीच्या अर्जाचं काय झालं ते मला जाणून घ्यायचं होतं. "ग्रेगॉर! फोन केला हे फारच छान झालं," त्याच्या स्वरात मला एक प्रकारचा खवचटपणा जाणवला. मला त्याच्या बोलण्याची ढब अजिबात आवडली नाही. ब्रिटिश दूतावासात बहुधा मी म्हणजे टिंगल टवाळीचा विषय झालो असणार.

त्यानं मला अतिशय जड आवाजात माझ्या अर्जावर निर्णय व्हायला आणखी काही महिने लागतील, असं सांगितलं.

"माझ्याजवळ तर काही आठवडेदेखील नाहीत. मी इथून एका महिन्याच्या आत निघणार आहे."

"मला हे कोणी सांगितलं नाही!" तो टोमणा मारण्याच्या स्वरात म्हणाला.

मी हताश झालो. या सगळ्याचा आता काही उपयोग होणार नाही हे दिसत होतं. मी त्याला जे काही करता येईल ते करायला परत एकदा सांगितलं. त्यानंदेखील आपण पक्कं वचन देऊ शकणार नाही हे सांगून टाकलं.

त्याचं बोलणं ऐकून मला राग येण्यापेक्षा निराशा आली होती. माझ्या कामासाठी मी गेल्यानंतर बहुतेक ब्रिटिशांनी मदत केली होती. कदाचित माझी मागणीच नेहमीपेक्षा निराळी असेल. कारण काहीही असो. मला परवानगी मिळवण्यात अपयश आलं हे खरं. पण आता मला त्याची फारशी फिकीर वाटत नव्हती. मी हा विषय आहे तिथंच सोडून देणार होतो. अशा निराशेच्या प्रसंगी मी पहिल्याप्रथम इथं आलो तेव्हा पीटर जुव्हेनालनं काय सांगितलं होतं ते आठवलं. "अफगाणिस्तानच्या बाबतीत एक गोष्ट विलक्षण आहे," तो म्हणाला होता, "सोव्हिएत आक्रमणाच्या वेळेस अफगाणी लोकांना म्हणजे मुख्यत: मुजाहिद्दिनांना आपण आपल्या देशासाठी

लढतो आहोत, असं वाटत होतं. त्यांच्यावर एका महासत्तेनं आक्रमण केलं होतं आणि ते या महासत्तेशी टक्कर घेत होते. ती पाहायला प्रसारमाध्यमांनी यावं म्हणून ते त्यांचं स्वागत करत होते. ते कोणालाही काही विचारत नसत. 'जिहाद बघायचा आहे ना? उत्तम. आम्हाला काहीही लपवायचं नाही, कारण आमची बाजू खरी आहे. बस्स.' त्या वेळी काहीही चित्रित करायची मुभा होती. अगदी ते लोकांना मृत्युदंड देत असत त्याचंही. अर्थात त्यांनी तसं करणं योग्य नव्हतं. पण मुद्दा असा की ते काहीही लपवत नव्हते.

''म्हणूनच आता अफगाणिस्तानात लोकशाही आणि भाषणस्वातंत्र्य वगैरे आणण्यासाठी आलेल्या पहिल्या जगातल्या राष्ट्रांनी प्रसारमाध्यमांना सतत दडपत राहावं याची मला चीड येते. यात माझा देश म्हणजे ब्रिटन तर सगळ्यात वाईट आहे. इथं अफगाणिस्तानात नेमकं काय चाललं आहे ते लोकांना कळू नये यासाठी धडपड करण्यात ब्लेअर सरकार आघाडीवर आहे. हे इथंच आहे असं काही नाही. मुळात इराकमध्येदेखील आम्ही (ब्रिटिश) युद्धात गुंतलो, यामागे अशीच खोटेपणाची भूमिका आहे. या लोकांना (राजकारणी) खरं तर न्यायासनापुढे खेचायला हवं. पण लोकांना खोटंनाटं सांगून फसवणारी ही माणसं अजूनही त्यांच्या पदांवर आहेत. अर्थात एकदा का तुमच्या हातात सत्ता आली की तुम्ही काहीही करू शकता, हे तितकंच खरं आहे.

आम्ही त्या आचाऱ्याच्या गावात काही तास होतो. तिथं मी काही जणांशी बोललो. एका मुलाचा एक पाय बॉम्बहल्ल्यात गेला होता. क्लस्टर बॉम्ब पडले तेव्हा हा मुलगा शेतात काम करत होता. एक म्हातारा माणूस जवळच उभा राहून आमचं बोलणं ऐकत होता. हा पोरगा नशीबवानच म्हणायला हवा, असं तो म्हणाला. या म्हाताऱ्यावर त्याच्या नातवाचे अक्षरश: तुकडे गोळा करण्याचा प्रसंग आला होता. मी एक तरुण पोरीशी बोललो. अर्थात ती माझ्याशी समोर येऊन बोलली नाही. तिनं बॉम्बहल्ल्यात एक हात गमावला होता. ती दिसायला सुंदर होती; पण तिचं आयुष्य बरबाद झालं होतं. ''मी तिच्या बाबतीत फार खचून गेले आहे,'' त्या पोरीची आई म्हणाली, ''तिच्याशी आता कोण लग्न करणार?''

आम्ही परत कुंदुझकडे निघालो तेव्हा शुकरानं सांगितलं की इमाम साहिबहून आलेली माणसं कंटाळून निघून गेली होती. मी एकदम चिडलो; पण मी त्याला पुन्हा फोन करायला सांगितला. ते लोक पुन्हा दुसऱ्या दिवशी यायला तयार होते. पण त्यांना एका लग्नाला जायचं असल्यानं त्यांना दुपारी साडेतीननंतरच येणं शक्य होणार होतं. हे मला अडचणीचं होतं. कारण मला कुंदुझमध्ये आणखी एक रात्र

राहावं लागणार होतं. मला त्यासाठी ३०० डॉलर जास्त मोजावे लागणार होते. पण मी माझ्या रागाला आवर घातला. "हे सगळं असं होण्यासाठी मी इथं आलो होतो का?" मी वैतागून बशीरला म्हणालो. पण हे बोलत असतानाच माझ्या लक्षात आलं की यात माझीच चूक होती. मी आपणहून तिकडे त्या आचाऱ्याच्या गावाला जाऊन वेळ वाया घालवला होता.

आम्ही हॉटेलवर परत आल्यावर सगळ्यांना एकत्र केलं. हा सगळा प्रवास माझ्या दृष्टीनं निरर्थक होत चालला आहे हे मी सर्वांना सांगितलं. बशीरनं मला एक चांगली बातमी दिली. तो म्हणाला की तूफान माझ्याशी बोलायला आणि सगळं सांगायला तयार होता. त्याचा माझ्यावर विश्वास बसला असल्याचं तूफाननं बशीरला सांगितलं होतं.

मला हे ऐकून बरं वाटलं. पण त्यामुळे मी फार हुरळून मात्र गेलो नाही.

ठरल्याप्रमाणे तूफान सकाळी आला. त्यानं त्याच्याबरोबर त्याचा मुलगा अझीझ याला आणलं होतं. हा तूफानचा मुलगा मला अमली द्रव्यं आणि हत्यारांच्या व्यापाराबद्दल माहिती देणार होता. आमच्यापुढे भरपूर कबाब, रोटी वगैरे पदार्थ भरलेल्या डिश आल्या. त्या खाऊन फस्त केल्यावर आम्ही गंभीर विषयांकडे वळलो.

अजीझ म्हणाला की कुंदुझमध्ये येणाऱ्या अमली द्रव्यांपैकी अर्धी बदखशांहून तर अर्धी दक्षिण भागामधून येतात. या ठिकाणी आलेल्या अफूवर प्रक्रिया करून हेरॉईन तयार करणारे अनेक कारखाने आहेत. हे सगळं हेरॉईन इमाम साहिबला जातं. या गावात अल्-कायदाचं अघोषित राज्य आहे. इथल्या लोकांचे ताजिकीस्तानात संबंध आहेत. त्यांच्यामधला व्यवहार परस्परविश्वासावर चालतो. अमली द्रव्यांच्या मोबदल्यात ते जे काही मागतात ते त्यांना मिळतं. शस्त्रं, पैसा, दारूगोळा, जे हवं ते.

"कसली शस्त्रं?"

"एके-४७, आर.पी.जी., मशीनगनच्या गोळ्या हे सगळं मिळतं. आम्हाला पैसा नको असतो, पण शस्त्रं मात्र हवी असतात."

अमली द्रव्यं आणि त्याच्या मोबदल्यात मिळणारा माल यांची देवघेव नदीपाशी होते. पोलीस बंदोबस्तात अमली द्रव्यं ठरावीक ठिकाणी नेऊन पोहोचवतात. पोलिसांना त्याबद्दल योग्य ते कमीशन मिळतं. नदीमध्ये रबरी नावा तयार असतात. त्यांचा वापर करून हा सगळा व्यापार चालतो.

"यात अल्-कायदा गुंतलेली आहे का?"

"अल्-कायदाच्या लोकांना शस्त्रास्त्रं हवी असतात. त्यांच्याजवळ पुरेसा पैसा

आहे. हे लोक या व्यापारात सामील आहेत ही गोष्ट मी नाकारणार नाही; पण यात इथले अधिकारी सामील आहेत हे जास्त महत्त्वाचं आहे. नॉर्दन अलायन्सच्या कमांडरचे आणि ताजिकीस्तानचे फार जुने संबंध आहेत.''

''मी असं ऐकलं की उत्तर भागातले कमांडर लढण्यासाठी परत एकदा शस्त्रास्त्रांची जमवाजमव करत आहेत.''

''होय. ते बरोबरच आहे. त्यांनी भरपूर शस्त्रं जमवली आहेत आणि आता ते त्यांच्या लोकांना शस्त्रसज्ज करत आहेत.''

''ते असं कशासाठी करत आहेत?''

''कदाचित तालिबानचा मुकाबला करण्यासाठी; पण त्यांची या भागातल्या पोलीसप्रमुखांशी आणि अनेकांशी दुश्मनी आहे. या लोकांना कदाचित स्वत:च्या रक्षणासाठी ही शस्त्रं हवी असतील. काहीही असो. या कमांडरना दारूगोळा पलीकडून (ताजिकीस्तान) फुकट मिळतो. जितका हवा तितका.''

''याचा अर्थ ते साठा करू लागले आहेत; पण ही शस्त्रास्त्रं नेमकी कुठून येतात.''

''इथं या विषयातले अनेक तज्ज्ञ आहेत. आम्हाला ही शस्त्रं आणि त्यांचा दारूगोळा हे सगळं नेमकं ओळखता येतं. हे सगळं रशियाकडून येतं. शिवाय काही चिनी बनावटीची शस्त्रंही येतात. आमच्याजवळ आता एके-४७ रायफलप्रमाणे दिसणारी नवीन शस्त्रं आली आहेत. रशियन बनावटीच्या या नवीन शस्त्रांना 'लशॉक' असं म्हणतात. आम्हाला शस्त्रांची एवढी माहिती आहे की एखादी रायफल रशियन आहे की चिनी, की पाकिस्तानी हे आम्ही एका मैलावरूनही अचूक ओळखू शकतो.''

''ही शस्त्रं नवीन असतात की जुनी?''

''नवीकोरी.''

''याचा अर्थ रशिया आणि चीन तालिबानला मदत करतात असा होता.''

''नाही. रशिया आणि चीन तालिबानला थेट मदत करत नाहीत. त्यांचा समज असा आहे की आपण नॉर्दन अलायन्सला मदत देतो आहोत. पण या शस्त्रांना लागणारा पैसा गुप्तपणानं तालिबानकडून येतो. नॉर्दन अलायन्सच्या लोकांना आपल्या शत्रूला म्हणजे तालिबानला मदत करतो आहोत हे कळतं; पण त्यांना यात भरपूर कमाई होते. त्यांना या कमाईपुढे इतर कशाचीही पर्वा वाटत नाही.''

''तालिबान कमांडर कुंदुझला शस्त्रास्त्रांची खरेदी करायला येतात का? त्यांचे व्यवहार कसे चालतात?''

''त्यांचे व्यवहार सर्वसाधारणपणे नजरेस पडत नाहीत. ते फार गुप्तपणानं काम करतात. सगळं काही संबंधांवर आणि परस्परांमधल्या विश्वासावर अवलंबून असतं.''

"तालिबान शस्त्रांच्या बदल्यात हेरॉईन पुरवतात का?"

"कधी रोख स्वरूपात किंवा कधी अमली द्रव्यांच्या स्वरूपात ते रक्कम देतात. समजा, मी इथं अमली द्रव्यं घेऊन आलो. तुम्ही ती माझ्याकडून विकत घेऊन रोख रक्कम द्यायची. ही रोकड वापरून मी मग शस्त्रं खरेदी करायची, असा हा व्यवहार चालतो."

"एक किलो हेरॉईनच्या बदल्यात काय मिळतं?"

"ते हेरॉईनच्या गुणवत्तेवर अवलंबून आहे. इथं कुंदुझमध्ये नव्याकोऱ्या एके-४७ ची किंमत पंधरा हजार अफगाणी (तीनशे डॉलर) आहे; पण प्रत्यक्ष सरहद्दीजवळ जिथं मोठे दलाल आहेत तिथं ती आणखी स्वस्तात मिळते."

"हे मोठे दलाल माल आणतात त्याचा आकार केवढा असतो?"

"ते मागणीवर अवलंबून आहे. कधी वीस-तीस तर कधी शेकडोंच्या संख्येनं रायफली आणल्या जातात."

"मोठं घबाड आणण्यासाठी मोठ्या बोटींचा वापर केला जातो का?"

"नाही. छोट्या, हवेनं फुगवायच्या बोटी वापरल्या जातात."

"हे सगळं काम रात्री चालतं का?"

"रात्री आणि दिवसाही."

मी अझीझशी बोलत असताना दोन वेळा कमांडर शुकरानं दारावर टकटक केली. तूफानला परत जायची घाई आहे, असं तो म्हणाला. मी यामुळे वैतागून गेलो. पण दहा मिनिटांत संपवतो, असं मी त्याला सांगितलं. तो निघून गेला, पण दहा मिनिटांनी पुन्हा आला. त्याचा आविर्भाव बदललेला होता. त्यानं आता मुलाखत संपवण्याची आज्ञा दिली. आपल्या आज्ञेचं पालन होत नाही हे पाहण्याची सवय त्याला नव्हती. असो. मला पाहिजे तेवढी माहिती मिळाली होती. त्यामुळे मी मुलाखत संपवली.

आम्ही काबूलकडे परत येताना शुकराचा मूड पुन्हा बदलला. तो आता काहीसा मोकळा वाटत होता. त्याला एक नवीकोरी एके-४७ रायफल हवी होती. त्यानं तसं तूफानला सांगितलं होतं. तूफाननं त्याला पहिली रायफल भेट म्हणून द्यायची तयारी दर्शवली होती. कमांडर शुकराला आणखी रायफली हव्या असल्या तर तो त्या पंधरा ते अठरा हजार अफगाणींना देणार होता. शुकरानं सांगितलं की, उत्तर भागात रायफली विकत घेऊन त्या परत आणताना पोलिसांना प्रत्येक रायफलीमागे चार हजार अफगाणी द्यावे लागणार होते. पोलीस आवश्यक ते सगळे फॉर्म भरून देणार होते. याचा अर्थ तस्कर आणि पोलीस यांच्यामधले संबंध चांगलेच भक्कम होते. याच प्रकारे कुंदुझहून आलेली शस्त्रं काबूलहून हेलमंदला जात असणार, हे माझ्या लक्षात आलं.

आमच्या चार दिवसांच्या प्रवासात कमांडर शुकरा, मसूदला त्यानं तालिबानला सामील व्हावं म्हणून पटवण्यात यशस्वी झाला होता. मला मसूदनं नंतर सांगितलं की घरची जबाबदारी असल्यानं आपण स्वत: हेलमंदला येऊ शकणार नाही, असं त्यानं सांगितलं होतं. त्यावर कमांडर शुकरानं मसूदला काबूलला राहूनच त्यांच्यासाठी काम करायची ऑफर दिली होती. "मी मिळवलेल्या प्रत्येक एके-४७ मागे तो मला दोन हजार अफगाणी देणार, असं त्यानं सांगितलं. माझे काबूलमध्ये बरेच संबंध आहेत. मी त्याला त्यांच्यासाठी काम करायला तयार असल्याचं सांगितलं आहे. जेव्हा तुम्ही कंगाल झालेले असता तेव्हा कोणतीही कृती करायला तुम्ही तयार असता."

कुंदुझहून परत आल्यानंतर चारपाच दिवसांनी मला मसूद पुन्हा भेटला. त्यानं कमांडर शुकरासाठी पाच एके-४७ रायफली मिळवल्या होत्या. मी त्याला त्याबद्दल विचारलं.

"पंजशीरमध्ये माझे काही मित्र आहेत. मी त्यांना फक्त फोन केला तरी पुरतं. हवी तशी जुनी शस्त्रं मिळतात. आमच्या भाषेत आम्ही ४० टक्के, ६० टक्के, ८० टक्के वगैरे म्हणतो. १०० टक्के याचा अर्थ नवीन कोरं शस्त्र. ही शस्त्रं चारशे ते हजार डॉलर या दरम्यान सहज मिळतात."

"तू आता पाच रायफली आणल्या आहेत म्हणतोस. त्या कशा आहेत?"

"सत्तर टक्के."

"तू या कमांडर शुकराला केवढ्याला विकणार?"

"प्रत्येकी तीस हजार अफगाणींना (सहाशे डॉलर)."

"या एके-४७ कुठून आणल्या?"

"पंजशीर. तिथं भरपूर प्रमाणात त्या मिळतात. पंजशीरी लोक त्यांचा व्यापार करतात."

आपल्या अतिशय कडव्या शत्रूला म्हणजे तालिबानला पंजशीरी लोक शस्त्रं विकतात, ही कल्पना करायलाही विचित्र वाटली तरी अफगाणिस्तानच्या काळ्या बाजारात हा अतर्क्य प्रकार ही वस्तुस्थिती होती.

"मला वाटत होतं की तुम्हाला तालिबानचा तिरस्कार आहे," मी मसूदला म्हणालो, "आणि तरीही तुम्ही त्यांनाच मदत करता."

"मला यातून पैसा मिळतो. मग तो देणारा पंजशीरी असो की तालिब. कोणीही असला तरी मला फिकीर नाही."

कमांडर शुकरानं दरमहा पगार देऊन त्यांच्यात सामील व्हायला सांगितलं आहे

का? त्यानं सुरुवातीला सांगायला टाळाटाळ केली.

"नाही. तो मला परत जाईन तेव्हा खर्चासाठी पैसे देईन, असं म्हणाला आहे."

"पण तो तुला दरमहा वीस हजार अफगाणी देईन असं म्हणाला होता ना? हा पगारच झाला की."

आता मसूद निराळंच बोलू लागला, "मी कोणाचीही राजकीय बाजू घेत नाही; पण मला नोकरी मिळत नाही. बहुतेक वेळा नोकऱ्या आपल्या लोकांनाच विकल्या जातात. तेव्हा मला पैसा मिळवण्यासाठी काहीतरी करायलाच हवं."

"याचा अर्थ तुला त्यांनी दरमहा पगार देऊ असं सांगितलं आहे तर?"

"होय. मलाही तालिबानींचा तिरस्कार वाटतो. पण मला पैसे मिळवणं गरजेचं आहे. म्हणून मी त्यांच्यात सामील होतो आहे. त्यांनी अनेक निरपराध नागरिकांना ठार केलं आहे. ते लोक चांगले नाहीत. पण काय करणार मला दुसरं काही करणं शक्यच नाही."

"हे असं करणं धोकादायक आहे ना?"

"नक्कीच."

"तुला कशाची भीती वाटते?"

"पोलिसांची. अर्धे पोलीस प्रामाणिक आहेत."

अफगाणिस्तानमधल्या या अर्ध्या प्रामाणिक पोलिसांवरच या देशाचं भवितव्य अवलंबून आहे, असं मी मनाशी म्हणालो.

१४

हेरात

अफगाणिस्तानात मी आता बरेच महिने होतो. अफगाणिस्तानातल्या अमली व्यापाराचा अंदाज येण्याच्या दृष्टीनं मी नेमका कुठं आहे, हे माझ्या एका मित्रानं विचारलं. बहुधा मी नेमकं काय करतो आहे हे त्याला नीटसं समजलं नव्हतं.

"तू ऑर्ग चार्ट तयार केलास की नाही?"

मी एकदम चमकलो. मला ऑर्ग चार्ट म्हणजे काय हे जवळपास माहीत नव्हतं. मला असं अंधूकसं वाटत होतं की असा चार्ट वंशावळींसारखा दिसतो आणि त्यात कोण कोणाबरोबर झोपतं हे लिहिलेलं असतं.

खरं तर मी यावर माझी कानशीलं चोळत त्याच्याकडे गूढपणे बघत त्याला सगळं काही तयार आहे असा आभास व्हावा, अशा प्रकारे वागायला हवं होतं. मी त्याला खरं काय ते स्पष्ट सांगून टाकलं. असा काही चार्ट बनवण्याची कल्पना माझ्या मनात आली नव्हती. उलट मला असं वाटत होतं की, अगोदरच अफगाणिस्तान अशा असंख्य चार्ट, अहवाल, अधिकाऱ्यांनी केलेले गोषवारे वगैरे सर्वथा निरुपयोगी कागदांच्या ढिगाऱ्यांखाली बुडून जाण्याची वेळ आली आहे. अनेकदा स्वत:च्या चुकांवर पांघरूण घालणं, वरिष्ठांचं लांगूलचालन करणं आणि जागोजागी अडवणूक करणं या सगळ्यामध्ये अफगाण लोकांचा जरादेखील विचार केला जात नव्हता.

"तुझा दिवस कसा गेला?" माझ्या मित्रानं विचारलं.

"मी तुला पाठवलेला अहवाल वाचला नाहीस का?" मी त्याला असं म्हणालो. पण त्या दिवशी मला एका वरिष्ठ कॅनेडियन अधिकाऱ्याकडून एक विचित्र अनुभव आला होता.

अफगाणिस्तानात मदतीचं काम करणाऱ्या या बाईनं मी काय करतो हे थोडंफार ऐकलं होतं. तिनं मला 'गप्पाटप्पा' करण्यासाठी म्हणून कॅनडाच्या दूतावासात बोलावलं. मला माझ्या कामात उपयोगी पडेल असं काहीतरी तिथं मिळेल या अपेक्षेनं मी गेलो खरा; पण लवकरच माझ्या लक्षात आलं की मी दोन ठोकळेबाज मुर्दाड अधिकाऱ्यांच्या तावडीत सापडलो आहे. मी अफगाणिस्तानात नेमकं काय करतो आहे याची सौम्यपणे चौकशीच करण्याचा त्यांचा उद्देश असल्याचं माझ्या लक्षात आलं. मुख्य ठोकळा अधिकारी प्रश्न विचारत होती आणि तिची सहायक ठोकळा अधिकारी टिपणं काढत होती. ही टिपणं वापरून ती नक्कीच अहवाल बनवणार होती. मला तिथं गप्पा मारण्यासाठी बोलावलं होतं म्हणून मला वाटलं की तिथं चर्चा व्हायला हवी. मी मग त्यांना हेलमंद भागात विकासकामं जोरात चालू आहेत हे त्यांचं विधान स्पष्ट करायला सांगितलं. पण मला जरादेखील प्रतिसाद मिळाला नाही.

"ते सगळं वेबसाईटवर आहे." मुख्य ठोकळा अधिकारी एवढंच म्हणाली. तिनं असं म्हणताना अशा प्रकारे हात झटकला होता की जणू माहिती वेबसाईटवर आहे म्हणजे तसं प्रत्यक्षात घडत असावं. शिवाय मी अगोदर वेबसाईटवरून माहिती न घेता दूतावासात तिला भेटायला गेलो याबद्दल तिनं नापसंती दर्शवली होती. पण मी काही अफगाणिस्तानात इंटरनेटवरची माहिती वाचण्यासाठी आलो नव्हतो. मला थेट लोकांशी बोलणं महत्त्वाचं वाटतं आणि मला वाटतं की अफगाण लोकांनी माझ्याशी सरळपणे वागून माहिती द्यायची तयारी दाखवली होती. अखेर माझी ती मुलाखत पार पडली तेव्हा मी चांगलाच दुखावला गेलो होतो.

माझ्या फोनची घंटी वाजली. फोन जनरल अमरखेलचा होता. हे जरा चमत्कारिक होतं, कारण आम्ही यापूर्वी एकमेकांशी मध्यस्थाच्या माध्यमातून संपर्क साधला होता. मी फोन उचलून दारी भाषेत जनरलला अभिवादन केलं आणि त्याची विचारपूस केली.

"मला मदत करा."

त्याचे हे शब्द ऐकून मी जरासा सावध झालो. मी त्याला नेमकं काय चालू आहे ते विचारलं. पण त्याला आणखी काहीच सांगता येईना.

"मला मदत करा." जनरल पुन्हा म्हणाला.

"मी येऊन भेटतो." असं म्हणून मी फोन ठेवला आणि लगेच तमीमला फोन केला. हा काय प्रकार आहे ते मला त्याच्याकडून जाणून घ्यायचं होतं. मी आमच्या पहिल्या भेटीनंतर जनरलला अनेकदा भेटलो होतो. मी त्याची बाजू समजावून देण्यासाठी संयुक्त राष्ट्र संघटनेच्या मानवाधिकार आयोगाच्या सदस्यांना काबूलमध्ये भेटलो होतो. ते लोक अमरखेलच्या केसचा पाठपुरावा करत होते. पण ही समिती, ते न्यायालय असं करत करत केस पुढे जात असली तरी प्रगती फारच हळू होती. माझ्या माहितीनुसार प्राथमिक स्वरूपाची सुनावणी झाली होती. जनरलवर फौजदारी स्वरूपाचा खटला चालवता येईल का नाही, याचा निर्णय होणार होता. आपल्याला जागेवरच अटक करून तुरुंगात पाठवलं जाऊ शकेल याची कल्पना असूनही त्यानं स्वत:च ही सुनावणी व्हावी म्हणून प्रयत्न केले होते; पण अखेरच्या क्षणी साबेतनं सुनावणी रद्द करून घेतली होती. त्यानं नेमकी काय कळ फिरवली कोणास ठाऊक, पण पुन्हा एकदा साबेतनं जनरलला तडफडत तसंच सोडलं होतं.

तमीमचा फोन आला. जनरलनं मला फोन करण्याचं कारण याच्याशी संबंधित होतं. तो दुसऱ्या दिवशी सकाळी पत्रकार परिषद घेणार होता. मी या पत्रकार परिषदेबाबत लोकांना सांगावं अशी जनरलची अपेक्षा होती. मला अशा प्रकारे त्याच्यासाठी प्रसिद्धी अधिकाऱ्यासारखं काम करणं जरा चमत्कारिक वाटलं. पण मला माहीत असलेल्या वृत्तसंस्थांच्या बऱ्याच पत्रकारांना फोन केला.

दुसऱ्या दिवशी सकाळी मी टॅक्सी करून कोट-ए-संगीला गेलो. वाटेत मी तमीमला घेतलं. मला जनरलशी बोलताना तमीमच हवा होता.

जनरल अमरखेलनं पत्रकार परिषद मुजाहिदी यानं दिलेल्या एका 'सुरक्षित' घरात आयोजित केली होती. अफगाण प्रसारमाध्यमांचे एक डझनभर पत्रकार अगोदरच तिथं आलेले होते. जनरल त्याच्या पद्धतीनं साबेतवर जोरदार हल्ला करत त्याची बाजू मांडत होता. आपण निरपराध आहोत हे पटवण्यासाठी तो कागदपत्रं दाखवत होता. मी नंतर अफगाण पत्रकारांना भेटलो. माझ्याप्रमाणेच या बऱ्याच जणांची जनरल अमरखेल प्रामाणिक आहे आणि किमान त्याचं म्हणणं न्यायालयात ऐकून घेतलं पाहिजे, अशी खात्री पटली होती.

पत्रकार परिषदेनंतर मी जेवणासाठी थांबलो. मी लवकरच निघून जाणार आहे, असं मी अमरखेलला सांगितलं. कदाचित यानंतर आमची पुन्हा भेट होणार नव्हती. जनरल अमरखेल झुंजार होता. तो सहसा त्याची निराशा दाखवत नसे. पण त्या दिवशी पत्रकार परिषदेत मात्र मला तसा भास झाला. तो म्हणाला की मी दुबईला जाण्याची जोखीम घ्यावी या मताचा आहे. मलादेखील त्याची ही कल्पना आवडली.

आमचं जेवण झाल्यानंतर मी निघालो. जनरल अमरखेल मला निरोप देण्यासाठी गेटपर्यंत आला. आम्ही एकमेकांचा निरोप घेतला. मी मागे वळून पाहिलं. दारात

उभा असणारा जनरल अमरखेल मला उदास भासला. या प्रामाणिक अधिकाऱ्याची अवस्था त्याच्या शत्रूंना नेमकी हवी होती तशीच झाली होती. दुर्बल आणि निरुपयोगी झालेलं आयुष्य घालवणारा, पण जवळपास मेल्यातच जमा असावा असा.

मला स्टेलाचा फोन आला. स्टीव्ह डूपॉन्ट अफगाणिस्तानात परत येतो आहे आणि आमच्याच बरोबर राहणार आहे, ही बातमी तिनं सांगितली.

''उत्तम.'' मी म्हणालो, ''तो काय करतोय सध्या?''

स्टेलानं सांगितलं की स्टीव्ह फक्त एकच रात्र काबूलमध्ये राहणार असून तो ब्रिटिशांबरोबर जाऊन एका इंग्लिश वर्तमानपत्रासाठी गुरखा शिपायांवर स्टोरी बनवणार आहे. स्टीव्ह येणार या बातमीनं मला झालेला आनंद लगेच मावळला. अफगाणीच नाही, तर जगातल्या कोणत्याही इतर पत्रकाराला ब्रिटिश सैन्याबरोबर जाता येत होतं. याला अपवाद फक्त मी.

एमिली तिची सुटी संपवून परत आली. आम्ही जिथं थांबलो होतो तिथून पुन्हा नव्यानं सुरुवात केली. तिच्या प्रेमळ सहवासामुळे आणि धोरणी सल्ला देण्यामुळे माझ्या डोक्यातला वेड्यासारखा माजणारा कोलाहल शांत झाला. ती पुन्हा माझ्या खोलीत राहायला आली होती. आम्ही आता फक्त काही दिवस एकत्र राहू शकू आणि लवकरच आम्हाला आपापल्या मार्गानं जावं लागणार आहे, याची आम्हाला दोघांनाही कल्पना होती. मी आता हेरातला जाणार होतो आणि मी तिथून काबूलला परत येईपर्यंत तिला घोरला जाणं भाग होतं. पण पुढे काय होईल याबद्दल आम्ही जराही बोललो नाही. आम्ही दोघांनी जो काही काळ एकत्र घालवला तो फार आनंदात घालवला हे नक्की.

मी माझ्या कामासाठी निघालो त्या दिवशी मला घराबाहेर पडावं असं वाटत नव्हतं. पण तिला सोडून मला माझ्या कामासाठी जाणं गरजेचं होतं. मी बेग्रामला जाणार होतो. तिथं अमेरिकन सैन्याचा मुख्य तळ होता. पूर्वी याच ठिकाणी सोव्हिएत सैन्यानं लष्करी तळ उभारला होता. मी झॅकला भेटणार होतो. अमेरिकन लष्कराचा सल्लागार असणारा झॅक मला पूर्वी जलालाबादमध्ये भेटला होता.

मी तळाच्या बाहेर जवळजवळ एक तास वाट बघत उभा होतो. झॅकचा फोन लागत नव्हता, म्हणजे तो फोन घेत नव्हता. अफगाणी कर्मचाऱ्यांची ये-जा सुरू होती. अखेर तासाभरानं झॅकचा फोन लागला. मी त्याला आतल्या गेटपाशी भेटलो. तो पूर्वी होता तसाच दिसला : अमेरिकन लष्कराच्या गणवेशामधला अफगाण. फक्त त्याच्या गणवेषावर त्याचं नाव किंवा हुद्दा दर्शवणारं काहीही नव्हतं.

आम्ही बर्गर किंगमध्ये गेलो. ही जागा छोटीशीच होती. पण एखादा सैनिक

दमूनभागून परत आल्यावर त्याला इथं किती घरच्यासारखं वाटत असेल हे माझ्या लक्षात आलं. आम्ही बाहेरच्या बाजूला एका टेबलापाशी बसून मादक द्रव्यांच्या व्यापाराबद्दल चर्चा करू लागलो. आम्ही जेमतेम सुरुवात केली असतानाच अचानक एक सैनिक माझ्याशेजारी येऊन बसला. अर्थात आमची चर्चा थांबली. त्या सैनिकानं बूट आणले होते. तो खोकं उघडू लागला. आम्ही आमच्या चर्चेचं रेकॉर्डिंग करतोय, असं झॅकनं त्याला सांगितलं. मीदेखील अस्वस्थ झालो, कारण वेळ वाया जात होता. अखेर त्या सैनिकानं बूट पुन्हा खोक्यात भरले आणि 'माफ करा. तुम्हाला त्रास झाला,' असं झॅकला म्हणून तो तिथून निघून गेला.

वेळ भराभरा जात होता आणि मी नुकतीच सुरुवात केली होती. आणखी बोलायचं असेल तर त्याच्या क्वार्टरवर रात्री राहता येईल, असं झॅकनं सुचवलं. मी बशीरला फोन करून त्याला परत काबूलला पाठवून दिलं. मी एमिलीलाही फोन केला. मी रात्रीच्या प्रवासाचा धोका टाळला म्हणून तिला बरं वाटलं.

आम्ही झॅकच्या क्वार्टरपर्यंत चालत गेलो. धावपट्टीवरून रोरांवत जाणाऱ्या लढाऊ जेट विमानांच्या आवाजात आम्हाला एकमेकांचं बोलणं जराही ऐकू येत नव्हतं. जेट आकाशात झेपावली की त्यांच्यामागे आगीची एक रेषा झळाळत होती.

अमेरिकन लष्कराचा हा मुख्य तळ असल्यानं काबूलपेक्षा हेच त्या वेळी अफगाणिस्तानचं सत्ताकेंद्र होतं. मी या तळाबद्दल बरंच काही ऐकून होतो. अफगाणिस्तानातला हेरॉईनचा सर्वांत मोठा साठा कुठं असेल तर तो इथं बेग्राममध्ये आहे असं मला अनेक अफगाण लोकांनी ठासून सांगितलं होतं. अफगाण लोकांनी मला सांगितलं होतं की परदेशी सैनिक त्यांच्या देशांना परतताना नागरी विमानतळांवरून नाही, तर लष्करी विमानतळांवरून जातात. कारण तिथं त्यांची तपासणी होत नाही. रशियन लोकही असं सांगत होते की अमेरिकन सैन्य किर्गिझस्तानातल्या मनास या ठिकाणाहून रशियात हेरॉईनचा धुमाकूळ वाढवण्यासाठी अवैध व्यापार चालवतं. मी ज्या काही गोष्टी ऐकल्या त्यावरून फार मोठ्या प्रमाणात अमली पदार्थ बाहेर पाठवणं ही सोपी गोष्ट नाही, हे माझ्या लक्षात आलं. अफगाण व रशियन मात्र खात्रीनं अमेरिकन लष्कराकडे बोट दाखवत होते. त्यांचं म्हणणं सर्वथा खरंच असेल, असं मला वाटलं नाही. पण त्याचबरोबर ते तसं नसेलच याचीही खात्री मला वाटत नव्हती.

खालच्या पांढऱ्या खडीवर आमच्या पावलांचा चिरडल्यासारखा आवाज येत होता. आम्ही झॅकच्या राहण्याच्या जागी आलो. प्लायवूड वापरून बनवलेली एखाद्या खोक्यासारखी वाटणारी ती झोपडी कोणत्याही अर्थानं 'घर' या व्याख्येत बसणारी नव्हती. आम्ही त्यांच्या पलंगाखालच्या एका क्रेटमधून पाण्याच्या बाटल्या घेतल्या आणि बोलायला पुन्हा सुरुवात केली. म्हणजे झॅकच बोलत होता. पूर्वेकडे

हेरॉईनची तस्करी कशी होते याची तो मला धावती ओळख करून देत होता.

मुख्य मार्ग हा खैबरखिंडीतून जाणारा होता आणि त्यात तोर्खाम या सरहद्दीवरच्या गावाची भूमिका महत्त्वाची होती. काही कारणानं जर या गावामधून जाणारा मार्ग बंद झाला तर तस्कर पर्यायी मार्ग वापरतात. हा मार्ग चित्रळ, बुरीस्तान, कुनार, हेलमंद आणि कंदाहार असा आहे. दोन देशांमधली ड्युरंड रेषा ही सरहद्द फार लांबलचक आहे आणि ती अतिशय दुर्गम भागातून जाते. ही सीमारेषा बंद करणं अशक्य आहे. दोन्ही बाजूला एकमेकांना मदत करणारे भ्रष्ट अधिकारी मुबलक प्रमाणात आहेत हे पाहता सीमा बंद करणं हा निव्वळ फार्सच ठरतो. मुळात त्या ठिकाणी राहणाऱ्या लोकांच्या दृष्टीनं सीमारेषा अस्तित्वातच नाही. लोकांचा या ड्युरंड रेषेवर विश्वासच नाही तर त्यांना ती तशी आहे, हे बाहेरचे लोक कसं सांगणार?

ट्रक, उंट किंवा गाढवं हे सगळं वापरून मादक द्रव्यांची जी तस्करी चालते ती जुन्यापुराण्या मार्गांवरून. हे मार्ग फार पूर्वीपासून अस्तित्वात आहेत. कातडी, गालिचे, सुटे भाग, विजेची उपकरणं, रत्नं, शस्त्रास्त्रं आणि मादक द्रव्यं या सगळ्यांची वाहतूक करणं हा सरहद्दीवरच्या जमातींचा जुना आणि चांगला स्थिरावलेला उद्योग आहे. कोणी काय करायचं आणि कसं करायचं हे जमातींमधले वयोवृद्ध ठरवतात. त्यात काही बदल करण्याचा किंवा तस्करी थांबवण्याचा प्रयत्न केला तर एकतर त्या माणसाला ठोकून ठिकाणावर आणलं जातं किंवा त्याला नाहीसं करण्यात येतं.

माझं अफगाणिस्तानातलं काम कसं चाललं आहे हे मला झॅकनं विचारलं. मी त्याला रफी, बशीर वगैरे स्थानिकांच्या मदतीनं मी कसं काम करतो त्याची माहिती दिली. त्यानंतर झॅकनं मला त्याचा दृष्टिकोन सांगितला. या ठिकाणी हे नमूद करायला हवं की झॅकला अफगाणिस्तानची पूर्ण माहिती होती. हा अफगाणी वंशाचा मुस्लीम अमेरिकन नागरिक होता. अफगाणिस्तान, पाकिस्तान आणि भारतात त्याचे नातेवाईक होते. अशा साधेपणानं वागणाऱ्या अधिकाऱ्यांमुळे इथले अमेरिकन लष्करी अधिकारी जमातीमधले हेवेदावे वगैरेबद्दल चहाचे घुटके घेताघेता पोपटपंची करू शकत होते.

"त्यांच्या दृष्टीनं तुम्ही रोख रक्कम आहात," झॅक मला म्हणाला, "ही रोख रक्कम कशी पदरात पाडून घ्यायची याचा विचार ते करत असणार."

अर्थात ही गोष्ट लक्षात न येण्याइतका मी नवखा नव्हतो.

"कोणीही मदत करायला तयार असतंच. पण जर जास्त रक्कम मिळाली तर तुम्हाला गाडीच्या डिकीत कोंबायला वेळ लागणार नाही."

बशीर नाही. बशीर माझा सौदा करणार नाही. तो भरपूर पैसा कमावणार होता. तो तर माझ्यापेक्षाही जास्त खर्च त्याच्या गाडीवर करत होता. तेच रफीच्या

बाबतीतही होतं. रफी आणि बशीर दोघंही फिक्सर म्हणून चांगले स्थिरावले होते. ते असं काही करण्याची शक्यता नव्हती. मसूद? शक्य आहे. पण मला नेमकं काहीच ठरवता येईना.

"पण योग्य किंमत मिळत असेल तर मदत करणारे तुम्हाला विकून टाकायला जरादेखील मागेपुढे पाहणार नाहीत."

"ठीक आहे. आपण जर काही हजार डॉलरबद्दल बोलत असलो तर कदाचित मसूद असं करू शकेल."

"समजा, मी असं केलं की मी त्याच्याकडे गेलो," झॅक म्हणाला, 'मी त्याला सांगेन की मी तुला दहा हजार डॉलर देतो, तू मला तो परदेशी माणूस ताब्यात दे. त्यावर तो कदाचित म्हणेल की नाही, मला ते शक्य नाही. मग मी त्याला म्हणेन की मी अगोदर तुला पैसे देणार होतो. पण आता मी तुझी आई, बाप आणि भाऊ यांना ठार करणार आहे. अशा परिस्थितीत तो काय करेल? परदेशी माणसाला इथं कायमच मोठा धोका असतो. तुम्ही आजवर काहीही न होता व्यवस्थित फिरू शकता आहात याचं कारण माणसांमधला मूलभूत चांगूलपणा हेच आहे."

मी मसूदबरोबर एकट्यानं कधीही न जाण्याची मनोमन नोंद केली. मी आता पुन्हा एकदा अफूच्या विषयाकडे झॅकला आणलं.

"अफगाणिस्तानात अफूची लागवड बंद करण्याचं काम कोणीच करू शकत नाही," झॅक म्हणाला, "दहशतवादी गट तसं कधीच होऊ देणार नाहीत. इतकंच काय पण इथल्या उच्च अधिकाऱ्यांनाही तसं व्हायला नको आहे. शेतकऱ्याला अफू लावून दरवर्षी हजार डॉलर मिळतात. पण याच पिकानं अब्जावधी डॉलरची उलाढाल होते. आपापल्या भागातून हेरॉईननं भरलेले ट्रक जावेत म्हणून प्रशासक, अधिकारी, राज्यपाल हे सगळे काळजी घेतात. अफूची लागवड कसलाही अडथळा न होता चालू राहावी म्हणून दहशतवादीही प्रयत्न करतात. त्यांचं जे काही धर्मयुद्ध चालू आहे त्यासाठी लागणारा पैसा त्यांना या अफूमधूनच मिळत असतो."

मी इतरांशी बोलताना जे ऐकलं होतं तेच झॅकनं मला सांगितलं. तालिबानला अफूच्या व्यापारातल्या कमिशनमधून भरपूर पैसा मिळतो असं झॅकनं ठामपणानं सांगितलं. झॅकच्या म्हणण्याचा मुख्य अर्थ असा होता की ह्या देशावर भ्रष्टाचार, हिंसा आणि दादागिरी या सगळ्यांचा वापर करून राज्य केलं जात आहे.

दुसऱ्या दिवशी सकाळी झॅकनं मला नाश्त्यासाठी कॅन्टीनमध्ये नेलं. त्यानंतर रफी आणि मसूद मला तळाच्या बाहेरच्या बाजूला भेटले. त्यांनी मला अभिवादन केलं. मी सिगारेट घेण्यासाठी बाजूला गेलो, तर मसूद माझ्या बाजूला येऊन उभा

राहिला. झॅक काहीही म्हणाला तरी मसूद मला विकून टाकायला मागेपुढे बघणार नाही, यावर माझा संपूर्ण विश्वास मात्र बसला नव्हता. अत्यंत अपवादात्मक परिस्थितीतच असं घडेल असं मी मनाशी म्हणालो. मला मसूदवर विश्वास टाकणं भाग होतं. कारण माणसांमधला चांगूलपणा हा अशा विश्वासावरच आधारलेला असतो.

मी हेरातमध्ये तस्करीबद्दलच्या अनेक गोष्टी ऐकल्या होत्या. पण मला रस होता त्या गोष्टी मात्र यात नव्हत्या. मला इराणच्या सरहद्दीजवळ असणाऱ्या एका गावात जायचं होतं. या ठिकाणी इराणमध्ये तस्करी करण्यासाठी लोकांना भरती करून घेतलं जात असे. इराणमध्ये गेलेले असे काही लोक परत आले नव्हते, अशा अर्थाची एक स्टोरी प्रसिद्ध झाली होती. मला या घटनेचा मागोवा घ्यायचा होता. मी या बेपत्ता झालेल्या माणसांच्या विधवांना भेटणार होतो. त्याचप्रमाणे इस्लाम कला या ठिकाणी असलेल्या सरहद्दीवरच्या मुख्य ठाण्यात जाऊन तिथल्या पोलिसांशी मला बोलायचं होतं.

सरहद्दीवरच्या त्या ठाण्यावर जायला जवळजवळ तीन तास लागले. तिथल्या पोलीस अधिकाऱ्यानं सांगितलं की या ठिकाणी सरहद्दीच्या पलीकडे अमली पदार्थांची तस्करी अजिबात होत नाही. इतर ठिकाणी काय होतं याची आपल्याला जराही कल्पना नाही, असं तो म्हणाला. माझा वेळ वाया जातो आहे हे पाहून मी बशीरला सांगितलं की मला त्या विधवा स्त्रियांना भेटायचं आहे. संयुक्त राष्ट्र संघटनेच्या मादक द्रव्यांवर नियंत्रण ठेवणाऱ्या संस्थेचा माझ्याबरोबर असणारा माणूस गोंधळून माझ्याकडे बघत राहिला. मी त्याला मी काय ठरवलं होतं त्याची आठवण करून दिली. त्यावर तो तसं करता येणार नाही, असं म्हणाला. त्यानं तसं करणं धोकादायक आहे वगैरे जुनीच रडकथा मला ऐकवली. काही काहीच न करण्यासाठी सुरक्षितता वगैरे गोष्टींचा उगीचच बाऊ केला जातो. पण यातून काहीही निष्पन्न होणार नाही, हे माझ्या लक्षात आलं. मग या प्रवासातून काहीतरी हाती लागण्याचा अखेरचा प्रयत्न म्हणून मी जवळच्या पोलीस स्टेशनमध्ये जायचं ठरवलं. ज्या कुटुंबातले पुरुष इराणमध्ये जाऊन बेपत्ता झाले आहेत, अशांबद्दल मला तिथं काही माहिती मिळाली तर ती हवी होती.

पोलीस स्टेशनमध्ये वरच्या मजल्यावरच्या खोलीत आम्ही बसलो होतो. तिथं पुरेशा उजेड नव्हता. तिथल्या प्रमुख अधिकाऱ्यानं माझं म्हणणं ऐकून घेतलं आणि मग काही पोरांना पिटाळलं. दहा मिनिटांनंतर तिथं तीन माणसं आली. इराणच्या सरहद्दीवर खूपच जवळ गेल्यानं त्यांच्या मुलांना इराणी पहारेकऱ्यांनी गोळ्या

घातल्या होत्या. त्या पहारेकऱ्यांनी ज्या गोळ्या खर्च केल्या आणि त्यांना जो त्रास झाला त्याची भरपाई ठार झालेल्या पोरांच्या कुटुंबांनी देईपर्यंत मृतदेह त्यांच्या ताब्यात देण्यात आले नव्हते. हे सगळं ऐकून मी आणखीनच खिन्न झालो.

मी त्या दिवशी उरलेला वेळ एका डॉक्टरशी बोलायला वापरला. हा डॉक्टर पूर्वी अमली पदार्थांच्या विरोधी मोहिमेत अधिकारी होता. हा माणूस चांगला होता आणि आता तो त्याच्या लोकांसाठी डॉक्टर म्हणून काम करत होता. पण त्यानं त्याची लढाई बंद केली होती.

''मी माझं ते काम सोडून दिलं याचं कारण असं आहे,'' तो मला सांगत होता, ''जेव्हा एखादा प्रशासक मंत्र्याचा आदेश मानत नाही किंवा एकुणात सरकारात सावळा गोंधळ माजलेला असतो अशा वेळी सगळी यंत्रणाच कोलमडून पडते. जेव्हा सरकारसाठी काम करणारे सर्व जण भ्रष्ट असतात तेव्हा तुम्ही प्रामणिकपणानं काम करूच शकत नाही. अशा वेळी तिथं राहण्याचा उपयोग तरी काय? इथं अफगाणिस्तानातला अमली पदार्थांचा व्यापार आणि भ्रष्टाचार यांच्यावर कितीही संशोधन केलं तरी हाती फक्त त्याचा अत्यल्प भाग येईल. त्याचा काही उपयोगही नाही. मी प्रत्यक्ष काम केलेलं आहे आणि त्यावरून सांगतो की हे सगळं कोणीच थांबवू शकत नाही.''

१५

खुदा हाफीज

"मी लोकांना तुरुंगात टाकतो," विन्स बाल्बो म्हणाला. हा माणूस डी.ई.ए.चा काबूलमधला प्रमुख होता, "माझं हे कामच आहे. लोकांना पकडणं आणि तुरुंगात डांबणं."

आम्ही अमेरिकन दूतावासाच्या कॅफेत बसलो होतो. विन्स फारसा धिप्पाड नसला तरी त्याचा दरारा जाणवत होता. त्याची तीक्ष्ण आणि भेदक नजर एखाद्या जातिवंत शिकाऱ्याप्रमाणे होती. मला त्याच्याकडे पाहून अस्वस्थ वाटलं. तसं होणार नाही हे माहीत असूनही काहीतरी खुसपट काढून हा माणूस मलाच गजाआड करेल अशी धास्ती क्षणभर वाटली.

"माझं काम फक्त शिक्षा देणं एवढंच नाही. जगण्यासाठी पर्यायी साधनं उपलब्ध करून देण्याचाही भाग त्यात आहे. लोकांना सुरक्षित भवितव्य मिळावं म्हणून त्यांनाच सक्षम करणं गरजेचं आहे. मादक द्रव्यांचा व्यापार हे एक लक्षण आहे. भ्रष्टाचार हेदेखील एक लक्षणच आहे. तो काही मूळ रोग नाही."

बाल्बोला अफगाणिस्तानातल्या चौकटींच्या बंधनातच काम करणं भाग होतं. मादक द्रव्यांच्या व्यापारात गुंतलेल्या लोकांना उचलून कोठडीत डांबणं ही गोष्ट अजिबात सोपी नव्हती. मादक द्रव्यांच्या समस्येशी लढण्यासाठी ब्रिटिश व अमेरिकनांनी काही अफगाण पथकांना प्रशिक्षण देऊन तयार केलं होतं. या लोकांनी काही जणांना पकडलं होतं. त्यात काही जिल्हा पोलीसप्रमुखही सापडले होते; पण

एकुणात मादक द्रव्यांच्या व्यापाराच्या जबरदस्त ताकदीपुढे या दलाची ताकद अगदी नगण्य स्वरूपाची होती. बडे गुन्हेगार पकडून त्यांना न्यायासनासमोर खेचण्याची शक्ती या यंत्रणेत यायला अजून कित्येक वर्षे लागतील अशी स्थिती होती.

"मी इथं पहिल्यांदा २००५ व २००६ मध्ये आलो होतो आणि आता इथं जवळजवळ वर्षभर मी आहे," बाल्बो म्हणाला, "तेव्हा आम्ही कुठं होतो आणि आता कुठं आहोत? आम्ही लक्षणीय प्रगती केली आहे. मी आम्ही असा शब्द वापरतो तेव्हा त्याचा अर्थ मुख्यत: इथं हात गुंतलेले अमेरिका आणि ब्रिटन हे देश असा आहे. आम्ही अफू नियंत्रणाचं काम सुरळीत चालण्यासाठी यंत्रणा बनवण्यात लक्षणीय प्रगती केली आहे."

खरोखरच अमली पदार्थांच्या व्यापारासंबधीचे गुन्हे आणि त्यांचा तपास करण्याच्या दृष्टीने एक न्यायालयीन यंत्रणा उभारण्यात आली आहे. जवळ दोन किलो हेरॉईन, पाच किलो अफू किंवा पन्नास किलो हशीश बाळगणाऱ्या प्रत्येकाला काबूलमध्ये स्थापन केलेल्या न्यायालयासमोर उभं केलं जाणं अपेक्षित आहे. सन २००७ मध्ये जवळपास एक हजार लोकांना अटक झाली असून ४२ टन अफू आणि ३ टन हेरॉईन जप्त करण्यात आलं आहे. हे जरी खरं असलं तरी लाच घेऊन किंवा 'वरून' फोन आला म्हणून किती जणांना सोडून देण्यात आलं, याचा अंदाजही करता येणार नाही.

"अफगाणिस्तानात तयार होणाऱ्या अफूचा किती भाग निर्यात होतो?" मी बाल्बोला विचारलं.

"नक्कीच. इथून अफू प्रचंड प्रमाणावर बाहेर जाते यात काहीच शंका नाही. जवळजवळ नव्वद देशांमधले पोलीस मादक द्रव्यांच्या व्यापाराला प्रतिबंध करण्यासाठी काम करतात. इथून अफू आणि अमली पदार्थांचा मोठा भाग निश्चितपणे पूर्व युरोपात, आशियाच्या इतर भागांमध्ये आणि जुन्या काळात सोव्हिएत महासंघाचा भाग असणाऱ्या प्रदेशांमध्ये पाठवला जातो; पण आज एकही देश नाही की जिथं अफगाणिस्तानातून बाहेर जाणारं हेरॉईन मिळत नाही."

"काही जणांनी असा अंदाज केला आहे की अफगाणिस्तानातून इराणमध्ये पाठवले जाणारे अफूशी संबंधित अमली पदार्थ तिथून तुर्कस्तानात जातात. हे प्रमाण साठ टक्के इतकं मोठं आहे. माझी समजूत अशी आहे की यामधला मोठा भाग 'मॉर्फिन बेस' या स्वरूपात असतो. या कच्च्या मालापासून तुर्कस्तानात शुद्ध हेरॉईन बनवलं जातं."

"अगदी बरोबर" बाल्बो म्हणाला. "अफगाण लोकांना हेरॉईनचं उत्पादन करता येत नाही असं ज्यांना वाटतं ते भोळसट आहेत. अफगाणिस्तानात हेरॉईनचं उत्पादन तर होतंच; पण या देशाबाहेरही प्रचंड प्रमाणात ते होतं. फक्त बरेच देश ते मान्य करत नाहीत इतकंच."

''मादक द्रव्यांच्या विरोधी लढाईची रणभूमी म्हणून अफूच्या शेतांकडे बघितलं जाणं मला स्वाभाविक वाटतं. पण माझ्या मते, इतर कुठंही नाही तर लढाईची सुरुवात काबूलमधूनच व्हायला हवी.''

''आमच्याजवळ साधनसामग्री कमी आहे खरी. पण तरीही आम्ही मोठे मासे पकडण्यासाठी प्रयत्न करत आहोत,'' बाल्बो आश्‍वासक स्वरात म्हणाला.

पण मादक द्रव्यांच्या व्यापारात गुंतलेल्या मोठ्या माशांना पकडणं ही सोपी गोष्ट नाही. त्यांना त्यांच्या पदावरून हटवण्याचा प्रयत्न करून पाहा काय होतं ते. हमीद करझाईंची हे करण्याची क्षमताच नाही. त्यांनी कोणालाही पदावरून उडवलं नाही की कोणाला शिक्षाही केली नाही. उलट, जिथं आपला फायदा असेल अशा ठिकाणी हमीद करझाईंनी अशा बड्या धेंडांना पाठीशीच घातलं आहे. शेरझाई आणि अखुंडजादा यांच्या बाबतीत हेच घडलं आहे. अध्यक्षांचा सावत्र भाऊ अहमद वली याच्यावर आरोप झाल्यावर करझाईंनी 'मला पुरावा दाखवा,' अशी भूमिका घेतली होती.

देशांतर्गत सुरक्षा बघणारं मंत्रालय चिकन स्ट्रीटजवळ होतं. तिकडे मी बशीरला घेऊन जनरल मोहम्मद दाऊद याला भेटायला जात होतो. पण मला फारसा उत्साह मात्र वाटत नव्हता. पंजशीरी वंशाचा हा माणूस अहमदशाह मसूदचा मित्र होता. अद्यापही त्याचे नॉर्दन अलायन्समधल्या रब्बानी आणि जनरल फहीमसारख्या बड्या धेंडांशी संबंध होते. जनरल दाऊद त्या वेळी तो अंतर्गत सुरक्षा खात्याचा उपमंत्री होता आणि अफगाणिस्तानातल्या अमली पदार्थविरोधी यंत्रणेचा सर्वोच्च प्रमुख होता. महत्त्वाचं म्हणजे उत्तर भागातल्या अमली पदार्थांच्या व्यापाराचा तो सर्वांत मोठा गॉडफादर म्हणून कुख्यात होता. बेग्राम एअरबेसच्या बाहेर रद्दीत अमेरिकन लष्कराच्या काही गुप्त फायली मिळाल्याचं प्रकरण गाजलं होतं. त्यात जनरल दाऊदचा समावेश 'पहिल्या दर्जाच्या' युद्धखोर नेत्यांमध्ये केला होता.

मी या जनरल दाऊदला भेटायला जाताना अर्थातच त्याच्या मंत्रालयाच्या कारभारात जो सावळा गोंधळ माजला आहे, त्याबद्दल काहीच विचारणार नव्हतो. माझा भेटण्याचा हेतू एकच होता. त्याचंच मंत्रालय ज्या 'मोठ्या माशांना' पकडलं पाहिजे असं म्हणत होतं, त्या मोठ्या माशांमधलाच तो एक आहे असा आरोप त्याच्यावर केला जात होता. या आरोपाबाबत जनरल दाऊदला काही सांगायचं आहे का ते मी बघणार होतो. आमची चर्चा चांगली आणि मोकळेपणानं झाली, असं म्हणायला मला आवडलं असतं. पण तसं खरोखरच झालं नव्हतं.

मी जनरल दाऊदच्या ऑफिसबाहेर एका खुर्चीत बसून आत जाण्यासाठी बोलावण्याची वाट पाहत बसलो होतो. तिथं एक मध्यम वयाचा अमेरिकन सैनिक

आला. त्यानं हसतखिदळत बाजूला बसलेल्या अफगाणी लोकांना अभिवादन केलं. मला तो कोण आहे आणि कशासाठी आला आहे याची काहीच कल्पना नव्हती. मी त्याला औपचारिकपणे अभिवादन केलं. मी जनरल दाऊदची मुलाखत घ्यायला आलो आहे हे कळल्यावर त्यानं, मी आत हजर राहू का? असं विचारलं. तसा नियम असेल तर चालेल असं मी म्हणालो. पण तसा काही नियम नव्हता. मग मला एकट्यालाच जनरलशी बोलायला आवडेल, असं म्हणालो. तो त्यावर 'काहीही चालेल म्हणा' अशा तऱ्हेनं ठीक आहे, असं म्हणाला.

मी आत गेलो तर तिथं जनरल दाऊदच्या दोन्ही बाजूंना एकएक जण बसलेला दिसला. सर्वांच्या अंगावर सूट होते. जनरल हा मध्यम चणीचा काहीसा सडपातळ बांध्याचा होता. त्याचे डोक्यावरचे केस आणि दाढी व्यवस्थित कापलेली होती. त्याच्या अंगाच्या मानानं तो बसला होता ती खुर्ची खूपच मोठी भासत होती. त्याच्याकडे बघून मला तो एखादा माफिया डॉन वाटण्यापेक्षा साधासुधा शिंपी वाटला. असं असलं तरी तिथं आम्ही कोणाच्या राज्यात आहोत हे न सांगता कळत होतं. बशीर चांगलाच नर्व्हस झाला होता. माझ्या प्रश्नांचं भाषांतर करून सांगताना त्याचा आवाज नीट फुटत नव्हता.

जनरल दाऊदनं मला भेटीसाठी अर्धा तास दिला होता. पण दहा-पंधरा मिनिटं चहा आणि अभिवादन यातच खर्च झाली होती. त्यातच जनरलनं मला उद्देशून 'अफगाणिस्तानातल्या अफूची स्थिती' विषयावर एक प्रवचन झोडलं. मी हे असलं त्यापूर्वी तीनशे वेळा ऐकलं होतं : *दक्षिणेत स्थिती वाईट आहे. फराह प्रांतातल्या लोकांना पाण्याची गरज आहे. अफगाणिस्तानच्या दृष्टीनं मादक द्रव्यं वाईट आहेत. आंतरराष्ट्रीय समुदायानं शेतकऱ्यांना मदत करायला हवी... एकसंघ धोरण आवश्यक आहे. अमली पदार्थांचा व्यापार ही जागतिक समस्या आहे. हवाई फवारणी करून नियंत्रण यशस्वी होतं. कोलंबिया हे याचं उदाहरण आहे.*

"कोलंबियात हवाई फवारणी यशस्वी झाली असं म्हणायचं आहे का?" मी जनरलचं बोलणं मध्येच तोडायची संधी साधली.

"होय."

"इथंही हवाई फवारणी करावी असं वाटतं का?"

"ते अफगाणिस्तानाच्या दृष्टीनं वाईट ठरेल."

जनरल दाऊदची उत्तरं ऐकून मी चक्रावून जाण्याची ही सुरुवात होती. अधूनमधून दाऊदचे चमचे 'सन्माननीय मंत्रिमहोदयांना' मदत करण्यासाठी काहीतरी सांगत होते. मी वारंवार बशीरच्या माध्यमातून बोला असं सांगूनही ते इंग्लिशमध्ये अट्टाहासानं बोलत असल्यानं मला काहीच कळत नव्हतं. मी त्यांच्या त्या इंग्लिश वाक्यांचा अर्थ लावण्यासाठी झगडत होतो.

“पूर्वी अमली पदार्थांचा व्यापार करणाऱ्यांना तुरुंगात टाकलं जात होतं. आता तसं का होत नाही?” मी विचारलं.

“पण तुरुंगात टाकण्यासाठी पुरावा लागतो.”

“होय. ते बरोबर आहे. पण काहीही पुरावा नसतानाही तुरुंगात खितपत पडलेल्या अनेकांची उदाहरणं मला माहीत आहेत. म्हणजे मी अफगाण यंत्रणेवर टीका करतोय असं मात्र नाही...”

यावर जनरल काय बोलला ते मला खरोखरच कळलं नाही. पण मग तो अमेरिकन सैन्यानं आक्रमण करण्यापूर्वीच्या झगड्यांबद्दल बोलू लागला. पश्तुन विरुद्ध ताजिक, ताजिक विरुद्ध हजारा, हजारा विरुद्ध उझबेक, उत्तर विरुद्ध दक्षिण, पूर्व विरुद्ध पश्चिम... पण आता परिस्थिती बदलली आहे. पूर्वी लोक एकमेकांना गोळ्या घालायचे. आता निदान एकमेकांशी चर्चा तरी करतात.”

आणि मोठ्या प्रमाणावर अमली द्रव्यांची व शस्त्रास्त्रांची तस्करी करतात. “लॉस एंजेलिस टाइम्समध्ये एक बातमी प्रसिद्ध झाली होती. तुम्ही त्या भागात अमली द्रव्यांच्या व्यापाराचे सूत्रधार आहात असं कुंदुझ पोलिसांचा हवाला देऊन सांगण्यात आलं होतं,” मी म्हणालो, कारण मला चर्चा लवकरात लवकर मुख्य विषयाकडे वळवणं गरजेचं होतं.

जनरल दाऊद माझ्याकडे बेफिकीरपणे बघत राहिला.

“तुमचं त्यावर म्हणणं काय आहे?” मी मुद्दा लावून धरला.

“आम्ही त्यावर खटला भरू.”

“पण ती स्टोरी प्रसिद्ध होऊन दोन वर्षं उलटली आहेत.”

“आम्ही त्याच्यावर खटला भरू.”

“त्याच्यावर म्हणजे कोणावर?”

“पत्रकार.”

“वॉटसन का?”

“होय. पॉल वॉटसन. मी त्याला लवकरच फोन करणार आहे. मी त्याला न्यायालयात खेचणारच. तो करतोय ते बरोबर नाही. मला वाटतं की तो माफी मागण्यासाठी येणार आहे.”

“माफी मागायला इथं येतोय?”

“मला तसं वाटतं.”

“काय? तो इथं माफी मागायला येणार आहे? तो इथं येऊन पस्तावणार तर नाही ना?” असं म्हणून मी हसलो. पण जनरल हसला नाही.

“मी त्याला न्यायालयात खेचणार. एखाद्यावर आरोप करणं सोपं असतं.”

“उं... म्हणजे होय. ते बरोबर आहे.”

“उत्तर आणि पूर्व भागातल्या अनेक प्रांतांत तालिबान आणि अल्-कायदाशी आम्ही लढल्यामुळे आमचे अनेक शत्रू तिथं आहेत. अनेक जण अनेक गट खूप माहिती पसरवत असतात. पण जर काही दस्तऐवज असेल किंवा साक्षीदार असेल तर दाखवा. मी तयार आहे.”

“पण...”

“अफगाणिस्तानात हीच तर समस्या आहे. ही प्रसिद्धीमाध्यमं. विशेषत: परदेशी प्रसारमाध्यमं. माझी माहिती खरी आहे. पाकिस्तान, आय.एस.आय. गेली पंधरा वर्षे आमच्या विरोधात खोट्यानाट्या बातम्या प्रसारमाध्यमांना पुरवत आहेत. अफगाणिस्तानातले अनेक दहशतवादी गट त्यांना मदत करत आहेत.”

“पण मला वाटतं...”

“जरा थांबा!” एका चमच्यानं मध्येच तोंड घातलं, “माननीय जे काही बोलले त्यात मी थोडी भर घालतो. अफगाणिस्तानात कोणावरही दोषारोप करणं सोपं आहे. इथं आर्थिक आणि राजकीय समस्या आहेत याची तुम्हाला कल्पना असेलच. शिवाय सहा वर्षांपूर्वी निरनिराळ्या तत्त्वप्रणालींचा पुरस्कार करणाऱ्या...”

“गटांमधला संघर्ष म्हणायचं असेल तर, होय...”

“माननीयांनी जी दुसरी समस्या सांगितली ती म्हणजे पत्रकारांची. पत्रकार... काही पत्रकार काही वेळा खऱ्या माहितीकडे दुर्लक्ष करतात किंवा खऱ्या प्रश्नाकडे लक्ष देत नाहीत. ते कोणाकडूनही कशीही माहिती पुरेशी काळजी न घेता मिळवतात. ही माहिती ते इतर साक्षीदारांकडून तपासून घेत नाहीत.”

यानंतर जनरल दाऊद परदेशी टीव्ही, मेरी, जीझस आणि मुस्लीम यांच्याबद्दल व मुस्लिमांना दोषी मानण्याबद्दल काहीतरी बोलला. मला त्याच्या म्हणण्याचा जरादेखील अर्थ लागला नाही. मी पुन्हा एकदा जनरलनं दारी भाषेतच बोलावं आणि बशीरनं मला भाषांतर करून सांगावं, असं सुचवलं. पण त्याचा काहीही उपयोग झाला नाही.

मी मग चर्चेचा रोख बदलण्याचा प्रयत्न केला. पोलीसदलांना ‘स्वच्छ’ करण्याच्या बाबत जनरलची मते काय आहेत हे मला जाणून घ्यायचं होतं. मला त्याच्या बोलण्यामधून जे काही कळलं त्यानुसार त्यानं पोलीसदलांमध्ये ‘काही वाईट लोक’ आहेत असं मान्य केलं; पण पोलिसांचे पगार फार तुटपुंजे आहेत हे त्यानं मला बजावून सांगितलं.

“मी आशावादी आहे. मी काम करतो. समस्या सुटायला कदाचित चाळीस वर्षं लागतील. कदाचित पन्नास. अशा गोष्टी एका रात्रीत होत नाहीत.”

“त्यांना असं म्हणायचं आहे की...” पुन्हा एक चमचा बोलू लागला, पण मी त्याचं वाक्य तोडलं.

“जनरल अमरखेलच्या बाबतीत तुम्हाला काय वाटतं ते मला जाणून घ्यायचं

आहे. विमानतळावरचा प्रमुख म्हणून त्यानं केलेल्या कामाबद्दल तुमचं मत काय आहे?''

''जनरल अमरखेल चांगलं काम करत होता. तो दररोजच हेरॉईन पकडत होता. मागच्या वर्षी त्यानं तीस जणांना अटक केली होती. पोलिसांच्या दृष्टीनं विचार केला तर त्यांना काहीच अडचण नाही. अडचण वेगळीच आहे. मुख्य प्रश्न ॲटर्नी जनरलचा आहे. अमरखेलनं छोट्यामोठ्या लोकांना पकडलं आणि तो प्रसारमाध्यमांकडे जात राहिला. तसंच तो त्याचा गाजावाजा करत राहिला. मुख्य अडचण ती आहे.''

जनरल दाऊदनं अफगाणिस्तानात अफू उत्पादनात प्रचंड वाढ होत आहे ही बाब आणि अफू उत्पादनावर नियंत्रण आणण्यात येणारं अपयश याचा सगळा दोष पाश्चिमात्य राष्ट्रांवर ढकलला होता. हा माणूस उत्तरेकडच्या मादक द्रव्यांच्या व्यापाराचा बादशहा होता की नाही किंवा आपला बचाव करण्यासाठी तो मुद्दाम आक्रमक भूमिका घेत होता, हे फार महत्त्वाचं नाही. मुख्य मुद्दा असा आहे की आपण (बाहेरचे लोक) पुरेसं काम करतो आहोत का? भविष्यकाळात पुरेसं काम करण्याची आपली इच्छा आहे का? आपण इथं का आलो आहोत? एका गरीब राष्ट्राला मदत करायला आणि त्या राष्ट्राला एका क्रूर राजवटीपासून मुक्त करायला? नक्कीच तसं नाही. जर आपण अशा उदात्त उद्दिष्टांसाठी काम करायला प्रवृत्त होत असतो तर आपण मालावी देशात फैलावणाऱ्या एड्‌सच्या विरोधात काम केलं असतं. मदत करण्याचा उद्देश कधीच उदात्त नसतो. त्याच्यामागे व्यवहारात किती फायदा होईल हा विचार असतो. एक पाश्चिमात्य अधिकारी मला म्हणाला, ''आम्ही गरिबी वगैरेला कवडीचीही किंमत देत नाही. इथं हे लोक जे काही करतात त्याचा आमच्यावर परिणाम होतो म्हणून आम्ही त्यांच्यात रस दाखवतो इतकंच.''

मी अफगाणिस्तानातून बाहेर पडण्याचा तयारीला लागलो. पण त्या वेळी माझ्या अफगाणिस्तानात राहताना आलेल्या सगळ्या अनुभवांकडे एकदा वळून पाहण्याच्या मन:स्थितीत मी नव्हतो. मला फक्त बाहेर पडायचं होतं. मला तिथून निघून जाण्याची जणू आस लागली होती. त्यामुळे स्टेला व बशीर अशा मित्रांना सोडून जाण्याच्या वियोगाच्या दु:खाकडे माझं फारसं लक्ष नव्हतं. केवळ मित्रच नाही तर मी राहत होतो ते घर, तिथली कॅन्डी ही कुत्री, अफगाणिस्तानातील कबाब आणि पुलाव, विलक्षण असे अफगाण टॅक्सी ड्रायव्हर, पतंग, मनाला भुरळ

पाडणाऱ्या गालिच्यांची दुकानं, ग्रामीण भागातल्या प्रवासाच्या आठवणी आणि माझं कायमच उत्तम स्वागत करणारे लोक हे सगळं मी मागे ठेवून जाणार होतो. एक प्रकारे मी कोणालातरी फसवून पळून चाललो आहे असं काहीतरी मला वाटू लागलं होतं. एखाद्या गोष्टीवर जीव जडला की हे असंच होतं म्हणा.

एमिली पुन्हा तिच्या आडगावातल्या घोर भागातल्या जागी काम करायला गेली होती. तिथं ती गेल्यानंतर काही दिवसांनी तिथं ग्रेनेड हल्ला झाला. स्त्रियांच्या प्रश्नांवर काम करणाऱ्या स्थानिक संस्थेच्या प्रमुखावर हा अयशस्वी हल्ला झाला होता. माझ्याशी दीर्घ काळ सल्लामसलत केल्यानंतर एमिलीनं तिचं काम पुढे चालू न ठेवण्याचा निर्णय घेतला होता. तीदेखील आता अफगाणिस्तानातून निघून जाणार होती. आम्ही एकमेकांशी ई-मेलमधून संपर्क ठेवून होतो. आम्हाला एकमेकांचा वियोग जाणवत होता. पण आम्ही दोघांनीही भविष्यकाळासाठी एकमेकांना कसलीही आश्वासनं वगैरे दिली नाहीत. तसं कोणी सुचवलंही नाही. मी तर आता या देशातून निघून जाणार हे नक्की झालं होतं. मायदेशी गेल्यानंतर मी भाड्यानं घेतलेल्या एखाद्या एक बेडरूमच्या फ्लॅटमध्ये एकटाच राहणार होतो. कोणत्याही संबंधांमध्ये चांगलं-वाईट असण्यापेक्षा वेळ फार महत्त्वाची असते, असं मला वाटतं. मी आणि एमिलीनं जो काही वेळ छानसा एकत्र घालवला त्यामुळे मला आनंदच होत होता.

मला पुन्हा 'नॉर्मल' व्हायला काय करावं लागेल असा विचार माझ्या मनात आला. पण प्रत्यक्षात तसं वाटणं म्हणजे काय हे मी दुबईला कस्टममधून बाहेरच्या गरम हवेत आल्यानंतर जाणवलं. बाहेर माझ्यासाठी ड्रायव्हर वाट बघत थांबला होता. माझा भाऊ त्या वेळी अबूधाबीत राहत होता. त्यानं माझ्यासाठी लिमोझीन पाठवली होती. त्या आलिशान गाडीमधून मोठ्या छान रस्त्यानं वेगात जाताना निऑनच्या जाहिरातींचे झगझगीत दिवे मागे पडताना मी बघत होतो. त्या वेळी मला पुन्हा एकदा अफगाणिस्तानची आठवण झाली. आता मी त्या देशापासून दूर असूनही मला तो देश दिसत होता.

मला त्या वेळी अफगाणिस्तानाबद्दल जे काही वाटत होतं ते मला उदास करणारं असणं स्वाभाविक होतं. पण त्याच वेळी मला आलेले अनेक छान अनुभव आठवले. ते हिऱ्यांसारखे सुंदर, लखलखीत होते. इतर कोणत्याही गोष्टीनं त्यांच्यामधला तजेलदारपणा झाकोळून जाणारा नव्हता. आतापर्यंतच्या माझ्या वर्णनात जागा नसलेले काही जण मला आठवले.

मला मजार-ए-शरीफमध्ये भेटलेल्या एका हनून नावाच्या माणसाची आठवण झाली. बशीरनं तिथं गेल्यावर माझी या माणसाशी गाठ घालून दिली होती. सुरुवातीच्या माझ्या अनुभवांवरून आपण काहीच न मिळवता चाचपडतो आहोत,

असं मला वाटू लागलं होतं. मला तिथलं हेरॉईन व्यापाराचं जाळं आणि शस्त्रास्त्रांच्या अवैध व्यापाराबद्दल कोणाशीतरी बोलायचं होतं. अर्थातच बल्खचा राज्यपाल असणाऱ्या अट्टा मोहम्मद नूर या युद्धखोर नेत्याची भेट मला घ्यायची होती, पण माझ्याशी बोलायला तयार होणारी माणसं मिळवणं बशीरला फार अवघड जात होतं. मी निराश होत चाललो होतो. एके दिवशी दुपारी मला हनून भेटला. तो स्वयंसेवक म्हणून काम करणारा सामाजिक कार्यकर्ता होता. तो शिक्षकही होता आणि शिवाय निराधार मुलांसाठी काम करणाऱ्या रेड क्रॉस संघटनेला तो मदत करत असे.

आमची ओळख झाल्यानंतर त्यानं मला एका नजीब नावाच्या माणसाच्या भेटीसाठी नेलं. ह्या डॉ. नजीबनं एक स्वयंसेवी संस्था स्थापन केली होती. हनून त्या संस्थेसाठी काम करत असे. आम्ही एका इमारतीत शिरून जिन्यानं वर गेलो. तिथं आमचं डॉ. नजीब यांनी स्वागत केलं. नुकतीच तिशी ओलांडलेल्या डॉ. नजीबनी नीटनेटके कपडे घातले होते. काळा शर्ट आणि टाय असा वेष परिधान केलेला हा माणूस एखाद्या बँकेचा मॅनेजर म्हणूनही सहज खपून गेला असता. हनूनप्रमाणे डॉ. नजीबही एकदम तंदुरुस्त दिसत होता.

आम्ही ज्या ऑफिसात गेलो होतो ते त्यांच्या संस्थेचं मुख्य कार्यालय होतं. शिवाय इथंच रेडिओ ९०.४ चं मुख्य केंद्र होतं. हे केंद्र डॉ. नजीब चालवत असत. डॉ. नजीब माझ्याशी बोलू लागले. त्यांनी सुरुवातीलाच सांगितलं, "मला कळायला लागल्यावर मी जो पहिला आवाज ऐकला तो बॉम्बवर्षावाचा होता आणि मी पाहिलेलं पहिलं दृश्य मानवी रक्ताचा सडा हे होतं."

दोन वर्षांपूर्वी डॉ. नजीबनी पंधरा मित्रांना एकत्र केलं होतं. अनेकदा गप्पा मारत असताना त्यांच्या चर्चेचा विषय अफगाणिस्तानच्या दुर्दशेकडे वळत असे. त्यांनी आपण काय करू शकतो, असं स्वतःलाच विचारायला सुरुवात केली. आपल्याला जे काही शक्य आहे ते आपण करायचं अशी शपथ त्यांनी घेतली. त्यांच्या मनात देशासाठी काहीतरी करायची जी प्रेरणा जागृत झाली होती त्यामधून एक सामाजिक चळवळ उभी राहिली.

"आम्हाला फक्त अफगाणी लोकांसाठीच काम करायचं नव्हतं," डॉ. नजीब मला सांगत होते, "आम्हाला सगळ्याच माणसांसाठी काम करायचं आहे. मुस्लीम किंवा बिगरमुस्लीम असा काही भेद असूच शकत नाही. मानवता हीच सर्वांत महत्त्वाची आहे.

"आम्ही एकमेकांना विचारलं की आपल्याला कोणी मदत करायला हवी का? आम्ही सर्वांनी याचं उत्तर कोणीच नाही, असं दिलं. कारण प्रत्येक देश स्वतःपुरतंच बघणार. आंतरराष्ट्रीय समुदायाकडून मिळणारा निधी एखाद्या पुरासारखा असतो. सगळं उद्ध्वस्त करणारा. हा पैसा आला की तो मिळवण्यासाठी लोक हातात

बंदुका घेतात आणि एकमेकांचा जीव घ्यायचा प्रयत्न करू लागतात. जर मी तहानलेला असेन तर आम्हाला पाणी आणून देण्यासाठी अमेरिका किंवा आणखी कोणत्याही देशाची वाट बघत कशासाठी बसायचं? पाणी मिळवणं ही माझी स्वत:ची जबाबदारी आहे. आम्ही अफगाण आहोत. आम्ही आमच्या समस्या सोडवायच्या नाहीत तर मग कुणी सोडवायच्या? आज अफगाण माणूस अफगाण माणसाला का ठार करतो आहे?''

डॉ. नजीबनी स्थापन केलेल्या शाळेला मी भेट दिली होती. त्यांनी एक वार्तापत्र सुरू केलं होतं आणि नंतर रेडिओ स्टेशन. आपण सर्वांनी स्मितहास्य करूनच प्रत्येक काम करायला हवं, असं डॉ. नजीबच्या गटानं ठरवलं होतं. स्मितहास्य हे जगातलं सर्वांत स्वस्त; पण तरीही अत्यंत मौल्यवान चलन आहे, असं त्यांचं म्हणणं होतं. डॉ. नजीबच्या संस्थेमध्ये कोणताही भेदभाव केला जात नव्हता. हजारा, ताजिक, उझ्बेक किंवा पश्तुन अशा शब्दांना त्यांच्या लेखी काहीही अर्थ नव्हता. डॉ. नजीब खेडोपाडी जाऊन तिथल्या वयोवृद्ध माणसांना भेटत असत. त्यांनी गावातल्या बुजुर्गांच्या मदतीनं साक्षरता वर्ग सुरू केले. सुरुवातीला काही नेत्यांनी आणि मुल्लांनी विरोध केला. पण नंतर मात्र त्यांनीही डॉ. नजीबना आदरानं वागवायला सुरुवात केली. बरेचसे लोक त्यांचं म्हणणं ऐकून घेऊ लागले होते.

''समाजाशी सल्लामसलत केल्याशिवाय अफगाणिस्तानात काहीही करणं शक्य नाही.'' डॉ. नजीब म्हणाले होते, ''तुम्ही लोकांमध्ये त्यांच्यामधला एक सदस्य म्हणून जायला हवं. तुम्ही नेता म्हणून तिथं जाऊन काहीही उपयोग नाही. समाजालाच सरकारला मदत करावीशी वाटत नाही म्हणूनच तर तालिबान एवढे बलवान झाले आहेत.''

डॉ. नजीबनी त्यांच्या संस्थेला 'सोल्युशन्स फॉर अफगाणिस्तान' असं नाव दिलं आहे. त्यांच्या संस्थेची भराभर वाढ झाली होती. त्यांची संख्या दहा हजार एवढी वाढल्याचं त्यांनी सांगितलं. देशाच्या इतर भागांत जिहादसाठी पेटलेले तरुण दिसतात. पण इथं मात्र या लोकांनी अडाणीपणा आणि परावलंबित्व याविरुद्ध जिहाद चालवला होता.

''आम्हाला जगायचं आहे,'' डॉ. नजीब म्हणाले, ''केवळ श्वासोच्छ्वास करत जगून काहीही होणार नाही. आमची परिस्थिती अवघड आहे हे खरं; पण ती अशक्यप्राय मात्र झालेली नाही. शिवाय तरुण लोकांना अडचणीत असताना काम करणं हे आव्हान वाटतं.''

आमची चर्चा संपली तेव्हा अंधार झाला होता. जिन्यामध्ये पुरेसा प्रकाश नव्हता. आम्ही जिना उतरून रस्त्यावर आल्यावर हनून उभा राहिला आणि माझ्याकडे

वळून म्हणाला, "मानवता हीच सगळ्यात महत्त्वाची आहे. तुम्ही ख्रिश्चन आहात की मुस्लीम, अफगाण आहात की परदेशी, मुस्लीम आहात की मूर्तिपूजक या कशालाही जरादेखील महत्त्व नाही."

हनूननं त्याच्या हाताची दोन्ही मधली बोटं एकमेकांना जुळवली. "आपण सगळे हे असे आहोत."

हनूननं अगोदर मूर्तिपूजक हा शब्द वापरला होता. त्यामुळे मी जरा चमकलो होतो. पण त्याची ही साधी कृती मला एकदम भावली. त्याच्या या साध्या कृतीमधला भव्य अर्थ मला उमगला होता.

✪

अधिक माहितीसाठी निवडक संदर्भ

Booth, Martin. Opium, A History, Simon & Schuster (London, 1996).

Coll, Steve. Ghost Wars, The Penguin Press (New York, 2004).

McCoy, Alfred W: The Politics of Heroin, Lawrence Hill Books (Chicago, 2003).

Maley, William. The Afghanistan Wars, Palgrave Macmillan (New York, 2002).

Mohammad, Yousaf & Adkin, Mark. The Bear Trap, Casemate Publishers (Havertown, PA, 2001).

Rashid, Ahmed. Taliban, I.B. Taurus & Co. (London, 2000); Pan Books (London, 2001).

Rubin, Barnett R. The Fragmentation of Afghanistan, Yale University Press (New Haven, CT, 2002).

Saikal, Amin. Modern Afghanistan: A History of Struggle and Survival, I.B. Taurus & Co. (London, 2006).

Scott, Peter Dale. Drugs, Oil and War, Rowman & Littlefield Publishers Lanham, MD, 2003).